புனிதப் பாவங்களின் இந்தியா

புனிதப் பாவங்களின் இந்தியா

அருண் எழுத்தச்சன்

1982 மே மாதம் 27ஆம் தேதி கேரளத்தின் திருச்சூர் மாவட்டம், திருவில்வாமலை பஞ்சாயத்து, குத்தாம்புள்ளி கிராமத்தில், 'காட்டுமூச்சிக்கல்' வீட்டைச் சேர்ந்த ஜெயகோவிந்தனுக்கும் கீதாவுக்கும் மகனாகப் பிறந்தார். 2002முதல் மூன்றுவருடகாலம் மலையாள நாளிதழ் 'மாத்ருபூமி'யின் பிராந்திய நிருபராக இருந்தார். 2005முதல், 'மலையாள மனோரமா' தினசரியில் பணியாற்றிவருகிறார். இப்போது அதன் பத்தனம்திட்ட அலுவலகத்தில் முதுநிலை நிருபர். கர்நாடகத்தில் உள்ள தேவதாசிகளின் நிலையைக் குறித்த தனது ஆய்வுக்கு, 'நேஷனல் பவுண்டேஷன் ஃபார் இந்தியா'வின் 2016–17 வருடத்துக்கான, தேசிய ஊடக ஆதாரவூதியம் (National Media Fellowship) பெற்றிருக்கிறார். இந்த நூல், 2019இல் சிறந்த பயண இலக்கியத்திற்கான கேரள அரசின் விருதைப் பெற்றுள்ளது.

அலைபேசி: 8547581709

யூமா வாசுகி

மொழிபெயர்ப்பாளர்

கும்பகோணம் ஓவியக் கல்லூரியில் பட்டயம் பெற்றவர். இரண்டு நாவல்களும் ஒரு சிறுகதைத் தொகுப்பும் சில கவிதைத் தொகுப்புகளும் வெளியாகியுள்ளன. மலையாள மொழிபெயர்ப்பாளர்.

அருண் எழுத்தச்சன்

புனிதப் பாவங்களின் இந்தியா

ஆசாரங்களின் பெயரால் பாலியல் தொழிலுக்குத் தள்ளப்பட்ட
பெண் வாழ்க்கைகளினூடே ஒரு பயணம்

மலையாளத்திலிருந்து தமிழில்:
யூமா வாசுகி

காலச்சுவடு பதிப்பகம்

● அன்பார்ந்த வாசகருக்கு,

வணக்கம்.

காலச்சுவடு நூலை வாங்கியமைக்கு நன்றி.

நூலின் உள்ளடக்கம், உருவாக்கம், அட்டைப்படம் இன்ன பிற அம்சங்கள் பற்றிய உங்கள் கருத்துகளையும் ஆலோசனைகளையும் காலச்சுவடு வரவேற்கிறது. தகவல், எழுத்து, வாக்கியப் பிழைகள் தென்பட்டால் கட்டாயம் தெரிவித்து உதவுங்கள். நூல் தயாரிப்பில் கடும் குறைபாடு இருப்பின் மாற்றுப் பிரதி உங்களுக்குக் கிடைக்கக் காலச்சுவடு ஏற்பாடு செய்யும்.

மின்னஞ்சல்: publisher@kalachuvadu.com

காலச்சுவடு நாகர்கோவில் தலைமையகத்துக்கும் கடிதம் அனுப்பலாம்.

தங்கள்
எஸ்.ஆர். சுந்தரம் (கண்ணன்)
பதிப்பாளர் — நிர்வாக இயக்குநர்

Visudhapapangalute India by Arun Ezhuthachan

© Arun Ezhuthachan

புனிதப் பாவங்களின் இந்தியா ❖ பயண இலக்கியம் ❖ ஆசிரியர்: அருண் எழுத்தச்சன் ❖ மலையாளத்திலிருந்து தமிழில்: யூமா வாசுகி ❖ மொழிபெயர்ப்புரிமை: யூமா வாசுகி ❖ முதல் பதிப்பு: ஜனவரி 2022, இரண்டாம் (குறும்) பதிப்பு: செப்டம்பர் 2022 ❖ வெளியீடு: காலச்சுவடு பப்ளிகேஷன்ஸ் (பி) லிட்., 669, கே.பி. சாலை, நாகர்கோவில் 629001

punitap paavankaLin intiyaa ❖ Travelogve ❖ Author: Arun Ezhuthachan ❖ Translated from the Malayalam by Yuma Vaasuki ❖ Translation © Yuma Vaasuki ❖ Language: Tamil ❖ First Edition: January 2022, Second (Short) Edition: September 2022 ❖ Size: Demy 1 x 8 ❖ Paper: 18.6 kg maplitho ❖ Pages: 256

Published by Kalachuvadu Publications Pvt. Ltd., 669, K.P. Road, Nagercoil 629001, India ❖ Phone: 91-4652-278525 ❖ e-mail: publications@kalachuvadu.com ❖ Printed at: Adyar Students xerox Pvt. Ltd., No. 275 Habibullah Road, Triplicane high Road, Opp Triplicane Post Office, Triplicane, Chennai 600005

ISBN: 978-93-5523-148-2

09/2022/S.No. 1061, kcp 3820, 18.6 (2) rss

என் பயணங்களுக்குத் தடைவிதிக்காத
அம்மாவுக்கும் அப்பாவுக்கும்

பொருளடக்கம்

முன்னுரை	11
நர்த்தகிகள் இல்லாத மங்கலாபுரம்	15
உச்சங்கிமலையில் கருப்புப் பௌர்ணமிகள்	24
ஹர்ப்பனஹள்ளியில் பெண்ணுரிமைப் போராட்டங்கள்	48
கூட்லிகியில் மறுவாழ்வுகள்	73
பாரம்பரியத்தைப் பழங்கதையாக்கிய ராஜமுந்திரியும் பெத்தாபுரமும்	79
புரி ஜெகன்நாதரின் தாசி	93
அழகிகள் அதிகம்... ஆனால் சோனாகச்சி அழகல்ல!	102
பாவக்கறை தீராத காளிகட்	150
எல்லையற்ற வறுமையுடன் எல்லையில் ஜலாங்கி	157
பிருந்தாவனத்து ராதைகள்	162
காமத்திப்புராவின் வாழ்க்கைகள்	193
சௌந்தத்தியில் மகப்பௌர்ணமி	218
துயர தாளங்களில் முஜ்ரா பாடும் உஜ்ஜயினி	230
பிரகாசிக்குமா உச்சங்கியில் மகப்பௌர்ணமிகள்?	238
தேடல்கள் முடிவதில்லை	248

முன்னுரை

ஐந்துவருடங்களுக்கும் முன்பு மலையாளத்தில் வெளிவந்த ஒரு நூலின் தமிழ் மொழிபெயர்ப்பு இது. அதற்கும் ஏழுவருடங்களுக்கு முன்பு, இந்தப் புத்தகத்துக்கான பயணங்களைத் தொடங்கினேன். 'புனிதப் பாவங்களின் இந்தியா' எனும் பெயரில் மலையாளத்தில் வெளியான இந்தப் புத்தகத்துக்குக் கேரள அரசின் விருது கிடைத்த மகிழ்ச்சியையும் இங்கே பகிர்ந்துகொள்கிறேன். பத்திரிகையாளனான நான், தினசரியின் ஞாயிறுப் பதிப்பு ஒன்றுக்கான சிறப்புக் கட்டுரையை நோக்கமாகக் கொண்டு ஆரம்பித்த பயணம்தான், இப்படியொரு புத்தகத்துக்கான வழியைத் திறந்தது. அது எப்படி என்பதையெல்லாம் விரிவாக இந்தப் புத்தகத்தில் சொல்லியிருக்கிறேன்; அல்லது அதுதான் இந்தப் புத்தகம்.

மதரீதியான ஆசாரங்களைத் தொடர்ந்து பெண்கள் பாலியல் தொழிலாளர்களாக ஆகவேண்டி வருகிறது எனும் புரிதல் எனக்கு ஏற்படுத்திய அதிர்ச்சிதான் மேலதிக விசாரணைக்குக் காரணமானது என்றும், அதுதான் இந்தப் புத்தகமாக மாறியதென்றும் ஒருவரியில் சொல்லலாம். ஒவ்வோர் இடத்திலிருந்தும் கிடைக்கும் விவரங்களுக்கு ஏற்றபடி மற்றோர் இடத்துக்கும் சென்றாலே முழுமையான சித்திரம் கிடைக்கும் என்பதைப் புரிந்துகொண்டு, அந்த இடத்துக்கு - அங்கே கிடைத்த தகவல்களின்படி அடுத்த இடத்துக்கு - என்று பயணங்களின் எண்ணிக்கை அதிகரித்தது.

பயணத்தில் சென்றடைந்த இடங்களின் வரலாற்று முக்கியத்துவம், அங்குள்ள இயற்கை அழகு ஆகியவை, மற்ற பயண நூல்களில் இருப்பதைப்போல இந்தப் புத்தகத்தில் விரிவாக விவரிக்கப்படவில்லை. விஷயத்திலிருந்து விலகி யிருக்கும் விவரங்கள் வாசிப்புச் சரளத்தைப் பாதிக்கும் என்று கருதியதால்தான் இப்படி.

ஒவ்வோர் இடத்திலும் கிடைத்த செய்திகள் பெரிதும் மனத் துன்பத்தை ஏற்படுத்தின. ஆனால் புத்தகத்திற்கான தேடலுக்கிடையில் 2014 பிப்ரவரி 2இல் மலையாள மனோரமா நாளிதழ் ஞாயிறுப் பதிப்பில் பிரசுரித்த 'தேவதாசியாவதற்கு என்ன தவறு செய்தேன்?' எனும் கட்டுரை, எதிர்பார்த்ததைவிட பெரிய விளைவை ஏற்படுத்தியதைக் குறிப்பிட்டுச் சொல்ல வேண்டும். அது, இந்தக் கட்டுரையுடன் திருவனந்தபுரம் 'எஸ்.எல். பவுண்டேஷன்' தலைவர் சாபு ஸ்டீபன் உச்சநீதி மன்றத்துக்குச் சென்ற சம்பவத்துடன் ஆரம்பமாயிற்று. அந்த வருடத்து மகப்பௌர்ணமியில்¹ பெண்பிள்ளைகள் தேவதாசி ஆக்கப்படவில்லை என்று உறுதிப்படுத்த வேண்டி, 2014 பிப்ரவரி 13இல் உச்சநீதிமன்றம் கர்நாடகத்தின் தலைமைச் செயலருக்குத் தொலைநகல் செய்தி (Fax message) அனுப்பியது. இந்த விஷயத்தில் என்ன நடவடிக்கை எடுத்தீர்கள் என்று கேட்டு மத்திய உள்துறை அமைச்சகத்துக்கு நீதிமன்றம் மீண்டும் அறிவிப்பு அனுப்பியது. இதற்கிடையில் மத்திய பெண்கள் ஆணையம் (National Commission For Women) இந்த வழக்கில் இணைந்துகொண்டது. தேவதாசிகளின் நிலையைக் குறித்துச் சென்னைப் பல்கலைக்கழகத்துடன் சேர்ந்து ஆய்வு செய்ய வேண்டும் என்று ஆணையம் நீதிமன்றத்தில் அறிவித்தது. 2015 நவம்பரில் வழக்கைப் பரிசீலனைக்கு எடுத்த உச்சநீதிமன்றம், அறிவிப்புக்கு உரிய காலத்தில் பதில் தெரிவிக்காததற்காக மத்திய அரசை விமர்சித்தது மட்டுமல்ல, அரசுக்கு இருபத்தையாயிரம் ரூபாய் அபராதமும் விதித்தது. இதைத் தொடர்ந்து மத்திய அரசு, உச்சநீதிமன்றத்தில் தங்கள் விளக்கத்தைச் சமர்ப்பித்தது. உச்சநீதிமன்றம், 2016 பிப்ரவரியில் மகப்பௌர்ணமிக்கு ஒரு வாரத்துக்கும் முன்பு மீண்டும் வழக்கைப் பரிசீலனைக்கு எடுத்தது. தேவதாசியாக்கும் சடங்கு நடக்கவில்லை என்று நிச்சயப்படுத்த, தீவிர அவதானிப்பை உறுதிசெய்ய வேண்டும் என்று நீதிமன்றம் கர்நாடக அரசிடம் கேட்டது. வழக்கின் பல கட்டங்கள் தேசிய ஊடகங்கள்வரை பெரிய செய்திகளாயின. எப்படியானாலும்

---

1. மாசி மகம். மாசி மாதப் பௌர்ணமியுடன் சேர்ந்து வரும் மக நட்சத்திர நாள். இது இந்துக்களுக்கு மிகவும் சிறப்புவாய்ந்த தினமாகும்.

நீதிமன்றத் தலையீடு நன்மை செய்தது என்றுதான், கடைசியில் 2016 பிப்ரவரியில் தாவன்கரேயில் உள்ள உச்சங்கிமலைக்குச் சென்றபோது புரிந்துகொள்ள முடிந்தது. முதல் பயணத்தில் பார்த்ததைவிட முற்றிலும் வித்தியாசமாயிருந்தன அங்கே கண்ட காட்சிகள். தேவதாசியாக்கக் கொண்டுவரப்படுகிறாள் என்று சந்தேகிக்கக்கூடிய ஓர் இளம்பெண்ணைக்கூட அன்று அங்கே பார்க்க முடியவில்லை. ஆயினும் வறுமை நிலைத்திருக்கும் இடங்களில் தடைகள் எந்த அளவுக்குப் பயனளிக்கும் எனும் சந்தேகம் பிறகும் மிச்சமிருக்கிறது.

இது என்னுடைய புத்தகம் என்பதைப்போல என்னுடைய நல்ல நண்பர்களுடைய புத்தகமும்தான். தேவதாசி விஷயத் துடன் தொடர்புடைய செய்திகளை ஏதாவது எங்காவது அறியும்போது என்னைக் கூப்பிட்டுச் சொல்லி, மேலும் தேடலுக்குத் தூண்டிய நிறைய நண்பர்கள் இருந்தார்கள். என் தொலைபேசி அழைப்பின் பேரில், பயணங்களுக்கு உடன் வரச் சிலர் இருந்தார்கள். பெரும்பாலான பயணங்களிலும் என்னுட னிருந்த பிரமோத், சில பயணங்களைத் தானே திட்டமிட்டு என்னையும் அழைத்துக்கொள்வார். புத்தகம் வெளிவருவதில் சிலசமயங்களில் என்னைவிட உத்வேகம் கொண்டிருந்தவர் பிரமோத்.

பயணத்தில் எனக்கு உதவிய பலரின் பெயர்களைப் புத்தகத் தில் குறிப்பிடுவதால் இங்கே திரும்பச் சொல்லவில்லை. கொல்கத்தாவில் சில விவரங்கள் தேவைப்படுகின்றன என்று அழைத்தபோது, வேறு எங்கும் அறை எடுக்க வேண்டாம், என் வீட்டில் தங்கலாம் என்று சொல்லி அனைத்து வசதிகளும் செய்தளித்த *டெலகிராஃப்* பத்திரிகையாசிரியரும் மலையாளியுமான ராஜகோபால் சார், அவர் மனைவி மினியக்கா ஆகியோரை மறக்க முடியாது.

*மனோரமா*வில் என் சகஊழியர்கள் பலர், என்னைப் பார்க்கும் போதெல்லாம் இந்தப் புத்தகம் தொடர்பாக விசாரிப்பார்கள். என் நண்பரும் சகஊழியருமான டி.அஜீஷ், புத்தகத்தின் அச்சாக்க வேலைகள் முன்னேறிக்கொண்டிருக்கின்றனவா என்று மகிழ்ச்சி யுடன் எப்போதும் கேட்டுக்கொண்டிருந்தார்.

இந்தப் புத்தகத்துக்காக எடுத்த பல ஒளிப்படங்கள், கேமரா வுடன் பெரிய தொடர்பு ஏதும் இல்லாத என் நண்பர்கள் எடுத்தவை. ஒளிப்படக்காரர் நிகில்ராஜ்தான் இந்தப் படங்களை அழகாக்கினார். 2016இல் உச்சங்கிமலையில் மகப்பௌர்ணமியின் போதான படங்கள் எடுத்தவரும் நிகில்தான்.

இந்தப் புத்தகத்தைத் தமிழில் வெளியிடும் 'காலச்சுவடு பதிப்பக'த்தாருக்கு மிகவும் நன்றி; இதைத் தன் புத்தகம்போலக் கருதி மொழிபெயர்த்த யூமா வாசுகிக்கு நன்றி சொல்ல வார்த்தைகள் இல்லை.

முழுமையான ஆய்வு சாத்தியமல்ல எனும் புரிதலில்தான் நான் இந்தப் புத்தகத்தை முடித்திருக்கிறேன். பயணங்களில் சந்தித்தவர்கள் பகிர்ந்தவற்றையும் நேரில் கண்ட காட்சிகளையும் அனுபவங்களையும் பதிய மட்டுமே செய்திருக்கிறேன். பயணங்களை நான் சென்ற வரிசைக் கிரமத்திலேயே எழுதி யிருக்கிறேன். இந்த விஷயத்தில் முழுமையான தேடலுக்கும் ஆய்வுக்குமான ஒரு வழியை இந்தப் புத்தகம் திறக்கும் எனும் நம்பிக்கையுடன்...

அருண் எழுத்தச்சன்

நர்த்தகிகள் இல்லாத மங்கலாபுரம்

மங்கலாபுரத்தில் (மங்களூரு) நடனக் கூடங்களை (Dance bar) தடைசெய்கிறார்கள் எனும் விஷயத்தைப் பற்றித்தான் அன்று செய்திப் பிரிவில் பேசிக்கொண்டார்கள். தடைசெய்வதற்கும் முன்பு ஒருமுறை அங்கே செல்ல வேண்டும் என்று பெரும்பாலானோருக்கு விருப்பம். "தடை செய்தாலும் இதெல்லாம் சட்ட விரோதமாக மீண்டும் நடக்கும்." – தலைமை உதவியாசிரியர் பேச்சில் கலந்துகொள்ளாமல் உணர்ச்சியற்றுச் சொன்னார். அது சரிதான் என்று எங்களுக்கும் தோன்றியது. மங்காலாபுரம் நிருபரை அழைத்து அந்த விஷயத்தை உறுதிசெய்தபிறகு, அங்கே போவதற்கான உத்வேகம் சற்று அடங்கியது. "சட்ட விரோதமாக டான்ஸ் பார்கள் செயல்படுகின்றன என்றால் அந்த நேரத்தில்தான் நாம் போக வேண்டும். அதைப் பற்றி செய்தியும் வெளியிடலாமே?" – மற்றொருவர் சொன்னார். பிறகு அதைப் பற்றிய அன்றையப் பேச்சு முடிவடைந்தது.

தினமும் இதுபோன்ற விஷயங்களைச் செய்திப் பிரிவில் பேசிக்கொள்வோம். செய்திகளின் ஆயுள்போல செய்திகளைப் பற்றிய சர்ச்சைகளின் முனைப்பும் சற்றுநேரம்தான் நீடிக்கும்.

பல மாதங்களுக்குப் பிறகு மீண்டும் தற்செயலாக நடனக் கூடத்தைப் பற்றிய எண்ணம் மனதில் வந்து விழுந்தது. சட்ட விரோதமாகச் செயல்படும் நடனக்கூடங்களுக்கு உள்ளே செல்ல என்ன வழிகள் என்று நான் தேடத் தொடங்கினேன். சட்ட விரோதமாக என்றாலும் நிறையப் பேருக்கு வாழ்வாதார மாக இருப்பதால் இந்த விஷயத்தைச் செய்தியாக்குவது சரிதானா என்று சில சகஊழியர்கள் சந்தேகப்பட்டார்கள். தொழில் இழந்தவர்களின் மறுவாழ்வைப் பற்றிய விஷயத்தைத் தான் உண்மையில் செய்தியாக்க வேண்டும் என்பதுதான் அவர்களின் கருத்து. வளர்ச்சிக்கும் முன்னேற்றத்துக்கும் புதிய திட்டங்களும் சட்டங்களும் கொண்டுவரும்போது, விளிம்பு நிலைக்குத் தள்ளப்படுபவர்களின் மறுவாழ்வுக்கு எந்த ஓர் அமைப்பையும் நம் சமூகமோ அரசாங்கமோ ஏற்படுத்தாததைக் குறித்து நானும் சிந்தித்தேன். உண்மையில், நடனக்கூடத் தடையால் தொழில் இழந்தவர்களைக் குறித்துதான் ஆராய வேண்டும் என்று எனக்குத் தோன்றியது. இவர்களில் பலர் பாலியல் தொழிலுக்குச் சென்றுவிட்டார்கள் என்று, கர்நாடகக் காவல்துறையில் இருக்கும் தெரிந்தவர் ஒருவரிடமிருந்து அறிய முடிந்தது. ஆயினும் நேரடியாகச் சென்றால்தான் விஷயங்களைச் சரியாகப் புரிந்துகொள்ள முடியும் என்று நான் உறுதி கொண்டேன். தடையின் பின்விளைவுகளின் உண்மையான ஆழத்தைப் புரிந்துகொள்ளும்போது வேறு பல சித்திரங்களும் வெளியே வரக்கூடும். அவ்வாறு, மற்ற அவசர வேலைகள் இல்லாத ஒருநாள் பார்த்து நான் மங்கலாபுரத்துக்குச் சென்றேன்.

மங்கலாபுரத்துக்கு வரும் உல்லாசப் பயணிகள் பெரும்பாலோர் முதலில், நகரத்திலிருந்து பன்னிரண்டு கிலோ மீட்டர் தூரத்தில் இருக்கும் பனம்பூர் கடற்கரைக்குத்தான் செல்வார்கள். அதனால்தான் ஒரு பார்வையாளனைப்போல் நான் பனம்பூருக்குச் சென்று அங்கிருந்து என் தேடலைத் தொடங்கினேன்.

பனம்பூரில் வரிசையாக நின்றிருக்கும் ஆட்டோக்களின் ஒன்றின் ஓட்டுநர், பார்க்கும்போதே என்னில் சில எதிர்பார்ப்பு களை ஏற்படுத்தினார். எனக்குத் தேவைப்படும் விவரங்கள் ஏதேனுமளிக்க அவரால் முடியுமென்று எனக்குத் தோன்றியது. அவரின் ஆட்டோவில் ஏறி, மங்கலாபுரத்துக்குச் செல்ல வேண்டும் என்றேன். அவர் பெயர் ஜெகன். நான் எதிர்பார்த்தது போலவே உரையாடலில் ஆர்வம் கொண்டிருந்தார். நான் மலையாளி என்று அறிந்தபோது ஒரு வழிகாட்டியின் வேலையையும் மேற்கொண்டார்.

"இங்கே பார்ப்பதற்கு இந்தக் கடற்கரையைத் தவிர வேறு என்ன இருக்கிறது? டான்ஸ் பாரில் இருந்த பெண்கள் கிடைப்பார்களா?" நான் நேரடியாகக் கேட்டேன்.

"உங்களுக்கு எத்தனைபேர் வேண்டும், சார்? அவர்களுக்கெல்லாம் இப்போது இதுதானே வேலை." கன்னடம் கலந்த மலையாளத்தில் அவர் பேசினார்.

"அது... ஆனால் நான் அவர்களிடம் சில விஷயங்கள் கேட்டுத் தெரிந்துகொள்ள வேண்டும்." நான் சொன்னேன்.

"சார்..." அவர் மெதுவாக வண்டியை நிறுத்தினார். "நீங்கள் போலீஸ்காரரா?"

நான் சிரித்தேன்: "போலீஸ் ஒன்றுமல்ல. எனக்கு அவர்களின் வாழ்க்கையைத் தெரிந்துகொள்ள வேண்டும்."

அவர் யோசிக்கத் தொடங்கினார். அப்படிச் சொல்லியிருக்க வேண்டாம் என்று எனக்குத் தோன்றியது.

நான் போலீஸ்காரன் அல்லவென்றும் அவர்களின் வாழ்க்கையை ஆராய வந்தவன் என்றும் அவருக்குப் புரிய வைக்க, பின்னரும் நேரம் செலவிட நேர்ந்தது.

"அப்படிப் பேசுவதற்கொன்றும் ஹோட்டல்காரர்கள் சம்மதிக்க மாட்டார்கள். அதெல்லாம் ரிஸ்க் சார். முதலில் கஸ்டமர் என்று சொல்லி நீங்கள் உள்ளே செல்லுங்கள். பிறகு, விஷயங்களைக் கேட்டுத் தெரிந்துகொள்வதெல்லாம் உங்கள் திறமை." கடைசியில் அவர் சொன்னார்.

"சரி. வண்டி போகட்டும்." நான் சம்மதித்தேன்.

"உண்மையில் நீங்கள் போலீஸ் இல்லைதானே?" அவருக்கு இன்னும் சந்தேகம் தீரவில்லை. ஆயினும் ஆட்டோவைக் கிளப்பினார். "இப்படிப்பட்ட பெண்கள் கேரளத்தில் இல்லையா... பிறகு எதற்கு மங்கலாபுரத்துப் பெண்களின் லைஃபைத் தேடி வருகிறீர்கள்?" அவர் தன் தீராத சந்தேகத்தை மீண்டும் ஒரு கேள்வியாகத் தொடுத்தார்.

"அங்குள்ள பெண்களின் வாழ்க்கையையெல்லாம் நான் கேட்டுத் தெரிந்துகொண்டுவிட்டேன். அதன் பிறகுதான் இங்கே வந்தேன்" என்று சொல்லிச் சமாளித்தேன்.

"நான் ஹோட்டலுக்கு முன்னால் வண்டியை நிறுத்துவேன். நீங்கள் உள்ளே சென்றுவிடுங்கள், இத்துடன் என் வேலை முடிந்தது. இனி நீங்கள் உண்மையிலேயே போலீசாக இருந்தால்

புனிதப் பாவங்களின் இந்தியா

அவர்கள் என்னைச் சும்மா விடமாட்டார்கள்." அந்த சந்தேகம் அவருக்கு இன்னும் மிச்சமிருந்தது.

"என்னைப் பார்த்தால் போலீஸ் என்று உங்களுக்குத் தோன்றுகிறதா?" நான் சிரித்தபடிக் கேட்டேன்.

அது அவர் மனதில் பட்டது என்று தோன்றியது. அவர் என்னை மேலும் கீழும் சற்றுப் பார்த்தார். அப்புறம் அவருக்கு மேற்கொண்டு சந்தேகம் எழவில்லை.

பனம்பூர் - மங்காலாபுரம் சாலையில் மங்கலாபுரத்திலிருந்து இரண்டு கிலோமீட்டர் இந்தப் பக்கம், 'கொடிகள்' எனும் இடத்தில் ஆட்டோ நின்றது. தங்கும் விடுதி ஒன்றைச் சுட்டிக்காட்டி, அங்கே செல்லும்படி ஜெகன் என்னிடம் சொன்னார். முன்பே பேசியபடி ஆட்டோ கட்டணம் நூற்றைம்பது ரூபாய் கொடுத்துவிட்டு நான் இறங்கினேன்.

பழசாகிப்போன அந்தப் போர்டை நான் வாசித்தேன் - 'ஹோட்டல் ப்ருத்வி ரீஜன்சி'. போர்டில் பார்த்த பழமை, அந்த நான்குமாடி காங்கிரீட் கட்டடத்துக்கும் இருந்தது.

விடுதி வரவேற்பறையில், நீளமாக நாமமிட்டிருக்கும் ஓர் இளைஞன் இருந்தான். உள்ளே சென்றபோது அவன் உணர்ச்சியற்று என் முகத்தைப் பார்த்தான். என்ன கேட்க வேண்டும் என்று தெரியாமல் நான் அவனையே சற்று நேரம் பார்த்து நின்றேன். அப்போது, நேரம் வீணாவதைத் தவிர்ப்பதுபோன்று அவன் கேட்டான்: "லேடீஸ்?"

"யெஸ்." எனக்கு நிம்மதி.

அவன் அழைப்புமணியை அழுத்தினான். பூனைக் கண்ணுள்ள ஒருவன் வந்தான். அவர்கள் இருவரும் கண்களால் பேசிக்கொண்டார்கள். பூனைக்கண்ணன் என்னிடம் மின்தூக்கியில் ஏறும்படிச் சொன்னான். மின்தூக்கியில், மூன்றாம் மாடிக்குச் செல்லும் பித்தானை அழுத்தினான்.

"எந்த வயதுப் பெண்கள்?" மின்தூக்கியின் கதவு சாத்திய போது நான் கேட்டேன்.

"எல்லோரையும் காட்டுகிறேன். உங்களுக்குப் பிடித்தவரை நீங்கள் செலக்ட் செய்யலாம்." அவன் சொன்னான்.

நாங்கள் மூன்றாம் மாடிக்குச் சென்றோம். ஒரு வராந்தாவின் முனையை நோக்கி மின்தூக்கி திறந்தது. நீளமாக இருக்கும் அந்த வராந்தாவின் இருபுறமும் நிறைய அறைகள் இருந்தன.

சில அறைகள் சாத்தியிருந்தன. ஆறேழு அறைகள் திறந்து கிடந்தன. திறந்திருக்கும் அறையிலெல்லாம் ஒவ்வொரு பெண் இருந்தார். சில அறைகளில் இருந்தவர்களைப் பெண் என்று சொல்ல லாமா என்று தெரியவில்லை. பலர் சின்னப் பெண்களாக இருந்தார்கள். வேறோர் அறையில் கொஞ்சம் இளம்பெண்கள் ஒன்றாக இருப்பதைப் பார்த்தேன். எல்லா அறையிலும் சென்று பார்க்கும்படி அவன் சொன்னான். ஒவ்வோர் அறைக்குச் செல்லும்போதும் உள்ளே இருந்தவர்கள் எழுந்து நின்றார்கள். கடைசியில், பார்த்ததில் மிகவும் வயது அதிகமாகத் தோன்றிய பெண்ணைத் தேர்தெடுத்தேன்.

அவன் என்னை வெளியே அழைத்தான்: "ஏஜ் குறைவான பெண்கள்தானே சார் நல்லது? வேண்டுமென்றால் ரேட் குறைத்துத் தருகிறேன்."

"வேண்டாம். எனக்கு இவரே போதும்."

அவன் மெல்லச் சிரித்தான்: "பதினைந்து நிமிடத்துக்கு எழுநூறு ரூபாய். ஒருமணிநேரத்துக்கு ஆயிரத்து இருநூறு ரூபாய்."

"இவரிடம் கொடுத்தால் போதுமா?"

"நோ. கேஷ் என் கையில் கொடுக்க வேண்டும்." அவன் கை நீட்டினான்.

நான் எழுநூறு ரூபாய் கொடுத்தேன். அந்தப் பணத்தைப் பையில் வைத்துக்கொண்டு, கீழே இறங்குவதற்கு அவன் மின்தூக்கியில் ஏறினான். "ஏதாவது டிப் கொடுங்கள்." மின்தூக்கி யின் கதவுகளைச் சாத்தும்போது அவன் உரக்கச் சொன்னான்.

நான் அறைக்குள் சென்றேன்.

"கதவைச் சாத்துங்கள்." அறையிலிருந்த பெண் சிரித்தார். அவருக்கு ஏறத்தாழ நாற்பத்தைந்து வயது இருக்கும். 'லாச்சா' எனும் பாவாடைபோன்ற ஆடையும் ரவிக்கையும் அணிந்திருந் தார். கன்னடத்தில் பேசினார். அந்த அளவு கன்னடம் எனக்குத் தெரியாது என்றாலும், மங்கலாபுரத்துக் கன்னடம் அவ்வளவு சிரமமாக இல்லை. ஆங்கிலம் கலந்த அந்த மொழி, மலையாளி களால் சுலபமாகப் புரிந்துகொள்ளக்கூடியதுதான்.

நான் கதவைத் தாழிட்டேன். மேசையைத் திறந்து அவர் ஒரு பாக்கெட் ஆணுறை எடுத்து என்னிடம் கொடுத்தார்: "இதை அணிந்துகொள்ளுங்கள்."

அதை நான் கையில் வாங்கினேன். அவர், கர்நாடகத்தின் தாவன்கரேவைச் சேர்ந்தவர். பெயர், சுமா. என் வரவின் நோக்கத்தை அவரிடம் சொன்னேன். அவர் சற்றுநேரம் எதுவும் பேசவில்லை. அவர் முகத்தில் சந்தேகமும் அச்சமும் தெரிந்தது. எதையோ நினைவுகூர்ந்ததுபோல அவர் முகம் இறுகியது. "அந்தப் பெண்கள் அத்தனைபேரும் சாலையோரத்திலும் ஹோட்டலிலும் இதைப்போல உடலை விற்றுத் திரிகிறார்கள் என்று ரிப்போர்ட் செய்யுங்கள். டான்ஸ் பாரில் இருந்த மற்ற பெண்கள் வேறு அறைகளில் இருக்கிறார்கள். உடல் கெட்டுப் போய் இனி எதற்கும் பயனற்றவர்கள் டவுனில் இருக்கிறார்கள். நீங்கள் அவர்களையெல்லாம் பாருங்கள். பிறகு இந்த அரசாங்கத் துக்குத் தெரியப்படுத்துங்கள். அப்புறம் அரசாங்கம் என்ன செய்யும் என்றா கேட்கிறீர்கள் . . . ஒன்றும் செய்ய முடியாது." கோபமும் வெறுப்பும் நிறைந்த முகத்துடன் அவர் ஏதோ சிந்தனையில் ஆழ்ந்தார்.

சற்றுநேரம் நானும் பேசாமல் இருந்தேன். அறையில் வாசனைத் திரவியத்தின் கடும் நெடி.

"தாவன்கரேயிலிருந்து நீங்கள் எப்படி இங்கே வந்தீர்கள்?" நான் மற்றொரு கேள்வி கேட்டேன்.

"அங்கே சின்ன வயதிலேயே என்னைத் தேவதாசியாக்கி விட்டார்கள். நீண்ட காலம் ஊரில் ஒரு பெரிய மனிதரின் வைப்பாட்டியாக இருந்தேன். காலப்போக்கில் அவருக்குச் சலித்துவிட்டது. அப்போதுதான் ஒருவர் என்னை பெங்களூருக்கு அழைத்துச் சென்றார். அங்கே டான்ஸ் கற்றுக்கொண்டு டான்ஸ் பாருக்குச் சென்றுவிட்டேன். கல்கத்தாவிலிருந்து வந்த ஒரு அக்காதான் டான்ஸ் கற்றுக்கொடுத்தார்.

"அங்கே இரண்டு வருடம் இருந்தேன். அங்கிருந்து வேறொருவர் இங்கே அழைத்துக்கொண்டு வந்தார். தடை செய்யப்பட்ட பிறகும் ரகசியமாக நீண்ட காலம் இங்கே டான்ஸ் பார் நடந்துகொண்டிருந்தது. பிறகு அதுவும் நின்றுவிட்டது. அப்போது இந்தப் ஃபீல்டுக்கு வந்துவிட்டேன்."

தேவதாசிகளைப் பற்றிப் பழைய கதைகளில் வாசித்த அறிவே எனக்கு இருந்தது. சமூகத்தில் பெரிய மதிப்புள்ள கோயில் நர்த்தகிகள்தான் அவர்கள் என்று நான் புரிந்து கொண்டிருந்தேன். ஒரு காலத்தில் ராஜாக்கள்கூட தங்கள் மகள்களைத் தேவதாசிகளாகக் கோயிலுக்குச் சமர்ப்பித்ததாகச் சொல்லப்படுகிறது. ஆனால் பார்ப்பன மேலாதிக்கத்தின் கால கட்டத்தில் தேவதாசிகள் உயர்சாதிக்காரர்களின் இச்சைகளுக்குக்

கீழ்ப்படிந்ததால், அவர்கள் சமூக ஸ்தானத்தை இழந்ததாக வரலாறு சொல்கிறது. மத்திய காலகட்டத்தில் கேரளத்தில் அச்சீசரிதங்களுக்கும் சம்புக்களுக்கும் (பெண்களின் அழகை வர்ணித்து எழுதப்பட்ட பழைய மலையாள இலக்கியங்கள்) சமூகப் பின்னணியான இந்த அநாசாரம், இன்றும் நிலைத்து நிற்பது எனக்குப் புரியாத விஷயமாக இருந்தது.

சுமா தொடர்ந்து சொன்னார்: “வளர்ப்பதற்கும் படிக்க வைப்பதற்கும் என் அப்பாவுக்கு முடியவில்லை. அதனால் தேவதாசியாக்கிவிட்டார். எங்கள் ஊரில் எல்லா வீட்டுக் காரர்களும் அப்படித்தான் செய்துவந்தார்கள். படிக்க வைக்கவும் திருமணம் செய்துகொடுத்து அனுப்பவும் முடிய வில்லை என்றால் பெண்பிள்ளைகள் மென்சஸ் ஆனவுடன் அடுத்த மகப்பௌர்ணமியில் கோயிலுக்கு அழைத்துச் சென்று தேவதாசியாக்குவார்கள். பிறகு அவள் யாருடைய வைப்பாட்டியாகவோ காலம்தள்ளுவாள். என்னைப்போன்று சிலர் பெங்களூருக்கும் பம்பாய்க்கும் சென்று தப்பிப்பார்கள். அப்படி அல்லாதவர்கள் அங்கே கிடந்து துன்புற்றுச் சாவார்கள்.”

“தேவதாசிகளை அப்படி வைப்பாட்டியாக வைத்துக் கொள்ள சம்மதிப்பார்களா?”

“வைப்பாட்டியாக வைத்துக்கொள்ளத்தானே பெண்களைத் தேவதாசியாக்குகிறார்கள். சலிப்பு ஏற்படும் போது அவர்களை அனுப்பிவிடுவார்கள்.”

“பிறகு எதற்கு வீட்டுக்காரர்கள் இதை ஆதரிக்கிறார்கள்?”

“அவர்களால் காப்பாற்ற முடியாததால்தானே எங்களைத் தேவதாசியாக்குகிறார்கள். ஆதரிப்பதைத் தவிர அவர்களுக்கு வேறு வழி ஒன்றுமில்லை. நீங்கள் அந்த ஊருக்குச் சென்றால்தான் அங்குள்ள நிலைமை புரியும். அங்கே எல்லா வீட்டிலும் பட்டினிதான். இதற்கிடையே ஒரு பெண்ணும் வீட்டில் இருந்தால் பிறகு அவர்கள் என்ன செய்வார்கள்?”

“இந்தக் காலத்திலும் இப்படியெல்லாம் நடக்கிறதா?” நம்புவதற்கு எனக்குக் கஷ்டமாக இருந்தது.

அவர் மீண்டும் அலட்சியமாகச் சிரித்தார்: “இங்கே நாட்டுக்கு நல்லதுசெய்ய அலைகிற ஸ்ரீராமசேனைக்காரர்கள் இருக்கிறார்கள் அல்லவா, இதுகள் எல்லாம்தான் இப்போதும் அங்கே மகப்பௌர்ணமியில் சின்னப் பெண்களைத் தேவதாசிகள் ஆக்குவதற்குத் துணை செய்கின்றன. அம்மனை மகிழ்ச்சிப்படுத்த அதெல்லாம் வேண்டும் என்று அங்கே அவை

சொல்கின்றன. இங்கோ, இங்கே வரும்போது அவை வேசித் தொழில் தெய்வகுற்றம் என்று சொல்கின்றன. இதுகள்தானே எங்களை இப்படி ஆக்கின?" அவர் குபீரென்று சிரித்தார்.

"ஸ்ரீராமசேனையா தேவதாசிகளை உருவாக்கத் துணை செய்கிறது?" நான் கேட்டேன்.

"நீங்கள் ஸ்ரீராமசேனையைச் சேர்ந்தவராக இருப்பீர்கள் போல." அவர் அச்சம் கொண்டார். "ஸ்ரீராமசேனைக்கு எதிராகப் பேசவைத்துவிட்டு அதன்பேரில் நீங்கள் என்னைக் கொல்லப் போகிறீர்களா?"

"இல்லை. நான் உங்கள் ஊரைப் பற்றித்தான் இன்னும் தெரிந்துகொள்ள வேண்டும்."

"ஊரைப் பற்றித் தெரிந்துகொள்ள வேண்டும் என்றால் நீங்கள் அங்கே போய்க் கேளுங்கள். கேட்கவேண்டியது என்னிடமல்ல. அங்கே போய்ப் பாருங்கள்." அவரது கோபம் அடங்கவில்லை.

அவரை மேலும் சாந்தப்படுத்தினால் விஷயங்களை இன்னும் கொஞ்சம் துல்லியமாகப் புரிந்துகொள்ள முடியும் என்று தோன்றியது.

நான் ஸ்ரீராமசேனையைச் சேர்ந்தவன் என்னும் சந்தேகத்தால் தானோ என்னவோ, நான் மீண்டும் கேட்ட சில கேள்விகளுக்கு அவர் பதில் சொல்லவில்லை. ஆயினும் அதற்கிடையில் அவர், வாடிக்கையாளர் தரும் எழுநூறு ரூபாயில் இருநூறு மட்டுமே எங்களுக்குக் கிடைக்கும் என்றும் பாக்கியை ஹோட்டல்காரர்கள் எடுத்துக்கொள்வார்கள் என்றும் சொன்னார்.

தாவன்கரேயைப் பற்றி மேற்கொண்டு ஏதாவது கேட்பதற்கு முன்பு கதவைத் தட்டும் ஓசை கேட்டது. அவர் எழுந்து சென்று கதவைப் பாதி திறந்தார்.

"நேரமாகிவிட்டது." வெளியே ஆண் குரல்.

அவர் ஏதோ அவனிடம் சொன்னார். பிறகு விரைவாகக் கதவைச் சாத்தி மீண்டும் தாழிட்டார்.

"சார், வேலை செய்கிறீர்கள் என்றால் சட்டென்று செய்து விட்டுக் கிளம்புங்கள்..." அவர் என்னை அனுப்புவதற்கு அவசரப் பட்டார்.

என் நோக்கம் அது அல்லவே!

“நான் உங்கள் ஊரைப் பற்றித் தெரிந்துகொள்ள வேண்டும்.” – நான் மீண்டும் அதையே சொல்லிப்பார்த்தேன்.

இருமடங்குக் கோபத்துடன் அவர் கதவைத் திறந்து வெளியே சுட்டிக்காட்டினார். இனி இங்கே இருந்து பயனில்லை என்று எனக்குத் தெரிந்தது. நான் அவரை மீண்டும் ஒருமுறை பார்த்தேன். அவர் என் முகத்திலிருந்து பார்வையை அகற்றினார்.

மின்தூக்கியில் கீழே இறங்கும்போது நடனக்கூடத்தின் பெண்களைப் பற்றி யோசித்துக்கொண்டிருந்தேன். ஒரு நாளிதழின் ஞாயிறுப் பதிப்பின் முதல் பக்கத்துக்கு அப்பால், சுமா எனும் பெண்ணின் – அதுபோல மற்ற அனேக இளம் பெண்களின் வாழ்க்கை விரிந்துகிடப்பதாக எனக்குத் தோன்றியது. தாவன்கரே எனும் ஏதோ கர்நாடகக் கிராமத்தில், சமூகம் தேவதாசி என்று கற்பித்துக் கோயிலுக்குத் தள்ளி விடுகிற நூற்றுக்கணக்கான இளம்பெண்களின் துயரம் நிறைந்த முகங்கள் மனதில் வந்தன. இதெல்லாம் உண்மையா? அவர்களெல்லாம் இதுபோன்ற விடுதி அறைகளுக்கும் தெருக்களுக்கும் சென்றிருப்பார்களோ?

உச்சங்கிமலையில் கருப்புப் பௌணர்மிகள்

தென்னிந்தியாவின் மேற்குப் பகுதியில்தான் கர்நாடகத்தின் 'தாவன்கரே' இருக்கிறது. பெங்களூரி லிருந்து 265 கிலோமீட்டர் அப்பால் தேசிய நெடுஞ்சாலை 4இல் இருக்கும் இந்த நகரம், அதே பெயருடைய மாவட்டத்தின் தலைநகரமும்கூட. தாவன்கரே, மங்கலாபுரத்திலிருந்து 284 கிலோமீட்டர் தூரத்தில் இருக்கிறது. 1997இல் சித்ரதுர்கா மாவட்டத்தைப் பிரித்து உருவாக்கியதுதான் இம் மாவட்டம். தாவன்கரேயிலிருந்து பிறகும் முப்பது கிலோமீட்டர் கிழக்கே தள்ளிதான் உச்சங்கிமலை இருக்கிறது. வரலாற்றில் பாண்டியர்களின் தலைநகரமாக இருந்தது உச்சங்கிமலை. இந்த மலையின் துர்கை கோயிலில் தேவதாசியாக்குவது தொடர்ந்து நடந்துவந்ததாகச் சொல்லும் பழைய சில நாளிதழ்க் குறிப்புகளைச் சமீபத்தில் படித்திருந் தேன். தடை வந்த பிறகும் அங்கே இப்படிப்பட்ட சடங்குகள் நடப்பதாக கர்நாடகத்தின் சில பத்திரிகை நண்பர்களிடமிருந்து அறிந்துகொள்ள முடிந்தது.

மகப்பௌர்ணமி அன்று மாலையில் மூன்று நண்பர்களுடன் நான் தாவன்கரேக்கு வந்தேன். கதாசிரியர் கே.ஆர்.ஹரி, கொடுங்கல்லூரைச் சேர்ந்த சிபிச்சாயன், குடகைச் சேர்ந்த ரதீஷ் ஆகியோர் உடனிருந்தார்கள். பொறியியல்

படிக்கும்போது மகப்பௌர்ணமி பார்க்க வந்த நினைவைப் புதுப்பிக்க வேண்டித்தான் ஹரியண்ணன் என்னுடன் வர ஆயத்தமானார். கர்நாடகத்தின் உட்பிரதேசங்களைப் புரிந்து கொள்ள வேண்டும் என்றால் மொழி நன்றாகத் தெரிந்த ஒருவர் உடனிருக்க வேண்டும்; அதற்கு உதவுவதாக ரதீஷ் ஏற்றுக்கொண்டார்.

தாவன்கரே ரயில்நிலையத்திலிருந்து உச்சங்கிமலைக்கு டாக்ஸி பிடித்தோம்.

உச்சங்கிமலை துர்க்கை கோயிலில் வழிபடுவது புண்ணியம் என்று தெரிந்துதான் நாங்கள் வருகிறோம் என்று சொன்னபோது ஓட்டுநருக்கு மிகவும் சந்தோஷம். நாங்கள் சொல்லாமலே அவர் காரின் வேகத்தை அதிகப்படுத்தினார். அவர் பெயர் குமார். சென்றுகொண்டிருக்கும்போது அவர் எங்கள் சந்தேகங்களுக்குப் பதிலும் சொன்னார். பல விஷயங் களை நிறையக் கதைகளாகச் சொன்னார். அனைத்துக் கதைகளின் முக்கியப் பொருளும் அம்மனின் சக்திதான்.

1982 இல்தான் கர்நாடகத்தில் தேவதாசிமுறையைச் சட்டத்தின் மூலம் தடைசெய்தார்கள். அதன் பிறகும் இலை மறை காயாக இது நடக்கிறது. பழைமைவாதிகள் தடையை அங்கீகரிக்கத் தயாராக இல்லை. தடை, ஆசாரத்துக்குள் அத்து மீறுவது என்று அவர்கள் கருதுகிறார்கள். குமாரின் பேச்சிலும் அதுதான் தெளிவானது. “தடையென்று சொன்னால், அதெல்லாம் சும்மா அப்படியொரு உத்தரவு போடுவது, அவ்வளவுதான். கடவுளின் விஷயங்களைத் தடைசெய்ய அரசாங்கத்தால் முடியுமா, முடியாது தானே? அதனால்தானே உச்சங்கியம்மன் இப்போதும் இதை நடத்துகிறாள்.

“இதெல்லாம் ஊர் சம்பந்தப்பட்ட விஷயங்கள்தானே. கோயில்களில் உள்ள பூசாரிகளைக் கேட்டால் தெரியும். அவர்களே சொல்லியிருக்கிறார்கள், இந்த சிஸ்டம்ஸ் எல்லாம் போய்விட்டால் ஊரின் கதை முடிந்துவிடும் என்று. அதனால் அவர்களெல்லாம் இப்போதும் பெண்பிள்ளைகளைத் தேவதாசி யாக்குவதை ஆதரிக்கிறார்கள். அரசாங்கம் தடுத்தா லும், தேவதாசி யாக்க வேண்டும் என்று பெற்றோர் பிள்ளை களைக் கொண்டு வருகிறார்களே. அப்படியெல்லாம் உச்சங்கி யம்மன் செய்யத் தூண்டுகிறாள். சட்டம் அங்கே கிடக்கும்; இது இப்படி நடக்கும்.

“என்னதான் தடைபோட்டாலும் இதையெல்லாம் ஒழிக்க முடியாது. அப்புறம், இதெல்லாம் அரசாங்கத்துக்கும் தெரியும். அவர்களும் இதை ஆதரிக்கவே செய்வார்கள்.

இல்லையென்றால் மக்களிடம் ஓட்டுவாங்கி அவர்களால் நிலைக்க முடியாது."

பயணம் பாதி வழி கடந்தது. நகரம் விட்டு கார் ஏதேதோ கிராமங்கள் வழியாக இப்போது சென்றுகொண்டிருக்கிறது. சாலையின் இருபுறமும் பரந்து விரிந்திருக்கும் சோள வயல்கள். அவை, காய்ந்த இலைகளின் மங்கிய மஞ்சள் நிறத்தில் இருந்தன. வயல்களுக்கு நடுவில் ஆங்காங்கே தலைநிமிர்ந்து நிற்கும் பரண்கள். வயல்கள் தாண்டும்போது, ஓடு போட்டதும் கீற்று வேய்ந்ததுமான சிறுசிறு வீடுகள். போகப்போக சோள வயல்கள், சூரியகாந்தி வயல்களுக்கு வழிவிட்டன. மலர்ந்த மஞ்சள் பூக்களின் பெருங்கடல். அந்தக் கடலை வகிர்ந்து பிளந்து ஒரு கருப்பு நாடாபோல தார்ச்சாலை, பல கிலோமீட்டர் நீளமாக வரைந்ததுபோல, போகப்போகத் தீராததுபோல. காருக்கு வேகம் போதாது என்று தோன்றியது. இந்த மாலையில் அங்கே சென்றடைந்தால்தான் தேவதாசிமுறையின் முழு விவரங்களை யும் நேரில் பார்த்துப் புரிந்துகொள்ள முடியும்.

ஒரு சம்பிரதாயம் நிலைநிற்க வேண்டும் என்று சமூகத்தின் பிற்பட்டவர்களும் முற்பட்டவர்களும் அரசாங்கமும் ஒருபோல விரும்பும்போது, பிறகு தடையும் சட்டமும் எந்த அளவுக்கு முக்கியத்துவமற்றிருக்கும் என்று தெளிவுபடுத்துவதாக இருந்தன, பிற்பாடு நாங்கள் கண்ட காட்சிகள்.

அலங்கரிக்கப்பட்ட பெண்பிள்ளைகளுடன் ஒவ்வொரு குழுக்களை நாங்கள் வழியோரத்தில் பார்க்கத் தொடங்கினோம். தலையில் பூக்கள் சூடிப் பாவாடையும் ஜாக்கெட்டும் அணிந்து தட்டேந்தி ஒன்றிரண்டு குமரிகள் ஒவ்வொரு குழுவிலும் இருந்தார்கள். அவர்களுடன் ஜடாதாரிணிகளான முதிர்ந்த பெண்களும் இருந்தார்கள். வாகனங்கள் வரும்போது சாலை யின் ஓரத்தில் ஒதுங்கி நிற்கும்படிப் பெண்பிள்ளைகளைப் பெரியவர்கள் அறிவுறுத்திக்கொண்டிருந்தார்கள். சில குழுக்களில் ஜடாதாரிணிகளும் தட்டேந்தியிருப்பதைப் பார்த்தோம். தட்டில் பிரத்தியேகமாக ஒரு புகைப்படம் இருக்கும்.

"அவர்களெல்லாம் பழைய ஜோகம்மாக்கள். ஜோகம்மாக்கள் என்றால் தேவதாசிகள்," குமார் விளக்கினார். "சிறியவர்கள் எல்லாம் இன்று ஜோகம்மாவாக ஆக வருகின்றவர்கள். தட்டில் இருப்பது உச்சங்கியம்மனின் படம்."

தூரத்திலிருந்து திருவிழா பார்க்க வருவதுபோல்தான் இந்தப் பெண்பிள்ளைகள் இருந்தார்கள். சிலர் கண்களில் மட்டும் ஏதோ அநியாயம் நடக்கப்போகிறதோ எனும் ஒரு துயரம். பெரிய பெண்களுக்கோ, எல்லாம் தங்கள் கட்டுப்

பாட்டில் நடப்பதான பாவனை. குழுவில் உள்ள பெண்பிள்ளைகள் யாரிடம் பேசவேண்டும், எப்படி அசைய வேண்டும் என்பதை யெல்லாம் நாங்கள் முடிவு செய்வோம் எனும் தோரணை.

இதற்கிடையே பழைய ஜோகம்மாக்கள் மட்டுமே உள்ள சில குழுக்களும் கடந்து சென்றன.

காரின் வேகத்தைக் குறைக்காமலேயே குமார் தூரத்தில் சுட்டிக்காட்டினார்.

"அதோ தெரிவதுதான் உச்சங்கிமலை." தூரத்தில் சூரியகாந்தி வயல்களுக்கு அப்பால் ஒரு குன்று தலைநிமிர்ந்து நிற்கிறது. குன்றின் மேலே ஒரு சிறிய வெளிச்சம்.

நேரம், மாலை 6.15 கடந்துவிட்டது. சுற்றிலும் மெதுவாக இருட்டு பரவத் தொடங்கியது. இயற்கை வெளிச்சத்தில் கோயிலை ஒரு படம் எடுக்க வேண்டும் என்று எண்ணம். முடிந்தவரை விரைவில் மேலே சென்றுவிட மனம் பரபரத்தது.

போகப்போக வழியில் கூட்டம் அதிகரித்துவந்தது. ஜோகம்மாக்களின் குழுக்கள் வழி முழுதும் நிறைந்திருக் கின்றன. அவர்களின் உரத்த, "உதா ... உதா ..." எனும் ஸ்துதி ஒலியும் அதிகப்பட்டுவந்தது.

நாங்கள் உச்சங்கிமலையின் அடிவாரத்துக்கு வரும்போது நேரம் ஏழுமணி நெருங்கிவிட்டது. சூரியகாந்தி வயல்களின் இடையிலான மண்பாதையைக் கடந்துதான் மலை ஏறத் தொடங்க வேண்டும். "உதா, உதா" ஓசைகளுக்கிடையில் ஒருவருக்கொருவர் பேசிக்கொள்வதும் கேட்கவில்லை. குமாருக்கு விடை கொடுத்துவிட்டு, மலை ஏறுபவர்களுடன் நாங்களும் சேர்ந்துகொண்டோம்.

பாறைகளால் ஆன பெரியதொரு கோட்டை. அதுதான் உச்சங்கிமலை. பாறைகளுக்கிடையில் காலம்காலமாக நடந்த தால் உருவான சிறிய சந்துதான் கோயிலுக்கான பாதை. பாறை யில் செதுக்கி அமைக்கப்பட்ட கற்படிகளும் ஆங்காங்கே இருந்தன.

மலை ஏறுபவர்களில் அதிகமானோர் பெண்கள்தான். ஆண்களில் ஏறத்தாழ எல்லாரும் காவி உடை அணிந்திருந்தார்கள். பேண்ட் அணிந்த எங்களைப் பலர் உற்றுப் பார்த்தார்கள். மலை உச்சிக்குச் செல்லும் வழியோரத்தில் முழுக்கவும் வியாபாரிகள் இடம்பிடித்திருந்தார்கள். அவர்கள் பல வண்ணப் பொடிகள் விற்றார்கள். சாக்குகளில் நிறைத்த பல வண்ணப் பொடிகளை அவர்கள் விற்பனைக்கு வைத்திருந்தார்கள். நீலம், ஊதா, சிவப்பு, பச்சை ... சில கடைகளில் வாழைப் பழங்களைச் சீப்புகளாக வெட்டித் தொங்கவிட்டிருக்கிறார்கள்.

புனிதப் பாவங்களின் இந்தியா

குமரிகளுக்குப் பூசுவதற்குத்தான் இந்த வண்ணப் பொடிகள். புதிய பெண்பிள்ளைகள் ஜோகம்மாக்களாக ஆகும் போது அவர்களை 'மகிழ்ச்சி'ப்படுத்த இந்தச் சாயத்தை வாரி வீச வேண்டும் என்பது நம்பிக்கை.

வியாபாரிகளையே பார்த்துக்கொண்டிருக்கும்போது திடீரென்று, "உதா . . . உதா . . ." துதியின் ஓசை அதிகரித்து வந்தது. ஆட்களெல்லாம் கும்பிட்ட கரத்துடன் பாதை ஓரங்களில் ஒதுங்கி நின்றார்கள்.

எல்லாரும் ஒரே இடத்தைப் பார்த்துக் கும்பிட்டார்கள். ஆறு ஏழு பேர் சேர்ந்து, தங்க நிறமுடைய இரண்டு தண்டுகளைத் தோளில் சுமந்து வருவதைப் பார்த்தோம். அந்தத் தண்டுகளோடு பொருத்தப்பட்டு மேற்புறத்தில் ஒரு சிறிய விக்கிரகம் உண்டு. அதுவும் தங்க நிறத்தில் இருந்தது. "உச்சங்கியம்மா, உச்சங்கியம்மா . . . கும்பிட்டுக்கொள்ளுங்கள் . . ." சுற்றிலும் இருந்தவர்கள் சொல்லிக்கொண்டிருந்தார்கள்.

மேலுடை அணியாமல் தார்பாய்ச்சிக் கட்டியிருந்தவர்கள் தான் அம்மனை எழுந்தருளச் செய்கிறார்கள். (எழுந்தருளச் செய்வதைப் படம் எடுப்பதற்காக நான் கேமராவை வெளியே எடுத்தபோது பெண்களும் பெரிய குழந்தைகளும் அதைப் பார்த்து வியந்தார்கள். கேமரா எனும் பொருளையே பலர் அப்போதுதான் முதன்முதலாகப் பார்க்கிறார்கள் என்று தோன்றியது.) விக்கிரகத்தை எழுந்தருளச் செய்துகொண்டு வந்த தண்டுகளைக் கீழே இறக்கி வைத்துப் பூசாரிகள் தண்ணீர் தெளித்துத் தூய்மை செய்தார்கள். பூஜைக்கும் பிரசாத விநியோகத்திற்கும் பிறகு விக்கிரகத்தை மேலே திரும்ப எழுந்தருளச் செய்வதற்காக எடுத்த போது 'உதா' ஓசைகளுக்குக் கனம் அதிகரித்தது. பக்தர்கள் அம்மனைத் தொழுது தீராமல் கூச்சலிட்டார்கள்.

எழுந்தருளுதல் திரும்ப கோயிலுக்குச் சென்றவுடன் நாங்கள் கோயிலைக் கொஞ்சம் பார்க்க வேண்டும் என்று மீண்டும் பாறைகளின் வழியே மெதுவாக மேலே சென்றோம். அப்போது முன்னால் நடந்துசென்றுகொண்டிருந்த காவி வேட்டிக்காரர் ஒருவர் எங்களை அறிமுகம் செய்துகொள்வதற்காகப்போல அங்கே திரும்பி நின்றார். அவர் முக்கியமாக, நாங்கள் எதற்காக வந்திருக்கிறோம் என்பதைத்தான் தெரிந்துகொள்ள விரும்பினார்.

நட்பு தோரணையில் சும்மா அறிமுகம் செய்துகொள்வது போன்று பேச்சைத் தொடங்கினார் என்றாலும், அவரின் பேச்செல்லாம் இந்த ஒரு நோக்கத்தைக் கொண்டதுதான் என்று தெரிந்துவிட்டது. இரண்டுமுறை கேட்டும் பெயர் சொல்லாமல் தவிர்த்தார். இந்த நேரத்தில் இனி மேலே சென்று

ஒரு பயனும் இல்லை என்றும் நாளைக் காலையில் வாருங்கள் என்றும் அவர் சிலமுறை சொன்னார்.

நாங்கள் எங்களை, பலவித கலாசாரங்களைப் பற்றி ஆய்வு செய்பவர்கள் என்று அறிமுகம் செய்துகொண்டோம். அவர் அதை நம்பினாரா என்று தெரியவில்லை. எப்படியானாலும், கொஞ்சம் விஷயங்களைச் சொல்ல அவர் மனம் வைத்தார். 'உச்சங்கி துர்க்கா' என்பதைத்தான் சுருக்கமாக 'உதா' என்று அழைக்கிறார்கள் என்பது அவர் கருத்து. இந்த வார்த்தைக்குக் கன்னடத்தில் 'அம்மா காப்பாற்று' என்றும் அர்த்தம் உண்டாம். கீழே உள்ள உச்சங்கி கோட்டையையும் ஆனெஹொண்டாவையும் அவர் எங்களுக்குக் காட்டினார். யானைகளைக் குளிப்பாட்டி வந்த குளம்தான் ஆனெஹொண்டா என்பது நம்பிக்கை. அது நாயக்கர் அரச வம்சத்தின் காலத்தில் வெட்டப்பட்டதாம். இப்போது ஓர் ஏக்கருக்கும் அதிகமான பரப்பு வரும்.

"நாளைக் காலையில் நீங்கள் பார்த்துக்கொள்ளுங்கள், அந்த தீர்த்தத்தில் தேகசுத்தி செய்துகொள்ள எத்தனைப்பேர் வருகிறார்கள் என்று. ஆனெஹொண்டாவில் உள்ளது புண்ணிய தீர்த்தம்."

அங்கே ஒரு பதாகையில் இப்படி எழுதியிருப்பதைப் பார்த்தோம். 'தேவதாசிமுறை 1982 முதல் சட்டத்தால் தடை செய்யப்பட்டிருக்கிறது, இதை மீறுவது தெரிந்தால் சிறைத் தண்டனையும் அபராதமும் உறுதி.'

நாங்கள் கோயிலை நோக்கி நடக்கும்போது எதிரிலிருந்து கீழ்நோக்கிப் பக்தர்களின் பெருக்கு. இறங்கி வருபவர்களில் அதிகமானோர் ஜடாதாரிணிகளாக இருந்தார்கள் (இவர்களின் ஜடைக்குக் காரணம், தேவதாசிகளாக இருந்த அவர்கள் அம்மனுக்குக் கீழ்ப்படிந்து நடக்காமல் பாலியல் தொழிலில் ஈடுபட்டபோது இவர்களின் மீது உச்சங்கியம்மன் உக்கிரமான கோபம் கொண்டதுதானாம்.)

"மேலே இனிமேல் வழிபாடுகள் ஒன்றுமில்லாததால்தான் எல்லோரும் இறங்கி வருகிறார்கள்." அவர் சொன்னார், "பார்த்தீர்களா . . . இனி நாளைக் காலையில் நீங்கள் மேலே வரவேண்டும்; இங்கே நீங்கள் கால் வைக்க இடம் இருக்காது, அவ்வளவு கூட்டமாக இருக்கும்." இன்று இனிமேல் மேலே வருவதால் பயனெதுவும் இல்லை என்று அவர் மீண்டும் ஒருமுறை நினைவுபடுத்திவிட்டுப் போனார். ஆயினும் கோயிலுக்கு ஏறிச் செல்ல வேண்டும் என்றே முடிவு செய்தோம்.

நாங்கள் கோயிலைச் சென்றடைந்தோம். மலைக்கும் மேலே, ஏறத்தாழ ஒரு ஏக்கர் வரும் சமதளத்தின் நடுவில்தான் கோயில்

இருக்கிறது. இடைவரை உயரம் இருக்கும் மதில் சுவருக்குள் கல்லால் கட்டிய கோட்டைபோல கோயில் சுவர்கள். பெரிய மணி தொங்கவிடப்பட்டிருக்கும் கமானத்தைக் கடந்துதான் கோயில் உள்ளே செல்ல வேண்டும். கற்சுவர்களுக்குள்ளே வார்ப்பு மேற்கூரைக்குக் கீழே வலம்வருவதற்கான பிரகாரம். உள்ளே கற்படலம் வேய்ந்த கருவறை. கோயில் சுற்றுப்புறத்தில் ஆட்கள் மிகவும் குறைவாக இருந்தார்கள். ஆனால் கீழிருந்து ஜோகம்மாக்கள் சிறிய பெண்பிள்ளைகளுடன் தனியாகவும் கூட்டாகவும் வருகிறார்கள்.

"ஏன் இந்தப் பெண்பிள்ளைகள் தட்டுடன் இங்கே வருகிறார்கள்?" நான் கேட்டேன்.

அது தனக்குத் தெரியாது என்று சொல்லி அவர் ஒதுங்கினார். என்றாலும் பட்டென்று ஒரு பதில் கண்டுபிடிக்கவும் செய்தார். "அது, சமீபத்தில் வயதுக்கு வந்த பெண்களாக இருக்கும். அவர்கள் இரவில் அம்மனைக் கும்பிட வேண்டும் என்பதற்காக."

எங்களுக்கும் முன்னால் வந்த ஜோகம்மாக்களில் சிலர் அவரைப் பார்த்துச் சிரித்தார்கள். கொஞ்சம் தள்ளி ஒவ்வொரு இடத்தில் அமர்ந்துகொள்ளும்படி அவர் அவர்களிடம் சொன்னார். அருகே வரவிருந்த இரண்டு ஜோகம்மாக்களிடம், இங்கே வரவேண்டாம் என்றும் தான் அங்கே வருவதாகவும் சொன்னார். சில நேரங்களில் அவர் அவர்களிடம் முரட்டுத் தனமாகப் பேசுவதைப் பார்த்தோம். ஆயினும் எங்கள்மீதான மென்மையைக் கைவிடாதிருப்பதில் கவனம் கொண்டிருந்தார்.

ஜோகம்மாக்களின் கழுத்து அணிகள் பிரத்தியேகமாக நம் கவனத்தை ஈர்ப்பவையாக இருந்தன. நிறைய முத்துக்கள் கோத்த மணிமாலையின் நடுப்பகுதியில் ஐந்து முத்துக்கள் மட்டும் வேறு நிறமாக இருந்தன. சிலரின் கழுத்து அணியில் அம்மனின் உருவம் பொறிக்கப்பட்ட பதக்கங்களும் இருந்தன.

மிக அதிகமான பூஜைகள் செய்துதான் அந்தக் கழுத்தணிகளை அவர்களுக்கு அணிவித்திருக்கிறார்கள் என்றும், அந்தப் பூஜை களின் சக்தி அந்த மணிமாலைகளுக்கு உண்டு என்றும் அவர் விளக்கினார்.

கழுத்தணிகள் மட்டும் அல்ல, கால்தண்டைகளும் வளையல் களும் எல்லாம் தனித்துவம் நிறைந்தவையாக இருந்தன. முழங்கைக்குக் கீழிருந்து உள்ளங்கைவரை நிறைந்திருக்கும் பச்சைக் கண்ணாடி வளையல்கள்; ஒரு காலில் மட்டும் அணிந்திருந்த செம்புத் தண்டைகள்.

வயதான ஜோகம்மாக்கள் அணிந்திருந்ததுபோன்ற வளையல்களும் கழுத்தணிகளும் பெண்பிள்ளைகளின்

கைகளில் உள்ள தட்டுகளிலும் இருந்ததை நான் கவனித்தேன். இந்தப் பெண்பிள்ளைகள் எல்லாரும் இன்று இரவு தேவதாசிகள் ஆவார்கள் என்று எனக்குப் புரிந்தது.

அப்போது இன்னும் ஒரு குழு மேலே ஏறி வருவதைப் பார்த்தேன். அந்தக் குழுவில் மூன்றுபேர் மட்டும்தான் இருந்தார்கள். அதில் இருவர் சிறிய பெண்பிள்ளைகள். அந்தக் குழுவை நடத்திவந்த ஜோகம்மாவுக்கு முப்பதுவயதுக்கும் மேல் இருக்காது. அவர்களும் எங்களுக்கு அருகே கோயில் நடைக்கு வந்து ஓர் இடத்தைக் கண்டுபிடித்து அமர்ந்தார்கள்.

தடைக்குப் பிறகு, தேவதாசியாக்கும் சடங்கு இங்கே நடக்கவில்லை என்றால் பிறகு எப்படி முப்பது வயதே உள்ள இவர் ஜோகம்மாவாக ஆனார்? நாங்கள் ஒருவருக்கொருவர் கேட்டுக்கொண்டோம். நிச்சயமாக இங்கே அந்தச் சடங்கு நடக்கிறது என்று நாங்கள் உறுதிகொண்டோம். நாங்கள் மலையாளத்தில் பேசிக்கொண்டதில் அவருக்கு என்னவோ சந்தேகம் ஏற்பட்டுவிட்டது. அவர் ஒவ்வொருவரையும் மாறி மாறிப் பார்த்தார். இதற்கிடையே அங்கே காவித் துண்டு போர்த்திய மற்றொருவர் வந்தார். இருவரும் தங்களுக்குள் ஏதோ ரகசியமாகப் பேசிக்கொண்டார்கள். காவித்துண்டு போர்த்திய ஆள் விரைவிலேயே, எங்களிடம் கீழே இறங்கும்படிச் சொன்னார்; மென்மையாகத்தான். இனி, மேலே பெண்களுக்கு மட்டுமே சடங்குகள் உண்டு என்பதுதான் அவரது காரணம். ஆண்கள் அங்கே இருந்தால் அந்தச் சடங்குகளுக்குப் பலன் இல்லாமல் போய்விடுமாம். அப்படியென்றால் பிறகு நீங்கள் எதற்கு இங்கே நிற்கிறீர்கள் என்று நாங்கள் கேட்டிருக்கலாம். ஆனால் அதற்கான பதில் வார்த்தைகளால் இருக்காது என்று தோன்றியதால் நாங்கள் மலை இறங்கத் தொடங்கினோம். பழைய காவிக்காரர் நாங்கள் கீழே போவதையே பார்த்துக் கொண்டு சற்றுநேரம் நின்றிருந்தார்; நாங்கள் இறங்கி விட்டோம் என்று உறுதிப்படுத்திக்கொள்வதற்காக.

வண்ணப்பொடிகள் விற்கும் வியாபாரியை மீண்டும் பார்த்தோம். "பொடி வாங்குங்கள் சார், நாளை தேவதாசி களுக்குப் பூசவேண்டாமா?"

"புதிய தேவதாசிகளுக்கு அல்லவா பொடிகள் பூச வேண்டும்?" நான் கேட்டேன்.

"ஆமாம். சார், இல்லை, பழையவர்களுக்கும் பூசலாம். அதுவும் நல்லதுதான்." வியாபாரத்துக்கான வாய்ப்புகளைத்தான் அவர் பார்க்கிறார்.

“நாளை புதிதாக நிறைய தேவதாசிகள் இருப்பார்களா?” நான் என் சந்தேகத்தைத் தீர்த்துக்கொள்வதற்காக மனம் திறந்து கேட்டேன்.

“அப்புறமென்ன, இன்று மகப்பௌர்ணமி அல்லவா? பிறகு எதற்குப் பெண்பிள்ளைகளைப் பௌர்ணமிக்கு இங்கே கொண்டு வருகிறார்கள்? மலை ஏறிச் சென்ற பெண்பிள்ளைகள் எல்லாம் நாளை முதல் நம் அம்மனின் தாசிகள்தான்.” அவர் விளக்கினார்.

“எப்படி அவர்களை தாசியாக்குகிறார்கள்?” நான் அவர் ஆர்வத்தைப் பயன்படுத்திக்கொண்டேன்.

“மேலே, கோயிலுக்குள் ஒரு தீர்த்தக்குளம் இருக்கிறது. அதைப் பார்த்திருக்கிறீர்களா?”

“இல்லை.” அப்போது நாங்கள் பார்த்திருக்கவில்லை.

“மேலே ஏறிச் சென்ற பெண்பிள்ளைகளை நீங்கள் பார்த்தீர்கள்தானே?” விளக்கிச் சொல்லியே ஆக வேண்டும் எனும் பிடிவாதத்துடன் இருந்தார் அவர்.

“இல்லை.” நான் பதில் சொன்னேன்.

“அவர்களெல்லாம் வயதுக்கு வந்த பெண்பிள்ளைகள். இரவு பன்னிரண்டு மணிக்கு அவர்களைக் குளத்துக்குக் கூட்டிச் செல்வார்கள். பௌர்ணமி என்றால் தெரியும்தானே, சந்திரனுக்கு மிக அதிக சக்தியுள்ள நாள். சந்திரன் ஒளிவீசும் நேரம்தான் நள்ளிரவு. சந்திரனின் அனுக்கிரகத்தில் தீர்த்தக் குளத்தில் உடல் சுத்தம் செய்யவைத்து இந்தப் பிள்ளைகளை உச்சங்கியம்மனிடன் அழைத்துச் செல்வார்கள். அதன் பிறகு அவர்கள் ஜோகம்மாக்களாகிவிடுவார்கள். குமரிகளை முழு நிர்வாணமாக்கிதான் தேகசுத்தி செய்வார்கள். சந்திரன் எல்லா சக்தியையும் ஊக்கத்தையும் உடலுக்கு வழங்குவதற்காகத்தான் நிர்வாணப்படுத்துவது என்று நம்பிக்கை. அம்மனுக்கு முன்னால் சமர்ப்பிக்கப்பட்டுவிட்டால் பிறகு இவர்கள் இந்தக் கோயிலின் சொத்து.” அவர் சொல்லி முடித்தார்.

“தேவதாசியாக்கும் தீர்த்தக்குளத்துச் சடங்கை யாரும் பார்க்க முடியாதா?” நான் கேட்டேன்.

“ஐயோ . . . அதைப் பார்க்க முயற்சி செய்யாதீர்கள். இது வரை யாரும் அதைப் பார்த்தது இல்லை. அந்தக் காலத்தில் இதைப் பார்க்க முயன்ற ஒருவரின் கண் போனது எனக்குத் தெரியும்.” அவர் தன் முகத்தில் பயத்தையெல்லாம் வரவழைத்துக் கொண்டு சொன்னார்.

இல்லாத ஓர் உதாரணக் கதையை அவர் இப்போது இட்டுக்கட்டிச் சொல்ல வாய்ப்பு இருக்கிறது என்று சிபிச்சாயன் முன்னறிவிப்பு செய்தார். எங்களுக்குச் சிரிப்பு வந்தது.

ஆனால் அந்தச் சிரிப்பு, வியாபாரிக்கு முற்றிலும் பிடிக்க வில்லை. பிறகு அவரைச் சமாதானப்படுத்த அவரிடம் கொஞ்சம் வர்ணப் பொடிகள் வாங்க நேர்ந்தது. நேரம் எட்டரை மணி கடந்துவிட்டிருந்தது. கோயிலின் வழியோரக் கடைகளின் வெளிச்சம் நிலவில் கலந்து குன்றின்மேலே பரவி யிருந்தது. கீழே பார்க்கும்போது எதையும் தெளிவாகக் காண முடியவில்லை.

நீண்ட நேரம் அங்கே நின்றும் பயனொன்றும் இல்லை. மீண்டும் கீழே இறங்கினோம்; சூரியகாந்திப் பூக்கள் மலர்ந் திருக்கும் வயல்களுக்கு அருகே. வயலின் மஞ்சள் பூக்களுக்கு மேல் நிலவு வெளிச்சம் தங்கம் பூசியது. ஜோகம்மாக்கள் மீண்டும் மீண்டும் வந்துகொண்டிருந்தார்கள். நாளைக் காலையில் கோயிலில் தரிசனம் நடத்தப்போகின்றவர்கள் இவர்கள். இன்று இரவு இவர்கள் இங்கே தங்க வேண்டும். சாலை ஓரத்திலும் பாறைகளிலும் சற்றுத் தலைசாய்க்க இடம் கண்டுபிடிக்கிறார்கள். சிலருடன், அரிதாகச் சிலருடன் ஆண்களும் உண்டு. ஆனால் ஜோகம்மாக்களுக்குக் காவல் இருப்பதற்காகத்தான் அவர்கள் வந்திருக்கிறார்கள் என்று தோன்றியது. சில ஆண்கள், உடனிருக்கும் ஜோகம்மாக்களுடன் பயபக்தி மரியாதை யுடன்தான் நடந்துகொள்கிறார்கள். தெய்வத்தின் தாசிகள்தான் ஜோகம்மாக்கள் என்றால், தாசிகளின் அடிமைகள்தான் அவர்களுடன் உள்ள ஆண்கள் என்று தோன்றியது.

ஜோகம்மாக்களைப் பார்த்து விஷயங்களையெல்லாம் நேரடியாகக் கேட்டுத் தெரிந்துகொள்வது நன்றாக இருக்கும் என்று நினைத்தேன். ஜோகம்மாக்களின் பிரச்சினைகளைத் தெரிந்துகொள்ள கேரளத்திலிருந்து வந்திருக்கிறோம் என்று சொன்னபோது சிலர் நம்பிக்கையுடன் எங்களைச் சுற்றிக் கூடினார்கள். "பென்ஷன் கிடைக்கும் என்று சொன்னார்கள், ஆனால் கிடைக்கவில்லை." ஜானகம்மா எனும் ஜோகம்மா புகார் சொன்னார்: "வீட்டிலிருந்து வெளியேற்றிவிட்டார்கள். வெளியேற்றுவதற்காகத்தானே ஜோகம்மாவாக ஆக்கினார்கள். அப்புறம் நீண்ட காலம் கோயிலில் இருந்தேன். அப்புறம், அங்கிருந்தும் வெளியேற்றிவிட்டார்கள். இப்போது வீடு மில்லை, ஒன்றுமில்லை. பென்ஷனாவது கிடைத்தால் . . . மருந்து வாங்கவாவது . . ."

"உங்களைப் பார்த்துக்கொள்ள பிள்ளைகள் யாரு மில்லையா?" மேற்கொண்டு தெரிந்துகொள்வதற்காக நான் கேட்டேன்.

“அட, தேவதாசிகளான எங்களுக்குப் பிள்ளைகள் கூடாது. உச்சங்கியம்மாவின் தாசிகள் அல்லவா நாங்கள்.” அவர் கண்களில் பெருமிதம்.

“ஆயினும் இப்போது உச்சங்கியம்மா உங்களைக் கைவிட்டு விட்டாளா?” நான் யோசிக்காமல் கேட்டுவிட்டேன்.

“அப்படியல்ல . . . எங்களைப் பார்த்துக்கொள்ளும்படி அம்மா சொல்லியிருக்கிறாள். அரசாங்கம்தான் அதைச் செய்ய வேண்டும். அரசாங்கம் அதைச் செய்யாததால் அம்மாவைக் குற்றம் சொல்ல முடியுமா?” என் கேள்வி பிடிக்கவில்லை என்று அந்தப் பதில் தெளிவுபடுத்தியது.

“உங்கள் தலைமுடி சடைபிடித்தது எப்படி?” நான் விஷயத்தை மாற்றினேன்.

“அது, அம்மா எங்களுக்குள் இருப்பதால்தான். அது அம்மாவின் அனுக்கிரகம். எல்லோருக்கும் இப்படி ஒரு பாக்கியம் கிடைக்காது.”

மிகவும் பெருமையுடன்தான் அவர் இதைச் சொன்னார். “இவ்வளவு அனுக்கிரகம் இருந்தாலும் ஏன் உங்கள் கஷ்டம் தீரவில்லை?” நான் கேட்டேன்.

“அதெல்லாம் மனிதர்கள் ஏற்படுத்துவதுதானே . . ?” அவர் பட்டென்று சொல்லித் தவிர்த்தார்.

“நீங்கள் பாலியல் தொழிலுக்குப் போனதால் ஏற்பட்ட சாபம் என்றுதானே ஆட்கள் சொல்கிறார்கள்.” என்ன வந்தாலும் வரட்டும் என்று நான் கேட்டுவிட்டேன்.

ஜானகம்மா, அதுவரை கடைப்பிடித்த மென்மையைக் கைவிட்டு வெடித்துத் தெறித்தார். அவர் கன்னடத்தில் பச்சையாகத் திட்டினார்: “எந்தப் புண்டாமவன் இப்படி அபத்தமாகச் சொன்னான்?”

“அப்படியென்றால் நீங்களெல்லாம் கன்னிகள் என்றா சொல்கிறீர்கள்?” நான் குரல் தாழ்த்திக் கேட்டேன்.

“இல்லை . . . ஆனால் தெய்வத்தின் அன்பைப் பெறுவதற்காக நாங்கள் கன்னித் தன்மையைக்கூடத் துறந்துவிட்டோம்.” அவர் நிதானத்தை மீட்டெடுத்துச் சொன்னார்.

“பிறகு பலர் மற்ற ஆண்களுடன் போகிறார்கள்தானே?” நான் அதிகாரப்பூர்வமாகப் பேசுவதுபோல் சொன்னேன்.

“பாருங்கள், கோயிலிலிருந்து வெளியேற்றப்பட்ட பிறகுதான் நாங்கள் ஒவ்வொருவரின் வைப்பாட்டிகள் ஆனோம்.” ஜானகம்மா ஓர் ஆசிரியைபோல எனக்கு விளக்கினார்:

“கோயிலில் உள்ளவர்கள் தங்கள் தேவை பூர்த்தியான பிறகு எங்களை அங்கிருந்து வெளியேற்றினார்கள். அப்போது நாங்களும் வாழ வேண்டாமா? எங்களைப் பிழைத்திருக்கச் செய்பவர்கள் யார்? உடல் தேவைப்படுபவர்கள்! அப்போது அவர்களுக்குக் கீழ்ப்பட்டு இருக்க வேண்டியிருக்கும். அப்படி யல்லாமல், பத்திரிகையாளர்களான நீங்கள் எங்களைப் பார்த்துக்கொள்கிறீர்களா? அரசாங்கம் பார்த்துக்கொள்கிறதா? பிறகு நீங்கள் எப்படி எங்களைக் குற்றம் சொல்கிறீர்கள்?” அவருடைய குரலும் முகபாவமும் மாறின.

“பத்திரிகையாளர்களும் அரசாங்கமும் அல்ல. கோயில் களில் உள்ளவர்கள்தான் இப்படிச் சொல்கிறார்கள்.”

“இப்படிச் சொல்ல அவர்களுக்கு என்ன தகுதி இருக்கிறது? அது மட்டுமல்ல, கோயில்களில் யாரை அவர்கள் பராமரித் திருந்தார்கள்? அவர்களுக்கு யாரின் உடல் தேவையோ, அந்தப் பெண்களை மட்டும். அவ்வளவுதானே விஷயம். உடலின் தேவை தீரும்போது அவர்களை வெளியேற்றிவந்தார்கள். பிறகு அந்தக் கோயில்காரர்களா எங்களைக் குற்றம் சொல் கிறார்கள்?” அவர் குரலின் கனம் அதிகரித்தது. அப்போது மற்ற ஜோகம்மாக்களும் அங்கே வந்தார்கள். அவர்களெல்லாம் அவரவரின் விஷயங்களை விளக்கினார்கள். கடைசிக் காலத்தில் பார்த்துக்கொள்ள யாரும் இல்லாத கதைகள், படுப்பதற்குக்கூட இடமற்றுப்போன கதைகளைத்தான் எல்லாரும் சொன்னார்கள். ஆயினும் தேவதாசி என்று அறியப் படுவதில் அவர்கள் பெருமைகொள்வதாக எனக்குத் தோன்றியது. தேவதாசி என்று நிரூபிக்கப்பட்டால் ஓய்வூதியம் உண்டு என்றும் அது கிடைப்பதற்காகத்தான் இந்தப் ‘பெருமை’ என்றும் பிறகு அவர்களின் பேச்சிலிருந்தே எனக்குப் புரிந்தது.

இப்படி ஜோகம்மாக்கள் நிறையப்பேர் எங்களைச் சுற்றிலும் கூடிப் பிரச்சினைகளைச் சொல்லிக்கொண்டிருக்கும்போது, மற்றொரு பெண் எங்களிடம் வந்தார். ஓர் இளம் பெண். தேவதாசி விடுதலை முன்னணியின் தன்னார்வலர் அவர் – அம்பிகா. அவர் தன்னை அறிமுகப்படுத்திக்கொண்டு, நாங்கள் யார், எங்கிருந்து வருகிறோம் என்றெல்லாம் விசாரித்தார். இன்றைய நாளில் தேவதாசியாக்குவதற்குப் பெண்பிள்ளை களை இந்தக் கோயிலுக்கு அழைத்துவர வாய்ப்புள்ளதால் அவர்களைப் பிடிப்பதற்காகத்தான் தான் இங்கே நிற்பதாகவும் அம்பிகா சொன்னார்.

“இப்படிப்பட்ட சடங்குகள் நடக்கச் சாத்தியமுள்ள, பெரும்பாலும் அனைத்துக் கர்நாடகக் கோயில்களுக்கும் இன்று எங்கள் தன்னார்வலர்கள் போவார்கள். சௌந்தத்தி,

பெல்லாரிக்கெல்லாம் ஆட்கள் போயிருக்கிறார்கள். அதுபோல இங்கும் வந்திருக்கிறோம். இப்போது நான்கைந்து வருடமாக எங்கள் தன்னார்வலர்கள் தீவிரமாகத் தேடுவதால் இனி பெண்பிள்ளைகளைக் கொண்டுவர வாய்ப்பில்லை. ஆனால் கவனிக்காமல் விட்டுவிட்டால் பழைய சம்பிரதாயம் மீண்டும் ஆரம்பிக்கப்பட்டுவிடும் என்று தேவதாசி விடுதலை முன்னணிக்குத் தெரியும். அதனால்தான் நாங்கள் இங்கே வந்தோம். என்னுடன் வேறு தன்னார்வலர்களும் இருக்கிறார்கள். அவர்களெல்லாம் கோயிலின் பல பகுதிகளில் தேடிக்கொண் டிருக்கிறார்கள்." அம்பிகா உத்வேகத்துடன் விவரித்தார்.

"எப்போதாவது பெண்பிள்ளைகளைக் கையோடு பிடிக்க உங்களால் முடிந்திருக்கிறதா?" நான் கேட்டேன்.

"ஏழெட்டு வருடங்களுக்கும் முன்பாகத்தான் நாங்கள் தன்னார்வலர்களாகக் களமிறங்க முடிவு செய்தோம். அன்றெல் லாம் பிடித்திருக்கிறோம். அப்புறம், முன்னணியின் சக்தியைப் பற்றித் தெரிந்த பிறகு கோயில்கள் இந்தச் சடங்குகள் செய்வதை விட்டுவிட்டன. ஆனால் வீடுகளில் வைத்து இப்போதும் பெண்பிள்ளைகளைத் தேவதாசியாக்குகிறார்கள். கோயில்களில் நடக்கும் சடங்குகளையெல்லாம் அப்படியே வீடுகளில் நடத்து வார்கள். அதுவும் இன்று இரவு பல இடங்களில் நடக்கச் சாத்திய முண்டு. ஆனால் கோயில்களைப்போல வீடுகளுக்குச் சென்று பிடிப்பதற்கு எங்களுக்குச் சில வரையறைகள் இருக்கின்றன." அம்பிகா சொன்னார்.

அவர் சொன்னவற்றுக்கும் நாங்கள் பார்த்தவற்றுக்கும் இடையே பொருந்தவில்லை. முன்னணி நடத்திய போராட்டங் களைப் பற்றி அம்பிகா கொஞ்சம் சொன்னாலும், பிற்பாடான எல்லா வாசகங்களும், "நீங்கள் ஹர்ப்பனஹள்ளிக்குச் சென்று ரேணுகாம்மாவைப் பாருங்கள். அம்மா உங்களுக்கு நிறைய விஷயங்கள் சொல்வார்" என்றுதான் முடிந்தன. பெண்பிள்ளை களைப் பெரிய எண்ணிக்கையில் மலைக்கு மேலே அழைத்துச் சென்றதைப் பார்த்த விஷயத்தைச் சொல்லி, அவர்கள் அமைப்பின் செயல்பாடுகளைக் கேள்வி கேட்பதில் பயனில்லை என்று தோன்றியது.

நேரம் இரவு பன்னிரண்டை நெருங்குகிறது. அந்த இரவுக்கு மகப்பௌர்ணமியின் பிரகாசம் இருந்தது. ஜோகம்மாக்கள் பலர் நிலவொளி கண்ணில் படாத விதமாக குப்புறப் படுத்தும் ஒருக்களித்துப் படுத்தும் தூங்கத் தொடங்கியிருந்தார்கள். அந்தக் காலத்தில் இதுபோன்றதொரு மகப்பௌர்ணமியில் உச்சங்கிக்கு வந்து, அம்மனின் தாசிகள் ஆவதற்காக வந்தவர்கள் இவர்கள். அந்தப் பௌர்ணமிக்குப் பிறகான நாட்களெல்லாம்

அருண் எழுத்தச்சன்

இந்த வாழ்க்கைகளுக்கு அமாவாசைகளாக இருந்திருக்கும். ஒவ்வொரு பௌர்ணமியும் இவர்களுக்கு வாழ்வின் இருட்டை நினைவுபடுத்துவதாக இருக்கும்.

மேலே கோயில் சன்னிதியில் இப்போது தேவதாசியாக்கும் சடங்கு ஆரம்பித்திருக்கும். கீழிருந்து பார்க்கும்போது, அங்கே கோயிலின் பெரிய விளக்குகளிலிருந்து வரும் வெளிச்சம் மட்டுமே தெரியும்.

தேவதாசி விடுதலை முன்னணியின் மற்றொரு தன்னார்வலரும் அப்போது எங்களிடம் வந்தார். ஓர் இளைஞர். அவர் அந்த ஊர்க்காரர். உண்மையில் தான் DYFI (Democratic Youth Federation of India – இந்திய ஜனநாயக வாலிபர் சங்கம்) செயல்பாட்டாளர் என்றும் முன்னணியின் செயல்பாடுகளில் ஆர்வம் ஏற்பட்டுத் தன்னார்வலர் ஆனதாகவும் அவர் தெரிவித்தார். தெரிந்த யாராவது பெண்பிள்ளைகளை அழைத்துக் கொண்டு வருகிறார்களா என்று தெரிந்துகொள்வதற்காகத் தான் அவர் அங்கே வந்திருக்கிறாராம்.

மேலே நிறையப் பெண்பிள்ளைகளைப் பார்த்த விஷயத்தை நான் அவரிடம் குறிப்பிட்டேன்: "மேலே இன்று தேவதாசி யாக்கும் சடங்கு நடக்க வாய்ப்பில்லையா?"

"உண்மையில் மேல்சாதிக்காரர்களுக்கு இதெல்லாம் தேவைப்படுகிறது. வறிய குடும்பத்தினரோ, இந்த முறை நல்லது தான் என்று அவர்களும் கருதுகிறார்கள். இல்லாவிட்டால் பெண்பிள்ளைகளைத் திருமணம் செய்து அனுப்ப அவர்கள் எப்படிப் பணம் ஏற்பாடு செய்வார்கள்? அப்படி சமூகத்தின் எல்லாப் பிரிவினரும் இந்த முறையை ஆதரிக்கிறார்கள். சட்டம் மட்டும்தான் எதிர்க்கிறது. அந்தச் சட்டம் எந்த அளவுக்கு நடைமுறைச் சாத்தியம் என்று நீங்களே ஊகிக்கலாம் அல்லவா? அப்புறம், பி.ஜே.பி. அரசால் இதைக் கண்டிப்பாகத் தடை செய்ய முடியாது. விஸ்வ ஹிந்து பரிஷத் (வி.எச்.பி.), பஜ்ரங்தள் எல்லாம் இதை ஆதரிக்கிறார்கள். அவர்களுக்கு எதிராக பி.ஜே.பி. நிலைப்பாடு எடுக்குமா? அதனால் அரசு அமைப்புகள் எல்லாம் இங்கே சோளக்கொள்ளைப் பொம்மைகள்தான். போலீஸ்காரர்கள் எல்லாம் வருவார்கள். ஆனால் அதனால் எந்தப் பயனும் இல்லை. அப்புறம், இதன் மறைவில் பெண்பிள்ளைகளைக் கட்டாயப்படுத்தி இழுத்து வந்து தேவதாசியாக்குகிறார்களா என்றுதான் நாங்கள் தேடுகிறோம். அப்படி எதையாவது பார்த்தால் தலையிட வேண்டும் என்று தான் நானும் நினைக்கிறேன். தன் விருப்பப்படி வருபவர்களைத் தண்டிப்பது ஒன்றும் சாத்தியமில்லை. அப்படிச் செய்ய இங்கே யாரும் நினைப்பதுமில்லை" என்று அந்த இளைஞர் சொன்னார்.

புனிதப் பாவங்களின் இந்தியா

கர்நாடகத்தில் இடதுசாரி அமைப்பு தேவதாசிமுறைக்கு எதிராக இருக்கிறது என்று சொல்லும்போதும், நடைமுறைத் தளத்தில் அவர்கள் மென்மையான அணுகுமுறையைக் கடைப்பிடிக்கிறார்கள். தேவதாசி விடுதலை முன்னணி, இடதுசாரி அமைப்புகளின் கட்டுப்பாட்டுக்கு உட்பட்டுத்தான் செயல்படுகிறது. DYFI உறுப்பினர்களைக்கூட முன்னணியின் தன்னார்வலர்களாக ஆக்கியது, முன்னணியில் கட்சியின் கட்டுப்பாட்டை வலுப்படுத்துவதற்காகத்தான் என்று எனக்குத் தோன்றியது.

அன்று இரவு முழுதும் மலையடிவாரத்திலேயே தங்க வேண்டும் என்பதுதான் எங்கள் முடிவு. விடியலில் நடக்கும் சடங்குகளையும் நேரடியாகப் பார்க்க வேண்டும் என்பதுதான் நோக்கம்.

மறுநாள் அதிகாலையில் அங்கே இருக்க நினைத்தால் உடைமாற்றி வரும்படி DYFIக்காரர் சொன்னார்: "இந்த உடையில் உங்களைப் பார்த்தால் எல்லோரும் கவனிப்பார்கள். போய்க் காவி உடை அணிந்து வருவதுதான் பாதுகாப்பானது" என்றார் அவர். அது சரிதான் என்று எங்களுக்கும் தோன்றியது. எல்லாரும் காவி வேட்டிகள் எடுத்து வந்திருந்தோம். இந்த நோக்கத்தில் கொண்டு வரவில்லை; ஆயினும் அது பயன்பட்டது.

○

நேரம் அதிகாலை மூன்று மணி நெருங்கிக்கொண்டிருக்கிறது. "உதா... உதா..." முழக்கத்துடன் ஜோகம்மாக்களின் பெரிய படையே வந்துகொண்டிருந்தது. சாலையிலிருந்து சூரியகாந்தி வயல்களுக்கு நடுவினூடே மலையடிவாரத்தை நோக்கி வரும் மண்பாதை முழுதும் மக்களால் நிறைந்து கரைபுரண்டது. மலைமேலே பார்த்த காவி வேட்டிக்காரன் நேற்று சொன்னது மிகை அல்ல. கூட்டமான கூட்டம். மேலே கோயிலுக்குச் செல்லும் வழியைப் பார்த்தேன். ஜோகம்மாக்கள் வரிசை வரிசையாக மேலே ஏறிச் செல்கிறார்கள். அனைவரின் கையிலும் தட்டு இருக்கிறது. அந்தத் தட்டுகளில் தேங்காய்த் துண்டுகள், பூக்கள், சாம்பிராணி, வண்ணப் பொடிகள் ஆகியவை இருந்தன. சிலரின் தட்டுகளில் அம்மனின் படமும் இருந்தது. "உதா... உதா..." என்று கூவியபடி எல்லாரும் வேகமாக மலை ஏறிக்கொண்டிருக்கிறார்கள். அவர்களுடன் நாங்களும் மலை ஏறினோம். நாங்கள் காவி உடை அணிந்திருந்த தால் யாருக்கும் சந்தேகம் வரவில்லை; எங்களை உற்றுப் பார்க்க வில்லை, நாங்களும் அவர்களைச் சேர்ந்தவர்களாக இருந்தோம். காவி உடை அணியும்படிச் சொன்ன DYFIகாரருக்கு மானசீகமாக நன்றி செலுத்தினேன்.

ஜோகம்மாக்கள் வேகமாக மலை ஏறி உச்சங்கி கோயிலைச் சென்றடைந்தார்கள். அவர்களின் உதா முழக்கத்தின் ஓசை அதிகரித்தது. நடையின் வேகம் அதிகரித்தது. கோயிலைச் சென்றடைந்ததும் அவர்கள் பின்பக்கம் ஓடினார்கள். ஜோகம்மாக்கள், தட்டில் இருந்த வாழைப் பழத்தைத் தோலுரித்து வலது கையில் எடுத்து, அம்மனைப் பிரதிஷ்டை செய்திருப்பதன் பின்பக்கச் சுவரில் 'உதா' முழக்கத்துடன் ஓங்கி அடிப்பதை நாங்கள் பார்த்தோம். வளைக் கரங்கள் நெருக்கியடித்துக் கொண்டிருப்பதால் பழத்தால் அடிக்கும் போது கண்ணாடி வளையல்கள் உடைந்து சிதறுகின்றன. அதையெல்லாம் யாரும் பொருட்படுத்தவேயில்லை. ஏதோ கோபத்தைத் தீர்த்துக்கொள்வதைப்போலத்தான் பல பெண்கள் ஓடிவந்து சுவரில் பழத்தால் அடிக்கிறார்கள். பழுத்த பழங்கள் சுவருக்குக் கீழே அருவருப்பூட்டும் வகையில் குழைந்துகிடக்கின்றன. பின்னால் வருபவர்கள் அவற்றின் மீது நின்றுகொண்டு பழத்தை அடித்து வழிபடுகிறார்கள்.

அங்குதான் நாங்கள் வழக்குரைஞர் பசவராஜுடன் அறிமுகமாகிறோம். அந்த மலையின் அடிவாரத்தில் அவரது வீடு இருக்கிறது. உச்சங்கி மலையின் ஆசாரங்களைக் குறித்து அதிக விவரங்கள் அவருக்குத் தெரியும் என்று தோன்றியது. பசவராஜுடன் நாங்கள் மலை இறங்கினோம். கீழே ஆனெஹொண்டாவை அவர் சுட்டிக்காட்டினார். அங்கே கூட்டம் நெருக்கியடித்துக்கொண்டிருந்தது. ஜோகம்மாக்கள் அங்கே குளித்துவிட்டுத்தான் அம்மனுக்குப் பழம் சமர்ப்பிக்க வருகிறார்கள்.

ஆனால் இன்று ஆனெஹொண்டா ஏதோ சபிக்கப்பட்டது போல கொஞ்சமே கொஞ்சம் தண்ணீருடன் மரணத்தை எதிர்பார்த்துக் காத்திருக்கிறது. அந்தக் கொஞ்சம் தண்ணீரில் இவ்வளவுபேர் எப்படிக் குளித்தார்கள்? அதில் சிறிதளவு சேற்று நீர்தான் இருக்கிறது.

பசவராஜின் வீடு, ஓடுபோட்ட பழையதொரு வீடு. விசாலமான முன்புறத் திண்ணையில் அவர் எங்களை வரவேற்று அமர்த்தினார். உச்சங்கியம்மாவின் பல உணர்ச்சிகள் கொண்ட பல அளவுப் படங்களால் உட்சுவர்கள் அலங்கரிக்கப்பட்டிருந்தன. வெளியே இருந்த சார்ப்பில் ஜோகம்மாக்கள் குளித்து உடை மாற்றிக்கொண்டிருந்தார்கள். அந்தக் காலத்திலிருந்தே தன் குடும்பத்தினர் தேவதாசிகளிடம் இப்படிப்பட்ட அணுகுமுறையைத்தான் கொண்டிருந்தார்கள் என்று வழக்குரைஞர் பெருமையுடன் சொன்னார். தேவதாசிகளை உபசரிப்பது பாக்கியம் என்றும் அவர் சொன்னார்.

“அசுரர்களை அழிப்பதற்கு உருவமெடுத்தவளே உச்சங்கி துர்க்கா.” – பசவராஜ் பழைய கதைகளை அவிழ்த்தார். “ராஜ குடும்பத்தினர் கோயில் கட்டினார்கள். நாயக்கர் வம்சம்தான் கோயிலை நீண்ட காலம் பராமரித்துவந்தது. அம்மனைத் திருப்திப்படுத்தவே தேவதாசிமுறையை ஆரம்பித்தார்கள். இப்போது அதைச் சட்டத்தின் மூலம் தடைசெய்திருக்கிறார்கள். இதற்கான பின்விளைவுகளை மனிதர்கள் அனுபவிக்க வேண்டி யிருக்கும். தவிர, அம்மனைத் தோற்கடிக்க அரசாங்கத்தால் ஆகுமா?”

ஆனால் ஜோகம்மாமுறை நிலைநிற்க வேண்டும் என்று மேல்சாதிக்காரர்களுக்கு மட்டும்தான் விருப்பம் இருக்கிறது என்றும்,. அது சுரண்டலுக்கு வழி ஏற்படுத்துவதற்காகத்தான் என்றும் குறிப்பிட்டபோது அவர் சட்டென்று திருத்தினார்: “அப்படி யார் சொன்னது? நீங்கள் கீழ்சாதிக்காரர்களிடம் பேசிப்பாருங்கள். அவர்கள் இப்போதும் தங்கள் பிள்ளை களைத் தேவதாசியாக்குவதற்குத் தயாராக இருக்கிறார்கள். ஏனென்றால், அதனால் அவர்களுக்குக் கிடைக்கும் ஐஸ்வர்யம் மிகப் பெரிது.”

“சட்டத்தை மீறி ஜோகம்மாவாக ஆக்க பி.ஜே.பி.யும் வி.எச்.பி.யும் ஆதரவளிக்கின்றன எனும் குற்றச்சாட்டும் உண்டு தானே?”

“ஒருபோதுமில்லை. சட்டத்தை அங்கீகரித்தபடிதான் இந்த அமைப்புகள் செயல்படுகின்றன. அப்புறம், சட்டத்தை நிறைவேற்றுவதற்காக என்று சொல்லிச் சிலர், வீடுகளில் நடக்கும் சடங்குகளில் தலையிடுகிறார்கள். இதை ஒத்துக் கொள்ள முடியாது. நம் வீடுகளில் என்னென்ன சடங்குகள் நடத்த வேண்டும் என்று தேவதாசி விடுதலை முன்னணியா தீர்மானிக்கிறது? இல்லைதானே. வீடுகளில் வைத்துப் பெண்பிள்ளைகளைத் தேவதாசியாக்குகிறார்கள் என்று சொல்லித்தான் அவர்கள் வீடுகளுக்குள் புகுந்து பரிசோதனை செய்கிறார்கள். இப்படி வீடுகளுக்குள் புகுந்தால் வி.எச்.பி.யும் சில சமயங்களில் பஜ்ரங்தள்ளும் எதிர்வினையாற்றக்கூடும்.” வக்கீல் நியாயப்படுத்தினார்.

“அப்படியென்றால் வீடுகளில் தேவதாசியாக்குவதற்குச் சட்டரீதியாகத் தடை இல்லையா?”

“உண்டு. ஆனால் வீடுகளில் நடக்கும் பூஜைகள் தேவதாசி யாக்குவதற்காகத்தான் என்று யார் சொன்னார்கள்? அது வேறு ஏதாவது பூஜைகளாக இருக்கலாம். அதெல்லாம் தனிப்பட்ட விஷயங்கள். அதிலெல்லாம் யாரும் தலையிட வேண்டிய அவசியமில்லை. விடுதலை முன்னணிக்காரர்கள் சில வீடுகளில்

அப்படி நடந்தது, இப்படி நடந்தது என்று சொல்லி போலீஸில் புகார் செய்வதுண்டு. வீடுகளின் ஆசாரங்களில் தலையிடக் கூடாது என்று போலீஸும் சொல்கிறது. சட்டம் தலையிடு வதற்குச் சில எல்லைகள் இருக்கின்றன." வழக்குரைஞர் சொல்லி முடித்தார். இதற்கிடையில் எங்களுக்குத் தேநீர் தரவும் மறக்க வில்லை.

"அம்மனுக்குப் பின் பக்கம் உள்ள சுவர்மீது எதற்குப் பழத்தால் அடிக்கிறார்கள்?" நாங்கள் ஆசாரத்துக்கு வந்தோம்.

"அது பழம் வழிபாடு. அம்மனின் பிருஷ்டபாகம்வரை நல்ல வகையில் பூஜிக்கப்பட வேண்டும் என்பதுதான் அதன் பின்னுள்ள ஐதீகம். பின்பக்கச் சுவரில் பழத்தால் பூஜித்து ஊதுவத்தியும் குத்திவைக்கிறார்கள். பழைய காலத்தில் அசுரனின் தொல்லையால் இங்கே மனிதர்கள் வசிக்க முடியாத சூழ்நிலையில்தான் அம்மன் அவதரிக்கிறாள். ஆயுதத்தால் தன்னைக் கொல்ல முடியக் கூடாது என்று அசுரன் வரம் வாங்கியிருந்தான். அம்மனோ அசுரனைக் கொல்ல நினைத்தாள். அதனால் அம்மன் மலைமேலே சென்றாள். அந்த அளவு உயரத்திலிருந்து அம்மன் சிறுநீர் கழித்தாள். உயரத்திலிருந்து சிறுநீர் தாரைதாரையாகத் தலையில் விழுந்ததால் அசுரன் செத்தான். உச்சங்கியைப் பொறுத்தவரை இப்படி நிறையக் கதைகள் இருக்கின்றன." ஐதீகங்களும் நம்பிக்கைகளும் தெரியாததால்தான் பல அமைப்புகள் அம்மனையும் கோயிலை யும் எதிர்க்கின்றன என்று அவருக்குப் புகார் உண்டு.

"ஆயினும் தேவதாசி விடுதலை முன்னணி, பழைய ஜோகம்மாக்களின் நன்மைக்காகச் செயல்படுவது நல்லது தானே?" நாங்கள் சந்தேகம் கேட்டோம்.

"விடுதலை முன்னணிக்காரர்கள்மீது சமூகத்தில் நல்ல மதிப்பில்லை. அவர்களைப் பலர் பயன்படுத்திக்கொள்கிறார்கள். அது அவர்களுக்குத் தெரியாமலேயே போகிறது." வழக்குரைஞர் அப்படி சொன்னபோது அவர் சி.பி.எம். நிலைப்பாடுகளைத்தான் குறிவைக்கிறார் என்று தோன்றியது. ஆனால் அவர் சொன்னது மற்றொன்று: "இங்கே பக்கத்தில் தேவதாசிகளைக் காப்பாற்றப் புறப்பட்டிருக்கும் ஒரு பாதிரியார் இருக்கிறார். பாதிரியாரை யெல்லாம் தேவதாசி விடுதலை முன்னணி ஆதரிக்கிறது. அவர் இந்தப் பெண்கள் அனைவரையும் மதம் மாற்றுகிறார். அவர்களுக்கு நிதி இருக்கிறது. அதை வைத்து அவர்கள் மதம் மாற்றுகிறார்கள். ஜோகம்மாக்கள் அப்பாவிகள்தானே! அவர்கள் இவரின் வார்த்தைகளை நம்புகிறார்கள். இவர், மதம் மாற்ற ஏதுவான பெண்களை விடுதலை முன்னணி வழியாகத்தான்

புனிதப் பாவங்களின் இந்தியா

கண்டுபிடிக்கிறார். என்ன விடுதலை முன்னணியாக இருந்தாலும் அவர்கள் இப்போது செய்வது என்னவென்றால், இந்துக்களை மதம் மாற்றுவதற்கு உதவி செய்வதுதான். இதை எத்தனைக் காலம் இந்துக்கள் பார்த்துக்கொண்டிருப்பார்கள்? இந்தப் பாதிரியாருக்கு எதிராகப் பல பகுதிகளிலிருந்தும் தாக்குதல்கள் ஏற்பட்டிருக்கின்றன. இதற்கு வி.எச்.பி.யையும் ஆர்.எஸ்.எஸ்ஸை யும் ஒன்றும் குற்றம் சொல்ல வேண்டாம். இந்துக்களை மதம் மாற்றுகிறார்கள் என்று தெரிந்தால் யாராவது இந்துக்கள் எங்கிருந்தாவது எதிர்வினையாற்றக்கூடும். அதற்கு அமைப்பின் பலம் தேவையில்லை. அது அல்ல, ஆர்.எஸ்.எஸ். தாக்கினால் தான் என்ன தவறு?"

அவர், சரி தவறுகளுக்கு அப்பால் நீளும் நம்பிக்கைக்கான வக்காலத்தைத்தான் ஏற்றார். பிறகு நாங்கள் அதிகமாகப் பேச வில்லை.

நாங்கள் அவரிடம் விடைபெற்றுப் புறப்பட்டோம். பல ஜோகம்மாக்கள் மலை இறங்கத் தொடங்கியிருந்தார்கள். அவர்களில் சிலரைப் பார்த்துப் பேசலாம் என்று அணுகினோம்.

அதிகாரிகள் ஓய்வூதியத்தை மறுப்பதால் ஏற்பட்ட சோகம், பாலியல் தொழிலில் ஈடுபட வேண்டிய நிராதரவு . . . அதற்கும் மேலாகச் சொல்ல அவர்களிடம் ஏதுமில்லை.

ஜோகம்மாக்கள் போய்விட்ட பிறகு, வழக்குரைஞர் முன்பு குறிப்பிட்ட பாதிரியாரைப் பார்க்கலாம் என்று நான் முடிவு செய்தேன். நேரம் அதிகமில்லை. நாங்கள் மண்பாதைவிட்டுத் தார் ரோட்டுக்கு வந்தோம். அதற்குப் பக்கத்தில் சாலைச் சந்திப்பில் நிறுத்தப்பட்டிருக்கும் ஒன்றிரண்டு ஆட்டோக் களைப் பார்த்து ஓட்டுநர்களை அணுகினோம். பாதிரியாரின் வீட்டுக்குச் சவாரிக்கு வரமாட்டோம் என்பதுதான் அவர்களின் பதில். அப்படியென்றால் எப்படியாவது அங்கே சென்றுவிட வேண்டும் என்று நான் உறுதிகொண்டேன். கடைசியில் ஒரு ஆம்னி வேன்காரர் வரத் தயாரானார். "இந்த வண்டி டாக்ஸி அல்ல. அதனால் நல்ல வாடகை தர வேண்டும்" என்று அவர் தெளிவுபடுத்தினார்.

அவரது நிபந்தனைகளையெல்லாம் ஏற்றுக்கொண்டு அங்கே செல்லும்போது காலை பத்துமணி கடந்திருந்தது. எங்கள் பயணமும் சூரியகாந்திப் பூக்களுக்கு இடையில்தான். பாதிரியாரின் பெயர் ஓட்டுநருக்குத் தெரியவில்லை. அவ்வப் போது பாதிரியாரின் வீட்டில் தாக்குதல் நடந்ததாக அவர் சொன்னார். அவருடன் மேற்கொண்டு ஏதாவது பேசுவதற்கு வாய்ப்புக் கிடைக்கும் முன்பே நாங்கள் அங்கே சென்று

சேர்ந்தோம். ஒரு சாலைச் சந்திப்பிலிருந்து இருநூறு மீட்டர் தள்ளியிருந்தது பாதிரியாரின் ஓடுபோட்ட சிறிய வீடு. அதற்குப் பக்கத்தில் வேறு வீடுகள் ஏதுமில்லை. வீட்டுக்கு முன்புறமுள்ள, இடுப்பளவு உயரமுடைய சுவரில், வெள்ளைச் சட்டையும் கருப்புப் பேண்ட்டும் அணிந்த ஒரு எளிய மனிதர் அமர்ந்திருந்தார். அங்கே புடவை அணிந்த ஒரு பெண்மணியும் இருந்தார். வண்டியை நிறுத்திவிட்டு நாங்கள் வீட்டின் கேட்டைக் கடந்து உள்ளே சென்றோம். அந்தப் பெண்மணி பட்டென்று துள்ளி யெழுந்து, யார் என்று கன்னடத்தில் கேட்டார்.

கேரளத்திலிருந்து வரும் பத்திரிகையாளர்கள் என்று நாங்கள் எங்களை அறிமுகப்படுத்திக்கொண்டோம். அப்போது உள்ளிருந்து, லுங்கி அணிந்த மற்றொரு இளைஞர் திண்ணைக்கு வந்தார். பேண்ட் அணிந்தவர் எழுந்தபடியே கேட்டார்: "நீங்கள் பத்திரிகையாளர்களா?" ஏதோ சந்தேகம் கொண்டவரைப்போல அவர் கேட்டார்.

பெண்மணி, தலைமுடியை அள்ளி முடிந்து என்னென் னமோ சொல்லிக்கொண்டிருந்தார். லுங்கி இளைஞனும் அவருடன் சேர்ந்துகொண்டான். பிறகு அவர்கள் தங்களுக்குள் பேசிக்கொண்டார்கள். பேண்ட் அணிந்தவர் அதே நேரத்தில், வந்து அமரும்படிச் சொன்னார்.

"நீங்கள்தான் பாதிரியாரா?" நான் கேட்டேன்.

"ஆமாம்." எங்களுக்குத் தைரியம் வந்தது. நாங்கள் ஒவ்வொருவராகத் திண்ணைக்கு வந்தோம். லுங்கி இளைஞரும் பெண்மணியும் இதே நேரத்தில் பாதிரியாரிடம் கோபப்பட ஆரம்பித்தார்கள். "எந்த தைரியத்தில் இவர்களை உள்ளே அழைக்கிறாய்?" என்று சினந்தார்கள் அவர்கள்.

நாங்கள் அதைப் பொருட்படுத்தவில்லை. கேரளத்துப் பத்திரிகையாளர்கள் வந்திருக்கிறார்கள் என்றும் கேரளத்துப் பத்திரிகைகள் கர்நாடகப் பத்திரிகைகள்போல அல்ல வென்றும் சொல்லிப் பாதிரியார் அவர்கள் இருவரையும் ஒருவிதமாகச் சமாதானப்படுத்தினார்.

பெண்பிள்ளைகளை ஜோகம்மாக்களாக ஆக்கும் சடங்கு இங்கே நடக்கிறதா என்று தெரிந்துகொள்வதற்காக நாங்கள் உச்சங்கிக்கு வந்தோம் என்று சொன்னபோது பாதிரியார் ஆர்வம் கொண்டார். "நீங்களாவது இதையெல்லாம் எழுத வேண்டும். கர்நாடகத்துப் பத்திரிகையாளர்கள் இதை யெல்லாம் எழுத மாட்டார்கள். அவர்களெல்லாம் பி.ஜே.பி. அரசுக்கு ஜால்ரா போடுகிறவர்கள். ஜோகம்மாவாக ஆக்கும்

புனிதப் பாவங்களின் இந்தியா

சடங்கு இன்றும் பல இடங்களில் நடந்துகொண்டிருக்க வேண்டும்" என்றார் அவர். "நீங்கள் இதைப் பற்றி விசாரிக்க வில்லையா?" என்று நாங்கள் கேட்டோம்.

"இல்லை. நான் சுதந்திரமாகச் செயல்படுவதற்கு அச்சுறுத்தல் இருக்கிறது. ஆர்.எஸ்.எஸ்.காரர்கள் எத்தனையோமுறை இந்த வீட்டைத் தாக்கினார்கள். பிறகு இன்று ஜோகம்மாவாக ஆக்கும் சடங்கைப் பற்றி நான் ஆராயப்போனால் அவர்கள் என்னை என்ன செய்வார்கள் என்று யாருக்குத் தெரியும்?" அவர் தன் நியாயத்தை எடுத்துவைத்தார்.

"நீங்கள் கோயிலுக்குச் சென்று ஜோகம்மாவாக ஆக்கும் சடங்குக்கு வருபவர்களைக் கவனிப்பது முட்டாள்தனமாகும். நீங்கள் அப்படிப்பட்ட பெண்பிள்ளைகளைக் கண்டுபிடித்தாலும் ஒன்றும் செய்ய முடியாது. நீங்கள் உட்பிரதேசங்களில் உள்ள வறியவர்களின் வீடுகளுக்குச் செல்ல வேண்டும். ஜோகம்மாவாக ஆக்க எப்படிப்பட்ட பெண்பிள்ளைகளை ஆயத்தம் செய்கிறார்கள் என்று அந்த இடங்களில் உங்களுக்குப் புரியும். ஆனால் அதற்கு நீங்கள் ஒருவாரம் முன்பே இங்கு வந்திருக்க வேண்டும்." பாதிரியார் விளக்கினார்.

"இங்கே மட்டுமல்ல, பெல்லாரி மாவட்டத்திலெல்லாம் தேவதாசிமுறை இன்றும் தீவிரமாக உள்ளது. அந்த இடங்களுக்கெல்லாம் நீங்கள் போக வேண்டும். எல்லா ஏழைக் குடும்பத்தினரும் குழந்தைகளைத் தேவதாசியாக்குவதற்காக இந்த நாளுக்காகக் காத்திருக்கிறார்கள். இப்படி தேவதாசியாக்கும்போது தற்காலத்துக்கு அவர்கள் நன்றாக இருக்கிறார்கள். ஆனால் அப்புறம்? மூன்று வருடத்துக்குப் பிறகு அவர்கள் வாழ்வதற்காகப் பாலியல் தொழிலில் ஈடுபட வேண்டிய கட்டாயத்துக்கு ஆட்படுகிறார்கள். ஆயினும் அவர்களுடைய வாழ்க்கை ஒன்றும் பொருளாதார ரீதியாக பாதுகாப்பானது அல்ல. நான் சொல்வது ஒன்றிரண்டு ஆட்களைப் பற்றிய விஷயம் இல்லை." அவர் உத்வேகத்துடன் சொல்லிக்கொண்டிருந்தார்.

ஒன்றிரண்டு ஆட்களைப் பற்றிய விஷயம் அல்லவென்று எங்களுக்கும் தெரியும். ஜோகம்மாக்களும் தட்டு ஏந்திய பெண் பிள்ளைகளும் நடந்துசெல்வதை நாங்கள் பார்த்திருக்கிறோமே.

"அரசாங்கம் அவர்களுக்கு ஓய்வூதியமும் மற்ற வசதிகளும் ஏற்படுத்தவில்லையா?" நான் கேட்டேன்.

"அதெல்லாம் கணக்குதான். பெரும்பாலோருக்கு அது ஒன்றும் கிடைக்காது. அரசாங்கத்தின் தேவதாசிப் பட்டியலில் இடம் பெற வேண்டுமானால் முதலில் அதிகாரிகளைத்

திருப்திப்படுத்த வேண்டும். அதுதான் நிலைமை.” அவர் சொன்னார்.

“நீங்கள் அவர்களுக்காக என்ன செய்தீர்கள்?” நான் கேட்டேன்.

“நான் அவர்களுக்குச் சாப்பாட்டுக்கும் உடைக்குமான வழியை ஏற்பாடு செய்து கொடுப்பேன். அதுதானே முக்கியம்.” அவர் தீவிரமானார்.

“இதற்கிடையில் இவர்களை மதமாற்றம் செய்ய நீங்கள் முயற்சி செய்வதாகச் சிலர் ஆட்சேபித்தார்களே?”

“ஒருபோதுமில்லை. கட்டாயப்படுத்தி மதம் மாற்ற நாங்கள் முயல்வதில்லை. பிறகு, எங்கள் நடைமுறைகளில் ஆர்வம் கொண்டு சிலர் வரவும் செய்கிறார்கள். அதற்கு என்ன செய்ய முடியும்?” தந்திரக்கார நரியின் கண்கள்போல பாதிரியாரின் கண்கள் பளபளத்தன.

பெண்பிள்ளைகளைத் தேவதாசியாக்குவதைத் தடுக்க முயற்சி செய்யாமல் பாதிரியார் அவர்களின் வறுமையை வேறொரு விதத்தில் சுரண்டுகிறார் என்று எனக்குப் புரிந்தது. வறுமை தன் பிடியை இறுக்கியிருக்கும் இடங்களில் கஞ்சியும் மரவள்ளிக் கிழங்கும் அதனுடன், வழிபடுவதற்கு யேசு கிறிஸ்துவின் படமும் கொடுத்து விசுவாசிகளின் எண்ணிக்கையைப் பெருகச் செய்கின்றவர்கள் சொல்கிற நியாயத்தைத்தான் பாதிரியாரும் சொன்னார். சுருக்கமாகச் சொன்னால், கலங்கிய குட்டையில் மீன் பிடிக்கும் வேலையைத்தான் பாதிரியார் இங்கே செய்து கொண்டிருக்கிறார்.

ஆனால் அங்கு இருந்த பெண்மணிக்கு நாங்கள் மதமாற்றத்தைப் பற்றிப் பேசுவது முற்றிலும் பிடிக்கவில்லை. அவர் எங்களுக்குப் பக்கத்தில் வந்து வெளியே சுட்டிக்காட்டி, மேற்கொண்டு பேசாமல் போய்விடும்படிச் சொன்னார். இனி இங்கே இருப்பதில் பயன் இல்லை என்று எங்களுக்குத் தோன்றியது. பாதிரியாரும் அமைதியாகிவிட்டிருந்தார். நாங்கள் நால்வரும் ஒருவரையொருவர் பார்த்துக்கொண்டோம். புறப்பட்டு விடலாம் என்று நான் பார்வையால் சொன்னேன்.

அப்போது அங்கிருந்த இளைஞர், எங்களிடம் அடையாள அட்டை இருக்கிறதா என்று கேட்டு வந்தார். அவருடைய சந்தேகத்தைத் தீர்த்துச் சமாதானப்படுத்திவிடலாம் என்று நினைத்து நான் பர்ஸிலிருந்து அடையாள அட்டையை எடுத்துக் கொடுத்தேன். அதை அவர் திருப்பித் திருப்பிப் பார்த்தார். அட்டையில் இருக்கும் விஷயங்களை மனப்பாடம்

செய்யக்கூடிய நேரம் கடந்த பிறகும் அதை அவர் திருப்பித் தரவில்லை. திரும்ப வாங்க கை நீட்டியபோது, 'டீ குடித்து விட்டுப் போகலாமே' என்றார்.

இதில் ஏதோ ஆபத்து இருக்கிறதே என்று சந்தேகப்படத் தொடங்கும் முன்பே வளாகக் கதவுக்கு வெளியே ஒரு போலீஸ் வேன் பாய்ந்து வந்து நின்றது. நிறைய போலீஸ்காரர்கள் குதித்து இறங்குவதைப் பார்த்தேன். சில போலீஸ்காரர்கள் மதில் சுவரைத் தாண்டிக் குதித்து வீட்டை நோக்கி ஓடிவந்தார்கள். திறந்துகிடந்த வளாக வாயில்வழியே வந்த ஒரு போலீஸ்காரர், ஒரு கைத்துப்பாக்கியைத் தூக்கிப் பிடித்திருந்தார். நேராகத் திண்ணைக்கு ஏறி வந்த அவர் இளைஞனின் கையிலிருந்த என் அடையாள அட்டையை வாங்கித் திருப்பித் திருப்பிப் பார்த்தார். பிறகு அதிலிருந்த போட்டோவையும் என்னையும் மாறிமாறிப் பார்த்தார்.

"ஜர்னலிஸ்ட்?" அவர் கேட்டார்.

"யெஸ்." நான் சொன்னேன்.

அவர் முகத்தில் சிறு புன்னகை. உண்மையில் நிம்மதிப் புன்னகை அது. நான் அவருடைய பெயர் பட்டையைப் பார்த்தேன் – எஸ். ஐ. ராஜசேகர.

"நீங்கள் பயமுறுத்திவிட்டீர்களே. இங்கே ஆர்.எஸ்.எஸ். காரர்கள் வீட்டைத் தாக்க வந்திருக்கிறார்கள் என்று போன் செய்தார்கள்." எஸ்.ஐ. சிரித்தபடிச் சொன்னார்.

லுங்கி அணிந்த இளைஞன் தலைகுனிந்து உள்ளே பின்வாங்கினான். புகார் கொடுத்தவர்களைக் குற்றம் சொல்லிப் பயனில்லை. பக்தர்கள் சந்தேகப்படாமல் இருப்பதற்காக உடுத்திய காவி வேட்டியுடன் பாதிரியாரைப் பார்க்க வந்த முட்டாள்தனத்தை நினைத்து நாங்கள் சிரித்தோம்.

ஜோகம்மாவாக ஆக்கும் சடங்கைப் பற்றி எஸ்.ஐ.ராஜசேகர வுடன் பேசிக்கொண்டிருந்தபோது தன் ஸ்டேஷன் எல்லையில் அப்படி இல்லையென்று அவர் மறுத்துக்கொண்டிருந்தார். நான்தான் எஸ்.ஐ. என்று தெரிந்திருப்பதால் இங்கே யாரும் ஏடாகூடங்கள் செய்ய மெனக்கெடுவதில்லை என்றும் கேரளத்துக்கு நல்லதொரு செய்தியை இழப்பாக்க நேர்ந்ததில் தான் நிபந்தனையற்ற மன்னிப்புக் கோருவதாகவும் ராஜசேகர சினிமா பாணியில் சொன்னார். ஹர்ப்பனஹள்ளிக்குச் சென்றால் ஒருக்கால் இதையெல்லாம் காணச் சாத்தியப்படும் என்று குறிப்பிடவும் அவர் மறக்கவில்லை.

ஹர்ப்பனஹள்ளி – தேவதாசி விடுதலை முன்னணியின் செயல்பாடுகளின் மையம் அதுதான் என்று முந்தைய நாள் அம்பிகா சொன்னதை நான் நினைவுகூர்ந்தேன். அங்கே சென்று முன்னணியின் மாநிலத் தலைவர் டி.வி.ரேணுகாவைப் பார்ப்பது நன்றாக இருக்கும் என்று அப்போது எனக்குத் தோன்றியது.

ஹர்ப்பனஹள்ளிக்கான பயணமும் ஆம்னியில்தான். மஞ்சள் நிறம் படர்ந்த சூரியகாந்தி வயல்களுக்குப் பிறகு வெண்ணிறப் பருத்தி வயல்கள்... வயல்களுக்கு நடுவில் நீண்டு போகும் கருப்புச் சாலை. சில இடங்களில் கேழ்வரகைப் பார்க்க முடிந்தது; சில இடங்களில் கடுகு. வயல்களில் ஆங்காங்கே உயர்ந்திருக்கும் பரண் வீடுகள் இங்கும் இருந்தன. வயல்வெளி ஒன்றைக் கடந்து கொஞ்சம் தூரம் சென்றாலே மற்றொரு வயல்வெளி வந்துவிடும். அந்தப் பகுதியில்தான் வீடுகள் இருக்கின்றன. இங்கும் சிறிய சிறிய வீடுகள்தான். பெரும்பாலானவை கீற்று வீடுகள். சில வீடுகள் மட்டும் ஓடுபோட்டவை. காங்கிரீட் வீடுகளை எங்குமே பார்க்க முடியவில்லை. வீட்டுச் சுவர்களில் கரிக்கட்டையால் ஏதோ எழுதியிருக்கிறார்கள். எல்லா வீடுகளிலும் இப்படி எழுதப்பட்டிருப்பதைப் பார்த்த போது எனக்கு ஆர்வம் ஏற்பட்டது. வண்டியை நிறுத்திப் பக்கத்தில் சென்று வாசித்தேன். 'இன்று போய் நாளை வா' என்று எழுதப்பட்டிருக்கிறது.

அங்கே பார்த்த ஒருவரிடம், இப்படி எழுதப்பட்டிருப்பதன் காரணத்தைக் கேட்டேன்.

இரவில் பேய்கள் மிகவும் தொல்லை கொடுத்துக்கொண் டிருந்தபோது அவற்றை விரட்டுவதற்காகச் செய்த தந்திரமாம் இது. 'இன்று போய் நாளை வா' என்று படித்துவிட்டு பேய்கள் திரும்பிப்போய்விடும். மறுநாள் வரும்போதும் பேய்களின் கதி இதுதான். "பூஜிக்கப்பட்ட கரியால் சுவரில் இப்படி எழுதுங்கள். அதன் சக்தி அந்த வார்த்தைகளில் இருக்கும்" என்று அவர் விளக்கினார்.

நாங்கள் ஒருவரையொருவர் பார்த்துக்கொண்டு அப்படியே நின்றுவிட்டோம் – எழுத்தும் படிப்பும் அறிந்த பேய்களின் ஊரில் இதற்கும் மேல் என்ன வேண்டும்!

ஹார்ப்பனஹள்ளியில் பெண்ணுரிமைப் போராட்டங்கள்

ஹார்ப்பனஹள்ளி, தாவன்கரே மாவட்டத்தின் ஒரு தாலுகா தலைநகர். ரேணுகா வசிக்கும் காலனி, ஹார்ப்பனஹள்ளி டவுனிலிருந்து அதிக தூரத்தில் இல்லை. காலனிக்குச் செல்லும் வழியிலெல்லாம் ஜோகம்மாக்கள் என்று நினைக்கத் தோன்றும் நிறையப் பெண்களை நாங்கள் பார்த்தோம்.

பின்மதியம் மூன்றுமணிக்கு ரேணுகாவின் வீட்டைச் சென்றடைந்தபோது, சோர்வுற்ற ஒரு பெண்மணி எங்களை வரவேற்றார். அவரைப் பற்றிக் கேள்விப்பட்டவற்றை வைத்து, இவ்வளவு துவண்டுபோன பெண்மணியை நாங்கள் எதிர் பார்க்கவில்லை. இரண்டு நாட்களாகப் பல இடங்களில் அலைந்துகொண்டிருந்ததாக அவர் சொன்னார். "இப்போதும் பல இடங்களில் பெண்பிள்ளைகளைத் தேவதாசியாக்குகிறார்கள். நாம் கண்களைத் திறந்து வைத்திருந்தால்தான் அதையெல்லாம் கண்டுபிடிக்க முடியும். நான் மட்டுமல்ல, தேவதாசி விடுதலை முன்னணியின் செயல்பாட்டாளர்கள் எல்லோருமே இரண்டு நாட்களாகத் தூக்கமில்லாமல் அலைந்துகொண் டிருந்தார்கள்." அறிமுகத்துக்குப் பிறகு முன்னுரை போல அவர் சொன்னார்.

களைப்புற்றிருக்கும் அவரிடம் பிறகு பேசுவதுதான் நலலது என்று தோன்றியது. மறுநாள் வருவதாகச் சொல்லி நாங்கள் ஹர்ப்பனஹள்ளிக்குத் திரும்பினோம்.

மறுநாள் காலையிலேயே ரேணுகா தொலைபேசியில் அழைத்தார். நாங்கள் பத்துமணிக்கு அவர் வீட்டுக்குச் சென்றோம். அந்த வீடு, திண்ணைக்குப் பிறகு ஒரு சமையலறையும் ஓர் அறையும் மட்டுமே கொண்டதாக இருந்தது. ஆயினும் அங்கிருந்த மற்ற வீடுகளுடன் ஒப்பிடுகையில் ரேணுகாவுடையது பெரியதொரு வீடுதான். நாங்கள் அமர்வதற்குத் திண்ணையில் பாய் விரித்திருந்தார். இவ்வளவுதான் வசதி என்று பணிவுடன் சொன்னார். நாங்கள் அமரும்போது பாய் நிறைந்துவிட்டது. தேவதாசி விடுதலை முன்னணியின் கொஞ்சம் துண்டுப் பிரசுரங்களும் மற்றவையும் திணிக்கப்பட்ட ஒரு பையை எடுத்து ரேணுகா எங்கள் முன்னால் அமர்ந்தார். அவற்றை ஒவ்வொன்றாக வெளியே எடுத்து விளக்க முற்பட்டபோது நான் தடுத்தேன். "விடுதலை முன்னணியின் கதையை அல்ல, உங்கள் கதையைத்தான் நான் தெரிந்துகொள்ள விரும்புகிறேன்."

"என் கதையா?" அவர் ஆர்வத்துடன் பார்த்தார். "எனக்கு மட்டும் என்று தனியாகக் கதை ஒன்றுமில்லை. எல்லா ஜோகம்மாக்களின் கதைதான் என் கதையும்."

"அப்படியென்றால் அனைவரின் கதைகளும் எங்களுக்குத் தெரிய வேண்டும் என்பதற்காகவாவது உங்கள் கதையைச் சொல்லுங்கள்" என்று நான் கேட்டேன்.

ஒருசில நொடிகள் அமைதிக்குப் பிறகு அவர் எங்களுக்காகக் கடந்தகாலத்தை நினைவுகூரத் தொடங்கினார்.

❍

என் குழந்தைப் பருவத்தில், பெல்லாரி மாவட்டத்தில் உள்ள செண்டூரில்தான் எங்கள் குடும்பம் வசித்தது. சோளம் செழித்து விளையும் ஊரில் நான் பிறந்தேன். ஆனால் என் குழந்தைப் பருவம் அது குறித்துப் பெருமைப்படக்கூடியதாக இல்லை.

கூலி வேலைக்குச் செல்லும் அப்பா, அம்மா கொண்டு வரும் அற்பத் தொகை கொண்டு எப்படியாவது இரண்டுவேளை கேப்பைக் கஞ்சி குடிக்கலாம், அவ்வளவுதான். அன்றைய மிகப் பெரிய கனவு என்ன தெரியுமா? காலையில் இரண்டு தோசை சாப்பிட வேண்டும் என்பதுதான். இந்த மோகத்துடன் இருக்கும்போது, நான்கைந்து மாதங்களுக்குப் பிறகு தோசை சாப்பிட ஒரு வாய்ப்பு வரும். அன்று எங்களுக்கு இதைத் தவிர வேறு கனவு ஒன்றும் இல்லை. இது எங்கள் வீட்டைப் பற்றிய

விஷயம் மட்டும் இல்லை, எங்களைப்போல வால்மீகி சமுதாயத்தைச் சேர்ந்த எல்லாக் குழந்தைகளின் நிலையும் இதுதான்.” ரேணுகா சற்று நிறுத்தினார்.

“பண்ணையார்களின் விளைநிலங்களில் வேலைசெய்து வந்த, கர்நாடகத்தின் பட்டியல் இனத்தவர்தான் வால்மீகி சமுதாயத்தினர். பண்ணையடிமைமுறை இன்றும் நடைமுறையில் இருக்கும் கர்நாடகக் கிராமங்களில் சாதிப் படிநிலையை அங்கீகரித்து அதன் துன்பங்களைச் சுமந்துதான் வால்மீகி சமுதாயத்தினர் காலம் தள்ளுகின்றனர்.”

ரேணுகா தொடர்ந்தார்: “அன்று ஊரில் விவசாய வேலைகளைத் தவிர வேறுபணிகள் ஒன்றும் கிடையாது. விளைநிலங்கள் எல்லாம் ஐயங்கார்போன்ற மேல்சாதிக்காரர்களுடையதாக இருந்தன. முக்கியமான விளைபொருட்கள் கேழ்வரகும் சோளமும்தான். ஒவ்வொருவருக்கும் நூற்றுக்கணக்கான ஏக்கர் சோள வயல்கள் உரிமையாக இருந்தன. அப்பா வேலைக்குப் போகும் இடங்களுக்கெல்லாம் சிறிய வயதில் சில நேரங்களில் நானும் உடன் சென்றிருக்கிறேன். வேலையாட்களுக்குக் கொட்டாங்கச்சியில்தான் தண்ணீர் கொடுப்பார்கள். வேலைவாங்குபவனுக்கு வரப்பில் வேறுகுவளை வைக்கப்பட்டிருக்கும். அவர்கள், குவளையில் தண்ணீர் குடிப்பதை நான் பொறாமையுடன் பார்த்துக்கொண்டிருந்திருக்கிறேன். குவளையில் குடிக்கும் தண்ணீருக்கு ஏதோ தனிப்பட்ட இனிமை உண்டு என்று நினைத்திருக்கிறேன். அதனால்தான், என்றாவது குவளையில் தண்ணீர் குடிக்க வேண்டும் என்பது என் குழந்தைப் பருவத்துப் பேராசைகளில் ஒன்றாக இருந்தது.

“நெல் எடுத்துக்கொண்டு அப்பாவுடன் பண்ணையாரின் வீட்டுக்குச் செல்லும்போது, அங்கே அப்பாவும் அவரைப் போன்ற வேலைக்காரர்களும் தண்ணீர் குடிப்பதற்காக ஒரு வெண்கலக் குவளை கவிழ்த்து வைக்கப்பட்டிருந்தது; பழசாகிக் களிம்பேறிய ஒன்று. குழந்தைப் பருவத்தை யோசிக்கும்போது இப்போதும் என் மனத்தில் சட்டென்று ஓடிவருவது அந்தக் குவளை அப்படிக் கவிழ்த்து வைக்கப்பட்டிருப்பதுதான். அடுக்களைக்கு வெளியே வராந்தாவில் அதை வைத்திருந்தார்கள். வீட்டில் உள்ளவர்கள் இரவில்கூட அதை உள்ளே எடுத்து வைப்பது இல்லை. அவர்களின் வீட்டுக்கு உள்ளே வர அனுமதியற்ற தாழ்த்தப்பட்ட சாதியினரின் நிலையைப்போன்றிருந்தது அந்தக் குவளையின் நிலை.

“எனக்கு ஐந்து – ஆறு வயதானபோதுதான் என்னைப் பள்ளியில் சேர்த்தார்கள். ‘செண்டூர் குமாரசாமி சாலை’யில் பள்ளிக்கூடம் இருந்தது. பள்ளிப் படிப்பு ஆரம்பித்தபோது ஏற்பட்ட ஒரு நன்மை என்னவென்றால், மதியத்தில் குடிப்பதற்கு, வீட்டில் கிடைப்பதைவிட அதிகக் கஞ்சி கிடைத்தது என்பது தான். நல்ல வேலை கிடைக்க வேண்டும் என்றால் படிக்க வேண்டும் எனும் புரிதல் ஒன்றும் அன்று இல்லை. புரிந்திருந் தாலும் படித்திருக்க மாட்டேன். ஏனென்றால் நல்ல வேலைகள் எல்லாம் மேல்சாதிக்காரர்களுக்கு மட்டுமானதாக ஒதுக்கி வைக்கப்பட்டிருக்கின்றன என்றும், நாங்கள் பள்ளிக்குச் செல்வது கஞ்சிக்காக மட்டும்தான் என்றும் அன்று நினைத்துக் கொண்டிருந்தோம். படிப்பிலொன்றும் எந்தக் கவனமும் இல்லை. வெளியே அனுபவித்து வந்த ஏற்றத்தாழ்வைப் பள்ளிக்கு உள்ளே அனுபவிக்கவில்லை என்பதுதான் ஒரு நிம்மதி. குழந்தைகளுக்குச் சாதி பிரித்துச் சிந்திக்கவொன்றும் தெரியாதல்லவா? பெரியவர்கள் விஷம் ஏற்றினாலும் அது ரத்தத்தில் கலக்கச் சற்று நேரமாகும். குழந்தைகளாகிய நாங்க ளெல்லாம் பள்ளியில் ஒன்றாக இருந்தோம். அந்தக் காலத்திலும் சில இடங்களில் வால்மீகி சமுதாயத்தவரைத் தனி பெஞ்சு களில்தான் உட்கார வைத்திருந்தனர். எப்படியானாலும் அந்த விஷயத்தில் நாங்கள் பாக்கியம் செய்தவர்களாக இருந்தோம். ஆனால் பள்ளிக்கு வெளியே நிலைமை பரிதாபகரமாக இருந்தது. தேநீர்க் கடைகளில் எங்கள் சமுதாயத்தினருக்குக் கொட்டாங்கச்சியில்தான் தேநீர் கொடுத்தார்கள்; மற்றவர் களுக்குக் கண்ணாடிக் குவளையில் கொடுத்தார்கள். வால்மீகி சமுதாயத்தைச் சேர்ந்த ஓர் அந்நியனுக்குத் தேநீர்க் கடைக்காரர் கண்ணாடிக் குவளையில் தேநீர் கொடுத்தார் என்பதற்காக ஐயங்கார்கள் சேர்ந்து கடைக்காரரை அடித்த சம்பவமெல்லாம் எனக்கு நினைவிருக்கிறது.

“ஆனால் தேநீர்க் கடைக்குச் சென்று தேநீர் குடிக்குமளவு அன்று எங்கள் வீட்டில் பொருளாதார நிலை இல்லை. என்றாவது காலையில் ஒரு கருப்புத் தேநீர் கிடைக்கலாம், அதுவும் அறுவடை நாட்களில். நல்ல விளைச்சல் கிடைத்தால் கூலிக்கு மேல் கொஞ்சம் கேழ்வரகும் சோளமும் தருவார்கள். அதை விற்றுச் சமையலுக்கான பொருட்கள் வாங்கிய பிறகு காசு மிச்சம் இருந்தால் மூத்தூள் வாங்குவார்கள். அதுவும் ஒரு வாரத்துக்கு வரும்படித்தான் வாங்குவார்கள்.

“அன்று சுற்றிலும் இருந்தவர்களின் நிலை இதுதான். துயரப்படுவதற்கான ஏதாவது இதில் இருக்கிறதா என்றுகூட

எங்களுக்குத் தெரியாது. கொஞ்சம் பண்ணையார்களின் வீடுகள் தான் மிகவும் நல்ல நிலையில் இருந்தன. அதுவெல்லாம் கனவு காணவும் கூடாதது என்றுதான் குழந்தைகளான நாங்கள் அன்றே அறிந்திருந்தோம்.

"பள்ளியில் பாடத்தைக் கவனிப்பதே இல்லை என்று சொல்லலாம். படிக்க வேண்டும் என்று எங்களுக்கும் கட்டாய மில்லை; ஆசிரியர்களுக்கும் கட்டாயமில்லை. அதனால் விஷயங்கள் சுலபமாயின. நமக்குத் தேவை உணவுதான். அது பள்ளியிலிருந்து கிடைத்துவந்தது.

"அம்மாவும் வேலைக்குச் செல்லும் நாட்களில் தங்கை சாம்போவியைப் பார்த்துக்கொள்ள நானோ பத்மாவதி அக்காவோ விடுப்பு எடுக்க வேண்டியிருந்தது. குழந்தையைப் பார்த்துக்கொள்ள வேண்டும். வீட்டு வேலைகள் செய்ய வேண்டும். இவற்றைவிடப் பெரியது படிப்பு என்று தெரியாததால் நான் பஞ்சமில்லாமல் விடுப்பு எடுத்தேன். அம்மா வேலைக்குச் சென்றால் அந்த நாளில் ஒருநேரத்துக் கஞ்சிக்குப் பதில் சோறு இருக்குமென்ற எதிர்பார்ப்பும் இருந்தது. பள்ளிக்குச் செல்லாத நாளின் மிகப் பெரிய கஷ்டம், விளையாட முடியாமல்போவது தான். பள்ளியில் இலவசமாகக் கொடுக்கும் புத்தகங்களை வாங்குவோம். பணம் கொடுத்து வாங்குமளவு பாடப் புத்தகங்கள் மதிப்புள்ளவை என்று எங்களுக்குத் தெரியவில்லை. ஆயினும் என்னவோ படித்தோம். நான்காம் வகுப்புக்கெல்லாம் வந்த பிறகு படிப்பைக் கொஞ்சம் ஆழ்ந்தமுறையில் பார்க்கத் தொடங்கினோம். படிப்பின் மீதான பெரிய ஆர்வத்தின் காரணத்தால் அல்ல; எப்படியும் பள்ளிக்குச் செல்கிறோம், அப்படியானால் அங்கே நடப்பதைக் கொஞ்சம் கவனிக்கலாமே என்று நினைத்தோம், அவ்வளவுதான்.

"இதற்கிடையில் படிப்பை நிறுத்திவிட்டு வீட்டில் இருந்த அக்கா பத்மாவதிக்குத் திருமண ஏற்பாடுகள் ஆரம்பித்திருந் தார்கள். அன்று பத்மாவதிக்குப் பதினான்கே வயதுதான். அன்றன்றைக்கான வருமானத்தையே கஷ்டப்பட்டுச் சம்பாதிக்கும் குடும்பத்தால் இதற்கு மேலும் ஒரு பெண்பிள்ளையை வீட்டில் வைத்திருப்பது முடியாதல்லவா? பொதுவாக இந்த வயதாகும் போது வால்மீகி குழந்தைகளைத் தேவதாசியாக்குவதைப் பற்றி வீட்டார் யோசிக்க ஆரம்பித்திருப்பார்கள். வரதட்சிணை யாகக் கொடுப்பதற்குக் கையில் பைசாக்கூட இல்லாத குடும்பத்தினர்தான் இப்படி யோசிப்பார்கள். தேவதாசியாக்கி விட்டால் பிறகு கல்யாணம் செய்ய வேண்டியதில்லை என்பது பெரிய விஷயம். அதுமட்டுமல்ல, பிறகு அவள் சமூகத்தின் சொத்து. மேலும் குடும்பத்தினருக்குச் சம்மதமில்லை

என்றாலும் சில பெண்பிள்ளைகளை ஊர்க்காரர்களே பிடித்துத் தேவதாசியாக்கவும் செய்வார்கள். நம்பிக்கைகளின் பெயரால் இப்படி நடக்கும். மூடநம்பிக்கையின் பிடியில் ஆட்பட்டிருக்கும் கிராமங்களில் இதெல்லாம் சாதாரணம். தேவர்களைப் பயன்படுத்திக்கொண்டு இதை நடப்பாக்கு வார்கள். மனத்தில் கடவுளின் விருப்பம் வெளிப்பட்டு அதை அருள்வாக்காகச் சொல்ல நியமிக்கப்பட்டவன்தான் தேவர்கள் என்பது நம்பிக்கை. கடவுளின் விருப்பம் என்று சொல்லி இவன் அருள்வாக்காகச் சொல்வது யாரின் விருப்பம்? அவர்களின் விருப்பம், இல்லையென்றால் மேல்சாதிக்காரர்களின் விருப்பம். எங்கள் தோழி அம்பையைத் தேவதாசியாக்கியது இப்படிப் பட்ட மூடநம்பிக்கையின் பெயரால்தான். அழகியான அவளைத் தேவதாசியாக ஆக்க வேண்டியது பெரிய மனிதர்களின் தேவையாக இருந்தது. அவள் வயதுக்கு வந்தபிறகு அவள் சகோதரனுக்கு ஏதோ பெரிய நோய் வந்தது. இது பெரிய மனிதர்களின் விஷயங்களைச் சுலபமாக்கிவிட்டது. சாமி கோபம் கொண்டிருக்கிறது என்பதற்கு வேறு ஆதாரம் எதுவும் வேண்டுமா? இதற்கு என்ன வழி? அம்பையைத் தேவதாசி யாக்குவதுதான். குற்றத்தையும் தண்டனையையும் அவர்களே தீர்மானிக்கிறார்கள். அம்பையின் குடும்பத்தினர், எல்லா வற்றையும் நம்ப விதிக்கப்பட்டவர்கள். அவர்கள் அம்பையைத் தேவதாசியாக்க சம்மதிக்கிறார்கள். இது அம்பையின் கதை மட்டும் அல்ல. இப்படி எத்தனை பேர்! எப்படியானாலும் பத்மாவதி அக்கா அப்படியொரு நிலையை எதிர்கொள்ள நேரவில்லை. குடும்பத்தில் மூத்த குழந்தையாக இருந்தது காரணமாக இருக்கலாம். அக்காவுக்குக் கல்யாணம் ஆகும்போது நான் ஏழாம் வகுப்பில் படித்துக்கொண்டிருந்தேன். ஆண்டுத் தேர்வில் நான் தேர்ச்சி பெறவில்லை.

"தேர்வில் தோற்றாலும் மதியக் கஞ்சிக்குக் குறையொன்றும் ஏற்பட்டுவிடாதல்லவா? ஆனால் வீட்டு வேலைக்கு ஆள் வேண்டும் என்பதால் இனி பள்ளிக்கு அனுப்ப வேண்டாம் என்று அம்மாவும் அப்பாவும் முடிவுசெய்தார்கள். அப்படி என் வாழ்க்கையில் பள்ளி எனும் அத்தியாயம் அங்கே முடிந்தது."

தேவதாசி விடுதலை முன்னணிக்காகப் பல இடங்களில் பேசிய காலங்களில் வந்த திறமைதான், ரேணுகாவின் மொழியை இவ்வளவு கண்ணியமாக்கியது என்று எனக்குத் தோன்றியது. இதற்கிடையில், விடுதலை முன்னணியின் மற்ற சில செயற்பாட்டாளர்களும் அங்கே வந்தார்கள்.

ரேணுகா பேச்சைத் தொடர்ந்தார்: "அக்காவின் கல்யாணம் முடிந்த உடனே நாங்கள் இங்கே ஹர்ப்பனஹள்ளியில்,

ஆதிசாமிமெட்டாவுக்கு வந்தோம். தேவதாசிகளாக ஆக நேர்ந்தவர்கள் அன்று ஹர்ப்பனஹள்ளியில் அதிகம்பேர் இருந்தார்கள்.

"பதினைந்து வயது கடந்தபிறகு பெண்பிள்ளைகளைத் தேவதாசியாக்குவது ஒன்றுதான் இங்குள்ளவர்களுக்கு வழியாக இருந்தது. ஒரு பெண்பிள்ளையைத் தேவதாசியாக்கி விட்டால் பிறகு அவள் முதலில் கோயிலின் சொத்து என்று அறிவிப்பார்கள். கோயிலில் பிச்சை எடுப்பதற்கு அதிகாரம் கிடைப்பதைப் பெரிய அங்கீகாரமாகத்தான் பெண்பிள்ளைகள் பார்த்தார்கள். இவர்களில் அழகானவர்களைச் சீக்கிரமே மேல்சாதிக்காரர் யாராவது அணுகுவார். பணம்தான் அவர்களின் ஆயுதம். ஏறக்குறைய மூன்றுவேளை உணவுக்கான தொகை கிடைத்தாலே பெண்பிள்ளைகளுக்கு, பணம் கொடுப்பவர்கள் கடவுள்களைப்போலத் தோன்றுவார்கள். ஏனென்றால் அவர்களெல்லாம் இரண்டு வேளை சாப்பிடவே பெரும்பாடு படுகின்றவர்களாக இருப்பார்கள். அதன் பிறகு இந்தக் 'கடவுள்கள்' சொல்வது எதற்கும் கீழ்ப்படிய அவர்கள் தயாராக இருப்பார்கள்.

"அன்று கோயில்களோடு சேர்ந்து கொஞ்சம் வீடுகள் இருந்தன. தேவதாசிமுறையைத் தடை செய்தபிறகுதான் அவற்றையெல்லாம் இடித்துவிட்டார்கள். பெரிய மனிதர்கள் வாடகைக்கு வீடுகள் எடுப்பார்கள். அவர்களுக்குப் பிடித்த தேவதாசிகள் அங்கே வசிப்பதற்கு அனுமதி கொடுப்பார்கள். பிறகு விரும்பியபோதெல்லாம் அவர்கள் இந்த வீடுகளுக்கு வருவார்கள். பகலில் தெய்வத்தின் தாசிகள் என்று அழைக்கப் படுபவர்களில் பெரும்பாலோர் இரவில் பெரிய மனிதர்களின் தாசிகளாகிறார்கள். தேவதாசிகளுக்கு அது தவறாகத் தோன்றுவதில்லை. பசியைப் போக்குவதற்கான அன்னத்தை விட வேறொன்றும் பெரிதல்லதானே. ஒரு பெரிய மனிதரின் விருப்பத்திற்குரியவளாக ஆகும் தாசி அவருடன் இருக்கும் காலத்தில் பிச்சை எடுக்கக் கூடாது. அது அந்தப் பெரிய மனிதருக்குக் கௌரவக் குறைச்சல். தன் தேவதாசிக்கான எல்லாச் செலவையும் அவர்தான் ஏற்றுக்கொள்வார்.

"வயதுக்கு வருவதற்கும் முன்பே தேவதாசி ஆக நேர்ந்த பெண்பிள்ளைகளும் அன்று நிறையப்பேர் இருந்தார்கள். பெரிய மனிதர்களின் ஆசைதானே முக்கியம். பிள்ளைகளின் குழந்தைமைகூட அதற்குத் தடையாக இல்லை. அப்படி கோயிலோடு சேர்ந்திருக்கும் வீடுகளில் எத்தனையோ பெண்பிள்ளைகளின் ஓலம் வெளியே வராமல் ஒடுங்கிக் கிடந்தது. அதிக காலம் செல்வதற்கும் முன்பே, பெரிய

மனிதருக்கு அடுத்த தேவதாசி கிடைத்திருப்பாள். அதன் பிறகு பழையவள் வெளியேற்றப்படுவாள். பிறகு அவளுக்கு வீடுகளில் இடமில்லை. அவள் வெளியே சென்று கோயில் வளாகத்தில் பிச்சை எடுக்கத்தான் வேண்டும். அந்த நேரத்தில் வேறு யாராவது பெரிய மனிதர் அவளிடம் ஈர்க்கப்பட்டால் பிறகு அவர்தான் அடுத்த கடவுள். சில சமயங்களில் புதிய பெரிய மனிதர் தன் பெருமையைக் காட்டுவதற்காகப் பழைய பெரிய மனிதரைவிட அதிக சௌகர்யங்களை அவளுக்கு வழங்கக் கூடும். எப்படியானாலும் அங்கும் கதையின் முடிவு முன்பு போலத்தான். அவருக்கு வேறொரு தேவதாசி கிடைத்தவுடன் அவள் அங்கிருந்தும் வெளியேற்றப்படுகிறாள். அதன் பிறகு மீண்டும் யாசகத்தின் காலம். கொஞ்சம் காலத்துக்குப் பிறகு தேவதாசிகள் சாதாரணப் பாலியல் தொழிலாளிகளின் நிலைக்கு வந்துவிடுகிறார்கள். யார் அழைத்தாலும் அவர்களுடன் போகலாம் எனும் மனோபாவம் அவர்களுக்கு இருக்கும். உண்மையில் கோயில்களை மையப்படுத்தியதான ஒருவித விபச்சாரம்தான் இங்குள்ள தேவதாசிமுறை.

“கோயிலுக்கு வருகின்றவர்களுக்கு அப்பால் புதிய கடவுள்களைத் தேடி இவர்கள் பிறகு தெருவுக்கும் வருவார்கள். அப்படி தெருக்களின் பாலியல் தொழிலாளிகளாக இவர்களும் மாறுவார்கள்.

“பள்ளிப் பாடங்கள் முடித்து வந்த எனக்கு இவை யெல்லாம் புதிய பாடங்களாக இருந்தன. மேற்கொண்டு படிக்க முடிந்திருந்தால் நன்றாக இருந்திருக்குமே எனும் சிந்தனை அப்போதுதான் என்னில் துளிர்க்கிறது. படிக்கப்போனால் இதையொன்றும் சிந்திக்க வேண்டியிராதே என்பதுதான் என் எண்ணம். பள்ளிக்கு வெளியிலான இந்தப் புதிய பாடங்களி லிருந்து உதறி வெளியேற எவ்வளவுதான் விரும்பினாலும் என்னால் முடியவில்லை. என்றும் எப்போதும் அந்த எண்ணங்கள் வந்து என்னை அலட்டிக்கொண்டிருந்தன. என்னைப்போன்ற ஒவ்வொரு பெண்பிள்ளையைப் பார்க்கும்போதும் இந்தப் பயம் அதிகரித்துவந்தது. ஆனால் இதைப்போன்றதொரு விதி எனக்காகக் காத்திருக்கிறது எனும் நினைப்பு என் மனத்தில் எழுந்ததே இல்லை. இல்லை, அப்படி நினைக்க மனம் விரும்பவே யில்லை என்பதுதான் உண்மை.

“நான் வயதுக்கு வந்தவுடன் என்னைத் தேவதாசியாக்க வேண்டும் என்று சொல்லிப் பலர் வீட்டுக்கு வரத் தொடங்கி னார்கள். வீட்டுக்கு ஐஸ்வர்யம் வருவதற்காக, ஊருக்கு நன்மை ஏற்படுவதற்காக என்றெல்லாம் சொல்லிப் பெரிய மனிதர்கள் வந்து வலியுறுத்தினார்கள். என் குடும்பத்தினரும் அந்த வழியில்

சிந்திக்கத் தொடங்கியிருந்தார்கள். ஏனென்றால் அதுதானே நாட்டு நடப்பு. அது மட்டுமல்ல, அக்கா திருமணத்தால் ஏற்பட்ட பொருளாதார நெருக்கடிகளிலிருந்து நாங்கள் இன்னும் மீளவில்லை. முடிந்தால் அடுத்த கல்யாணத்தைத் தவிர்க்க வேண்டும் என்று இயல்பாகவே என் வீட்டார் நினைத்திருப்பார்கள். ஆனால் அண்டை அயலில் இருக்கும் தேவதாசிகள் படும் துன்பங்களையெல்லாம் கண்முன்னால் பார்த்துக்கொண்டிருக்கும் என்னால் இதற்கு உடன்பட முடியவில்லை. எக்காரணம் கொண்டும் தேவதாசியாக ஆகச் சம்மதிப்பதில்லை என்று நான் முடிவு செய்தேன். வீட்டில் பெரிய களேபரம் செய்தேன். அதன்பிறகு வீட்டார் என்னை எதற்கும் கட்டாயப்படுத்த முடியவில்லை.

"கருப்பாக இருந்தாலும் அன்று நான் அழகாக இருந்தேன் என்று அக்கா சொல்வாள். இவ்வளவு அழகான பெண்ணைத் தாசியாக்கவில்லை என்றால் யெல்லம்மா கோபித்துக்கொள்ள மாட்டாளா என்று கேட்டுத்தான் பெரிய மனிதர்களும் அவர்களின் ஆட்களும் வீட்டுக்கு வருவார்கள். அதைக் கேட்கும் போது வீட்டார் என் முகத்தைப் பார்ப்பார்கள். ஆனால் அப்போது நான் உறுதியாக இருப்பேன். அதன் பிறகு அம்மா அப்பா எதுவும் சொல்ல முடியாது. பெரிய மனிதர்கள் அவர்களை அசிங்கமாகத் திட்டிவிட்டுப் போவார்கள். இது வீட்டில் பலமுறை நடந்தது. அப்படியிருக்கும்போதுதான் எனக்கு டைபாய்டு காய்ச்சல் வந்தது. எனக்கு வந்திருப்பது டைபாய்டு என்று தெரியவில்லை. நல்ல சிகிச்சையும் இங்கே கிடைக்கவில்லை. மூன்றுநாட்களுக்கும் மேல் படுக்கையிலிருந்த போது பழைய பெரிய மனிதர்களில் ஒருவர் தேவர்களுடன் வீட்டுக்கு வந்தார்.

"இதோ, அம்மன் கோபம் கொள்ளத் தொடங்கியிருக்கிறாள்.' தேவர்கள் சொன்னார்கள். 'அழகான பெண்களைத் தேவதாசி ஆக்கவில்லை என்றால் இப்படித்தான் நடக்கும். இனிமேல் இந்த நோய் ஊர்முழுதும் பரவத் தொடங்கும். இந்த ஊர் முழுதும் கண்ணீர் சிந்த வேண்டுமா?' தேவர்களின் இந்த அருள்வாக்கைக் கேட்டபோது என் அப்பா, அம்மாவுக்கு அச்சம் அதிகரித்தது; ஓர் அர்த்தத்தில் எனக்கும். அதன் பொருட்டு அவர்களுக்குப் பணிந்துபோகவொன்றும் நான் தயாராக இல்லை. ஊர்க்காரர்களின் கண்ணீரைவிட, நான் அழவேண்டிவருமோ எனும் அச்சம்தான் எனக்குப் பெரிதாக இருந்தது. தேவதாசியாக ஆகிவிட்டால் மற்ற பலரைப்போல நானும் . . ? என் மனத்துக்குள் இந்தப் பயம் மட்டும்தான் இருந்தது. ஆனால் காய்ச்சல் குணமாகாதிருந்தது. தேவர்கள்

மீண்டும் வந்தார்கள். இந்தமுறை அவர்கள் அச்சுறுத்தல் கலந்த குரலில் அறிவுரை சொன்னார்கள். அதெல்லாம் காதில் விழாதது போல் நான் இருந்தேன். ஆனால் அப்போது ஊர்க்காரர்களும் எனக்கு எதிராகச் சிந்திக்கத் தொடங்கியிருந்தார்கள். தேவர்கள் சொல்வதுபோல அம்மனின் கோபம் ஊர் முழுவதையும் பாதிக்கும் என்று அவர்களும் அஞ்சினார்கள்.

"நான் ஏன் அனுசரிக்கவில்லை என்பதுதான் அவர்களின் சந்தேகம். ஊர்முழுவதையும் சாவுக்குக் கொடுக்கும் திமிர் பிடித்தவள் என்று எனக்குக் கெட்டபெயர் வந்துவிட்டது. குடும்பத்தைத் தனிமைப்படுத்துவோம் எனும் அச்சுறுத்தல் பல மூலைகளிலிருந்து எழுந்தபோது என் பிடிவாதம் அடங்கியது.

"அப்படி, தேவதாசி ஆக நானும் சம்மதித்தேன். ஆனால் வீட்டில் நான் ஒரு நிபந்தனை விதித்தேன். கோயிலுக்குச் சென்று பிச்சை எடுக்கிறேன். அங்கே தேவைப்படும் வேலைகளையும் செய்கிறேன். மற்ற எதுவும் என்னால் செய்ய முடியாது. அம்மா, அப்பா அதை ஏற்றுக்கொண்டார்கள். எப்படியாவது யெல்லம்மா வின் கோபம் தீர்ந்தால் அவர்களுக்குப் போதும்தானே! அப்படி தாமதமாகவேனும் நான் தேவதாசி ஆக்கப்பட்டேன். சடங்குகள் எல்லாம் வீட்டில்தான் நடந்தன. கோயிலில் இருப்பதைப்போல வீட்டுத் திண்ணையைப் பூஜைக்காக ஆயத்தப்படுத்தி வைப்பார்கள். கிடைக்கக்கூடிய பூக்களையெல்லாம் சேகரிப்பார்கள். தேவதாசியாக்கினால் அணிவதற்கான மணிமாலை இருக்கும். முதலில் கிணற்றடிக்குச் சென்று குளிக்க வேண்டும். அடுத்த வீட்டுப் பெண்களெல்லாம் சேர்ந்துதான் குளிப்பாட்டுவார்கள். குளித்து ஈரப்புடவையுடன், பூஜைக்காக ஆயத்தப்படுத்தப்பட்டிருக்கும் இடத்துக்கு வருவேன். அங்கே ஒரு பீடம் தயார் செய்திருப்பார்கள். அது, பூவெல்லாம் போட்டு அலங்கரிக்கப்பட்டிருக்கும். பீடத்தில் பெண்பிள்ளையை உட்காரவைத்துப் பூசாரி பூஜைகள் செய்வார். யெல்லம்மாவின் படத்துக்கு முன்னால் உட்கார வைத்துதான் பூஜைகள் நடக்கும். பெண்கள் இருப்பார்கள். அரைமணிநேரம் பூஜைகள் நடக்கும். பிறகு ஒரு மணிமாலை மந்திரித்துக் கழுத்தில் அணிவிப்பார்கள். அதன் பிறகு தேவதாசியாகிவிட்டதாக அர்த்தம். இதைக் கோயிலில் செய்யும்போது பெண்பிள்ளையை முற்றிலும் நிர்வாணப்படுத்துவார்கள் என்று கேள்விப்பட்டிருக்கிறேன். ஆனால் வீட்டில் அப்படிச் செய்வதில்லை.

"தேவதாசியான பிறகு முதலில் கோயில்களுக்குச் சென்று பிச்சை எடுத்தேன். கோயிலுக்குத் தேவையான தண்ணீர் கொண்டுவரவும் மற்ற வேலைகளுக்கும் உதவுவேன். என் தேவைக்கான பணத்தை நானே சம்பாதித்தேன். இரவில்

புனிதப் பாவங்களின் இந்தியா

வீட்டுக்குச் சென்று தூங்குவேன். இந்த அதிர்ஷ்டம் மற்ற தேவதாசிகளுக்கு இல்லை. திரும்பி வீட்டுக்குச் செல்ல அவர்களுக்கு வாய்ப்பில்லை. வீட்டார் முற்றிலுமாகவே கைவிட்ட நிலை. இது, தேவையுள்ளோருக்கான விஷயங் களைச் சுலபமாக்கியது. இரவுத் தூக்கத்துக்கு ஓர் இடம் கிடைத்தால் அங்கே எதற்கும் அவர்கள் ஆட்பட்டு விடுவார்கள். பகலில் பிச்சையெடுத்தும் கோயிலில் சில்லறை வேலைகள் செய்தும் துவண்டுபோய் வருபவர்களைப் பெரிய மனிதர்கள் அவரவரின் தனிப்பட்ட படுக்கையறைக்கு அழைத்துச் சென்றார்கள். நான் மட்டும் வீட்டுக்குத் திரும்பினேன். நன்றாகத் தூங்கினேன்.

"நன்றாகத் தூங்கினேன் என்று சொல்லலாமா என்று தெரியவில்லை. ஏனென்றால் அப்போதெல்லாம், உடன் இருக்கும் தேவதாசிகளின் பரிதாபகரமான நிலையை நினைத்து மனம் கலக்கமடையும். ஆனால் அன்று, அதற்கு எதிராகப் போராட வேண்டும் என்றெல்லாம் தோன்றவில்லை. நான் எப்படியாவது தப்பிவிட்டேனே எனும் நிம்மதிதான் கொஞ்ச காலம் இருந்தது. ஆனால் விரைவிலேயே என்னையும் சிலர் நெருங்கத் தொடங்கினார்கள். கோயிலிலேயே தங்கும்படி அறிவுரை சொல்லிக்கொண்டு அவர்கள் வந்தார்கள். கோயிலில் தங்கினால்தான் உண்மையாகவே தெய்வத்தின் அன்பைப் பெறமுடியும் என்பதுதான் அவர்களுடைய அறிவுரையின் சாரம். உடனிருக்கும் தேவதாசிகளைக்கொண்டும் எனக்கு அறிவுறுத்தினார்கள். தெய்வத்தின் அன்பு கிடைக்கவில்லை என்றாலும் பரவாயில்லை, வீட்டுக்குத்தான் போவேன் என்று நான் உறுதியாகச் சொன்னேன்.

"தேவதாசிகளில் பெரும்பாலோர் தங்கள் நிலையில் அதிருப்தியுடன் இருந்தார்கள். ஆனால் நல்ல பெரிய மனிதர்களின் தாசியாக இருக்க வாய்ப்புக் கிடைத்தவர்கள் அந்த வாய்ப்பைப் பயன்படுத்திக்கொள்ளும் முயற்சியிலும் இருந்தார்கள். புதியவள் அரங்கத்துக்கு வரும்போது தாங்கள் வெளியேற்றப்படுவோம் என்று, பழைய தேவதாசிகளின் கதைகளிலிருந்து அவர்கள் அறிந்திருந்தார்கள். சொந்தக் குடும்பத்தினரே அவர்களுக்குப் புதிய புதிய தந்திரங்களைக் கற்றுக் கொடுத்தார்கள். பாலியலின் புதிய தந்திரங்களின் மூலமாகப் பணக்காரர்களைப் பிடித்துத் தக்கவைத்துக்கொள்ள அவர்கள் பாடுபட்டார்கள். கோயிலில் வேலைகள் இல்லாதிருக்கும் மதியப் பொழுதுகளில் தேவதாசிகள் தங்களுக்குள் இப்படிப்பட்ட விஷயங்களைப் பேசிக்கொண்டார்கள்.

"ஒரு காலகட்டத்தில் ஒரே ஒரு ஆணுடன் மட்டும் இருப்பவர்களாக வாழ்ந்திருந்தார்கள் தேவதாசிகள். அந்தச் சமயத்தில் மற்ற ஆண்கள் அழைத்தாலும் அவர்கள் புறக்கணித்தார்கள். ஏற்கெனவே இருப்பவர் கைவிடும்போது மட்டும்தான் அவர்கள் மற்றொருவருக்கு இசைவார்கள். கடைசியில், கோயில் வீடுகள் தருவதற்கு யாருமற்றபோது அவர்கள் மற்றவர்களைத் தேடித் தெருவுக்குப் போகிறார்கள். ஆனால் ஒருவர் கைவிடும்போது மற்றொருவரை அந்த ஸ்தானத்துக்கு அங்கீகரிக்க முடியாதவர்களும் இருக்கிறார்கள். பெரிய மனிதர்களின் அதிகாரத்துக்குக் கட்டுப்படாமல் தப்பிக்கும் சிலரும் இருந்தார்கள்.

"சுலோச்சனாவின் வாழ்க்கை இதற்கு ஒரு உதாரணம். ஹர்ப்பனஹள்ளியைச் சேர்ந்த அவளது திருமணம் அவளது ஒன்பதாம் வயதில் நடந்தது. குடும்பத்தினர் முடிவு செய்த திருமணம். மாப்பிள்ளை மிகவும் வயதான ஆளாக இருந்தார். கல்யாணம் நடந்து இரண்டு வாரங்களுக்குப் பிறகு நோய்வாய்ப்பட்டு அவர் இறந்துபோனார். அதன் பிறகு சுலோச்சனா வீட்டுக்குத் திரும்பினாள். பின்னரும் இரண்டு வருடங்களுக்குப் பிறகுதான் அவள் வயதுக்கு வந்தாள். அதன்பிறகு அவள்மீது சிலர் கண்வைத்தார்கள். சுலோச்சனாவைத் தேவதாசியாக்க வேண்டும் எனும் அறிவுறுத்தலுடன் வீட்டுக்கு வந்தார்கள். அவர்களை எதிர்த்து நிற்பது சுலோச்சனாவுக்கு அவ்வளவு சுலபமாக இல்லை.

" 'இவள் தேவதாசியாக வேண்டியவள். அதனால்தான் நீங்கள் கல்யாணம்செய்துகொடுத்தும் இவள் கணவனைத் தெய்வம் திரும்ப எடுத்துக்கொண்டது.' இதுதான் பெரிய மனிதர்களின் வாதம். தேவர்கள் சாமியாடித் தீர்ப்புச் சொன்னதும் இதுதான்.

"அப்படி சுலோச்சனா தேவதாசியானாள். அவள் கோயில்களில் வேலைசெய்ய வந்தாள். ஆனால் அங்கிருக்கும் பெரிய மனிதர்களின் தேவைகளுக்குச் செவிகொடுக்கவில்லை. இரவில் வீட்டுக்குச் சென்று தூங்கினாள். தனிப்பட்ட வீடுகளுக்கான அழைப்பையெல்லாம் அவள் மறுத்தாள். ஆனால் எப்படி யாவது அவளை அனுபவிக்க வேண்டும் எனும் பிடிவாதம் கொண்டவர்கள், புதிய தந்திரங்களை உருவாக்கினார்கள். இரவுகளில் அவள் திரும்ப வீட்டுக்கு வந்து தூங்குவது சரியல்ல எனும் வாதத்துடன் அவர்கள் களமிறங்கினார்கள்.

"கணவனை இழந்தவள் அல்லவா, நியதியை மீறி அவளைக் குடும்பத்தில் சேர்த்தால் அடுத்த ஆளை இழக்க வேண்டியிருக்கும்' என்று தேவர்கள் சொன்னார்கள்.

"அப்படி வீட்டாரைக் கொண்டே சுலோச்சனாவுக்கு முன்னால் ஓங்கிக் கதவடைக்கும்படிச் செய்தார்கள். வீட்டில் இடமற்றுப்போன காரணத்தால் அவள் தங்குவதற்கு உடன்படுவாள் என்று எதிர்பார்த்துப் பெரிய மனிதர்கள் காத்திருந்தார்கள். எல்லா வகையிலும் வாழ்க்கையில் தனிப்பட்டுப்போன ஒரு பெண்ணால் என்ன செய்ய முடியும்? ஆனால் சுலோச்சனா தோற்றுப்போகத் தயாராக இல்லை. அவள் கோயிலில் பிச்சையெடுப்பதை நிறுத்திக்கொண்டாள். வாழ்க்கையை எதிர்கொண்டே தீரவேண்டும்; தனித்தென்றால் தனியாகவே. வேலை தேடி அவள் ஹர்ப்பனஹள்ளி டவுனுக்கு வந்தாள். அங்கே பெரியதொரு தேநீர்க் கடையில் பாத்திரம் கழுவும் வேலை கிடைத்தது. அதை மகிழ்ச்சியாக ஏற்றுக் கொண்டு அவள் நகரத்தில் தங்கினாள். ஹோட்டலுக்குப் பின்னால் வேலை செய்த அவளது வாழ்க்கையை யாரும் கவனிக்க வில்லை. அதன் பாதுகாப்பில் அவள் அங்கே கொஞ்சம் காலம் இருந்தாள். காலப்போக்கில், நகரத்தில் மற்ற வேலைகளுக்கும் முயன்றாள். உழைக்கத் தயாராக இருந்த சுலோச்சனாவுக்கு வேலை கிடைப்பதில் எந்தப் பிரச்சினையும் ஏற்படவில்லை. அப்படி பெரிய மனிதர்களின் சதி வேலைகளை சுலோச்சனா தன் வாழ்க்கையால் முறியடித்தாள்."

சுலோச்சனாவின் கதையைச் சொல்லி முடிக்கும்போது ரேணுகாவின் கண்களில் நிறைந்த பெருமையை நான் கவனித்தேன். ஒரு பெண், தனியே கடுமையானதொரு நெருக்கடி நிலைக்குச் சவால்விட்டு வாழ்ந்ததில் எனக்கும் வியப்பு ஏற்பட்டது. அதுவும் அவள் நிறைய வருடங்களுக்கும் முன்பு அப்படி இருந்திருக்கிறாள். இந்த எண்ணத்தை நான் ரேணுகாவிடம் சொன்னேன்.

அதை முழுமைப்படுத்தியவாறு ரேணுகா தொடர்ந்தார்: "சுலோச்சனாவின் வாழ்க்கையைப்போல கெஞ்சம்மாவின் வாழ்க்கையும் ஒருவிதத்தில் வெற்றிதான். எங்களுக்கு அண்டை வீட்டுக்காரி கெஞ்சம்மா. அவளது பத்தாம் வயதில் அவளைத் தேவதாசியாக்கினார்கள். ஹர்ப்பனஹள்ளியிலேயே ஒரு பண்ணையார் அவளைக் கொஞ்சகாலம் தாசியாக வைத்திருந்தார். அந்தத் தொடர்பில் விரைவிலேயே கெஞ்சம்மா வுக்கு ஒரு ஆண் குழந்தை பிறந்தது. தேவதாசிகளின் குழந்தைகள் மீது சமூகம் காட்டும் பாகுபாடு, தாழ்த்தப்பட்ட சாதியின் மீது காட்டும் பாரபட்சத்தைவிடக் கொடூரமானது. தன் அப்பா யார் என்று அறிந்துகொள்வதற்கான உரிமைகூட குழந்தைக்கு இல்லை. குழந்தையின் அப்பா யார் என்று வெளிப்படுத்த தேவதாசிக்கும் உரிமை இல்லை. கெஞ்சம்மா இந்த

நாட்டுநடப்புகளை அனுசரித்துத்தான் குழந்தையை வளர்த்தாள். எங்கும் அவன் புறக்கணிக்கப்பட்டான். தேவதாசிக்குக் குழந்தை பிறப்பது தெய்வ கோபத்தின் விளைவுதான் என்பது மேல்சாதிக்காரர்களின் கொள்கை. சமூகத்தின் எல்லா அறியாமைகளையும் சகித்துக்கொண்டுதான் குழந்தை வளர வேண்டும். உங்களுக்குத் தெரியுமா? இங்கே ஒன்றிரண்டு மாவட்டங்களில் மட்டுமே அப்படிப்பட்ட பிள்ளைகள் பத்தாயிரத்துக்கும் அதிகமாக இருப்பார்கள்; அப்பா யார் என்று தெரியாதவர்கள்; புறக்கணிப்பையும் ஏளனத்தையும் சகித்து வளர விதிக்கப்பட்டவர்கள்.

"மகன் பிறந்தவுடன் கெஞ்சம்மாவை அந்தப் பெரிய மனிதர் கைவிட்டார். அவருக்குப் பதிலாக மற்றொருவரை ஏற்றுக்கொள்ள கெஞ்சம்மா தயாராக இல்லை. அந்த அம்மா – மகனின் வாழ்க்கை பிற்பாடு மிகவும் துன்பமாக இருந்தது. கோயிலிலிருந்து வெளியேறிய கெஞ்சம்மா, ஊரில் சிறியதொரு பெட்டிக்கடை வைத்தாள். ஆனால் வால்மீகி சமுதாயக் காரியின், அதுவும் பாவம் செய்த தேவதாசியின் கடையிலிருந்து பொருட்கள் வாங்க யாரும் தயாராக இல்லை. கடை வெறும் சோளக்கொல்லை பொம்மையைப்போல இருந்தது.

"அதன்பிறகு, கடையில் சாராயம் விற்கும்படிச் சிலர் கெஞ்சம்மாவுக்கு அறிவுரை சொன்னார்கள். அவளுக்கு வேறு வழி இல்லை. அவள் சாராய வியாபாரிகளுடன் சேர்ந்து நெகிழி உறைகளில் கட்டிய சாராயம் விற்றாள். தார் பீப்பாயில் தண்ணீர் நிறைத்து வைத்து அதனுள்ளே சாராய உறைகளைப் போட்டு வைப்பாள். வாடிக்கையாளர் வரும் போது எடுத்துக் கொடுப்பாள். போலீஸ் வரும்போது அது வெறும் பெட்டிக்கடையாகத்தான் இருக்கும். இதுதான் வியாபாரத்தின் தன்மை. விவசாயத் தொழிலாளர்கள்தான் கெஞ்சம்மாவின் முக்கியமான வாடிக்கையாளர்கள். சில சமயங்களில் மேல்சாதி இளைஞர்களும் கடைக்கு வருவார்கள். மதுவைப் பொறுத்தவரை அன்றும் சாதிபேதம் இல்லை.

"மகனை வளர்க்க கெஞ்சம்மாவுக்கு வேறு வழி எதுவும் இல்லை. சாராய வியாபாரத்தில் கிடைப்பது சொற்ப வருமான மாக இருந்தபோதும், மகனைப் படிக்க வைக்க வேண்டும் என்பதில் அவள் உறுதியாக இருந்தாள். மகன் பிரகாஷை அவனது ஐந்தாம் வயதில் பள்ளியில் சேர்த்தாள். தேவதாசியின் மகன் என்பது அவனுக்குப் பெரியதொரு பாரமாக இருந்தது. தேவதாசிகளின் பிள்ளைகளைச் சபிக்கப்பட்ட பிறவிகளாகத் தான் படித்தவர்கள்கூட கருதிவந்தார்கள். பிற குழந்தைகளுடன்

சேர்ந்து அவர்கள் விளையாடுவதுகூட இவர்களுக்கு அச்சத்தை ஏற்படுத்தியது.

"கொஞ்சகாலத்துக்குப் பிறகு சாராய வியாபாரத்திலிருந்து கூலிவேலைக்கு மாறிய கெஞ்சம்மா பல சமயங்களில் நிறைய நெருக்கடிகளை அனுபவித்தாள் என்றாலும், மகனது படிப்பு விஷயத்தில் அவள் சமரசத்துக்குத் தயாராக இல்லை. உயர்நிலைப் பள்ளிப் படிப்பு முடிந்தால் பிறகு கூலி வேலை – இதுதான் வால்மீகி குடும்பங்களின் வழக்கம். பிரகாஷின் மூலம் கெஞ்சம்மா அந்தப் பழக்கத்தை மாற்றினாள். அவள் பிரகாஷைக் கல்லூரிக்கு அனுப்பினாள். அம்மாவின் விருப்பத்தைப் புரிந்துகொண்டு படித்த பிரகாஷ் சிறப்பாக வெற்றிபெற்றான். தாவன்கரே சட்டக் கல்லூரியில் எல்.எல்.பி. தேர்ச்சிபெற்ற பிரகாஷ் இப்போது ஹர்ப்பனஹள்ளி நீதி மன்றத்தில் தொழில்புரிந்துவருகிறார். தேவதாசி விடுதலை முன்னணியைச் சேர்ந்த செயல்பாட்டாளர்களான எங்களுக்குத் தேவையான சட்ட ஆலோசனைகளுக்கு பிரகாஷ் உதவுகிறார். அனைத்துக்கும் மேலாக, எங்கள் சமுதாயப் பிள்ளைகளுக்கு சுட்டிக்காட்டுவதற்கான ஒரு முன்மாதிரியாகவும் இன்று பிரகாஷ் இருக்கிறார்.

"ஆனால் தாழ்த்தப்பட்ட சமுதாயத்தைச் சேர்ந்த குழந்தைகள் உயர்ந்தநிலைகளுக்குச் செல்வது, இப்போதும் மேல்சாதிக்காரர்களுக்குப் பொறுக்காத விஷயம். கிடைக்கும் வாய்ப்புகளில் எல்லாம் அந்தப் பாகுபாட்டைக் காட்டுவதற்கான முயற்சி இன்றும் உண்டு. தாவன்கரே மாவட்டத்தில் பல இடங்களில் வால்மீகி சமுதாயத்தினருக்கு இப்போதும் தேநீர்க் கடைகளில் கொட்டாங்கச்சியில்தான் தேநீர் கொடுக்கிறார்கள். அதிகமாகச் சொல்வானேன், சவரம்செய்ய சவரக் கடைக்குச் சென்றதற்காகத் தாழ்த்தப்பட்ட சாதிக்காரன் ஒருவனின் மூக்கை உடைத்த ஊர் இது. எங்கள் அமைப்பு நடைமுறைக்கு வந்தவுடன் பல அநீதிகள் களையப்பட்டிருக்கின்றன.

"ஒரு அமைப்பின் பலம் இருந்தால்தான் எதிர்ப்பது சாத்தியமாகும் என்று எனக்கு முதலிலேயே தோன்றியிருந்தது. அதற்கான வழியைத் திறந்தது சி.பி.எம்.தான். ஆதரவு அமைப்பான ஜனவாதி மகிளா அமைப்பு தேவதாசிகளின் நலத்திற்கான நடவடிக்கைகளை ஏற்றெடுக்கும் என்று அறிவித்து, அவர்களுடன் சேரக்கோரி சி.பி.எம். தலைமை எங்களை அணுகியது. அது நல்லதுதான் என்று எனக்கும் தோன்றியது. அப்படி, ஜனவாதி மகிளா அமைப்புடன் சேர்ந்து நடவடிக்கைகளைத் திட்டமிட்டோம்.

"பிறகான காலங்களில், எங்கள் பிரச்சினைகளைத் துல்லிய மாகத் தூக்கிப் பிடிக்க எங்களுக்கு மட்டுமான ஓர் அமைப்பு வேண்டும் என்று தோன்றியது. அதையும் சி.பி.எம். தலைமை ஏற்றுக்கொண்டது. அப்படித்தான் தேவதாசி விடுதலை முன்னணி உருவாகியது. இப்போதும் ஜனவாதி மகிளா அமைப்பு எங்கள் செயல்பாடுகளுக்கு ஆதரவாகக் களத்தில் இருக்கிறது.

"நாங்கள் செய்தவற்றில் குறிப்பிடத்தக்கது, தேவதாசிகளுக்கு ஓய்வூதியம் அனுமதிக்கச்செய்வதற்கான போராட்டங்கள்தான். அதில் கொஞ்சம் வெற்றிபெற்றிருக்கிறோம். ஓய்வூதியம் கொடுப்பதற்கான பட்டியல் தயார்செய்வதற்காக அரசு கணக்கெடுப்பு நடத்தவும் சம்மதித்தது. இதெல்லாம் விடுதலை முன்னணியின் போராட்டங்களின் விளைவுதான். ஆனால் பின்தங்கியவர்களை அப்படியே அங்கீகரிப்பதற்கு மேல்சாதிக் காரர்களின் மனம் இடம் கொடுக்குமா? கணக்கெடுப்பு முடிவு வந்தபோது கர்நாடகத்தில் உள்ள தேவதாசிகளின் மொத்த எண்ணிக்கை, அதிகாரிகள் கொடுத்த பட்டியல்படி 23,000பேர் மட்டும். போராட்டங்கள், தொடங்கிய இடத்திலேயே நிற்கின்றன என்றுதான் இந்தப் பட்டியலைப் பார்த்தபோது எனக்குத் தோன்றியது. நம்பிக்கையிழக்காமல் முன்னோக்கிச் செல்லவே தீர்மானித்தோம். பட்டியலில் உள்ள திருட்டுத்தனங்களை முதலிலேயே பரிசோதித்தேன். பெல்லாரி, பீதர், குல்பர்க், ரெய்ச்சூர், கொப்பல், ஹூப்லி, பெலகாவ் தொடங்கிப் பத்து மாவட்டங்களில் மட்டுமே தேவதாசிகள் இருக்கிறார்கள் என்பதுதான் அரசாங்கத்தின் கணக்கு. அப்படியென்றால் நாங்களெல்லாம் யார்? விரைவிலேயே போராட்ட நிகழ்ச்சி களுடன் களமிறங்கினோம். தாவன்கரே, சித்ரதுர்கா, ஷிமோகா, ஹாவேரி மாவட்டங்களில் மீண்டும் கணக்கெடுப்பு நடத்தவேண்டும் என்பதுதான் கோரிக்கை. மாவட்டம் –தாலுகா தலைநகரங்களில் தர்ணாவும் பேரணியும் நடத்தினோம். இதற்கெல்லாம் அப்பாற்பட்டு, அரசுக்கு அமைப்பு இல்லை யென்றால் கணக்கெடுப்பையும் நாங்களே நடத்திக் கொள்கிறோம் என்று சவால்விட்டோம். அப்படித்தான் நான்கு மாவட்டங்களில் தேவதாசி விடுதலை முன்னணித் தொண்டர்கள் களமிறங்கினார்கள். தேவதாசிகளைத் தேடி ஒவ்வொரு மூலைமுடுக்கெல்லாம் நாங்கள் சென்றோம். நான்கு மாவட்டங்களில் மட்டும் 55,000பேர் கொண்ட பட்டியலை நாங்கள் அரசுக்குக் கொடுத்தோம். தேவதாசிகளில் கொஞ்சம்பேர் பெங்களூருக்கும் மங்களூருக்கும் பாம்பேவுக்கு மெல்லாம் போய்த் தப்பித்திருக்கிறார்கள், பாக்கியெல்லோரும் இங்கேதான் இருக்கிறார்கள் என்று நாங்கள் புரிந்துகொண்டோம்.

பெருநகரங்களுக்குச் சென்றவர்களுக்கு இனி ஓய்வூதியமும் உதவியுமெல்லாம் தேவைப்படாதிருக்கலாம்; சரிதான். ஆனால் அவர்களும் பாலியல் தொழில்தான் செய்துகொண்டிருப்பார்கள். அவர்களையெல்லாம் தவிர்த்துவிட்டுத்தான் 55,000 என்று கணக்குச் சொல்கிறேன். தேவதாசிகளைக் கண்டுபிடிப்பதில் பெரிய சிரமம் ஏதும் இல்லை, ஆனால் அவர்களின் நிலை எங்களுக்குத் துயரமளித்தது. ஹாள்யாவுக்கெல்லாம் நீங்கள் நேரடியாகச் செல்ல வேண்டும். அங்கு உணவுக்கே கஷ்டம். தேவதாசிகள் ரோட்டுக்கு வந்து வாடிக்கையாளர்களைத் தேடுகிறார்கள். அங்கே தேவதாசிகள் பெரும்பாலோர் எச்.ஐ.வி. பாதிப்புடையவர்கள்.

"கர்நாடகத்தில் எல்லா இடங்களிலும் செயல்பாட்டை விரிவுபடுத்த முன்னணிக்குச் சில வரையறைகள் உண்டு. இன்று, ஊரில் எது நடந்தாலும் ஆட்கள் தேவதாசி விடுதலை முன்னணியை அணுகத் தொடங்கியிருக்கிறார்கள். பெரும்பாலும் போலீஸ் லஞ்சம் வாங்கியும் முறைகேடு செய்தும் குற்றவாளிகளைக் காப்பாற்றுகிறது எனும் எண்ணம் மக்களுக்கு உண்டு. குறிப்பாக, தாழ்த்தப்பட்ட சமுதாயத்தைச் சேர்ந்தவர்களுக்கும் பொருளாதாரத்தில் பின்தங்கியவர்களுக்கும் போலீஸின் சேவையில் திருப்தி இல்லை. அவர்களெல்லாம் பிரச்சினைகளுக்குத் தீர்வுதேடித் தேவதாசி விடுதலை முன்னணியிடம் வருகிறார்கள்.

"தேவதாசிகளைப் பொறுத்தவரை விடுதலை முன்னணி எதிர்கொள்ளும் பெரிய பிரச்சினை அவர்களின் போதைப் பழக்கம்தான். தேவதாசிகளில் பெரும்பாலோர் மதுப் பழக்கம் உள்ளவர்கள். நிலையாக வரும் ஆள் கைவிடும்போது பலர் பாலியல் தொழிலில் அடைக்கலம் கண்டுபிடித்திருந்தார்கள். எனினும் அவர்களெல்லாம் மானசீகமாகத் தனிமைப்பட்டவர் களாக இருந்தார்கள். உயிரைப் பிழிந்தெடுத்துக்கொண்டு கைவிடும்போதும் அவர்களுக்குக் கொல்லாமல் கொல்லும் போதையை ஆயத்தம் செய்தது இங்குள்ள மேல்சாதி முதலாளிகள்தான். தனிமையை வெல்வதற்காகத் தொடங்கிய மதுவையும் கஞ்சாவையும் கைவிட முடியாமல் மனத்தின் சமநிலை தவறியவர்கள் அதிகம்பேர் இருக்கிறார்கள். இவர்களில் கொஞ்சம்பேரையாவது நல்ல வாழ்க்கைக்குத் திருப்பிக் கொண்டுவர முடிந்ததில் எங்களுக்குப் பெருமை உண்டு.

"தேவதாசிகளுக்கிடையில் நடத்திய கணக்கெடுப்பில் மது அருந்துபவர்களின் கணக்கையும் நாங்கள் எடுத்திருந்தோம். அந்தக் கணக்குகள் அதிர்ச்சியடையச் செய்பவை. முப்பது சதவிகிதத் தேவதாசிகள் மது அருந்துபவர்கள். மிச்சமிருப்பவர்களில்

பெரும்பாலோர் பொருளாதாரம் அனுமதிக்காத காரணத்தால் மட்டும்தான் போதையைப் பயன்படுத்தாமல் இருக்கிறார்கள்.

"கெஞ்சம்மா தன் பெட்டிக்கடையில் சாராய வியாபாரம் செய்துவந்த காலத்தில் நிறைய தேவதாசிகள் அங்கே வழக்கமான வாடிக்கையாளர்களாக இருந்தார்கள். மதுவுக்கு அடிமையாகிப் போன பிறகு பணம் இல்லாத நிலை வரும்போது, மக்கள் நடுவில் அடிதடியில் ஈடுபடுவதற்குக்கூட அவர்களுக்குத் தயக்கமில்லை."

விடுதலை முன்னணி, தேவதாசிகளின் நலத்தில் கவனம் கொள்வது நல்லதுதான் என்றாலும் புதியவர்கள் இதற்கு வராமல் இருப்பதற்கும் நடவடிக்கை எடுத்தால்தானே பிரச்சினைகளுக்கு நிரந்தரத் தீர்வு கிடைக்கும் என்று, உச்சங்கி மலையில் கண்ட காட்சிகளைக் குறிப்பிட்டு ரேணுகாவிடம் கேட்டேன். அதை ஏற்றுக்கொண்டு அவர் பதில் சொன்னார்.

"புதிதாகப் பெண்பிள்ளைகள் தேவதாசியாக்கப்படுவதற்கு எதிராக எங்கள் அமைப்பு வலுவாகவே குரலுயர்த்துகிறது. 1982இல் சட்டத்தின் மூலம் தேவதாசியாக்கும் சடங்கு தடை செய்யப்பட்டாலும், பல இடங்களில் ரகசியமாகச் சடங்குகள் நடந்துகொண்டிருந்தன.

"இப்படிப்பட்ட சடங்குகள் நடக்கும் கோயில்களில், தேவதாசி யாக்குவது சட்டப்பூர்வமாகத் தடை செய்யப்பட்டிருக்கிறது என்று எழுதப்பட்ட எச்சரிக்கையை அரசே வைத்திருக்கிறது. ஆனால் நாட்டின் நன்மைக்காக தேவதாசிமுறை நிலைநிற்க வேண்டும் என்று வாதிக்கும் பழைமைவாதிகள் எங்கும் இருப்பார்கள்தானே? மற்றவர்களின் கண்ணீரைக் காணாமல், நாட்டின் நன்மைக்கு என்று சொல்லிக் கூச்சலிடும் மோசடிக்காரர்கள். அவர்கள் இப்படிப்பட்ட சடங்குகளுக்கு எப்போதும் ரகசியமாக உதவி செய்கிறார்கள். அந்த இடங்களில் வலுவான இடையீட்டுக்குத் தேவதாசி விடுதலை முன்னணி முன்வந்து இறங்கியது. முள்ளை முள்ளால் எடுக்க வேண்டும் எனும் தந்திரத்தைத்தான் நாங்கள் கடைப்பிடித்தோம். அச்சுறுத்தலுக்குப் பதில் அச்சுறுத்தல்.

"பெண்பிள்ளையைத் தேவதாசியாக்கவில்லை என்றால் தெய்வ கோபம் ஏற்படும் என்பதுதான் பழைமைவாதிகளின் அச்சுறுத்தல். அப்படிப்பட்ட அச்சுறுத்தல்களில் ஏழைக் குடும்பத்தினர் விழுந்துவிடுவார்கள். அவர்களுக்குத் தம் கடமையைக் கைகழுவிவிடலாமே எனும் லாபம் உண்டு. ஆனால் அப்படி ஏதாவது சம்பவங்கள் கவனத்தில் பட்டால், சடங்கு நடப்பதற்கும் முன்பே விடுதலை முன்னணித் தொண்டர்கள் அங்கே சென்றுவிடுவார்கள். பெண்பிள்ளையைத் தேவதாசி யாக்கினால், அதனால் வரக்கூடிய சட்ட நடவடிக்கைகளை

புனிதப் பாவங்களின் இந்தியா

அவர்களுக்கு நினைவூட்டுவோம். உண்மையில், இதைச் சட்டம் போட்டுத் தடுத்த விஷயமே சமீப காலம்வரை பலருக்குத் தெரியவில்லை. நாம் விஷயங்களை எடுத்துச் சொன்னவுடன் அவர்கள் பின்வாங்குவார்கள். யாராவது பெண்பிள்ளைகளைக் கட்டாயப்படுத்தித் தேவதாசியாக்கினால் பிடிக்க வேண்டும் எனும் உறுதியுடன்தான் எங்கள் இடையீடுகள் இருக்கும்.

“தாவன்கரேயிலும் ஹர்ப்பனஹள்ளியிலும் இடதுசாரி ஆதரவு அமைப்புகள் எங்களுக்குப் பெரிதும் துணை செய்கின்றன. அவர்கள் இப்படிப்பட்ட சடங்குகள் நடக்கப்போகும் விஷயங்களைக் குறித்த நேரங்களில் எங்களை அழைத்துச் சொல்வார்கள். இவர்கள் தரும் விவரங்களின்படி நாங்கள் அந்தந்த இடங்களுக்குச் சென்று, பெண்பிள்ளைகளின் பெற்றோரைச் சந்தித்துப் பேசுவோம். அந்தப் பேச்சு சில நேரங்களில், முன்பே சொன்னது போல அச்சுறுத்தலில் முடியும்.

“ஆனால் தேவதாசியாக்கினால் மூன்றுவேளை சாப்பாடாவது கிடைக்கும் அல்லவா என்பதுதான் வீட்டார்களின் கேள்வி. ஆனால் அதற்கும் அப்பால் இருக்கும் இருள்மூடிய எதிர்காலத்தை அவர்கள் காணாததுபோல நடிக்கிறார்கள்.

“முன்பே தேவதாசியாக்கப்பட்டவர்கள்தானே எங்களுடன் இருக்கிறார்கள். அவர்களின் கதைகளையெல்லாம் கேட்கும் போது பெண்பிள்ளைகளும் வீட்டாரின் நிலைப்பாட்டைக் கடுமையாக எதிர்ப்பார்கள்.

“தேவதாசிமுறை நிலைநிற்க வேண்டும் என்று விரும்பு கின்றவர்களும் நிறையப்பேர் இருக்கிறார்கள் என்று நான் சொன்னேன் அல்லவா? தெய்வ கோபம் எனும் ஆயுதத்தை வைத்துக்கொண்டு அவர்களும் பலஇடங்களில் வீடுகளில் ஏறிஇறங்கத் துணிந்தார்கள். பெண்பிள்ளைகள் வயதுக்கு வருவதையும் அவர்கள் நோய்வாய்ப்படுவதையுமெல்லாம் கவனித்து ஏற்ற சந்தர்ப்பங்களில் இவர்கள் வீடுகளுக்கு வருவார்கள். உறுப்பினர் பலம் எங்களுக்குத்தான் அதிகம் என்றாலும் அவர்களின் வாதத்துக்கு நம்பிக்கையின் பின்பலம் இருந்தது. கடவுள் மறுப்பாளர்களின் வாதத்தைவிட, கடவுளைக் கூட்டுச்சேர்த்துக்கொண்ட வாதத்துக்குத்தானே எங்கும் அதிக மதிப்பு. ஆயினும் சட்டத்தின் பலத்தில் நாங்கள் எங்கள் செயல்பாடுகளில் உறுதியாக இருக்கிறோம்.

“வீடுகளில் நடக்கும் சடங்குகளைப் பற்றி எங்களுக்குத் தெரிவிப்பதற்குப் பலஇடங்களில் அண்டைவாசிகளே தயாரா கிறார்கள். ஆனால் கோயில்களில் நடக்கும் சடங்குகளைக் கண்டுபிடிப்பதில் எங்களுக்குக் கஷ்டம் இருக்கிறது. ஆயினும்

மகப்பௌர்ணமி நாளில் கோயில் சுற்றுப்புறங்களில் எல்லாம் போலீஸின் இருப்பை உறுதிப்படுத்த தேவதாசி விடுதலை முன்னணிக்கு முடிந்திருக்கிறது. கோயிலுக்கு வரும் வழிகளில் எங்கள் தொண்டர்களும் இருப்பார்கள். பெண்பிள்ளைகளை அழைத்துக்கொண்டு யாராவது வருவது தெரிந்தால் நாங்கள் தலையிடுவோம். கோயிலுக்கு உள்ளே நடப்பதையெல்லாம் கேமராவில் எடுப்போம் என்றும் , உள்ளே சடங்கு முடிந்து வெளியே வரும்போது போலீஸ் பிடிப்பார்கள் என்றும் அவர்களிடம் சொல்வோம். பக்கத்திலேயே போலீஸைப் பார்க்கும்போது வீட்டார் மெல்லப் பின்வாங்குவார்கள். ஆனால் இதற்குப் போலீஸின் உதவியும் வேண்டும். பெரும்பாலும் அரசின் ஜால்ராக்களும் மேல்சாதிக்காரர்களுமான போலீஸ் காரர்கள், தேவதாசியாக்கும் சடங்கு நடக்கிறதென்றால் நடக்கட்டும் எனும் நிலைப்பாட்டைத்தான் எடுப்பார்கள். பி.ஜே.பி., ஆர்.எஸ்.எஸ். ஆதிக்கமுள்ள பிரதேசங்களில் எல்லாம் விடுதலை முன்னணியின் செயல்பாடுகள் மிகவும் கஷ்டம்.

“மற்றவர்களின் கட்டாயத்துக்கு ஆட்பட்டு தேவதாசி யாக்குவதை மட்டுமே அச்சுறுத்துவதன் மூலமாக நம்மால் பின்வாங்கச்செய்ய முடியும். சொந்த விருப்பத்தின்படிப் பிள்ளை களை விற்க வருபவர்களைப் பின்வாங்கச்செய்வது சாகசம் தான். நம்பிக்கையின் பகுதியாக பிள்ளைகளைத் தேவதாசியாக ஆக்குகிறோம் என்றும், யாரும் கட்டாயப்படுத்தவில்லை என்றும் சொல்லும் இவர்களிடம் சட்டப்படியான பிரச்சினைகளைச் சொன்னாலும் அவர்கள் யாருக்கும் தெரியாமல் சடங்குகளை நடத்துவார்கள் என்பது உறுதி. அப்படிப்பட்ட தனித்தனியான சம்பவங்கள் இப்போதும் கர்நாடகாவில் ஆங்காங்கே தொடரக் கூடும்.”

“வீடுகளில் தேவதாசியாக்கும் சடங்கைக் கட்டுப்படுத்திய தாகச் சொன்னீர்கள் அல்லவா? இவ்வளவு அதிகமான எதிர்ப்பு களுக்கும் இடையில் அது நடைமுறைச் சாத்தியமா?” நான் கேட்டேன்.

அப்போது ரேணுகா ஒரு கதை சொன்னார். அம்பேத்கர் காலனியைச் சேர்ந்த நாகரத்னா எனும் இருபத்தொரு வயதுப் பெண்ணுக்குப் புதிய வாழ்க்கையை ஏற்படுத்திக் கொடுத்த கதை.

“நாகரத்னா எஸ்.எஸ்.எல்.சி.வரை படித்தாள். அழகி. படிப்பு முடிந்து வீட்டில் இருக்கும்போதுதான் அவளைத் தேவதாசியாக ஆக்க வேண்டும் என்று சிலருக்கு மோகம் ஏற்படுகிறது. பழைய காலமொன்றும் இல்லையே. தடை நடைமுறையில் இருக்கிறது அல்லவா? ஆனால் அந்த அழகியை அப்படியே விட்டுவிட

அவர்களுக்கு மனம் வரவில்லை. ஊர்ப் பெரிய மனிதர்கள் நேராக வீட்டுக்கு வந்து அவளைத் தேவதாசியாக்குவது பற்றிப் பேசினார்கள். வீட்டுக்காரர்களுக்கு என்ன செய்வதென்று புரியவில்லை. அவர்கள் வந்த செய்தி அறிந்தவுடன் நாங்களும் அங்கே சென்றோம். சட்டரீதியாகத் தடை இருக்கும் விஷயத்தை அவர்களுக்கு எடுத்துச் சொன்னோம்.

"ஆயினும் அதற்கு எதிராகப் பெரிய மனிதர்கள் மீண்டும் வந்தார்கள். ஆனால் சட்டப் பிரச்சினைகள் உள்ளதால், மகளைத் தேவதாசியாக்கினால் தாங்கள் ஜெயிலுக்குப் போய்விடுவோம் என்று வீட்டார் அஞ்சினார்கள். சட்டச் சிக்கல் இருக்கிறது என்றால், பூட்டிய வீட்டுக்குள் யாருக்கும் சொல்லாமல் சடங்கு செய்து எப்படியாவது தெய்வ கோபத்திலிருந்து தப்பிவிடும் படிப் பெரிய மனிதர்கள் அறிவுரை சொன்னார்கள். அப்போது தேவதாசி விடுதலை முன்னணிக்கு நெருக்கடி ஏற்பட்டது. பூட்டிய வீட்டுக்குள் அவர்கள் சடங்கு நடத்தினால் கண்டுபிடிக்க வழியொன்றுமில்லை. அது மட்டுமல்ல, சடங்கு முடிந்ததும் அவளை வேறு ஏதேனும் வீட்டுக்கு மாற்றுவதுதான் திட்டம்.

"நாகரத்னாவை நேரடியாகப் பார்த்துப் பேசி, இதில் உள்ள ஆபத்துகளை அவளுக்கு எடுத்துச் சொல்ல வேண்டும் என்று நாங்கள் முடிவுசெய்தோம். அயல்வாசிகள் அதற்கான வாய்ப்பை ஏற்படுத்தித் தந்தார்கள். அப்போதுதான் நாங்கள், அவள் அதைவிடப் பெருந்துன்பத்தில் இருப்பதை அறிகிறோம். அவளுக்கு ஒரு இளைஞனைப் பிடிக்கும். அவனைத் திருமணம் செய்ய விரும்புகிறாள். அதற்கிடையில்தான் இந்த தேவதாசிப் பிரச்சினை எழுந்து வந்திருக்கிறது. ஆனால் எங்களுக்கு அது ஒரு பற்றுக்கொடியாயிருந்தது. அவளிடமிருந்து இளைஞனைப் பற்றிய விவரங்களைத் தெரிந்துகொண்டு நேராக அவனைச் சென்று பார்த்தோம். ஆசைப்பட்ட பெண் கைவிட்டுப் போய்விட்டாள் என்றே அவன் நம்பியிருந்தான்.

திருமணம் செய்வதற்கான சுற்றுச்சூழல் உள்ளவன் என்று தெரிந்தபோது நாங்கள் அந்த வழியில் பேசினோம். நாங்கள் உடன் இருக்கிறோம் என்று உணர்ந்தபோது அவனுக்குத் தைரியம் ஏற்பட்டது.

நாகரத்னாவைப் பார்த்து, திருமணத்துக்கு ஆயத்தமாகும் படி நாங்கள் சொன்னோம். அந்தப் பெண்ணுக்கு அளவு கடந்த மகிழ்ச்சி. அவள் அப்பா, அம்மாவைப் பார்த்து விஷயங்களை எடுத்துச் சொன்னோம். தெய்வ கோபத்தைச் சொல்லி அவர்கள் முதலில் மறுத்தார்கள். ஆனால் இதெல்லாம் மூடநம்பிக்கைகள் என்று பேசி அவர்களுக்கு ஒருவிதமாகப் புரிய

வைத்தோம். திருமணம்செய்து அனுப்பும்போது கொடுப்பதற்கு வரதட்சிணை இல்லை என்பதுதான் அவர்களது அடுத்த பிரச்சினை. நாகரத்னாவின் இரண்டு அக்காக்களைத் திருமணம் செய்து கொடுத்ததால் துவண்டுபோயிருந்தார்கள் தந்தப்பாவும் ஜாரம்மாவும்.

"அவர்கள் வரதட்சிணைக்குப் பயந்ததில் வியப்படைய ஒன்றுமில்லை. வரதட்சிணை ஒன்றும் வேண்டாம் என்று ஆரம்பத்திலேயே அந்த இளைஞன் சம்மதித்ததால்தானே நாங்கள் திருமண விஷயத்துக்குச் சென்றோம். அதையும் தெரிவித்தபோது நாகரத்னாவின் அம்மாவும் அப்பாவும் பெரும்பாலும் எங்கள் வழிக்கு வந்துவிட்டார்கள். 2011 ஏப்ரலில் தான் அவளது திருமணம். பதிவாளர் அலுவலகத்தில் நடந்த திருமணத்துக்கு வட்டாட்சியர் சாட்சியானார். விடுதலை முன்னணி செயற்பாட்டாளர்களும் மகிளா அமைப்பு பொறுப்பாளர்களும் இருந்தார்கள். உறுப்பினர்கள் சிறிய அளவில் பங்களித்திருந்த தொகை கொண்டு ஒன்றிரண்டு சிறிய பரிசுப் பொருட்களும் நாங்கள் வாங்கியிருந்தோம். ஒருக்கால், இந்தப் புதிய வாழ்க்கையைவிட வேறென்ன பெரிய பரிசு நாங்கள் நாகரத்னாவுக்கு வழங்கிவிடப்போகிறோம்."

"பெண்களின் முன்னேற்றத்துக்குத் தேவதாசி விடுதலை முன்னணி பொதுவாக என்னென்ன செய்கிறது?"

"வறுமைச் சமுதாயங்களைப் பொறுத்தவரை, பெண்பிள்ளை களின் திருமணம்தான் அவர்களுக்குப் பெரிய தலைவலி. அதனால் தான் பிறந்த உடனே பெண் குழந்தைகளைக் கைவிடுவதும் பல இடங்களில் நடக்கிறது. பொருளாதார நிலை மேம்பட்ட, சமூகத்தில் உயர்ந்த இடத்திலுள்ள சமுதாயங்களைச் சேர்ந்தவர் களும் பெண்பிள்ளைகளைச் சுமையாகப் பார்ப்பதுதான் துயரம். இப்படியெல்லாம் இல்லையென்று நிறுவுவதற்காக மட்டும் தான் பெரும்பாலும் அரசு அமைப்புகள் முயல்கின்றன. ஆனால் இதுதான் சத்தியம். இப்போதும் சாதாரணமாகக் கர்நாடகத்தில் பெண் கருக்கொலை நடக்கிறது. ஸ்கேனிங் முடிந்து, கிடைக்க வேண்டிய படி கிடைத்துவிட்டால் பல மருத்துவர்களும் சட்டத்தை மறந்துவிடுவார்கள். 'கிருஷ்ணா', இல்லையென்றால் 'லட்சுமி' என்று இவர்கள் குழந்தையின் அப்பா, அம்மாவுக்கு உணர்த்துவார்கள். 'கிருஷ்ணா' என்று சொன்னால், கருவில் இருப்பது ஆண் குழந்தை என்று அர்த்தம். 'லட்சுமி' என்றால் பெண் குழந்தை. லட்சுமிகள் தேவையற்றவர்கள். கையோடு மருத்துவர்களுக்கு இன்னும் கொஞ்சம் படி கொடுத்தால் அந்தச் சுமை அங்கே தீர்ந்துவிடும். சட்டத்தின் பெயரைச் சொல்லி இவர்களை அச்சுறுத்துவதில் பயன் இல்லை. ஏனென்றால்

கருக்கொலை நடக்கவில்லை என்றாலும், பிறந்த பிறகு அவர்கள் பெண்குழந்தையைக் கைவிட்டால் என்ன செய்வது? இந்த விஷயத்தையும் அமைப்பு மிகவும் ஆழ்ந்த முறையில் பார்க்கிறது."

"சாதிப் பாகுபாடு பற்றிய விஷயத்தில் அமைப்பால் எந்த அளவுக்குத் தலையிட முடிகிறது?"

"சாதிப் பாகுபாடு இப்போதும் இங்கே வலிமையாக இருக்கிறது. தாழ்த்தப்பட்ட சமுதாயத்தைச் சேர்ந்தவர்களைத் தனிப்படுத்த ஆட்சி அமைப்புகளிலும் அனைவரும் ஓரணியாக இருக்கிறார்கள். இதனுடைய பகுதியாகத்தான், சாமகரா சாதியைச் சேர்ந்த பெண்பிள்ளை மானபங்கத்துக்கு இரை யானதை மறைக்க முயற்சி ஏற்பட்டது.

"உப்பர்கிரியில் நான்குவருடங்களுக்கும் முன்பு நடந்த சம்பவம். பெண்பிள்ளையின் அம்மா, பள்ளிச் சமையலறை உதவியாளர். பெண்பிள்ளை வீட்டில் தனியாக இருந்தாள். அயல்வாசியான மேல்சாதிக்காரன் அவளை நெருங்கினான். அவள் எதிர்த்ததால் அவன் அவளை வன்புணர்வு செய்தான். இதை அவள், தன் அம்மாவிடம் சொன்னாள். அடுத்த வீட்டுக் காரர்களிடம் சொல்லி அழுவதைத் தவிர அந்த அம்மாவால் வேறொன்றும் செய்ய முடியவில்லை. செய்தியறிந்த நாங்கள் அங்குள்ள காவல் நிலையத்தில் புகார்கொடுத்தோம். ஆனால் அவர்கள் புகாரைப் பதிவுசெய்யாமல் தவிர்க்க முயன்றார்கள்.

"கேஸ் எடுத்தாலும் பிறகு மகளுக்கு நல்லதொரு வரன் கிடைக்குமா என்பதுதான் அந்த அம்மாவின் சந்தேகம். அப்படி யென்றால் அவனே அவளைக் கல்யாணம் செய்துகொள்ளட்டும் என்று நாங்கள் முடிவு செய்தோம். கடைசியில் எங்கள் அழுத்தத்தை மீற முடியாமல் அவனும் அவன் குடும்பத்தினரும் அந்தத் திருமணத்துக்குச் சம்மதிக்க நேர்ந்தது. இன்று அவர்கள் குடும்பமாகச் சந்தோஷமாக வாழ்கிறார்கள்.

"ஆனால் அமைப்பின் கவனம் சென்றடையாத இடங்களில் தாழ்த்தப்பட்ட சமுதாயத்தைச் சேர்ந்த மிக அதிகமான பெண்பிள்ளைகள் வதைகளுக்கு இரையாகியும் மௌனமாக இருந்துகொண்டிருக்கிறார்கள்.

"தாழ்த்தப்பட்ட சமுதாயத்துப் பெண்பிள்ளைகளின் திருமணத்தைத் தடுப்பதையே வழக்கமாகக் கொண்டிருக்கும் சிலர் உண்டு. தேவதாசியாக ஆக்குவதற்குப் பெண்பிள்ளைகள் கிடைக்காதுபோன பிறகுதான் இப்படிப்பட்ட தந்திரங்கள். வீட்டாருக்குப் பாரமாக மாறும் பெண்பிள்ளைகள் கொஞ்சம் காலத்துக்குப் பிறகு தாங்கள் போடும் பாதையில் வந்துவிடுவார்கள்

என்பதுதான் இதன் பின்னால் உள்ள மனோதத்துவம். இப்படிப் பட்டவர்களுக்கு எதிராகப் போலீஸில் புகார் கொடுத்து அவர்கள் மீது நடவடிக்கை எடுக்கும்வரை போராடுவதுதான் தேவதாசி விடுதலை முன்னணியின் செயல்முறை.

"வேலைசெய்யும் இடங்களில் உள்ள சாதிப் பாகுபாட்டுக்கு எதிராவும் நாங்கள் செயல்படுகிறோம். மகாத்மா காந்தி தேசிய கிராமிய உத்யோகார்த்தி யோஜனாவில் (தொழிலுறுதித் திட்டம்) தலித்துகளுக்கு, முக்கியமாக தேவதாசிகளுக்குத் தொழில் வாய்ப்பு பெற்றுக்கொடுக்கவும், பீடித் தொழிலாளர் சங்கத்தில் தேவதாசிகளின் கூலியை உயர்த்திக் கொடுப்பதற்கும் நாங்கள் ஜனவாதி மகிளா அமைப்புடன் சேர்ந்து செயல்பட்டு வருகிறோம்." ரேணுகா விளக்கினார்.

"தேவதாசிமுறையைத் தடுப்பதற்கு சி.பி.எம். பயன்தரும் வகையில் இடையீடு செய்கிறதா அல்லது அவர்களின் கவனம் தேவதாசிகளின் நலத்தில் மட்டும்தானா?" நான் அரசியலுக்குச் சென்றேன்.

"இரண்டிலும் உண்டு. நான் சொன்னேன் அல்லவா, ஏதாவது உள் பிரதேசங்களில் வீடுகளில் தேவதாசியாக்கும் சடங்கு நடப்பதாகத் தெரிந்தால், அவர்கள் எங்களைக் கூப்பிட்டுச் சொல்வார்கள். இந்த விஷயத்தில் நேரடியாகத் தலையிடுவதில் ஓர் அரசியல் கட்சிக்கான எல்லைகள் சி.பி.எம். கட்சிக்கு உண்டு. அதனால் விவரம் கிடைத்தால் அதைத் தடுப்பதற்கு நாங்கள்தான் தலையிடுவோம். ஆனால் பழைய தேவதாசிகளின் நலம் பற்றிய விஷயத்தில் அவர்கள் தீவிரமாகச் செயல்படுகிறார்கள். எங்கள் போராட்ட நிகழ்ச்சிகளுக்கெல்லாம் எல்லாவகையிலும் அவர்கள் துணை செய்கிறார்கள்."

ரேணுகா சொன்னதையெல்லாம் கேட்டபோது அவர் வெறும் ஒரு கருவி மட்டும்தான் என்ற எண்ணம் எனக்கு ஏற்பட்டது. சி.பி.எம்., தேவதாசிகளின் ஓய்வூதியத்துக்கான வாதங்களுக்கு ரேணுகாவுடனும் அவரது கூட்டத்தினருடனும் இருப்பது சரிதான். ஆனால் புதிய பெண்பிள்ளைகளுக்குக் கல்வி கொடுத்து, இந்தச் சம்பிரதாயத்துக்குள் வராமல் அவர்களை விடுவிப்பதில்தான் உண்மையில் அந்தக் கட்சி கவனம் வைத்திருக்க வேண்டும். பதிலாக, தேவதாசிகளின் ஓய்வூதியத்துக்காக வாதிக்கும்போது கிடைக்கும் நன்மை, தேவதாசிகள் எனுமொரு பெரிய வாக்கு வங்கியை உடன்வைத்துக்கொள்ளலாம் என்பதுதான். பி.ஜே.பி., இந்து மேல்சாதிக்காரர்களுக்கு ஆர்வமுள்ள சம்பிரதாயத்துக்கு ஆதரவளித்தபடி ஓட்டு வங்கியை இலக்குவைக்கும்போது,

புனிதப் பாவங்களின் இந்தியா

துன்பப்படுபவர்களின் ஓய்வூதியத்துக்காக வாதிட்டு சி.பி.எம்.மும் வாக்கு வங்கியை இலக்குவைக்கிறது.

தேவதாசிமுறை தடைக்குப் பிறகு, பெண்பிள்ளைகளுக்குக் கல்வி கொடுத்தும், கொடிய வறுமையில் உழல்பவர்களுக்குப் பிரத்தியேகப் பொருளாதார உதவித் திட்டங்கள் உருவாக்கியும் அவர்கள் இப்படிப்பட்ட சம்பிரதாயத்துக்கு வராமல் பாதுகாக்க மாநிலத்தை ஆண்ட காங்கிரஸ்ஸும் பி.ஜே.பி.யும் உட்பட்ட எந்த ஓர் அரசியல் கட்சியும் கவனம் வைக்கவில்லை. இதுதான் உண்மையில் இங்குள்ள மோசமான நிலைக்குக் காரணம் என்று எனக்குத் தெளிவானது. ஆனால் இந்த விஷயத்தில் ஒரு வாதத்துக்கு ஏற்ற நேரமாக அது இல்லை. அது மட்டுமல்ல, இந்தச் செயல்பாடுகள்கூட நடக்காத இடங்களின் நிலையையும் புரிந்துகொள்ள வேண்டும்.

“தேவதாசி விடுதலை முன்னணிக்குச் செல்வாக்கு இல்லாத இடங்களில் தேவதாசிகளின் நிலை என்ன?”

“அதை நீங்கள் நேரடியாகப் பார்த்துத் தெரிந்துகொள்ள வேண்டும். அப்போது உங்களுக்கு எங்கள் அமைப்பின் முக்கியத்துவம் என்னவென்று தெரியும். கூடில்கியிலும் பிஜாபூரிலும் சௌந்தத்தியிலுமெல்லாம் நீங்கள் போய்ப் பார்ப்பீர்கள்தானே. தேவதாசிகளுக்கு ஓய்வூதியம் ஏற்பாடு செய்வதுகூடத் தெரியாத ஆட்கள் அங்கேயெல்லாம் உண்டு. இங்கே நாங்கள் ஓய்வூதியத் தொகையை அதிகரிப்பதற்கான போராட்டங்கள்தான் நடத்துகிறோம் என்பதையும் நீங்கள் நினைவில் கொள்ள வேண்டும்.” ரேணுகா பெருமையுடன் சொன்னார்.

அப்போது ரேணுகாவின் வீட்டுக்குப் பெண்கள் கொஞ்சம் பேர் வந்தார்கள். தேவதாசி விடுதலை முன்னணியின் பொறுப்பாளர்கள் அவர்கள். அமைப்பு குறித்துப் பேசுவதற்காக அவர்கள் அவசரப்பட்டார்கள். அமைப்பின் வேலைகளுக்கு ரேணுகாவை விட்டுக்கொடுத்து நாங்கள் அங்கிருந்து புறப்பட்டோம்.

கூட்லிகியில் மறுவாழ்வுகள்

பெங்களூரிலிருந்து கர்நாடகாவின் புகழ் பெற்ற சுற்றுலா மையமான ஹோஸ்பேட்டுக்குச் செல்லும் வழியின் நடுவில் உள்ள கூட்லிகி, கர்நாடகத்துக்கு வரும் பயணிகளுக்கு அந்த அளவு அந்நியமான இடமல்ல. முன்காலங்களில் தேவதாசிமுறை நிலவிய இந்த இடத்தில் இப்போதும் பாலியல் தொழிலாளர்கள் நிறையப் பேர் இருப்பதாக என்னால் தெரிந்துகொள்ள முடிந்தது. அதனால் அங்கு செல்வதுதான் என் அடுத்த பயணமாக இருந்தது. எல்லைப் பாதுகாப்புப் படையில் பணிபுரிந்த, மொழியறிந்த, பிரமோத் எனும் நண்பரையும் இந்தமுறை உடன் அழைத்துச் சென்றிருந்தேன்.

பெங்களூர் – ஹோஸ்பேட் – சோலாப்பூர் சாலையில், பெங்களூரிலிருந்து 280 கிலோமீட்டர் தூரத்தில் இருக்கிறது கூட்லிகி. எல்லையை ஆந்திராவுடன் பங்கிட்டுக்கொள்ளும் பெல்லாரி மாவட்டத்தில், திமலபுரக் கோயிலை மையப்படுத்தி நடந்த ஆசாரங்கள் மூலமாகத்தான், கூட்லிகி கர்நாடகத்தின் சதைச் சந்தைகளின் பட்டியலில் இடம் பெற்றதாம். மற்ற பல இடங்களைப்போல தேவதாசிகளின் சந்ததியினர்தான் இங்கும் விற்பனைச் சரக்காக வருகிறார்கள் என்றும் வீடுகளை மையப்படுத்தி இன்றும் இங்கு பாலியல் தொழில் பரபரப்பாக நடக்கிறது என்றும் தெரிந்து கொள்ள முடிந்தது.

‘ஸ்நேகா’ எனும் ஒரு தொண்டு நிறுவனம்தான் (N.G.O.) இங்கே பாலியல் தொழிலாளிகளின் மறுவாழ்வுக்காகச் செயல்படுகிறார்கள் என்று அறிந்தேன். அந்தத் தொண்டு நிறுவனச் செயல்பாட்டாளர்களுடன் தொலைபேசியில் பேசிய பிறகு நான் அங்கே சென்றேன். கூட்லிகிக்குப் பக்கத்தில் ஹால்யா கிராமத்தில் ‘ஸ்நேகா’வுக்கு அதிகாரப்பூர்வமான பள்ளிக்கூடம் ஒன்று இருக்கிறது. முதலில் நாங்கள் அங்கேதான் சென்றோம். ‘ஸ்நேகா’வின் நிறுவனரும் அமைப்பாளருமான ராமாஞ்சனேயா அன்புடன் வரவேற்றார்.

அந்தப் பள்ளியில் இருபது குழந்தைகள் இருந்தார்கள். எல்லாரும் தேவதாசிகளின் குழந்தைகள்தான் என்று ராமாஞ்சனேயா சொன்னார். பாலியல் தொழிலுக்குச் சென்ற தேவதாசிகளுக்கெல்லாம் ‘ஸ்நேகா’வின் தலைமையில் மறுவாழ்வு கொடுத்ததாக அவர் உரிமைகோரினார். சிறிதும் பெரிதுமான சுய வேலை வாய்ப்பில் அவர்களெல்லாம் ஈடுபட்டிருக்கிறார்கள். அவர்களின் பிள்ளைகள் முழுக்கவும் ‘ஸ்நேகா’வின் பொறுப்பில் இருக்கிறார்கள். ராமாஞ்சனேயா, 1994இல் ‘ஸ்நேகா’வை நிறுவினார்.

அந்தப் பள்ளியில் ஆசிரியையாகப் பணிபுரியும் வீணாவை ராமாஞ்சனேயா அறிமுகப்படுத்தினார். அவரும் ஒரு தேவதாசியின் மகள்தான். பாலியல் தொழில் செய்துதான் அம்மா, தன் மகளைப் பள்ளியில் படிக்கவைத்தார். வீணா வயதுக்கு வந்தபோது அவளையும் தேவதாசியாக்க ஆட்கள் கட்டாயப்படுத்தினார்கள். அம்மாவும் அப்படித்தான் மகளுக்கு அறிவுரை சொன்னார். ஆனால் வீணா படிப்பில் உறுதியாக இருந்தார். புகுமுக வகுப்புவரை படித்தார். அந்தப் படிப்பை வைத்து அவர் இப்போது ‘ஸ்நேகா’ பள்ளியில் கற்பிக்கிறார்.

தாவன்கரேயில் உள்ள தேவதாசி விடுதலை முன்னணி செய்வதுபோல, இந்த இடங்களில் எதிர்ப்புச் செயல்பாடுகள் அவ்வளவு வலிமையாக இல்லை. அதனால்தான் இப்போதும் அம்மாக்கள் தங்கள் மகள்களைத் தேவதாசியாக்கத் தயாராக இருக்கிறார்கள்போலிருக்கிறது. இதைவிட வசதியான மற்றொரு வாழ்க்கை வழி இப்போதும் அவர்களுக்கு இல்லை. ‘ஸ்நேகா’வின் மறுவாழ்வுச் செயல்பாடுகள் மிகச் சிலருக்கே பயனளித்தன என்று கருத வேண்டும்.

பள்ளியிலிருந்து வரும் வழி நடுவில் ராமாஞ்சனேயா திமலபுரயில் யாரையெல்லாமோ அழைத்து நாங்கள் வரும் விஷயத்தைச் சொன்னார். அங்கே சென்றடைந்தபோது பெரியதொரு பெண்கள் கூட்டம் – நூறுபேர் இருப்பார்கள்

– எங்களை வரவேற்றது. 'ஸ்நேகா' மறுவாழ்வளித்த பாலியல் தொழிலாளர்கள்தான் அவர்கள் என்று ராமாஞ்சனேயா சொன்னார். அவர்களில் நன்றாக உடுத்தியிருந்த ஒரு தடித்த பெண் ஓடிவந்து ராமாஞ்சனேயாவிடம் மெல்லிய குரலில் ஏதோ பேசினார். அந்தப் பெண்ணுக்கு அவர் சில உத்தரவுகள் கொடுத்தார். அந்தப் பெண் மற்றொரு பெண்பிள்ளையிடம் – அதே உத்தரவுகளாக இருக்கலாம் – உரத்த குரலில் சொல்வது கேட்டது. ஐந்துநிமிடங்கள் கடந்தபோது நான்கைந்து நாற்காலிகளைப் போட்டுவிட்டுப் பெண்கள் எல்லாரும் அவற்றுக்கு முன்னால் அமர்ந்தார்கள்.

ராமாஞ்சனேயா எங்களை நாற்காலியில் வந்து அமரும்படி அழைத்தார். அவரும் அமர்ந்தார். பிரார்த்தனைக்காக ஒரு பெண்பிள்ளை சபையிலிருந்து எழுந்து வந்தாள். எல்லாம் முன்பே முடிவு செய்ததாக இருக்க வேண்டும்.

ஸ்ரீகுருவே பஸவேச்வரா
அடயவனுனீடு மஹதேச்வரா
கருநாட சிவசங்கரா
நின்ன ஹிரிமயு நின்ன மஹிமயு
அரளலி ஜகதல்லி
கோடிஜனகளா ஸல்லஹுவா மஹிமயே
நமன்னு நீ ஸலஹு
சுபவனு நீ நீடு
ஹ்யாள்ய க்ராமக்கெ ஸுகவனு நீடு
குருவே பஸவேச்வரா

(கன்னட பக்திப் பாட்டு)

பிரார்த்தனை முடிந்ததும் அவர் நம்மைச் சபைக்கு அறிமுகப்படுத்தினார். அவர்களின் வாழ்க்கையைத் தெரிந்து கொள்ளத்தான் நாங்கள் வந்திருக்கிறோம் என்று சொன்ன போது சிலரின் உதடுகளில் செயற்கைச் சிரிப்பு மலர்ந்தது. ஆனால் பெரும்பாலோர் ஆர்வமற்றவர்களாக இருந்தனர்.

ஏறத்தாழ ஐம்பது வயதுக்கான தோற்றத்திலிருக்கும் ரத்னம்மா எனும் பெண்மணி சபையில் எழுந்து நின்று உரத்த குரலில் பேசத் தொடங்கினார்: "நான் பட்டியல் சமூகத்தைச் சேர்ந்தவள். என்னைச் சிறுவயதிலேயே தேவதாசியாக்கி விட்டார்கள். என் அம்மாவும் அம்மாயியும் தேவதாசிகளாக இருந்தவர்கள்தான். சமீபகாலம்வரை மிகவும் கஷ்டப்பட்டோம். இப்போது 'ஸ்நேகா' இந்தக் காலனியில் செயல்பாடுகளைத் தொடங்கிய பிறகு நிறைய மாற்றங்கள் வந்திருக்கின்றன. நாங்களெல்லாம் வேறு வேலைகள் பார்க்கத் தொடங்கி யிருக்கிறோம். ஆனால் தேவதாசிகளை மற்ற வேலைகளுக்கு

அழைக்க இப்போதும் பலர் தயங்குகிறார்கள். ஒருவிதத் தீண்டாமை நிலைநிற்கிறது. ஆனால் 'ஸ்நேகா' எங்களுக்கு மிகவும் ஆதரவளிக்கிறது." – சரியான இடைவெளிகளில் அவர் 'ஸ்நேகா'வின் பெயரை மீண்டும் மீண்டும் சொல்லிக்கொண் டிருந்தார். எனக்கு அது செயற்கையாகத் தோன்றியது. பிறகு பல பெண்கள் பேசினார்கள். எல்லாரும் 'ஸ்நேகா'வை மிகவும் புகழ்ந்தார்கள்.

'ஸ்நேகா', வங்கியிலிருந்து கடன் வாங்கி இந்தப் பெண் களுக்குப் பசுக்கள் வாங்கிக் கொடுத்திருக்கிறது. இவர்களில் பெரும்பகுதியினர் பால் விற்றுத்தான் வாழ்கிறார்கள் என்று ராமாஞ்சனேயா உரிமைகோரினார். அவருடன் இருந்தால் அங்கிருந்து அதிகமாகவொன்றும் கிடைக்காது என்று புரிந்த தால் நாங்கள் புறப்பட்டோம். எல்லாப் பிரச்சினைகளும் தீரும் என்று, அந்தப் பாவப்பட்ட பெண்களுக்கு நான் வெறுமனே வாழ்த்துச் சொன்னேன்.

ஆனால் ராமாஞ்சனேயா எங்களை விடுவதாக இல்லை. மற்றோர் இடத்தில் வேறுசிலர் பார்ப்பதற்காகக் காத்திருக்கி றார்கள் என்று அவர் சொன்னார். பிறகு நாங்கள், உஜ்ஜினி எனும் இடத்தில் உள்ள மற்றொரு காலனிக்கு அழைத்துச் செல்லப்பட்டோம். அங்கும் ராமாஞ்சனேயா ஆள் கூட்டத்தை ஆயத்தப்படுத்தியிருந்தார். பெண்கள், பிரச்சினைகளைச் சொல்ல ஆரம்பித்தார்கள். எல்லாம் முன்னரே கேட்ட கதைகள்தான்; புதிதாக ஒன்றுமில்லை. 'ஸ்நேகா' வின் செயல்பாடுகளைப் பற்றிப் பலர் நிறைய புகழ்ச்சிக் கதைகளைச் சொன்னார்கள்.

பிறகு, கூட்லிகிக்குப் பயணம். அங்குதான் 'ஸ்நேகா'வின் அலுவலகம் இருக்கிறது. வீடுபோன்று தோன்றும் அந்த அலுவலகத்தில் இரண்டு மூன்று ஊழியர்கள் இருந்தார்கள். அங்கே ராமாஞ்சனேயா 'ஸ்நேகா'வின் செயல்பாடுகளை மற்றொருமுறை விவரித்தார். அதுவரையான செயல்பாடுகளின் ஒளிப்படங்களை எங்களுக்கு பென்டிரைவில் பதிவுசெய்து தருவதாகச் சொன்னார். மின்னஞ்சல் செய்தால் போதும் என்று சொல்லி நான் தவிர்த்தபோது, பென்டிரைவிலேயே தருகிறேன் என்று சொல்லி மேசை இழுப்பறையைத் திறந்தார். நான் திகைத்து விட்டேன். நான்கு ஜி.பி. பென்டிரைவுகளின் பெரிய சேகரம்! சந்திக்க வருபவர்களுக்குப் பதிவுசெய்து கொடுப்பதற்காக அந்தப் பென்டிரைவுகளை வாங்கி வைத்திருக்கிறாராம்! தாவன்கரேயில் எதிர்ப்புச் செயல்பாடுகள் தெரு நாடகங்களிலிருந்து இன்னும் முன்னேறவில்லை. ஆனால் இங்கோ, ராமாஞ்சனேயா ஹைடெக் சாத்தியப்பாடுகளைப் பயன்படுத்துகிறார்.

ராமாஞ்சனேயாவிடம் விடைபெற்று நாங்கள் கூட்லிகியின் இதயப் பகுதிக்கு வந்தோம். மாலை நேரம் ஆகியிருக்கிறது. வீடுகளுக்கு முன்னால் நடுவயதுப் பெண்களும் பெண்பிள்ளைகளும் இறங்கி நிற்கிறார்கள். மற்ற இடங்களில் உள்ளதைப்போல ஆட்களை இரந்து பெறுவது கூட்லிகியில் இல்லை. அவர்கள், நோட்டமும் சிரிப்பும் கைமாறுகிறார்கள் என்பது மட்டும்தான். இலவசம் என்று சொல்லி அழைக்கிற ஏற்பாடு இல்லை. வேண்டுமென்றால் தேவைப்படுபவர்கள் வந்து அணுகட்டும் என்பதுதான் அவர்களின் பாணி.

கூட்லிகியில் உள்ள வீடுகள் மற்ற இடங்களில் உள்ளவை போல இடுக்கமான வீடுகள் அல்ல. பெரும்பாலும் விசாலமானவையாக – அழகாக வர்ணமடித்தவையாக இருந்தன. இந்த விஷயத்தைப் பொறுத்தவரை வீட்டின் சுற்றுச்சூழலுக்கும் முக்கியத்துவம் உண்டு என்று யாரோ சொல்லிக்கொடுத்திருப்பதாகத் தோன்றியது.

வாடிக்கையாளர் வரும்போது அம்மாக்கள் மட்டுமே பேசுவார்கள். பெண்பிள்ளைகள் மிகவும் அடக்கத்துடன் ஒதுங்கி நிற்பார்கள். ஒவ்வொரு பிள்ளைக்கும் கட்டணம் சொல்வதும் அம்மாக்கள்தான். எல்லாப் பிள்ளைகளும் அம்மாவுக்கு ஒருபோலத்தான் என்றாலும், வருபவர்களுக்கு எல்லாப் பெண்களும் அப்படி அல்ல என்று இந்த அம்மாக்களுக்குத் தெரியும். அதனால்தான் மூத்த மகளுக்கு மூவாயிரம், இரண்டாவது மகளுக்கு ஐயாயிரம் என்று ஒரு பிரிவு அவர்களிடம் ஏற்படுகிறதுபோலிருக்கிறது. போலீஸை, கூட்லிகியின் வாயிலிலேயே தடுத்து நிறுத்துவதற்கான தந்திரங்களும் இவர்களின் கையில் உண்டு. ஒருவகையில் சொன்னால் அது மட்டும்தான் இங்குள்ள ஆண்களின் வேலை என்று தோன்றுகிறது. அவற்றின் செலவுகளெல்லாம் உள்ளிட்ட தொகையைத்தான் அம்மாக்கள் சொல்வார்கள். அந்த அளவு பொருளாதாரம் இல்லாத வாடிக்கையாளர் வருகிறாரென்றால் தாமே அந்த வேலையைச் செய்வதற்கும் இங்குள்ள அம்மாக்கள் தயாராக இருக்கிறார்கள். இருந்தாலும், மகள்களுக்காக நிர்ணயித்திருக்கும் விலையில் தள்ளுபடி செய்ய பொதுவாக இவர்கள் சம்மதிக்க மாட்டார்கள். இந்தப் பிடிவாதமும் நிலைப்பாடுகளுமெல்லாம் சேர்ந்த ஓர் அந்தஸ்துதான் கூட்லிகியில் உள்ள பெண்களுக்கு விலையைத் தீர்மானிக்கின்றன என்று சொல்லலாம்.

இரவில் இருவர் தங்க முடியுமா என்று கேட்டபோது ஒரு அம்மா மகிழ்ச்சியுடன் வரவேற்றார். உணவும் உறக்கமுமெல்லாம் அங்கே வைத்துக்கொள்ளலாம், இரவுவரை

காத்திருக்க வேண்டாம், இப்போதே வாருங்கள் என்று அவர் சம்மதம் சொன்னார். இரவு வருகிறோம் என்று சொல்லி நாங்கள் மெல்ல அந்த இடத்தை விட்டு நகர்ந்தோம்.

ஆந்திராவில் ராஜமுந்திரியில் இப்படிப்பட்ட 'நகர வது' சம்பிரதாயம் இருந்ததாக, சிந்தா ரவி எழுதிய 'ரவீந்திரனின் பயணங்கள்' நூலில் படித்திருந்தேன். வருபவர்களின் எல்லாத் தேவைகளையும் நிறைவேற்றுபவர்களாம் அவர்கள். ஆனால் கூட்லிகியின் இந்த வதுக்களைப் பற்றி நான் எங்கும் வாசிக்காமல் போனதென்ன?

நேரம் இருட்டத் தொடங்கியிருந்தது. கூட்லிகி தெருவிலிருந்து நாங்கள் சோலாப்பூர் – பெங்களூர் தேசிய நெடுஞ்சாலை 13க்கு நடந்தோம். அங்கே பாதைக்கு இருபுறமும் நிறமழிந்த காட்சிகளாக இருந்தன. நெடுந்தொலைவுக்குப் போக்குவரத்து நடத்தும் லாரிக்காரர்களைத் தேடி ஆங்காங்கே பெண்கள் இடம் பிடிக்கத் தொடங்கியிருந்தார்கள். பிரத்தியேகமாக ஆயத்தங்கள் ஒன்றுமில்லாமல் வந்து நிற்கின்றவர்கள் அவர்கள். ஏதாவது வண்டியை நிறுத்தும்போது அவர்கள் ஓடி வருவார்கள். சிலருக்கு வேலை கிடைக்கும். சிலர் முற்றிலும் கைவிடப்படுவார்கள். அப்போதும் அவர்கள் பின்வாங்கத் தயாரில்லை. மீண்டும் அவர்கள் அடுத்த லாரிக்குக் காத்திருப்பார்கள். அப்படிக் காத்திருந்து சலிப்புற்ற முகங்களுக்கு, மறுவாழ்வு பெற்றவர்களாகக் காலையில் அறிமுகமான சில முகங்களின் அதே சாயல்! முதலில் எனக்கு வியப்பாக இருந்தது.

வியப்படைவதில் அர்த்தமில்லை என்று நான் மெல்லப் புரிந்துகொண்டேன். கணக்குகளிலும் பதிவுகளிலும் இவர்கள் மறுவாழ்வு பெற்றவர்களாக இருப்பது சோற்றுக்காகத்தான்; இப்போது இந்தச் சாலையில் ஒரு விருந்தினரைத் தேடி நிற்பதும் சோற்றுக்காகத்தான். மறுவாழ்வுக் கணக்குகளின் மூலம் 'ராமாஞ்சனேயா'க்களும் தங்களுக்கான சோற்றைக் கண்டுபிடிக்கக்கூடும். காலையில் பாடிய பிரார்த்தனையின் வரிகளை என்னையறியாமல் முனகிவிட்டேன்.

ஸ்ரீகுருவே பஸவேச்வரா

அடயவனுனீடு . . . மஹாதேச்வரா . . .

பாரம்பரியத்தைப் பழங்கதையாக்கிய ராஜமுந்திரியும் பெத்தாபுரமும்

கூட்லிகியிலிருந்து கேரளத்துக்கான ரயில் பயணத்தில் எதிர்பாராவிதமாக சுரேஷ்ராவ் எனும் ஆந்திரக்காரரை அறிமுகம் கொள்கிறோம். ஆரம்பத்தில் நாங்கள் வாராங்கல் நக்சலைட்டுகளைப் பற்றிப் பேசிக்கொண்டோம். பிறகு, பயணத்தில் கண்ட காட்சிகளைப் பற்றிப் பேசினோம். தாவன்கரேயிலும் கூட்லிகியிலும் ஏற்பட்ட அனுபவங்களைப் பகிர்ந்துகொள்ளும்போது, ஆந்திராவின் ராஜமுந்திரியைப் பற்றிய விஷயத்தை நான் மீண்டும் நினைவுகூர்ந்தேன். ரவீந்திரனின் பயணங்களில் வாசித்தறிந்த ராஜமுந்திரியைப் பற்றி அவரிடம் பேசினேன். அன்றைய ராஜமுந்திரியை இனி புத்தகங்களில் மட்டுமே பார்க்க முடியும் என்று சுரேஷ்ராவ் சொன்னார். நகர வதுக்கள் விருந்தினர்களுக்காகக் காத்திருந்த ராஜமுந்திரிக்கு ஏற்பட்ட மாற்றங்களைப் பற்றித் தெரிந்துகொள்ள வேண்டும் என்று தோன்றியது. அந்த இடத்தை நோக்கித்தான் அடுத்த பயணம். இந்தப் பயணத்திலும் பிரமோத் என்னுடன் இருந்தார்.

ஆந்திரப்பிரதேசத்தின் கலாசாரத் தலைநகர் ராஜமுந்திரி. இதே பெயருடைய மாவட்டத்தின் தலைநகரமாக இருந்தது இந்த நகரம். இது விரிவடைந்ததைத் தொடர்ந்து இந்த மாவட்டம்,

1859இல் கிழக்கு கோதாவரி, மேற்கு கோதாவரி என்று இரண்டாகப் பிரிக்கப்பட்டது. ராஜமுந்திரி இப்போது கிழக்கு கோதாவரியில் இருக்கிறது. ராஜமுந்திரி, சோழ ராஜவம்சத்தின் தலைநகராக இருந்தது. இதன் அன்றைய பெயர் 'ராஜ மகேந்திரவாரம்' என்பதுதான். காலப்போக்கில் இது மருவி, ராஜமுந்திரி ஆகிவிட்டது.

ஆங்கிலேயர்கள் சுதந்திரப் போராட்ட வீரர்களை சிறையிலிட்ட மத்தியசிறை உள்ள நகரம் எனும் வரலாற்றை ராஜமுந்திரிக்காரர்கள் இன்று நமக்குச் சொல்லித்தர விரும்பக் கூடும். ஆனால் சுதந்திரம்கிடைத்தபிறகும் அதிக காலம் பழைய 'போகமேள'த்தின் பாரம்பரியத்தைச் சொல்லி விலைமகளிர் ஆள் பிடித்திருக்கக்கூடும்.

1980களின் முடிவுவரை ஆந்திராவின் கரைப்பிரதேச மாவட்டங்களின் பெரும்பாலான கோயில்களையும் மையமாகக் கொண்டு போக சமூகங்கள் இருந்தன.

பணக்கார வீடுகளின் கொண்டாட்ட வேளைகளில் பெண்கள் நடத்தும் இசை நடன வெளிப்பாடுகள்தான் போகமேளம் என்று அறியப்பட்டது. பாடிப்பாடிக் கடைசியில் பாலுணர்வு வழியும் வரிகளுக்குச் செல்லும் பாட்டுகளும் அதற்கேற்ற நடன அசைவுகளும்தான் போகமேளத்தின் தனித்தன்மை.

கோயில்களை நிர்வகித்திருந்தவர்கள்தான் கோயில்களில் ஆடுவதற்கும் பாடுவதற்கும் இவர்களையும் நியமித்திருந்தார்கள். இந்த போக சமூகங்கள், 'கலாவந்தலுகள்' என்று அறியப்பட்டிருந்தன. இந்த வார்த்தையின் பொருள், 'கலைமனம்' என்பதுதான். என்றாலும், இன்று ஆந்திராவில் இந்த வார்த்தையைப் பயன்படுத்தினால் மேற்கொண்டு பேசுவதற்கு யாரும் ஆர்வம் காட்ட மாட்டார்கள்.

கர்நாடகத்தில் தேவதாசிகளைவிட அதிகமாகக் கலையுடன் நெருக்கம்கொண்டிருந்த கலாவந்தலுகள்தான், வரலாற்றில் தேவதாசிப் பாரம்பரியத்துடன் அதிகமாக ஒட்டி நிற்கிறது. ஜோகம்மாக்கள், கர்நாடகக் கோயில்களின் அன்றாட வேலைகளைத்தான் செய்துவந்தார்கள் என்றாலும், கலாவந்தலுகள் ஆடுவதையும் பாடுவதையும் மட்டுமே முக்கியமாகச் செய்து வந்தார்கள்.

குடும்பத்தின் வறுமையும் அறியாமையும்தான் இந்த இரு பிரிவினரையும் கோயில்களில் தாசியாக்கின. 'எங்கள் முன்னோர் கோயில்களைப் பராமரித்து வாழ்ந்தவர்கள்' என்று,

கலாவந்தலுகளின் புதிய தலைமுறையினர் சொல்கிறார்கள் என்றாலும் பெரும்பாலும் கோயில்களின் புரோகிதர்கள்தான் அவர்களைப் பயன்படுத்திவந்தார்கள். ஊரில் இருக்கும் ஜமீன்தார்களும் கலாவந்தலுகளைத் தங்கள் வைப்பாட்டிகளாக வைத்திருந்தார்கள். கோயில்களுக்கு வரும் பணக்கார யாத்ரீகர்களுக்கும் வேண்டுமென்றால் கலாவந்தலுகள் தங்களைச் சமர்ப்பிப்பார்கள். அந்த வழியில் கோயில்களுக்குச் செல்வம் வர இவர்கள் காரணமானார்கள். இவர்களின் பாதுகாப்பு இயல்பாகவே கோயில்களின் பொறுப்பானது.

ஆந்திராவில் புத்த மதத்தின் பிடி இறுகியபோது கோயில்கள் கைவிட்டுப் போகாமல் இருப்பதற்கு இந்து மதம் பெரிதும் இந்த தாசிகளைத்தான் சார்ந்திருந்தது என்று வரலாறு சொல்கிறது.தேவதாசிகள் மூலமாகச் சேர்த்த செல்வத்தைப் பயன்படுத்திக் கோயில்கள் பக்தர்களைத் தக்கவைத்தன. தேவதாசிகளின் எண்ணிக்கையை வைத்துக் கோயில்களின் பெருமையைத் தீர்மானிக்கும் ஒரு காலமும் இங்கே இருந்ததாம். எப்படியானாலும் கோயில்கள் நலிவடைந்த பிறகு, தேவதாசிமுறை சட்டத்தின் மூலம் தடைசெய்யப்பட்ட பிறகு கலாவந்தலுகளின் வாழ்க்கையும் துயரமயமானது. இப்படித்தான் ராஜமுந்திரி உட்பட்ட பிரதேசங்களில் போகமேளத்தின் பெரும்பறை முழங்கியது. சாஸ்திரிய நடனமுறைகளும் சங்கீதமும் கொண்டுதான் போகமேளம் ஆரம்பித்தது என்றாலும் பிறகு பார்வையாளர்களை வசீகரித்துக் கீழ்ப்படுத்தும் பாலியல் வெளிப்பாடுகளுக்கு இவை வழிவிட்டன. ஜமீன்தார்கள் தங்கள் அந்தப்புரங்களுக்கு நடனக்காரிகளை அழைப்பதுடன் போகமேளம் நிறைவடையும்.

சட்டத்தின் மூலம் போகமேளமும் தடைசெய்யப்பட்ட பிறகு கலாவந்தலு சமூகத்தைச் சேர்ந்த பெண்கள் பச்சையான பாலியல் தொழிலில் ஈடுபடுத்தப்பட்டார்கள். மற்ற இடங்களில் உள்ள விலைமகளிர் வீடுகளைப்போல, காமம் தீர்த்துவிடுவதை நோக்கமாகக் கொண்டவை அல்ல, ராஜமுந்திரியில் உள்ள படுக்கையறைகள். ஆடல் பாடல்தான் அந்த இடங்களின் முக்கியமான விருந்து. தங்கள் கலைத் திறமையை வெளிப்படுத்துவதற்கான இடங்கள் எனும் நிலையில்தான் அவர்கள் தங்கள் வீடுகளை அந்நியருக்குத் திறந்துவைத்தார்கள். காமக் கலையையும் அவற்றில் ஒரு அம்சமாகத்தான் அவர்கள் பார்த்தார்கள். தங்கள் கலைத் திறமைக்கான சன்மானம் எனும் நிலையில்தான் அவர்கள் பார்வையாளர்களிடமிருந்து பணம் பெற்றார்கள். அவர்களைப் பொறுத்தவரை உடலுறவு என்பது, ஆடலுக்கும் பாடலுக்கும்

இறுதியில் இயல்பாக நடக்கும் ஒன்றுமட்டும்தான். இறையருளால் கிடைத்த கலைத் திறமையை ரசிகர்களுக்கு வெளிப்படுத்தாமல் இருப்பது குற்றம் என்று அவர்கள் கற்றிருக்கிறார்கள். அப்படித்தான் ஒரு காலத்தில் ராஜமுந்திரியிலும் அண்மைப் பகுதிகளிலும் போக வீடுகள் நிறைய உருவாயின.

○

பார்வைக்கு எட்டாத தொலைவுவரை பரந்திருக்கும் கோதாவரிக்கு மேலே மறுகரை நோக்கி நீளும் ரயில் பாலம். ஆர்வத்தையும் அச்சத்தையும் ஒருபோலத் தோற்றுவிக்கும் சாலை மேம்பாலம். கீழே, ஆந்திரா சுற்றுலாத்துறையின் படகுச் சவாரி. காட்சியைச் செழிப்பாக்கும் ராஜமுந்திரியின் கௌதமி, கோதாவரியின் படகுத்துறை. இந்தப் படகுத் துறையோடு சேர்ந்துதான், ராஜமுந்திரியில் ஒரு காலத்தில் வெளிப் பிரதேசக் காரர்கள் நிறைய வந்திருந்த இசுகவீதி இருக்கிறது.

வரலாற்றை வாசித்துவிட்டு வருபவர்களை இன்று இசுகவீதி ஒருக்கால் ஏமாற்றமடையச் செய்யும். புதுமை வந்திராத பழைய வீடுகள்தான் இங்கே இருக்கின்றன என்றாலும், பழைமைவாதிகள் சொன்ன மனம் மயக்கும் அடையாளங்கள் ஒன்றும் இன்று இசுகவீதி வீடுகளில் தெரியவில்லை. வீதியில் வெகுதூரம் நடந்தபோது வழி தவறிவிட்டதோ என்று சந்தேகம் ஏற்பட்டுவிட்டது. 'அட்வகேட் எம்.லாவண்யராணி' எனும் பெயர்ப் பலகை வைத்த ஒரு வீட்டைப் பார்த்தோம். நாங்கள் சந்தேகத்தைத் தீர்த்துக்கொள்வதற்காக அங்கே சென்றோம்.

லாவண்யராணி எனும் முப்பத்திரண்டு வயதுப் பெண், இசுகவீதி அதனுடைய பெயரையும் உருவத்தையும் மாற்றிய கதையை எங்களுக்குச் சொன்னார்: "முன்பு வீதியின் ஒரு புறத்தில் பிராமணர்களும் மறுபுறத்தில் கலாவந்தலுகளும் தான் வசித்திருந்தார்கள். இவர்களில் கலாவந்தலுகள் பாலியல் தொழிலாளர்கள்தான். அவர்கள் வீடுகளுக்கு வெளிப்பிரதேசக் காரர்கள் வருவது சமீப காலத்தில் சகித்துக்கொள்ள முடியாத விஷயமாகிவிட்டது. அது பல சமூகப் பிரச்சினைகளுக்கு வழி ஏற்படுத்தியவுடன், இளைஞர்கள் அதற்கு எதிராக நிலை யெடுக்கத் தீர்மானித்தார்கள்.

"ஏதாவது வீட்டுக்கு அந்நியர்கள் வந்தால், இளைஞர்கள் உடனே போலீஸுக்குத் தகவல் தருவார்கள். போலீஸ், சட்டத்தைக் கடுமையாக்கிய பிறகு, பெரும்பாலோர் பாலியல் தொழிலிலிருந்து பின்வாங்க வேண்டிய கட்டாயத்துக்கு ஆட்பட்டார்கள். பிறகும் அதே தொழில்தான் செய்வேன் என்று பிடிவாதம் பிடித்தவர்கள், வேறு வழியின்றி இடம்விட்டுப்

போக நேர்ந்தது." இசுகவீதியில் பத்துவருடமாகப் பாலியல் தொழிலை முற்றிலுமாகத் தடுக்க முடிந்ததாக லாவண்யராணி சொன்னார். மிக அதிகமுறை போலீஸுக்குத் தகவல் சொல்ல தானும் முன்கையெடுத்ததாக இந்த வழக்குரைஞர் உரிமைகோரினார். அத்தனைப்பேரையும் துடைத்து நீக்கிய பிறகும் இசுகவீதி எனும் பெயர் தங்களைப் பாதிக்கும் எனும் புரிதலில் அவர்கள் அந்தப் பெயரையும் மாற்றத் தீர்மானித்தார்கள். இன்று இந்த இடத்தின் பெயர், 'வாட்டர் ஒர்க் ஸ்ட்ரீட்.' ராஜமுந்திரி நகரசபையின் பலவித இடங்களுக்குத் தண்ணீர் கொண்டு சேர்க்கும் பம்பிங் இங்கு நடப்பதுதான் இந்தப் புதிய பெயருக்குக் காரணமாம். ஆனால் ஆவணங்களில் இந்த இடத்துக்கு, 'நேதாஜி சுபாஷ் சந்திரபோஸ் சாலை' என்று பெயர்.

ராஜமுந்திரியின் தனதான பாட்டும் நடனமும் கொண்டிருந்த அந்தச் சமூகத்தை இங்கே நிலைநிறுத்தியபடி அவர்களைப் பாலியல் தொழிலிலிருந்து பின்வாங்கச் செய்து காப்பாற்றத்தானே செய்திருக்க வேண்டும் என்று சந்தேகம் கேட்டபோது, "அவர்களின் எந்தக் கலைச் செயல்பாடும் இங்கே இல்லை. பக்கா பிராஸ்டிட்யூஷன்" என்றுதான் அழகான சிரிப்புடன் லாவண்யராணி சொன்னார்.

ராஜமுந்திரியிலிருந்து ஒருமணிநேரம் பேருந்தில் பயணம் செய்தால் பெத்தாபுரத்துக்கு வந்துவிடலாம். பழைய காலத்திலும் போக குடும்பங்கள் ஒன்றாக வசித்திருந்த கிராமம் பெத்தாபுரம். இசுகவீதியிலிருந்து சென்றவர்கள் வந்துசேர சாத்தியமுள்ள இடம்தான் பெத்தாபுரம். இன்று பெத்தாபுரத்தைக் கிராமம் என்று அழைக்க முடியாது. சைக்கிள் ரிக்சாக்களும் பழைய பாணிக் கோயில்களும் இருக்கின்றன என்றாலும் பெத்தாபுரம் ஒரு நகரத்தின் அடையாளங்களைக் காட்டத் தொடங்கியிருக்கிறது.

கலாவந்தலுகளைப் பற்றி ஆராய வந்திருக்கிறோம் என்று சொன்னபோது, மேற்கொண்டு பேசப் பலர் தயங்கினார்கள். ஆங்கிலமோ இந்தியோ அறிந்தவர்கள் அரிதினும் அரிது. அவர்களும், கலாவந்தலுமுறையும் போகமேளமும் எல்லாம் முன்பே நின்றுவிட்டதாகச் சொல்லிப் பேச்சை முடித்துக்கொண்டு தப்பித்தார்கள். இங்கே உள்ள இரண்டு கோயில்களை மையப்படுத்திதான் அந்தக் காலத்தில் போகமேளம் நடந்துவந்ததாக ஒருவர் சொன்னார். இந்தக் கோயிலில் ஆடுவதற்காகக் கொண்டு போகப்பட்ட பெண்கள் பிற்பாடு பாலியல் தொழிலுக்கு வந்தார்கள். சமீபகாலம்வரை நூற்றுக்கும் அதிகமான குடும்பங்கள் இங்கே வாழ்ந்ததாகவும் இப்போது போலீஸ் சட்டத்தைக் கடுமையாகப் பிரயோகிக்கத் தொடங்கியவுடன் பலர் இந்தத் தொழிலைக் கைவிட்டதாகவும் அவர் சொன்னார். ஆனால்

வேறு சிலரிடமிருந்து, இங்கே இப்போதும் வாடிக்கையாளர்கள் அந்த அளவு ஏமாற்றமடைய வேண்டியதில்லை எனும் குறிப்பு கிடைத்தது. அவர்கள் சொன்னதன்படி பெத்தாபுரம் டவுனிலிருந்து தர்காபேட்டை பகுதிக்கு நாங்கள் நடந்துபார்த்தோம். பல வீடுகள் சாத்திக் கிடந்தன. பத்துப் பன்னிரண்டு வீடுகளைத் தாண்டிய பிறகும் யாரும் பின்னால் வரவில்லை. ரவீந்திரனின் புத்தகத்தில் வாசித்ததுபோல இப்போது இங்கே இல்லை என்று மனத்தில் உறுதிகொண்டோம். பாலியல் தொழில் அந்த அளவு மும்முரமல்ல; இல்லையென்றால் சட்டம் அத்தனைக் கடுமையுடன் இங்குள்ள விலைமகளிரை வேட்டையாடிக்கொண்டிருக்க வேண்டும்.

பெத்தாபுரம் டவுனில் அங்கும் இங்கும் பலமுறை நடந்தாலும் ஒரு தரகர்கூட சமீபிக்காததில் எனக்கு ஏமாற்றமும் வியப்பும் ஏற்பட்டது. அந்த நேரத்தில்தான் வக்கீல் கோட்டு அணிந்த ஒருவர் எதிர்ப்பட்டார். நாங்கள் நம்பிக்கையுடன் அவரை அணுகினோம். அவர் பெயர் எலிஷாராவ். அதுவரை எங்கள் கவனத்தில் படாத ஒரு வழியைத்தான் அவர் எங்களுக்குக் காட்டினார். அந்தப் பகுதியில்தான் இன்று கலாவந்தலுகளின் சந்ததியினர் மையமிட்டிருப்பதாக அவர் சொன்னார். அங்கே அவர்களின் மறுவாழ்வுக்காக முயற்சி செய்யும் சுல்தானா எனும் பெண்ணைக் காணும்படியும் எலிஷாராவ் அறிவுறுத்தினார். போலீஸுக்குத் தகவல் சொல்லாமல் போகவீடுகளுக்குச் சென்றால் ரெய்டு நடக்கும் வாய்ப்பு இருப்பதாகவும் அவர் முன்னறிவித்தார்.

அவர் காட்டிய வழியில் புறப்பட்டதும், முன்னால் நிறுத்தப் பட்டிருந்த ஆட்டோவிலிருந்து ஒருவர் தாவி இறங்கி எங்களிடம் வந்தார். அவர், கால் காயத்துக்குக் கட்டுப்போட்டிருந்தார். அதன்கீழே மந்து பாதிப்பின் அடையாளங்களும் தெரிந்தன. சிறிய பெண்பிள்ளைகள் இருக்கிறார்கள் என்றும் கொஞ்சம் தொகை கொடுத்தால் போதும் என்றும் அவர் முதலிலேயே தெளிவுபடுத்தினார். அவர் தெலுங்கில் பேசினார். சைகைகளைக் கொண்டுதான் எங்களுக்கு விஷயம் புரிந்தது. இந்தியோ ஆங்கிலமோ அறியாதவர்களிடமிருந்து எப்படி விஷயங்களைப் புரிந்துகொள்வார்கள் எனும் குழப்பத்துடன் நாங்கள் அவருடன் சென்றோம். ஒரு ஆள் நடப்பதற்கான அகலம் மட்டுமே உள்ள இடுங்கிய ஒரு வழியில் அவர் பின்னால் நாங்கள் பிரவேசித்தோம். சில வீடுகளுக்கு அப்பால் வாயிலில் அமர்ந்திருந்த மூன்று நான்கு பெண்பிள்ளைகள் திடீரென்று துள்ளி எழுந்தார்கள்.

அழகான சிரிப்புடன் அவர்கள் “ஆயியே ஸாப்” என்று வரவேற்றபோது எனக்கு நிம்மதி. அதனுடன் ஒரு சந்தேகமும் ஏற்பட்டது. பெத்தாபுரத்துக்கு அப்பால் மற்றொரு உலகம்

உண்டு என்பதையே அறியாத இந்தப் பிள்ளைகள் எப்படி இந்தி கற்றுக்கொண்டார்கள்?

"ஆயியே அந்தர் பைடியே . . ." அப்போது உள்ளிருந்து அந்த அழைப்பு வந்தது.

"ஹிந்தி மாலும்?" நான் கேட்டேன்.

"அரே ஆயியே ஸாப்." அவள் பான்கொண்டு நிறைந்த வாய் திறந்து சிரித்தாள். தாவணிதான் அணிந்திருந்தாள் என்றாலும் அவள் முகத்தில் தென்னாட்டுச் சாயல் முற்றிலும் இல்லை.

அவர்கள் மொத்தம் நான்குபேர். சட்டென்று பார்க்கும் போது அவர்கள், பரபரப்பான இந்திய நகரங்களில் ஆட்களுக்காகக் காத்திருக்கும் பாலியல் தொழிலாளர்களைத் தான் நினைவுபடுத்தினார்கள். அதுவரை பார்த்த பெத்தாபுரத்துக் காரர்களின் எந்த ஒரு அடையாளமும் எவ்வகையிலும் காணப்படாத துடிப்பான வெண்ணிற அழகிகள்.

அவர்களில் மூத்தவளாகத் தோன்றிய தாவணிக்காரி சுட்டிக்காட்டியதன்படி அவள் படுக்கையின் ஓர் ஓரத்தில் அமர்ந்தோம்.

"எவ்வளவு நேரம் வேண்டும்? அரைமணி நேரமா அல்லது ஒரு மணிநேரமா?" பெத்தாபுரத்தின் விருந்தோம்பல்முறையின் – கலைத்திறனின் கதைகளையெல்லாம் தலைகீழாக்கி அவள் கேள்வி எறிந்தாள்.

அலங்காரத்துக்குப் புகழ்பெற்ற பெத்தாபுரத்தின் படுக்கை யறைச் சுவர்களைக் கண்ணோட்டினோம். அந்தச் சுவர்களில், சுண்ணாம்புப் பூச்சின் மங்கிய நிறத்தைத் தவிர வேறு ஒன்று மில்லை. கட்டிலுக்கு அந்தப் பக்கம் ஒருவர் நிற்பதற்கான இடம் கூட இல்லை. தாவணிக்காரி தன் கேள்வியை மீண்டும் கேட்டாள். இந்தமுறை கொஞ்சம் கடுமையாக, "எத்தனை மணி, ஸாப்?"

"என்ன ரேட்?" மறு கேள்வியில் விருந்தினரின் நாகரிகம் மறந்து வெறும் வாடிக்கையாளன் ஆனேன்.

"ஒருமணிநேரத்துக்கு இரண்டாயிரம் ரூபாய்." அவள் இரண்டு விரல்களை நிமிர்த்திக் காட்டிக்கொண்டு சொன்னாள்.

"இரண்டாயிரம் அதிகமல்லவா?" நான் அதிருப்தியை வெளிப்படுத்தினேன்.

"அது எப்படி அதிகமாகும்?" நான் கேட்டது அவளுக்குப் பிடிக்கவில்லை என்று தெரிந்தது.

புனிதப் பாவங்களின் இந்தியா

"மற்ற இடங்களிலொன்றும் இவ்வளவு ரேட் இல்லையே. நான் நிறைய இடங்களுக்குச் சென்றிருக்கிறேன்." அவள் கோபத்தைத் தூண்டினேன்.

"நிறைய இடங்களுக்கா? நாங்களும் நிறைய இடங்களில் இருந்திருக்கிறோம்." அவளுக்கு அலட்சியம்.

"என்னென்ன இடங்கள்?"

"மும்பையில் காமத்திப்புரா கேள்விப்பட்டிருக்கிறீர்களா? நாங்கள் நீண்ட காலம் அங்குதான் இருந்தோம். அப்புறம் அங்கே நிறையப் பெண்கள் வந்தார்கள். அதன் பிறகு நாங்கள் இங்கே வந்துவிட்டோம்."

"அப்படியென்றால் நீங்கள் இந்த இடத்தைச் சேர்ந்தவர்கள் இல்லையா?" எனக்கு ஆர்வம் அதிகரித்தது.

"இல்லை." அவள் கடுப்பாகச் சொன்னாள்.

"இங்கே அழைத்து வந்தது யார்?" நான் விஷயங்களைத் தெளிவாகப் புரிந்துகொள்வதற்காகக் கேட்டேன்.

"ஆ, அதற்கெல்லாம் ஆள் இருக்கிறார்கள் என்று தெரிந்து கொண்டால் போதும். ஒருமணிநேரத்துக்கு இரண்டாயிரம் ரூபாய்; அல்லது அரைமணிநேரம் போதுமா?" அவளுக்குக் கேள்விகளில் ஆர்வமில்லை.

"சரி, மற்ற வீடுகளுக்கும் சென்று பார்க்கிறோம். எங்கும் ரேட் படியவில்லை என்றால் மீண்டும் வருகிறோம்." நான் மெல்ல எழுந்தேன்.

அது அவர்களுக்குப் பிடிக்கவில்லை. "என்ன, ரேட் கணக்கெடுப்புக்கு வந்திருக்கிறீர்களா?" அவர்களில் ஒருத்தி கோபமாகக் கேட்டாள்.

பதில் சொல்லாமல் அங்கிருந்து புறப்பட்டோம்.

மற்ற இடங்களில் நடப்பதைப்போல, தவிர்த்துவிட்டுப் போகின்றவர்களைத் திட்டுவதும் தாக்குவதுமெல்லாம் இங்கே நடக்கவில்லை. இதற்குக் காரணம், எப்போதாவது அரிதாக வரும் வாடிக்கையாளர்களுக்குக் கோபமூட்டினால், புதிதாக யாரும் வரும் வாய்ப்பு இல்லை எனும் புரிதலாக இருக்க வேண்டும்.

அங்கிருந்து கிளம்பியதும் தொழில்முறை அணுகுமுறையுடன் மற்றொரு இளைஞன் எங்களிடம் வந்தான். 'இதைவிட நல்லது இருக்கிறது' என்று அவன் சைகையில் தெரிவித்தான். "அவர்களுக்கு இந்தி தெரியுமா? நான் கேட்டேன்.

“ஹிந்தி, ஹிந்தி . . .” அவன் உறுதியாகச் சொன்னான்.

“நாங்கள் சுல்தானாவைப் பார்க்க வேண்டும்” என்று சொன்னவுடன், அப்படி ஒரு ஆளே அங்கே இல்லை என்று அவன் முடிவாகத் தெரிவித்தான். தன்னிடமுள்ள பெண்பிள்ளைகள் யாரையாவது வந்து பார்த்துத் தேர்வுசெய்யும்படிக் கட்டாயப் படுத்திக்கொண்டிருந்தான். ஒருவிதமாகச் சொல்லி அவனைச் சமாதானப்படுத்தி அனுப்பிவைத்தோம். பிறகு நாங்கள் சுல்தானாவைத் தேடி நடந்தோம்.

வழக்குரைஞர் எலிஷாராவ் குறிப்பிட்ட வழியில் சென்ற போது, யேசுகிறிஸ்துவின் சித்திரமுள்ள ஒரு காங்கிரீட் வீட்டுக்கு முன்னால் வந்து சேர்ந்தோம். பக்கத்து வீடுகளும் காங்கிரீட் வீடுகளாக இருந்தாலும் ஒப்பீட்டளவில் இது பெரிய வீடாக இருந்தது. அரபிப் பெயருடைய சுல்தானாவின் வீட்டில் கிறிஸ்துவின் படம் இருப்பதற்கான சாத்தியம் இல்லாததால் நான் சற்று சந்தேகம் கொண்டேன். ஆனால் அந்தவழியாக வந்த ஒருவர் இதுதான் சுல்தானாவின் வீடு என்று உறுதியாகச் சொன்னார்.

நான் அழைப்புமணியை அழுத்தினேன். சுல்தானா வந்து கதவைத் திறந்தார். தூக்கக் கலக்கத்தால் இருண்ட முகம். மாக்ஸி அணிந்திருந்தார். உள்ளே வந்து அமரும்படி அழைத்தார். மதமாற்றம் நடந்து அதிக காலம் ஆகியிருக்கவில்லை என்று அவர் வீட்டின் உட்புறம் தெளிவாக்கியது. நிலைப்படிகளில் ஓம் என்று எழுதியிருந்தது இன்னும் மறையாதிருந்தது. சுவர்களில் இந்துக் கடவுள்களின் படங்கள் சில இருந்தன. அந்த வீட்டில் குளிர்சாதனப் பெட்டியும் தொலைக்காட்சியும் இல்லை. கலாவந்தலுகளைப் பற்றித் தெரிந்துகொள்ள வந்ததாகச் சொன்னபோது, சுல்தானா பெரிய ஆர்வமொன்றும் இல்லாமல் – அதைவிட அதிகமாக அச்சத்துடன்தான் பதில் சொன்னார்.

“கலாவந்தலு சமுதாயம் மட்டும் இருந்த இந்தப் பிரதேசத்தில் இன்று பிராமணரும் முஸ்லிம்களும் கிறிஸ்தவர்களும் இருக்கிறார்கள். இந்தத் தெருவின் பெயர், ‘வக்கலங்கவார’ என்பது. கலாவந்தலு சமுதாயத்தைச் சேர்ந்த பெரும்பான்மையோர் பாலியல் தொழில் செய்துதான் வாழ்க்கை நடத்தி வந்தார்கள்” என்று சுல்தானா சொன்னார் . . . ஆனால் தன் செயல்பாடுகள் நிறையப்பேரை அந்தத் தொழிலிலிருந்து விடுவித்ததாகவும் அவர் உரிமைகோரினார். இதற்கிடையில் வழக்குரைஞர் எலிஷாராவும் அங்கே வந்தார். சுல்தானா சொன்ன விஷயங்களை மொழிபெயர்த்துச் சொன்ன அவர், சுல்தானாவை மிகவும் புகழ்வதிலும் ஆர்வம் காட்டினார்: “பெண்களுக்குச் சுயதொழில் வாய்ப்புகளை ஆரம்பித்துக் கொடுத்துதான் சுல்தானா

கலாவந்தலுகளுக்கு விடுதலையளித்திருக்கிறார். இன்று அந்தத் தொழில் வாய்ப்புகளிலிருந்து அவர்களுக்கு வருமானம் கிடைக்கிறது. இதற்கும் மேலாக, வெளிநாட்டிலிருந்து நிதியும் வருகிறது." மொழிபெயர்த்துச் சொல்வதுடன், தன்னுடையதான சில விளக்கங்களையும் உத்வேகமாக எலிஷாராவ் வெளியிட்டார்.

அப்போது சுல்தானா அவ்வளவு துலக்கமில்லாது சிரித்தபடி, "இதையெல்லாம் பத்திரிகையில் எழுதுவீர்களா?" என்று கேட்டார்.

இல்லையென்று சொன்னேன். அதனால்தான், மேற்கொண்டு பேச சுல்தானா தயாராக இல்லைபோலிருக்கிறது. மொழிபெயர்ப்புக்கு வாய்ப்புக் கொடுக்காமல் சுல்தானா மௌனியானார்.

இனி இங்கே இருந்து பயனில்லை என்று எனக்குத் தோன்றியது. நாங்கள் அங்கிருந்து புறப்பட்டோம். எலிஷாராவ் அங்கேயே இருந்தார்.

திரும்பி நடக்கும்போதுதான் நான் அதைக் கவனித்தேன். பல வீடுகளின் வாசலில் கோலமாகச் சிலுவை வடிவத்தை வரைந்திருக்கிறார்கள்! அனுமான் படமும் யேசு படமும் ஒன்றாக இருக்கும் திண்ணைகளையும் பார்க்க முடிந்தது. மதச்சார்பின்மையின் புதிய முன்மாதிரிகளாகச் சொல்லும் வகையில் இருந்தாலும், பெத்தாபுரத்துப் புதிய காட்சிகளுக்குப் பின்னால் உள்ள யதார்த்தம் அப்படி இல்லை.

அந்தக் காலத்தில் கலாவந்தலுகள் ஆடிப் பாடிப் பெற்ற நல்ல பேரின் மறைவில், பெத்தாபுரத்தைச் சிலர் சதைச் சந்தையாக மாற்றியிருக்கின்றனர். மற்ற சந்தைகளில் தாக்குப்பிடித்து நிற்க முடியாமல்போகும் பெண்கள் பழைய வேடமிட்டு ஆட புதியதொரு இடம். அது மட்டுமாகத்தான் இருக்கிறது பெத்தாபுரம். ஆண்களை வசீகரிக்கும் போகமேளம் கொண்டு பல குடும்பங்களின் தூக்கத்தைக் கெடுத்திருந்த பெத்தாபுரத்தின் இரவுகளில் இன்று கேட்பது, அரிதாக வருபவர்கள் பேரம் பேசுவது மட்டும்தான். அப்புறம் குலத்தொழில் செய்து வாழ சட்டம் அனுமதிக்காதவர்களுக்குப் புதிய கடவுள்களை அறிமுகப்படுத்தி அவர்களில் வெளிநாட்டு நிதியின் பெரிய சாத்தியப்பாடுகளைக் கண்டுபிடித்தவர்களின் பிரார்த்தனைக் கீதங்களும்.

உண்மையான தேவதாசிகளைக் கண்டுபிடிக்க மேலும் பயணம் செய்ய வேண்டியிருக்கும் என்று தெரிந்தது. ஆந்திராவில் கலாவந்தலுகள் அதிகமாக இருந்த த்ராக்ஷாராமம் எனும்

இடம்தான் அடுத்த இலக்கு. பெத்தாபுரத்திலிருந்து மேற்கொண்டு ஒருமணிநேரம் பயணம் செய்துதான் த்ராக்ஷாராமத்துக்குச் செல்ல வேண்டும். பெத்தாபுரம் அளவு பரபரப்பற்ற, அந்த அளவு முன்னேற்றம் வந்திராத பெரியதொரு கிராமம்தான் த்ராக்ஷாராமம்.

த்ராக்ஷாராமத்தின் ஆர்.சி. தேவாலயத்துக்குத்தான் முதலில் சென்றோம். அங்குள்ள பாதிரியார் வெங்கடேஷ், மலையாளிகளான இரண்டு கன்னிகாஸ்திரீகளை அறிமுகப் படுத்தினார். சகோதரி மரியா, சகோதரி சாந்தி. திருச்சூரைச் சேர்ந்த சகோதரி மரியாவுக்கு முப்பதுவயது இருக்கும். சகோதரி சாந்தியை நாற்பத்தைந்து வயது மதிக்கலாம்.

"நாங்கள் இங்கே வந்தபிறகு தேவதாசிமுறையோ போகமேளமோ நடந்ததாகத் தெரியவில்லை" என்று அவர்கள் சொன்னார்கள். "எந்த ஊருக்குச் சென்றாலும் அங்குள்ள சமூகப் பிரச்சினைகளை ஆராய்வது வழக்கம். இப்படிப்பட்ட சம்பவங்கள் ஒன்றும் இங்கே நடந்திருக்காது. நடந்திருந்தால் எங்களுக்குத் தெரிந்திருக்கும்" என்று அவர்கள் சொன்னார்கள். ஏதாவது விவரம் கிடைக்கிறதா என்று பார்ப்பதற்காகப் பலரிடம் அவர்கள் தொலைபேசியில் பேசினார்கள். அப்படி, கடைசி வாய்ப்பு என்ற நிலையில் பாதிரியார் ஜீவன்பாபுவிடம் அவர்கள் என்னை அழைத்துச் சென்றார்கள்.

த்ராக்ஷாராமத்தில் பீமேஸ்வரன் கோயிலைச் சுற்றித் தேவதாசிமுறை வலிமையாக இருந்தது என்று பாதிரியார் ஜீவன்பாபு சொன்னார். "சட்டத்தின் மூலம் சடங்குகளைத் தடை செய்த பிறகு அவர்கள் பாலியல் தொழிலைத்தான் வழியாகப் பார்த்தார்கள். அப்போதுதான் அவர்களுக்குச் சரியான அர்த்தத்தில் உதவி செய்ய கிறிஸ்தவ மிஷனரிக்காரர்கள் வருகிறார்கள். இங்குள்ள கலாவந்தலுகள் மூன்றுவேளை உணவு சாப்பிடத் தொடங்குவதே கிறிஸ்தவ மிஷனரிக்காரர்கள் வந்த பிறகுதான். மிஷனரிக்காரர்கள் இந்த ஊரில் பெரிய அளவிலான மாற்றங்களைக் கொண்டு வந்தார்கள்." பாதிரியார் சொல்லி நிறுத்தினார்.

அவர் சொன்ன பீமேஸ்வரன் கோயிலுக்குச் சென்று மேலும் விஷயங்களைத் தெரிந்துகொள்ள வேண்டும்; அதுதான் எங்களது அடுத்த முயற்சியாக இருந்தது. இந்தக் கோயில்தான் த்ராக்ஷாராமம் கிராமத்தின் மையம். இந்தக் கிராமத்தின் வரலாற்று முக்கியத்துவமும் இந்தக் கோயில் தொடர்பாகத் தான் இருக்கிறது. ஒரு காலத்தில் இந்தக் கோயிலின் பாதுகாப்பில் வாழ்ந்திருந்த போக குடும்பங்கள் பிறகு த்ராக்ஷாராமத்தின்

பல பகுதிகளுக்குச் சென்று குடியேறினார்கள்; அந்த இடங்களி லெல்லாம் விலைமகளிர் இல்லங்களைத் திறந்தார்கள். 1980கள் வரை இவை வலிமையாக இருந்தன. ஆனால் இன்று த்ராக்ஷாராமம் பழைய கதைகளை மறப்பதற்கான ஆயத்தத்தில் இருக்கிறது என்று கருதவேண்டும்.

வெளியிலிருந்து வருபவர்களுக்குக் கோயிலின் முறைகளைச் சொல்லிக் கொடுப்பதற்கும் பிறவற்றுக்குமாக, பீமேஸ்வரன் கோயிலுக்கு வெளியே காவியுடைக்காரர்கள் நிறையப்பேர் இருக்கிறார்கள். ஆனால் கலாவந்தலுகளைப் பற்றி ஏதேனும் சொல்ல அவர்கள் தயாரில்லை. தெலுங்கைத் தவிர வேறு மொழி யாருக்கும் தெரியவில்லை. பொதுவாக ஆந்திராவுக்கு வெளியிலிருந்து யாரும் இங்கே வருவதில்லை என்று தோன்றியது.

கடைசியில் ஆங்கிலம் அறிந்த ஒரு காவியுடைக்காரர் கிடைத்தார். கோயிலின் ஐதீகங்களைக் கேட்டுக்கொண்டிருக்கும் போது கலாவந்தலுகளைப் பற்றியும் விசாரித்தோம். அவர்க ளெல்லாம் இப்போது வெல்லாவாரம் எனுமிடத்தில் முகாமிட் டிருப்பதாக அவர் சொன்னார். மேலும் அவர் அவசரமாக, இப்போது அவர்களுக்குக் கோயிலுடன் எந்தத் தொடர்பும் இல்லையென்றும் சொன்னார்.

நாங்கள் வெல்லாவாரத்துக்குச் சென்றோம். அங்கே இப்போதும் பாலியல் தொழில் நடந்துகொண்டிருக்கிறது என்று புரிந்தது. ஆனால் பழைய ஆசார மரியாதைகளோடு வீட்டுக்கு வரவேற்கும் சம்பிரதாயங்களைப் பார்க்க முடியவில்லை. சட்டத்தின் அச்சுறுத்தல் இவர்களையும் சாதாரணப் பாலியல் தொழிலாளர்கள் மட்டுமாக ஆக்கியிருக்கிறது.

வெல்லாவாரத்திலிருந்து த்ராக்ஷாராமத்துக்குத் திரும்பும் போது, போகமேளச் சபைகளில் மேளக்காரராக இருந்த சோமசுந்தரம் என்பவரைத் தற்செயலாகச் சந்திக்க நேர்ந்தது. எங்களைப் பற்றி நிறைய விளக்கங்கள் கொடுத்தபிறகுதான் அவர் விஷயங்களைச் சொல்லத் தயாரானார். அப்போதும் அவருக்கு, இந்த அந்நியர்கள் போலீஸ்காரர்களாக இருப்பார் களோ என்ற சந்தேகம் இருந்தது. த்ராக்ஷாராமத்தில் இருபது வருடத்துக்கும் முன்பு போகமேளம் முடிந்துவிட்டது என்றும் சோமசுந்தரம் சொன்னார்.

"அதுவரை பாட்டுக்காரர்களையும் நடனக்காரர்களையும் நான்தான் ஒன்றுசேர்த்து அழைத்துக்கொண்டு போனேன். விசேட சமயங்களில் போகமேளம் நடத்துவார்கள். பெரிய பெரிய வீடுகளின் முதலாளிகள் தங்கள் வீடுகளில் திருமணமும் மற்ற

நிகழ்ச்சிகளும் நடக்கும்போது வந்து போகமேளம் நடத்தும்படிக் கேட்பார்கள். அப்போது சென்று நடத்திக்கொடுப்போம். ஆயிரம் – இரண்டாயிரம் ரூபாய் கிடைக்கும். அன்றைய இரண்டாயிரம் ரூபாய். நல்ல நடனக்காரர்களாக இருந்தால் ஊதியம் மேலும் அதிகமாகும். ஜமீன்தார்கள் தங்கள் பெருமையைக் காட்டுவதற்காகப் பெரும்பாலும் பணத்தைப் பார்க்காமல் நல்ல நடனக்காரிகள் வேண்டுமென்று கேட்பார்கள். மேளம் கடைசியில், ஜமீன்தார்களின் படுக்கையறைகளில் சென்று முடிவது, ஆட்டக்காரர்களின் திறமைபோலிருக்கும்." சோமசுந்தரம் சொன்னார். ஆனால் இப்போது, தடைசெய்யப் பட்ட பிறகு, தான் இதை நடத்தியதே இல்லை என்று அவர் திரும்பத் திரும்பச் சொல்லிக்கொண்டிருந்தார்.

போகக்குடும்பங்களில் இருக்கும் 'கண்ணேரகம்' எனும் சடங்கைப் பற்றி சோமசுந்தரத்திடமிருந்துதான் தெரிந்து கொள்ள முடிந்தது. வயதுக்கு வந்த பெண்பிள்ளைகளின் கன்னிமையைப் போக்கும் சடங்குதான், 'கண்ணேரகம்.' இந்தச் சடங்கை நடத்துவதற்கு ஜமீன்தார்களுக்குத்தான் அதிகாரம் இருக்கும். யாராவது ஜமீன்தார், பெண்பிள்ளையை ஏலத்தில் எடுத்துச் சொந்தமாக்குவார். தனக்குத் தெரிந்து பல பெண்பிள்ளை களுக்கு ஆயிரக்கணக்கான ரூபாய் கிடைத்திருக்கிறது என்று சோமசுந்தரம் சொன்னார். இப்படி ஏலத்தில் எடுத்த பல பெண்பிள்ளைகளைத் தம் தேவை முடிந்த பிறகு ஜமீன்தார் கல்கத்தாவுக்குக் கொண்டு சென்று விற்றிருந்ததாகவும் சோமசுந்தரம் சொன்னார். அங்கே இப்படிப்பட்ட சிறிய பெண்பிள்ளைகள் கிடைக்கும் பெரியதொரு முகாம் இருக்கிறது என்றும் அவருக்குத் தெரியும். ஆனால் எவ்வளவு யோசித்தா லும் அதன்பெயர் அவருக்கு நினைவு வரவில்லை. அவர் சோனாகச்சைப் பற்றித்தான் சொல்கிறார் என்று எங்களுக்குப் புரிந்தது.

எப்படியானாலும், பழைய காலம் முழுவதையும் கதைகளில் அடக்கிவிட்டு அவர் இப்போது த்ராக்ஷாராமத்தில் சொந்தமாக உரக் கடை ஒன்று நடத்திவருகிறார். பழைய காலத்துப் பிரதாபக் கதைகளை அப்படியே மறந்துவிடவும் முடியாது; புதிய காலச் சட்டத்தைக் காணாததுபோன்றும் இருக்க முடியாது. ஆனால் போகப் பெண்கள் என்ன ஆனார்கள்? இந்த விசாரணையுடன் நாங்கள் த்ராக்ஷாராமத்தின் தெருக்களில் மிகவும் அலைந்தோம். கொஞ்ச காலம் பாலியல் தொழில்செய்த நிறையக் குடும்பங்கள், பிறகு வேறு பல தொழில்கள் செய்ய வேண்டிய கட்டாயத்துக்கு ஆட்பட்டன. சிலர் த்ராக்ஷாராமத் தையே விட்டுச் சென்றார்கள்.

த்ராக்ஷாராமத்திலிருந்து ஆறுகிலோமீட்டர் தொலைவில் உள்ள ராமச்சந்திரபுரம் எனும் நகரத்துக்குப் போகும்போது சாலையின் இருபுறமும் தெரிந்த பெயிண்ட் அடித்த சுவர்கள் எல்லாம் தேவாலயங்களின் சுவர்களாக இருந்தன, அல்லது பிரார்த்தனைக் கட்டடங்களாக இருந்தன. பழைய காலப் பெருமைகள் அஸ்தமித்தபோது பட்டினியில் வீழ்ந்தவர்களுக்கான புதிய புகலிடங்கள்தான், சிலுவையுடன் தலைநிமிர்ந்து நிற்கும் இந்தக் கட்டடங்கள். கிறிஸ்துவின் படத்துடன் புதிய மனிதக் கடவுள்களின் படங்கள் நிறைந்த பிளக்ஸ் பதாகைகளையும் வழியோரங்களில் பார்க்க முடிந்தது. பழைய தெலுங்குப் பெயர்களுடன் கிறிஸ்தவப் பெயர்கள் சேர்த்துவைத்த, கேட்டால் சுவாரஸ்யமளிக்கும் பெயர்ப் பலகைகளும் சில வீடுகளின் வாயிலில் இருந்தன.

கர்நாடகத்தின் தேவதாசிமுறையிலிருந்து மிகவும் விலகியிருப்பது ஆந்திராவின் கலாவந்தலுமுறை. எனினும் இரண்டு இடத்திலும் இந்த அநாசாரங்களின் துன்பங்களைச் சுமப்பவர்களின் வறுமையையும் அறியாமையையும் பயன்படுத்திக்கொண்டு மதமாற்றம் செய்து நிதிபெறுபவர்களின் செயல்பாடுகளில் பெரிய வித்தியாசம் ஒன்றும் காணப்படவில்லை. ஆனால் என் தேடல் அதுவாக இல்லை. த்ராக்ஷாராமத்திலிருந்து ஜமீன்தார்கள் கொல்கத்தா சோனாகச்சிக்கு ஏற்றி அனுப்பிய கலாவந்தலுகள் பிறகு என்ன ஆனார்கள்? த்ராக்ஷாராமமும் பெத்தாபுரமும் உட்பட்ட ஆந்திராவின் பற்பல இடங்களைச் சேர்ந்த நிறைய போகக்குடும்பங்களின் நூற்றுக்கணக்கான கலாவந்தலுகள் கூடடைந்த சோனாகச், என்னென்ன கதைகள் வைத்திருக்கும்?

புரி ஜெகன்நாதரின் தாசி

ஒரிசாவில் உள்ள புரி, தேவதாசிமுறைக்கு மிகவும் புகழ்பெற்ற இடமாக இருந்தது. ஜெகன்நாதர் கோயிலுடன் தொடர்புடைய கதைகளாகக் கேள்விப்பட்டவற்றில் பல மிகையாக இருந்தாலும், முற்றிலுமாக அவற்றை ஒதுக்கிவிட முடியாது. அதனால்தான், வழிநடுவிலுள்ள புரிக்குச் சென்று விட்டுக் கொல்கத்தாவுக்குப் போகலாம் என்று முடிவு செய்தோம். இந்தப் பயணத்திலும் பிரமோத் என் சக பயணியாக இருந்தார்.

இந்தியாவின் தென்கிழக்கு மாகாணம் ஒரிசாவின் தலைநகரான புவனேஸ்வரிலிருந்து அறுபது கிலோமீட்டர் தெற்கே விலகி, வங்காள விரிகுடாவின் கரையில்தான் புரி இருக்கிறது. ராமேஸ்வரம், பத்ரிநாத், துவாரகா ஆகியவை உட்பட்ட நான்கு முக்கிய வழிபாட்டுத் தலங்களில், நான்காவது புண்ணியத் தலம் புரி. ஜெகன்நாதர் கோயில்தான் புரியின் கலாசார சரித்திரத்தை வளப்படுத்துகிறது.

ரயில் நிலையத்திலிருந்து நாங்கள் ஆட்டோ வில் புறப்பட்டோம். இருவர் மட்டுமே கஷ்டப்பட்டு நடக்கக்கூடிய அளவுக்கு இடுங்கியதும் அசுத்த மானதுமான ஒரு பாதைக்கு வந்து சேர்ந்தோம். அதுதான் புகழ்பெற்ற புரி ஜெகன்நாதர் கோயிலுக்குச் செல்வற்கான வழி. அந்த வழியின் ஒரு ஓரத்தில் அழுக்கு நீர்நிறைந்திருக்கும் சாக்கடைகள். மறுபுறம், நெருக்கமாக இருக்கும் பழைய இரண்டு மாடிக் கட்டடங்கள். வழியோரத்துத் தேநீர்க் கடைகளில்

சூடு ஆறாத பலகாரங்களில்கூட ஈக்கள் மொய்க்கின்றன. அலைந்து திரியும் நாய்களும் பசுக்களும். அவற்றின் காயங்களில் ஈக்கள் மொய்த்து ஊர்கின்றன. இடுங்கிய அந்த வழி, திறப்பான ஓர் இடத்தில் முடிகிறது. அது ஜெகன்நாதர் கோயிலின் பிரகாரம். விசாலமான அந்தக் கோயிலின் வாயிலைச் சுற்றிலும் யாசகர்கள் நிறைந்திருக்கிறார்கள். அசைய முடியாமல் படுத்திருக்கும் ஒருவரை ஈக்கள் மூடியிருக்கின்றன. கோயிலுக்குள் செல்ல வரிசையில் காத்திருப்பவர்களின் முகத்திலும் உடலிலுமெல்லாம் ஈக்கள் வந்து அமர்ந்திருக்கின்றன.

ஈக்களைப்போல தொல்லை கொடுப்பவர்கள்தான் இங்குள்ள புரோகிதர்கள். வருபவர்களையெல்லாம் அவர்களும் ஈக்கள்போல மொய்ப்பார்கள். எல்லா பூஜைகளும் செய்ய வைப்பதற்குக் குருதட்சிணையாக ஆயிரம் ரூபாய் போதுமென்று ஆரம்பிக்கும் இவர்கள், பேசிப்பேசி நூறுரூபாய்வரை இறங்கு வதற்கும் தயாராவார்கள்.

ஜெகன்நாதர் சன்னிதியில் தேவதாசியாக இருந்தவர்களைக் காண வந்திருக்கிறோம் என்று சொன்னபோது, புரோகிதர்கள் பின்வாங்கினார்கள். அருகில் இருந்த சைக்கிள் ரிக்சாக்காரர் ஒருவரிடம் இந்தியில் விஷயத்தைச் சொன்னோம். அவருக்கு ஆகமொத்தம், நடனத்துடன் தொடர்புடைய ஏதோ ஒன்றைத் தான் நாங்கள் விசாரிக்கிறோம் என்று மட்டும் புரிந்தது. ரிக்சா நேராகச் சென்று ஒரு நடனப்பள்ளிக்கு முன்னால் நின்றது. அங்கே ரிக்சாக்காரர் அறிமுகம்செய்துவைத்தவரிடம் நாங்கள் விஷயத்தைச் சொன்னோம். அதிர்ஷ்டவசமாக அவருக்கு இந்தி தெரிந்திருந்தது. அவர் அந்த ரிக்சாக்காரருக்குச் சரியாக வழி சொல்லிக் கொடுத்தார்.

தோலமண்டபத் தெரு என்று அறியப்படும் ஓர் இடத்துக்கு நாங்கள் வந்து சேர்ந்தோம். கோயில் வாயிலை ஒட்டித்தான் அந்தத் தெரு இருக்கிறது.

வழியில் திறந்துவைத்திருக்கும், இருட்டான ஓர் இடுங்கிய வராந்தாவுக்கு முன்னால் நாங்கள் வந்தோம். ரிக்சாக்காரர் அந்த வராந்தாவுக்குள் சென்று பலமுறை, “பாபூ . . . பாபூ . . .” என்றழைத்தார். கொஞ்ச நேரத்துக்குப் பிறகு, சட்டை அணியாத ஒருவர் மேலிருந்து ஓடி இறங்கி வருவது தெரிந்தது; சோமநாத் பாண்டே. அவர் தன்னை அறிமுகம்செய்துகொண்டார். அவருக்கு ஓரிய மொழி மட்டும்தான் தெரியும். நாங்கள் வந்த விஷயத்தைச் சொன்னோம். நாங்கள் சொன்னவற்றில் ‘தேவதாசி’ வார்த்தை மட்டுமே அவருக்குப் புரிந்தது என்று தோன்றியது.

மேலே விரல் சுட்டி அவர் எங்களை அழைத்தார். நாங்கள் அவருடன் மரப்படிகளில் ஏறினோம்; இருட்டான இருட்டு. ஒன்றும் புரியவில்லை. மின்தடை நேரம் என்றும் மாலை ஐந்து மணிக்குத்தான் மின்சாரம் வரும் என்றும் அவர் கூறினார். அப்போது மதியம் இரண்டுமணிதான் ஆகியிருந்தது.

படியேறி, ஓர் இடுங்கிய அறைக்குச் சென்றோம். அதற்கு அடுத்த அறையும் இருட்டாகத்தான் இருந்தது. அதற்குள் ஒரு பெண்மணி இருக்கிறார் என்று ஓசையில் புரிந்தது. அவர் ஏதோ உரக்கக் கேட்கிறார். ஆனால் யாரும் பதில் சொல்லவில்லை.

அந்த அறைக்குள் சென்று அமரும்படி சோமநாத் பாண்டே எங்களிடம் கேட்டுக்கொண்டார். உள்ளே சென்று அமர்ந்த போது இருட்டு மெல்ல மெல்ல விலகுவதாகத் தோன்றியது. அறைக்குள் கொஞ்சம் துணிகள் அடுக்கி வைக்கப்பட்டிருக் கின்றன. அப்போது, மெலிந்து வறண்ட ஒரு பெண் உருவம் கீழே பாயில் விரித்த துணியில் படுத்திருப்பதைப் பார்த்தோம். உடலில் ஒரு பழைய புடவை வாரி அள்ளிச் சுற்றப்பட்டிருந்தது. கைகளும் கால்பாதங்களும் வறண்டு சுருங்கியிருப்பது, அந்த இருட்டிலும் தெளிவாகத் தெரிந்தது. முகத்திலும் சுருக்கங்கள் விழுந்திருந்தன. அந்த உருவம் முக்கிமுனகிக்கொண்டிருந்தது. சில நேரங்களில் உரக்க என்னவோ கேட்கிறது. "இவருக்குக் காது ஒன்றும் கேட்பதில்லை" என்று பாண்டே சொன்னார்.

அந்த மூதாட்டியின் பெயர் சிரிமணி. ஒரிசாவில் தேவதாசி முறையை நிறுத்தும் நாள்வரை ஜெகன்நாதர் சன்னிதியில் ஆடிய நர்த்தகி இவர். ஒரியா தேவதாசிகளில் கடைசி ஆள் என்றும் சிறப்பிக்கலாம்.

ஜெகன்நாதர் சன்னிதியில் நடனமாடியது பற்றிய சிறப்பான செய்திகளைக் கேட்டுத் தெரிந்துகொள்ள வந்தோம் என்று சொன்னபோது, சிரிமணி அதுவரை இருந்த உடற்சிரமங்களை எல்லாம் மறந்தார். தன்னை நிமிர்த்திஉட்காரவைக்கும்படி பாண்டேவிடம் சொன்னார். நிமிர்த்தி உட்காரவைத்த ஆயாசத்தில் அவர் மேலும் துவண்டுபோனார். திணறலும் முனகலும் அதிகரித்தன. எனக்குப் பயமாக இருந்தது. ஆனால் அவர் பேசத் தொடங்கியபோது பலவீனங்கள் சென்று மறைந்தன. அவருக்குக் காது கேட்கவில்லை என்றுதான் பாண்டே சொன்னார் என்றாலும், உரத்துக் கத்திக் கேட்டால், செவிகூர்ந்து ஓசையைக் கிரகிக்க முயன்றார் அவர்.

"உங்கள் பெயர் சிரிமணியா?" நான் உரக்கக் கேட்டேன்.

"சிரிமணி தேவதாசி" அவர் திருத்தினார்.

புனிதப் பாவங்களின் இந்தியா

அவர், 'தேவதாசி' எனும் வார்த்தையை மிகவும் பெருமை யாகத்தான் உச்சரித்தார்.

இதற்கிடையில் விஷயங்களை இந்தியில் விவரிக்க, சோமநாத் தன் மகன் ரஞ்சன் பாண்டேவை வரவழைத்தார். பதினைந்துக்கும் குறைவான வயதுடைய ரஞ்சன், பள்ளியில் படித்த இந்தியை மிகச் சிரமப்பட்டுத்தான் பிரயோகித்தான். ஆயினும் தெரிந்த மொழியை வைத்து அவன் எங்கள் கேள்விகளை ஒரியாவிலும் பதில்களை இந்தியிலும் மாற்றிச் சொல்லிக்கொண்டிருந்தான்.

அவருடைய பதில்கள் ஒவ்வொன்றும் எதிர்பார்த்ததை விட அதிக விளக்கங்களுடன் இருந்தன.

சிரிமணி தன் ஏழாம் வயதில் தேவதாசியாக்கப்பட்டார்; குடும்பத்தினர், தேவதாசியாக்குவதாக வேண்டிக்கொண்ட காரணத்தால். "பிராமணர்களில் சில குடும்பங்களில் இப்படிச் சில பெண்பிள்ளைகளைத் தேவதாசியாக்குவார்கள். அப்படி என்னையும் ஆக்கினார்கள். பாக்கியம் செய்தவர்களுக்குத்தானே கடவுளின் தாசியாக முடியும். அந்தப் பாக்கியம் எனக்குக் கிடைத்தது – ஜெகன்நாதரின் தாசி ஆவதற்கான பாக்கியம்.

"கோயிலில்தான் நான் பாட்டும் நடனமும் கற்றுக் கொண்டேன். அன்று அதற்கெல்லாம் பிரத்தியேக ஆட்கள் இருந்தார்கள். அவர்கள் கற்பித்த எல்லாவற்றையும் நான் கற்றுக்கொண்டேன். பெண்பிள்ளைகள் நடனமும் பாட்டும் கற்றுக்கொள்வது எதற்கு? அவர்களின் கணவர்களை மகிழ்ச்சிப் படுத்துவதற்காகத்தான். தேவதாசிகளான நாங்கள் கற்றுக் கொள்வதும் அதற்குத்தான் – கணவனை மகிழ்ச்சிப்படுத்த வேண்டும்; பகவான் ஜெகன்நாதர்தான் எங்கள் கணவர். நான் ஜெகன்நாதரை மகிழ்ச்சிப்படுத்தியிருக்கிறேன்; ஏழுமுதல் எழுபத்தொன்பது வயதுவரை." பழைய காலத்தை அவர் சற்றும் மங்காமல் நினைவுகூர்ந்தார்.

புரி ஜெகன்நாதர் கோயிலில் தேவதாசி நடனம் நிறுத்தப்படும்போது சிரிமணிக்கு எழுபத்தொன்பது வயது. ஜெகன்நாதர் கோயிலில் இரவு பதினொருமணிக்கு நடை சாத்துவார்கள். அந்த நேரத்தில் அழகிகள் நடனமாடி, அந்தக் காட்சியில் கரைந்துதான் ஜெகன்நாதர் தூங்க வேண்டும் என்பது ஐதீகம். அப்படி நூற்றாண்டுகள்வரை ஒவ்வோர் இரவிலும் தன் நடனத்தைப் பார்த்துதான் ஜெகன்நாதர் தூங்கினார் என்று சொல்லும்போது சிரிமணியின் கண்கள் பெருமையில் மலர்ந்தன.

"நடனமும் பாட்டும் நன்றாக இருந்தால்தான் ஜெகன்நாதர் தூங்குவார். அது கட்டாயம்." தன் கணவரின் விஷயங்களை

விவரிக்கும் பத்தினித் தெய்வத்தைப்போல அவர் சொன்னார். தன் நடனமும் பாட்டும் சிறந்து விளங்கியது புண்ணியத்தால்தான் என்றும் அந்தப் புண்ணியங்கள் ஜென்மஜென்மங்கள் கடந்தாலும் போய்விடாது என்றும் சொல்கிறார் சிரிமணி; அல்ல, சிரிமணி தேவதாசி.

தர்மபத்தினிக்கான நெறியைக் கடைப்பிடித்தால்தான் அந்தப் புண்ணியம் கிடைக்கும். தேவதாசிகளுக்குப் பதிவிரதம் கட்டாயம். ஜெகன்நாதர் மட்டும்தான் அவர்களின் பதி. தன் பதி ஜெகன்நாதர் மட்டும்தான் என்று அவர் நினைவுபடுத்தினார். சோமநாத் பாண்டேவைத் தத்தெடுத்ததாகவும் அவர் சொன்னார். "பகவானின் அனுமதியின் பேரில்தான் தத்தெடுத்தேன். அப்படி ஜெகன்நாதருக்குக் கீழ்ப்படிந்து வாழ்ந்த எனக்கு ஜெகன்நாதர் எல்லா அருளும் தந்தார்" என்றார் சிரிமணி.

எல்லா அருளும்! நான் அதிர்ச்சியடைந்தேன். இருட்டறை யில், கிழிந்த பாயில் வலி வேதனைகளை வாரிச் சுற்றிக் கொண்டிருக்கும் இந்தக் கிடப்பா ஜெகன்நாதர் கொடுத்த அருள்?

தான் தேவதாசியான காலத்தில் புரியில் ஐம்பது தேவதாசிகள் இருந்ததாக சிரிமணியின் நினைவு. இவர்கள் எல்லாம் ஏகபதி விரதக்காரர்களாகத்தான் இருந்தார்கள் என்றும், யாரும் ஜெகன்நாதரை மறந்து வாழ்ந்ததில்லை என்றும் சிரிமணி சொன்னார். வயதானவர்கள் ஒவ்வொருவராக விடை பெற்றார்கள். கடைசியில் சிரிமணி மட்டும் இருக்கிறார்.

2005வரை இரவில் கோயில் நடை அடைக்கும்போது தேவதாசிகளின் நடனத்தை இந்தக் கோயிலில் சடங்காக நடத்திவந்தார்களாம். கடைசிக் காலகட்டங்களில் இந்தப் பொறுப்பு சிரிமணிக்கு வந்தது. அந்தக் காலத்திலும் சிரிமணி யின் நடனம், வயதின் தளர்ச்சி பாதிக்காத வகையில் இருந்தது என்று சோமநாத் பாண்டே சொன்னார். அப்போது, "கணவனைத் தூங்கவைக்க வேண்டியது மனைவியின் கடமை அல்லவா" என்று சிரிமணி பணிவுடன் சொன்னார்.

"சாட்சாத் புரி ஜெகன்நாதரே நம் நடனத்தைப் பார்க்க நம் முன்னால் இருக்கும்போது நம்மால் எப்படி ஆடாமல் இருக்க முடியும்?" சிரிமணி கேட்டார்.

பழைய காலங்களைப் பற்றிச் சொல்லிக்கொண்டிருக்கும் போது, யாரும் கேட்காமலேயே அவர் தன்னையறியாது நினைவி லிருந்து பழைய பாட்டுகளைப் பாடத் தொடங்கினார்.

அந்த வரிகளில் பக்தி அல்ல, ஜெகன்நாதரின் மீதான காதல்தான் தெரிந்தது. 'உன் தாசியாக வாய்ப்புக் கிடைத்த நான்

புனிதப் பாவங்களின் இந்தியா

எவ்வளவு பெரிய பாக்கியசாலி. நாளையும் நான் உன்னைத் தூங்க வைப்பதற்காக நீ விழித்தெழு . . .' என்றெல்லாம்தான் அந்தப் பாடலின் வரிகள் இருந்தன. அவரின் குரலுக்கு, வயதின் தடுமாற்றம் இல்லை; வரிகளுக்கு மறதியின் லயப் பிசகு இல்லை. இருக்குமிடத்தில் இருந்தபடியே தன்னையறியாமல் பாட்டுக்குப் பொருத்தமாக, கைகளால் முடிந்தவரை அபிநயங்கள் எல்லாம் காட்டினார். கொஞ்சம் எழுந்து நிற்கவைத்தால் இந்தத் தள்ளாமையிலும் அவர் பாட்டுக்கு ஏற்றபடி நடனமாடவும் செய்வார் என்று தோன்றிவிட்டது.

சிரிமணி பாடுவதைப் படம் எடுக்க வெளிச்சம் கிடைக்குமா என்று பார்த்தபோது, பேரன் ரஞ்சன் எல் இ டி பல்புகள் கொண்ட ஒரு எமர்ஜென்சி லைட் கொண்டு வந்தான். அதை சிரிமணியின் முகத்துக்குப் பக்கத்தில் காட்டியபோது நல்ல வெளிச்சமாக இருந்தது. பல்புகளின் பிரகாசம் அவர் முகத்தில் படும்போது அவருக்கு ஏதும் பிரச்சினையாகுமோ என்று சந்தேகித்தபோது சோமநாத் பாண்டே எங்களைச் சமாதானப்படுத்தினார். "அவருக்குக் கண் தெரியாதே, சார். நீங்கள் தைரியமாகப் படம் எடுங்கள்."

என் மனத்துக்குள் ஒரு கலக்கம். எழுபதாண்டுகள் நவரசங்கள் ஒளிர்ந்த அந்தக் கண்களின் மகாசூன்யத்தை நான் உற்றுப் பார்த்தேன். ஜெகன்நாதரை மட்டுமே காண விரும்பிய பிரிய வதுவின் பார்வையைப் பகவானே திருப்பி எடுத்திருக்க வேண்டும் என்று நம்பத் தோன்றியது.

படங்கள் எடுக்கும்போது அவர் பகவானைத் தூங்க வைப்பதற்கான பாட்டுகள் பாடவும் முடிந்தவரை கைகள் அசைத்து அபிநயங்கள் காட்டவும் செய்துகொண்டிருந்தார். அங்கிருந்து புறப்படும் முன்பு பர்ஸ் எடுத்துப் பார்வையில் பட்ட கொஞ்சம் நோட்டுகளை அவருக்குக் கொடுத்தேன். பணம் என்று தெரிந்துகொண்டபோது சிரிமணிக்கு எங்களை ஆசீர்வதிக்க வேண்டும் என்று தோன்றிவிட்டது. எங்கள் தலையில் கைவைத்து ஆசீர்வதித்தபோது அவர் கண்களிலிருந்து கண்ணீர் பெருகியது.

தன்னைக் காண இவ்வளவு தூரத்திலிருந்து ஆட்களை அனுப்பியது ஜெகன்நாதரின் அருள்தான் என்றெல்லாம் சொல்லி அவர் மீண்டும் தன் நாதனைப் புகழ்ந்தார்.

ஆனால் சோமநாத் பாண்டே வேறு சில விஷயங்கள் சொன்னார். கோயிலுக்காக வருடக்கணக்காக நடனமாடியும் அதற்கான எதுவும் தேவஸ்தான அதிகாரிகள் கொடுக்கவில்லை என்பது அவரது புகார். ரிக்சா மோதிய விபத்தில் சிரிமணி

படுத்துவிட்டபோது அவர்கள் ஆகமொத்தம் ஆயிரம் ரூபாய் தான் கொடுத்தார்கள். ஆனால் சிகிச்சை நீண்ட காலம் நடைபெற்றது.

ஆனால் சோமநாத் பாண்டே பேச்சைத் தொடர சிரிமணி அனுமதிக்கவில்லை. அவர் மீண்டும் பழைய காலத்தின் நல்ல நினைவுகளை அசைபோட்டுக்கொண்டிருந்தார். கண்ணையும் காதையும் திருப்பி எடுத்துக்கொண்ட காலம் அவரிடம் கொடூரமாக நடந்துகொள்ளவில்லை என்று எனக்குத் தோன்றியது. பெருமையான காலம் அஸ்மித்தபோது கண்ணை யும் காதையும் திரும்ப எடுத்துக்கொண்டது காலம் காட்டும் நன்றிதான்!

நாங்கள் விடைபெற்று, இடுங்கிய படிகளில் இறங்கினோம். ஈ மொய்க்கும் அந்த வழியில் பிறகு நாங்கள் நேராக சிரிமணியின் பிரிய நாதனைப் பார்க்கச் சென்றோம்.

மாலை மயங்கிய பிறகு கோயில் சுற்றுப்புறத்தில் சகிக்க முடியாத கூட்டம். இரை பிடிக்க நிற்கும் புரோகிதர்கள் நம்மை ஈர்ப்பதற்காக இப்போது அதிக நேரம் நம்மிடம் பேசவில்லை. ஏனென்றால் அவர்களுக்கு ஒருவர் இல்லையென்றால் மற்றொருவர் கிடைத்தார்கள்; அவ்வளவு கூட்டம்.

கோயிலுக்கு உள்ளே பஜனை ஒலித்த இடம் நோக்கி நாங்கள் நடந்தோம். பெண்களும் ஆண்களும் ஒன்றாகச் சேர்ந்து பஜனை செய்கிறார்கள். பார்த்துக்கொண்டிருப்பவர்களை மகிழ்ச்சிப்படுத்துவதற்காக, கானமேளக்காரர்கள் செய்யும் சில தந்திரங்களை, பஜனை பாடுபவர்களும் காட்டுகிறார்கள். கோயிலுக்கு உள்ளே பக்தர்களின் பெருக்கு முடிவடையும் வரை பஜனையும் நீண்டது. கூட்டம் குறைந்துவிட்டது என்று தெரியும்போது பஜனையும் மெல்ல முடிந்தது. பஜனைக் காரர்களிடமும் நாங்கள் தேவதாசிகளைப் பற்றி விசாரித்தோம். அதெல்லாம் அந்தக் காலத்தில்தானே என்பதுதான் அவர்களின் நிலைப்பாடு. மேற்கொண்டு அதைப் பேச அவர்களுக்கு ஆர்வம் இல்லையென்று தோன்றியது. தேவதாசி நடனம் இல்லாது அன்று இரவும் கோயில் நடை சாத்தப்பட்டது. ஒயிலான நடனம் சூழாமல் புரி ஜெகன்நாதர் படுத்தார். நாங்கள் அங்கிருந்து மெதுவாகத் திரும்பினோம்.

கர்நாடகத்துத் தேவதாசிகள் பாலியல் தொழில் செய்கிறார்கள். ஆனால் புரியின் தேவதாசிகள் அப்படிச் செய்யாமல் தப்பித்துவிட்டார்களே, எப்படி? அல்லது இங்கே பாலியல் தொழிலுக்கு வந்த தேவதாசிகளை நாங்கள் பார்க்காமல் விட்டிருப்போமா?

கர்நாடக, ஆந்திர மாநிலங்களில் நிலவும் தேவதாசிமுறையிலிருந்து புரியில் நிலவும் தேவதாசிமுறை வித்தியாசமானது. கர்நாடகத்தில் பின்தங்கிய சமூகத்திலிருந்துதான் தேவதாசிகளைக் கண்டுபிடித்தார்கள் என்றால், இங்கே நேர்மாறாக பிராமண சமூகத்திலிருந்தும் பெண்களைத் தேவதாசியாக்குகிறார்கள்.

அவர்களுக்குச் சமூகரீதியான அங்கீகாரம் கிடைத்துக் கொண்டிருந்ததால் அவர்களில் பலர் கோயிலுக்கு உள்ளேயே வாழ்க்கையைத் தொடர்ந்தார்கள். கோயிலின் நல்ல பொருளாதார நிலை அவர்களைப் பாலியல் தொழிலுக்குப் போகாமல் பிடித்து நிறுத்தியிருக்கலாம். சமூகரீதியாக அங்கீகாரம் கிடைக்காத தேவதாசிகள் யாரும் ஆரம்பத்திலிருந்து முடிவுவரை புரி ஜெகன்நாதரின் பதிவிரதைகளாகவே தொடர்வார்கள் என்று நம்ப முடியாது. அப்படிப்பட்ட சூழ்நிலையில் அவர்கள் கோயில் வளாகத்தில் தங்கள் வாழ்க்கையைத் தொடராமல் வேறு எங்காவது சென்று பாலியல் தொழிலில் ஈடுபடுவார்கள் என்பது உறுதி.

ஏன் ஒரிசாவில் பட்டியல் வகுப்பினரைத் தேவதாசி ஆக்கவில்லை என்று நான் கேட்டேன். பட்டியல் வகுப்பினருக்காகச் செயல்படும் சமூகச் செயற்பாட்டாளரான ராஜ்பாண்டே சொன்ன பதில்தான் அதிகப் பொருத்தமாக எனக்குத் தோன்றியது: “பட்டியல் வகுப்பினரை மனிதர்களாகக்கூட பரிசீலிக்க மனமற்ற ஒரிசாவில், தேவதாசியாக மாற்றினால்கூட அவர்களைக் கோயிலுக்குள் அனுமதிக்க பிராமணர்கள் விரும்பமாட்டார்கள் என்று கருதவேண்டும். இன்றும் இங்கே சட்டத்துக்குச் சவால்விட்டுப் பட்டியல் சாதிக்காரர்களுக்குப் பல கோயில்களில் நுழையத் தடை ஏற்படுத்தியிருக்கிறார்கள்.”

புரியில் பிராமண சமுதாயத்திலிருந்து தேவதாசியாக்கத் தகுதியான பெண்கள் கிடைக்காதுபோன காலத்தில், ஆண்களுக்குப் பெண்வேடமிட்டுகூட தேவதாசிகளாக ஆக்கியிருந்தார்கள் என்று சமூகச் செயற்பாட்டாளரான ஐக்பந்து ஜெயின் சொன்னது, ராஜ்பாண்டேவின் வார்த்தைகளோடு இசைவதாக எனக்குத் தோன்றியது.

கேரளத்தில் மேல்சாதியினரை மட்டுமே தேவதாசிகளாக ஆக்கினார்கள் என்று டி.கே.டி முழப்பிலங்காடியின்[1] ‘தேவதாசிகள்’ எனும் நூலில் எழுதப்பட்டிருந்ததை நான் நினைவுகூர்ந்தேன். கேரளத்திலும் ஒரிசாவிலும் மேல்சாதியினர் எனும் ஒரே பார்வையும், கர்நாடகத்தில் முற்றிலும் மாறான

1. மலையாள சிறார் இலக்கியப் படைப்பாளர். இவரது மற்ற நூல்களில் ஒன்று இது

வேறொரு அணுகுமுறையும் இருந்ததற்கு என்ன காரணம் என்று தெரியவில்லை.

புரியில் கடற்கரை ஓரமாக நாங்கள் தங்கியிருந்த விடுதிக்குப் பக்கத்திலே நிறைய சுற்றுலாப் பேருந்துகள் கிடந்தன. பல புண்ணியத் தலங்களுக்கு ‘பேக்கேஜ்’ பயணம் நடத்தும் சுற்றுலா அமைப்பாளர்கள் நிறையப்பேர் இங்கே முகாமிட்டிருந்தார்கள். 180 ரூபாய்க்கு ஐந்து முக்கியமான இடங்கள் காட்டும் ஒரு பேருந்தில் நாங்களும் இடம்பிடித்தோம். கொனார்க் சூரியக் கோயில் காணலாம் என்பதுதான் அந்தப் பேக்கேஜின் வசீகரம்.

ஓர் இடத்துக்கு வந்தபோது அந்த இடத்தை அறிமுகப் படுத்தியவாறு பேருந்துக்குள் உள்ள வழிகாட்டி, மைக்கில் இப்படி அறிவித்தார்: “இது, இந்துக்களாகிய நமது கோயில் அல்ல. எஸ்ஸி, எஸ்டிகாரர்களின் கோயில்.” வாகனத்தின் உள்ளே இருப்பவர்களுக்கொன்றும் இந்த அறிவிப்பு எந்த அதிர்ச்சியை யும் ஏற்படுத்தவில்லை. இங்கே பட்டியல்சாதிக்காரர்கள் இப்போதும் இந்துக்களாகவில்லை. அவர்களைத் தேவதாசி களாகக்கூட கோயில்களுடன் பிணைக்க இங்குள்ள மேல்சாதி யினர் விரும்பவில்லை என்று ராஜ்பாண்டே சொன்னது உண்மை தான் என்று எனக்குப் புரிந்தது.

கொனார்க் சூரியக்கோயிலுக்குப் பக்கத்தில் பேருந்தை நிறுத்தியபோது நாங்கள் எல்லாரும் இறங்கினோம். கொனார்க் சூரியக்கோயிலில் தேவதாசிமுறை இருந்ததன் வலிமையான ஆதாரங்கள் இன்றும் மிச்சமிருக்கின்றன. விசாலமான நடன மண்டபம்தான் இங்கே முக்கியமான ஈர்ப்பு. பெரியதொரு தேர்ச் சக்கரத்தை நினைவூட்டும், கல்லால் செய்த, ‘வாழ்க்கைச் சக்கரம்’ எனும் கற்சிற்பமும் இங்கே இருக்கிறது. சக்கரத்தைச் சுற்றி ஒவ்வொரு வட்டத்திலும் ஒவ்வொரு சித்திரம். தேவதாசிகளின் ஒருநாள் செயல்கள்தான் வரிசைக்கிரமமாக இதில் காட்டப் பட்டிருக்கிறது என்று வழிகாட்டி சொன்னார். சூரிய உதயம் முதல் அஸ்தமனம் வரையிலான செயல்களை இது தெளிவு படுத்துகிறது.

நேரம் ஐந்தரைமணி கடந்தது. மாலைக் கிரணங்களால் சூரியன் தன் ஆராதனாலயத்தைத் தழுவினான். அங்க அழகு கொண்டு கருங்கல்லிலும் கவிதை மலரச் செய்திருக்கும் தேவதாசி களை அங்கே விட்டு, துயரங்களின் வதையில் வாடும் சமகாலத் தேவதாசிகளைத் தேடி நாங்கள் பயணம் தொடர்ந்தோம்.

அழகிகள் அதிகம் . . .
ஆனால் சோனாகச்சி
அழகல்ல!

இந்திய நகரங்களில் பெருந்தனக்காரப் பாட்டியைப்போலத்தான் கொல்கத்தா. இந்த நகரத்தின் அழகு, பழைமைதான். நூறு வருடங்களுக்கும் மேற்பட்டு இந்தியாவின் தலைநகராக இருந்தது கொல்கத்தா. இதுதான் அந்த நகரத்தின் அரசியல் முக்கியத்துவம். பக்தி இயக்கம் ஆழமாக வேரோடியிருக்கும் கொல்கத்தாவுக்கு அந்தப் பெயர், ‘கோளிகட்’ எனும் வங்கச் சொல்லிலிருந்து கிடைத்ததாம். காளியின் அதிகாரத்துக்கு உட்பட்டது என்பதுதான் இந்தச் சொல்லின் பொருள். கேரளத்துடன் ஒப்பிடும்போது கொல்கத்தாவின் சூரியோதயம் முன்னதாகவே நிகழ்கிறது. ஆனால் அலுவலகங்களுக்கும் மற்ற தொழிலிடங்களுக்கும் செல்லக்கூடிய மக்கள் கூட்டத்தைப் பார்க்க வேண்டுமென்றால் பத்துமணியாவது கடக்க வேண்டும். முன்னதாகவே பொழுது விடிந்து விடுவதன் அனுகூலத்தைப் பயன்படுத்திக்கொண்டு சீக்கிரமாகவே பணியில் ஈடுபடுவது சோனாகச்சி லுள்ள பெண்கள் மட்டுமாகத்தான் இருக்கும். சோனாகச்சில் எப்போதும் அழகிகளைப் பார்க்கலாம். எந்த நேரத்திலும் வந்துவிடக்கூடிய ஒரு வாடிக்கையாளரை எதிர்பார்த்து, சோனாகச்சின் நுழைவாயில்களில் நிறைய பாலியல் தொழிலாளிகள் எப்போதும் இருப்பார்கள்.

பழைய காலத்தில் ஜமீன்தார்கள் நடனப் பெண்களைக் கொண்டுவந்து தங்கவைத்த இடம்தான் சோனாகச் என்பது வரலாறு. இரவு நேரங்களில் அவர்களின் ஆட்டத்தைப் பார்க்கவும் காமலீலைகளில் ஈடுபட்டுப் பொழுதுபோக்கவும் ஜமீன்தார்கள் கண்டுபிடித்த இடம்தானாம் இது. உத்தரப்பிரதேசத்தின் லக்னோவிலிருந்தும் வங்க கிராமங்களிலிருந்தும் நடனப் பெண்களை இங்கே அழைத்துவந்து ஜமீன்தார்கள் அவரவரின் பெருமையைத் தம்பட்டம் அடித்திருந்த வரலாற்றுக் காலம் இந்த நகரத்துக்கு இருந்தது என்று, கொல்கத்தாவின் வரலாற்றாசிரியர்களில் முக்கியமானவரும் மலையாளியுமான பி. தங்கப்பன்நாயர் சொல்கிறார். ஜமீன்தார்கள் விருந்துகளில் நடனப் பெண்களைக் காட்சிப்படுத்துவார்கள். சோனாகச்சிக்குச் செல்ல முடிவது, பெண் கலைஞர்களுக்கு அவரவரின் திறமைக்கான அங்கீகாரமாகக் கருதப்பட்டிருந்தது. அந்த வரலாற்றிலிருந்து இன்றைய சோனாகச்சிக்கு வெகுதூரம் உண்டு. அந்தத் தொலைவைத் தெரிந்துகொள்ள வேண்டுமென்றால் சோனாகச்சிக்கு உள்ளே நிறையதடவை நாம் நடக்க வேண்டியிருக்கிறது.

பிரதான சாலையிலிருந்து சோனாகச்சிக்கு உள்ளே பிரியும் வழிகளையெல்லாம் இரவு ஒன்பதுமணிக்கே பெண்கள் கைப்பற்றியிருந்தார்கள். அந்தப் பிரதான சாலையில் செல்கின்றவர்களையெல்லாம் அவர்கள் தங்களின் பார்வையால் தடவுகிறார்கள். யாராவது திரும்பி ஒரு பார்வை பார்த்தால் அவர்கள் கண்ஜாடைகாட்டி உள்ளே அழைப்பார்கள். அப்படிப் பார்க்கத் தயங்குபவர்களைச் சில பெண்கள், சிறிய ஓசைகள் எழுப்பி அழைக்கவும் செய்கிறார்கள். பெரும்பாலான பெண்கள் ஜீன்ஸும் டிஷர்ட்டும் அணிந்திருக்கிறார்கள். மார்புகளின் பருமன் முழுதும் தெரிகிறவிதமாக டிஷர்ட்டுகள் அவ்வளவு இறுக்கமாக இருக்கும். கழுத்துப் பகுதியை இறக்கி வெட்டி மார்புகளை அதிகபட்சம் காட்சிப்படுத்தியிருக்கிறார்கள். முப்பதுவயதைக் கடந்தவர்கள் பெரும்பாலும் புடவை உடுத்தியிருக்கிறார்கள்.

சோனாகச்சி, சந்துகள் நிறைந்த இடம். உயரம் அதிகமானதும் குறைவானதுமான கட்டடங்கள் எந்த வரிசையும் இல்லாமல் அடுத்தடுத்து இருக்கின்றன.

நாங்கள் சோனாகச்சிக்கு உள்ளே சென்றோம். வழியின் ஆரம்பத்தில் இருக்கும் தேநீர்க் கடைக்காரரிடம் தேநீர் சொன்னோம். சிறிய மண்கிண்ணத்தில் கிடைக்கும் தேநீரின் விலை மூன்றரை ரூபாய். தேநீர் குடித்தபடிச் சுற்றிலும் பார்த்தோம். ஆங்காங்கே பெண்கள் நின்றுகொண்டிருக்கிறார்கள்.

அந்நியர்கள் ஒவ்வொருவரும் இவர்களுக்குப் புதிய நம்பிக்கைகளைத் தரக்கூடியவர்கள். தேநீர் குடித்துவிட்டு நாங்கள் உள்ளே செல்லும்போது கடைக்கண் பார்வைகளும் விசில் ஓசைகளும் அதிகரித்தன. முடியை ஒதுக்கியும் புடவையை ஒழுங்குசெய்தும் மனத்தை இளகச் செய்வதற்கான தந்திரங்கள் பலவிதம்.

சாலையின் இருபுறங்களிலும் உள்ள வீடுகளின் வாயிற்படிகளில் அமர்ந்தபடிச் சில பெண்கள் உதட்டுச்சாயம் இட்டுக்கொண்டிருக்கிறார்கள். சில வீடுகளுக்கு வெளியே பெண்கள் கூட்டமாக நிற்பதைப் பார்த்தோம். முதற்பார்வையிலேயே அவர்கள் பங்களாதேசத்துக்காரர்களா, நேப்பாளிகளா என்று தெரிந்துவிடும்.

கொஞ்சம் அகலமான சந்துகளிளெல்லாம் சிறிய பெட்டிக் கடைகள் இருக்கின்றன. இறைச்சி வெட்டும் கடைகளுக்கு முன்னால் குளித்து ஆயத்தமாகியிராத பெண்கள் நிற்கிறார்கள். அவர்கள் மாக்ஸி அணிந்திருக்கிறார்கள். இரவு தாமதமாகத் தூங்கி, காலையில் தாமதமாக எழுகின்றவர்கள் என்று தோன்றியது. ஆயத்தமாகி நிற்கும் பெண்களைப் பார்த்து இவர்கள் காமச்சுவையுள்ள சொற்கள் உதிர்க்கிறார்கள். பெட்டிக் கடையோடு சேர்ந்து ஆண்களின் குழுக்கள் சிலவற்றையும் காண முடிந்தது. டீஷர்ட்டும் பேண்ட்ஸும் அணிந்திருந்தார்கள். சட்டென்று பார்க்கும்போது அவர்கள் திரைப்படங்களின் வில்லன்களைப்போலத் தோன்றினார்கள்.

பின்னிருந்து, ‘ஸாப்’ என்றொரு அழைப்பைக் கேட்டு நாங்கள் நடப்பதை நிறுத்தித் திரும்பிப் பார்த்தோம். பெரியதொரு நாமம் போட்ட ஒருவர். தொப்பையின் பாரத்தால் சற்றுச் சிரமப்பட்டுத்தான் நடக்கிறார்.

“ஸாப், எத்தனை வயதில் வேண்டும்?”

வேண்டாம் என்று கண்ணால் ஜாடைகாட்டி நாங்கள் வேகமாக நடந்தோம். பின்னிருந்து மீண்டும் மீண்டும் ‘ஸாப்’ என்று அழைத்தார் என்றாலும் அவர் எங்களை அதிக தூரம் பின்தொடரவில்லை. அவரது நம்பிக்கை பொய்த்திருக்க வேண்டும். மீண்டும் முன்னால் நடந்தபோது, பாதையோரத்தில் நிறுத்தியிருக்கும் உந்துவண்டியில் சட்டை அணியாத ஒரு முதியவர் குந்தியிருப்பதைப் பார்த்தோம். அவருக்குப் பக்கத்தில் ஒரு சிறிய பிளாஸ்டிக் பெட்டி இருந்தது. ‘பிம்ப்’ என்று உரத்துச் சொல்வதாக இருந்தன அவரது இருப்பும் அசைவுகளும். பக்கத்தில் சென்றபோது அவர் எங்கள் இருவரையும் மாறிமாறிப் பார்த்தார். ‘வந்த விஷயத்தைச் சொல்லுங்கள்,

நேரத்தை வீணாக்க வேண்டாம்' என்பதாயிருந்தது அந்தப் பார்வையின் பொருள்.

சோனாகச்சியைப் பார்ப்பதற்கும் அறிந்துகொள்வதற்கும் தான் நாங்கள் வந்தோம் என்று எவ்வளவு சொல்லியும் அவருக்கு நம்பிக்கை வரவில்லை. எங்கள் கேள்விகளுக்குச் சரியாகப் பதில் சொல்லவில்லை. நூறுரூபாய் கொடுத்தபோது சற்றே இசைந்தார். பணத்தைக் கண்களில் ஒற்றிக்கொண்டு பெட்டிக்குள் போட்டுக் கொண்டார். நூற்றின் மகிமையில் உடனுக்குடன் பதில்கள் வந்தன.

அறுபத்தெட்டு வயதான அவர் பெயர் கோபால்தாஸ். கொல்கத்தாவிலிருந்து தூரமான வங்கக் கிராமம் ஒன்றில் இருந்தது அவரது வீடு. வறுமையின் காரணத்தால் கொல்கத்தா வுக்கு வந்தார். தேநீர்க் கடையில் பாத்திரம் துலக்குவதுதான் முதலில் கிடைத்த வேலை. அன்றும் சோனாகச்சியில் பெண்கள் இருந்தார்கள். வெளியிலிருந்து வரும் வியாபாரிகளுக்காக கோபால்தாஸ் தரகராகச் செயல்பட்டார். இதற்கு நல்ல கமிஷன் கிடைக்கத் தொடங்கியபோது, பாத்திரம் துலக்குவதை நிறுத்தி விட்டுச் சிறுகச்சிறுக இதை மட்டுமே வேலையாக ஆக்கிக் கொண்டார். கமிஷனாக தாம் மாதம் முப்பதாயிரம் ரூபாய்வரை சம்பாதிப்பதாக கோபால்தாஸ் சொன்னார்.

"முப்பதாயிரம் ரூபாயா!" நான் அதிர்ச்சியடைந்தேன். அப்போது கோபால்தாஸ், முன்னால் விரல் சுட்டிக்காட்டிச் சொன்னார்: "அதோ அந்தக் கட்டடம் இருக்கிறதல்லவா, அதற்கு மாதம் ஒன்றரை லட்சம் ரூபாய் வாடகை."

ஆறுமாடிகள் கொண்ட பழைய கட்டடம். நிறங்கள் சிதைந்த சுவர்கள். சன்னல்களுக்குக் கம்பிகள் ஒன்றுமில்லை. அங்கே குறுக்கும் நெடுக்குமாகக் கட்டிய கொடிகளில் பெண்கள் துணி காயவைத்திருக்கிறார்கள். சன்னல்களுக்குக் கீழே சுவர்களில் காலகாலமாக விழுந்த தாம்பூல எச்சில்களின் அடையாளங்கள் சுவர்களுக்கு வேறொரு நிறமே அளித்திருக்கின்றன. நான் நம்ப முடியாமல் அவரைப் பார்த்தேன். அவர் தொடர்ந்து சொன்னார்: "இந்தக் கட்டடங்களைப் பெரிய பணக்காரர்கள் விலைக்கு வாங்கி இங்குள்ள ஏஜெண்டுகளுக்கு வாடகைக்கு விடு கிறார்கள். நல்ல வாடகை தரும் ஏஜெண்டுகளுக்குத்தான் அவர்கள் கட்டடத்தைக் கொடுப்பார்கள். நல்ல நல்ல பெண்களை வைத்திருக்கும் ஏஜெண்டுகள் பெரிய தொகை வாடகை கொடுப்பார்கள். சில ஏஜெண்டுகள் பணம் கொடுத்துக் கட்டடத்தைச் சொந்தமாக்கிக்கொள்வார்கள். முன்னால் இருக்கும் கட்டடத்தில் மூன்று பெண்பிள்ளைகளை வைத்து வியாபாரம் நடக்கிறது. அதற்கு அடுத்த கட்டடத்துக்கு வாடகை

மாதம் அறுபதாயிரம் ரூபாய். அங்கே நான்கு பெண்பிள்ளைகள் இருக்கிறார்கள். சிறிய பிள்ளைகளாக இருந்தால் இந்த வாடகை யெல்லாம் சிம்பிள் சார். முப்பதாயிரம் ரூபாய் கமிஷனும் அதிக மல்ல. காளியின் கிருபையால் இப்போதும் புதிதாக சின்னப் பெண்கள் வருகிறார்கள்."

"எங்களுக்கு ஒரு சின்னப்பெண் கிடைக்க என்ன வழி?"

"காசு கொடுக்க வேண்டும், அவ்வளவுதான்." அவர் சிரித்தார்.

"காசு கொடுக்கிறோம். வேறொன்றும் வேண்டாம். நாங்கள் அவளிடம் கொஞ்சம் பேசினால் போதும்."

"பேசுவதற்கா?" அவர் குபீரென்று சிரித்தார். "அதெல்லாம் முடியாது. நூறுரூபாயிலிருந்து 'சாதனங்கள்' இருக்கின்றன. எது வேண்டுமானாலும் நான் சரிப்படுத்தித் தருகிறேன். நடனம் தெரிந்த திறமையான பெண்பிள்ளைகள் இருக்கிறார்கள். ஒரு மணிநேரத்துக்கு ஆயிரத்து ஐந்நூறு போதும்."

"நேரம் அதிகரிப்பதற்கு ஏற்ற வகையில் கட்டணமும் அதிகமாகுமோ?"

"இரண்டுமணிநேரத்துக்கு இரண்டாயிரத்து ஐந்நூறு. மூன்று மணிநேரத்துக்கு மூவாயிரத்து ஐந்நூறு. இப்படிப் போகும்."

"எங்களுக்கு ஒருமணிநேரம் நடனம் பார்த்தால் மட்டும் போதும்."

"நீங்கள் என்ன வேண்டுமானாலும் செய்துகொள்ளுங்கள். அது உங்கள் விருப்பம்."

ஆயிரத்து ஐந்நூறு ரூபாய் கொடுப்பதாக நாங்கள் சம்மதித் தோம். ஆனால் ஒருவர்தான் உள்ளே செல்ல முடியும் என்று அப்போதுதான் அவர் சொல்கிறார். இருவரும் செல்ல வேண்டும் என்று நாங்கள் பிடிவாதமாகச் சொன்னபோது, இரண்டு பெண்பிள்ளைகளை வாடகைக்கு எடுத்துக்கொள்ளுங்கள் என்று அவர் அறிவுறுத்தினார்.

கடைசியில், நடனம் மட்டுமே வேண்டும் என்று மீண்டும் மீண்டும் உறுதியளித்து, இருவருக்கும் சேர்த்து ஒரு பெண் என்று அவரைச் சம்மதிக்கவைத்தோம்.

பழையதிலும் பழையதான ஒரு எட்டுமாடிக் கட்டடத்துக்கு கோபால்தாஸ் எங்களை அழைத்துச் சென்றார். ஒவ்வொரு மாடிக்குமான படிகள் ஏறும்போது அறைக்குள் இருக்கும் பெண்பிள்ளைகளைச் சன்னல்கள் வழியே பார்க்க முடிந்தது. ஆறு ஏழு பெண்பிள்ளைகள் ஒரு கட்டிலில் அமர்ந்திருக்கிறார்கள். நாங்கள் வரும் ஓசை கேட்டுச் சில பெண்பிள்ளைகள் கவனித்துப்

பார்க்கிறார்கள். வெளியே பார்த்த பெண்பிள்ளைகளைப் போலவே இவர்களும் நவீனபாணியில் உடையணிந்திருக்கிறார்கள். மூன்றாம் மாடிக்கு வந்தபோது அவர் பெரியதொரு அறைக்கு அழைத்துச் சென்றார். கட்டிலில் ஒல்லியான ஒருவர் படுத்திருக்கிறார். பக்கத்தில் ஒரு பெண்பிள்ளையும் படுத்திருக்கிறாள். கீழே தரையில் விரித்த பாயில் மற்றொருத்தி தூங்கிக்கொண்டிருக்கிறாள். நாங்கள் வரும் ஓசை கேட்டுப் பெண்பிள்ளைகள் திடுக்கிட்டு எழுந்தார்கள். படுத்திருந்த மனிதர் சற்றுச் சரிந்து கோபால்தாஸைப் பார்த்துச் சிரித்தார்.

கோபால்தாஸ் எங்கள் தேவையை வங்க மொழியில் விவரித்தார். ஆயிரத்து எழுநூறு வேண்டும் என்று அவர் கேட்டார். ஆயிரத்து ஐந்நூறு மட்டும்தான் இருக்கிறது என்று நாங்களும் உறுதியாகச் சொன்னோம். சற்று நேரப் பேரத்துக்குப் பிறகு ஐம்பது ரூபாய் சேர்த்துக் கொடுப்பதாக நாங்கள் சம்மதித்தோம். பணம் கொடுத்தபோது தீண்ட அருவருப்பான ஏதோ பொருளைக் கண்டதுபோல கோபால்தாஸ் மற்றவருக்கு நேராக விரல் சுட்டினார்; பணத்தை அவரிடம் கொடுத்தால் போதும் எனும் அர்த்தத்தில். பணத்தை வாங்கி அவர் தலையணைக்குக் கீழே வைக்கும்போது அங்கு வேறுசில நோட்டுகளும் இருந்தன.

“இவர்களில் யார் வேண்டும்?” அறையில் இருந்த பெண்பிள்ளைகளைச் சுட்டி அவர் கேட்டார். நாங்கள் ஒருவரை ஒருவர் பார்த்துக்கொண்டோம்: “யாராக இருந்தாலும் சரி.”

“இல்லை, நீங்களே சொல்லுங்கள்.” அவர் நல்ல வியாபாரியைப் போல முடிவை எங்கள் விருப்பத்துக்கே விட்டார்.

பெண்பிள்ளைகள் இருவருக்கும் பதினெட்டுக்கும் கீழேதான் வயது இருக்கும். ஒருத்தி டீஷர்ட்டும் பேண்ட்ஸும் அணிந்திருந்தாள். தூங்கிக்கொண்டிருந்தவள், முழங்காலைக் கூட மறைக்காத குட்டைப் பாவாடை அணிந்திருந்தாள். தூங்கிக்கொண்டிருந்தாலும் அவளும் உதட்டுச் சாயம் இட்டிருந்தாள். நாங்கள் பேண்ட்ஸ் அணிந்திருந்தவளை நோக்கி விரல் சுட்டினோம். மற்றவள், அதுவரை காட்டிய மரியாதையை விலக்கிக்கொண்டு நிம்மதியாகக் கீழே படுத்து மீண்டும் தூங்கத் தொடங்கினாள்.

தேர்ந்தெடுக்கப்பட்ட பெண்பிள்ளை எங்களையும் அழைத்துக்கொண்டு மீண்டும் மேலே சென்றாள்; இடுக்கமான படிகள். ஒவ்வொரு மாடியிலும் ஏழு அல்லது எட்டு அறைகள் இருக்கும். சில அறைகள் சாத்தப்பட்டிருக்கின்றன. திறந்திருக்கும் அறைகளில் பெண்பிள்ளைகளின் உரத்த

பேச்சுகளும் பெருஞ்சிரிப்புகளும் கேட்டன. ஆறாம் மாடிக்கு வந்தோம். அவள் முதலில் தெரிந்த அறையை நோக்கி நடந்தாள். வெளியே தாழிடப்பட்ட அந்த அறையைத் திறந்து அவள் முதலில் உள்ளே சென்றாள். பின்னால் செல்லும்போது என் தலை நிலைப்படியில் இடித்தது. "லம்ப ஆத்மி த்யான் நஹி தியா ந. . .?" அவள் சிரித்தாள்.

கட்டிலில் அமரும்படி எங்களிடம் சொன்னாள். அவளுக்காக ஒரு முக்காலியை இழுத்துக் கொடுத்து நாங்களும் உபசரித்தோம்.

"டான்ஸுக்கு முன்னால் ஏதும் சாப்பிட வேண்டுமா?" நாங்கள் கேட்டோம்.

"உங்களுக்கு வேண்டுமா?" அவள் மறுகேள்வி கேட்டாள்.

"நீ சாப்பிடுகிறாய் என்றால் பியர் வாங்கலாம்."

"இங்கே எல்லாம் கிடைக்கும்" என்று சொல்லி அவள் வெளியே சென்றாள். பிறகு அவள் நாற்பது, ஐம்பது வயது தோன்றும் ஒரு பெண்மணியுடன் வந்தாள்.

"எங்கள் ஆயா." அவள் அறிமுகப்படுத்தினாள். அவர் நமஸ்தே சொன்னார். பியருக்கான தொகையை வாங்கிக் கொண்டு அவர் வெளியே சென்றார்.

அறையின் ஒரு மூலைக்குச் சென்று நின்று அவள் ஒரு போர்வை போர்த்திக்கொண்டு டீ ஷர்ட்டைக் கழற்றிவிட்டு மார்பை மட்டும் மறைக்கும் ஒரு சிறிய உடை அணிந்தாள். பஞ்சால் தைத்த பிராபோன்று தோன்றும் ஒன்று. பிறகு பாண்ட்ஸையும் கழற்றினாள்.

"நான் டான்ஸ் ஆடட்டுமா?" அவள் அவசரப்பட்டாள்.

"வரட்டும். ஒருமணிநேரம் இருக்கிறதே. நீ உட்கார். பியர் வந்த பிறகு டான்ஸ் ஆடலாம்." நாங்கள் அவளைச் சமாதானப் படுத்தி முக்காலியில் அமர்த்தினோம்.

கோயலின் கதை; இல்லை, வாழ்க்கை

அவள் பெயர் கோயல்ராஜ். பத்தொன்பது வயது என்று அவள் சொன்னாலும் அவ்வளவு இருக்குமா என்று சந்தேகமாக இருந்தது. கேள்விகளுக்கிடையில் அவள் எழுந்துபோய் சிடி பிளேயரை ஆன் செய்தாள். இந்தி பாட்டுகள். ரிமோட்டின் பித்தான்களை மாறிமாறி அழுத்திய அவள், புதியதொரு பாட்டு கேட்கத் தொடங்கியவுடன் திரும்பி எங்களைப் பார்த்தாள். இதுதானே உங்களுக்கு வேண்டும் எனும் அர்த்தத்தில் அப்படிப் பார்த்தாள். நாங்கள் சிரித்தபோது

ரிமோட்டைப் படுக்கையில் போட்டுவிட்டு மீண்டும் முக்காலியில் வந்து அமர்ந்தாள்.

பியருடன் வந்து ஆயா கதவைத் தட்டியபோது அவள் போர்வையைக் கழற்றி எறிந்துவிட்டுக் கதவைத் திறந்தாள். போர்வைக்குள் பிராவும் ஜட்டியும்தான் அவள் அணிந்திருந்தாள். ஆயா போனபிறகு அவள் மீண்டும் போர்வை எடுத்துப் போர்த்திக்கொண்டாள். இடையில் பான் வாங்கக் காசு வாங்கி வெளியே சென்றபோதும் அவள் போர்வையை விலக்கிப் போட்டாள். உள்ளே நடனம் ஆடிக்கொண்டிருக்கிறாள் என்று மற்றவர்கள் நினைத்துக்கொள்ள வேண்டும் என்பதுதான் அவளது நோக்கம். உள்ளே நடக்கும் பேச்சு வெளியே கேட்காமல் இருப்பதற்காக சிடி பிளேயரில் பாட்டின் ஓசையை அதிகப்படுத்தியிருந்தாள். பாட்டின் ஓசையை வெல்ல நாங்கள் மிகவும் உரத்த குரலில் பேசினோம். ஆனால் அவள் பேச்சு ஒரே தொனியிலிருந்தது. சோனாகச்சியைக் குறித்தும் அங்குள்ள நடைமுறைகளைக் குறித்தும் நன்றாக விளக்கிய கோயல், அவளைப் பற்றிய எங்களது கேள்விகளுக்குத் தயங்கித் தயங்கிதான் பதில் சொன்னாள்.

பியர் தலைக்கேறியபோது அவளது பேச்சுக்கு வேகம் அதிகரித்தது. ஆனால் சில கேள்விகளைத் திரும்பக் கேட்ட போது, "நீங்கள் போலீஸ் ஆபீசரா?"என்று சந்தேகப்பட்டாள்.

பியர் போதையில் வார்த்தைகள் குழறத் தொடங்கியபோது அவள் குடும்பத்தையும் மற்ற விஷயங்களையும் மீண்டும் கேட்டோம். எங்களைப் பற்றிய சந்தேகங்களெல்லாம் தீர்ந்த தாலோ அல்லது யாராக வேண்டுமானாலும் இருக்கட்டும் என்று நினைத்ததாலோ தெரியவில்லை, கோயல்ராஜ் தைரிய மாகப் பேசினாள்.

"நான் சோனாகச்சிக்கு வந்து பதினெட்டு மாதங்கள் கடந்துவிட்டன. என் வீடு மகாராஷ்டிராவில் ஒரு கிராமத்தில் இருக்கிறது. என் அப்பாவும் அம்மாவும் விவசாயிகள். எனக்கு இரண்டு சகோதரிகள் இருக்கிறார்கள். விவசாயத்தை நம்மால் ஒருபோதும் நம்ப முடியாது, சார். எதிர்பார்த்ததுபோல விளைச்சல் இல்லாததால் வீட்டில் பெரும்பாலான நாட்கள் பட்டினிதான். அப்படியிருக்கும்போது வீட்டுக்கு ஒரு ஏஜெண்ட் வந்து, அக்காவைக் கொல்கத்தாவுக்கு அழைத்துச் செல்வதாக அம்மாவிடம் சொன்னார்.

"பத்தாயிரம் ரூபாய் கொடுத்துவிட்டு அவர் பதினேழு வயதுடைய அக்காவை இங்கே அழைத்து வந்தார். பட்டினியால் வாடும் குடும்பத்துக்குப் பத்தாயிரம் ரூபாய் கற்பனைக்கும்

அப்பாற்பட்ட பெரிய தொகை. அது மட்டுமல்ல; அக்கா இனிமேல் பட்டினி கிடக்க வேண்டிய அவசியம் இல்லையே, மற்ற இரண்டு பிள்ளைகளின் காரியத்தை மட்டும் பார்த்தால் போதுமே என்றெல்லாம் அப்பாவும் அம்மாவும் நிம்மதி யடைவதற்கு நிறைய விஷயங்கள் இருந்தன.

"ஆனால் மீண்டும் விளைச்சல் மோசமானது. அடுத்தது என்னுடைய முறை. அக்காவைப்போல நானும் பட்டினி யில்லாமல் இருக்கலாம்தானே என்று அவர்கள் சிந்தித்திருக்க வேண்டும். எப்படியானாலும் பதினாறுவயது முடிந்த உடனே நானும் சோனாகச்சிக்கு வந்தேன். 'தீதி' என்று அழைக்கப்படும் ஒரு பெண்மணியிடம்தான் ஏஜெண்ட் என்னை அழைத்துச் சென்றார். இங்கே மூன்றுவேளையும் உணவு கிடைக்கும். மகிழ்ச்சி." இப்படிச் சொல்லும்போதும் கோயலின் முகத்தி லிருந்து என்னென்னவோ விஷயங்களை எளிதாகப் படிக்க முடிந்தது. அவளுக்கும் அது தெரிந்திருக்கலாம். அதனால்தான் எங்கள் முகத்தைப் பார்த்துப் பேசுவதைத் தவிர்க்க முயன்றாள் போலிருக்கிறது. அந்தக் காரணத்தால் மட்டுமே சி.டி. பிளேயரில் பாட்டுகளை மாற்றிக்கொண்டிருந்தாள்.

பியர் குடிக்கும்போது அவள் வாயில் பான்பராக்கு போட்டுக்கொள்வதால் சகித்துக்கொள்ள முடியாத ஒரு நெடி அறைக்குள் பரவியது. எங்களுக்கு அது பிடிக்கவில்லை என்று சொன்னவுடன் வெளியே சென்று பானைத் துப்பிவிட்டு விருந்தினர்களுக்கான மரியாதையை வெளிக்காட்டினாள். பிறகு அவள் பியர் குடித்தபடித் தொடர்ந்து பேசினாள்: "நாளொன்றுக்கு மூன்றுபேர் வருவார்கள். எப்படியும் இரண்டுபேர் வருவார்கள். யார், எங்கிருந்து என்றெல்லாம் நாங்கள் கேட்பதில்லை. எங்களைப் பற்றி அவர்களும் கேட்பதில்லை. பணமும் எங்கள் கையில் கிடைக்காது. பணமெல்லாம் தீதியிடம்தான் கொடுப்பார்கள். எங்களுக்கான உணவு வாங்கித் தருவது தீதியல்லவா? அப்புறம் உடைகளும் வாங்கித் தருவார். எங்களை அழகிகளாக ஆக்குவதற்கு பியூட்டிஷியனும் இங்கே வருவார். எல்லாம் தீதி ஏற்பாடு செய்வது."

"அப்படியானால் நாங்கள் கொடுத்த பணம் உனக்குக் கிடைக்காதா?" நான் கேட்டேன்.

"எனக்கு எதற்குப் பணம்? பணம் கொடுக்காமலேயே எங்களுக்கு எல்லாம் இங்கே கிடைக்கிறதே." கோயல் விரக்தியாகச் சொன்னாள்.

"நீ எங்களுடன் கொல்கத்தாவுக்கு வருகிறாயா, கொல்கத்தாவைப் பார்ப்பதற்கு?" நான் அவள் மனத்தைத் தெரிந்துகொள்ள முயன்றேன்.

"இல்லை. என்னை வெளியே விடமாட்டார்கள்." அவள் பட்டென்று பதில் சொன்னாள்.

"கொல்கத்தாவைப் பார்க்க வேண்டும் என்று உனக்கு ஆசை இல்லையா?" நான் மீண்டும் கேட்டேன்.

"இல்லை." அவள் தலைகுனிந்தாள்.

"உனக்கு ஆசை இருக்கிறது என்று எங்களுக்குத் தெரியும். நீ எதற்குப் பொய் சொல்கிறாய்?" நான் விடவில்லை.

அந்தக் கண்டுபிடிப்பை அவள் விரும்பியதாகத் தெரிந்தது. சிரித்தபடி என் கையில் கிள்ளினாள். அந்த வாய்ப்பைப் பயன்படுத்திக்கொண்டு நான் மறுபடியும் கேட்டேன், "உண்மையி லேயே கொல்கத்தாவைப் பார்க்க வேண்டும் என்று உனக்கு ஆசை இல்லையா?"

அவள் எதுவும் பேசாமல் என்னைப் பார்த்துக்கொண் டிருந்தாள். ஏதாவது பேசுவாள் என்று எதிர்பார்த்து நானும் அவளைப் பார்த்துக்கொண்டிருந்தேன். அந்தப் பார்வையைக் கவனித்து அவள் கேட்டாள்: "க்யோம்...?"

"உன் நெருக்கமான தோழி யார்?" நான் கேட்டேன்.

"காஜோல்!" சற்றும் எதிர்பார்த்திராத அந்தக் கேள்விக்குப் பெரும் உத்வேகத்துடன் அவள் பதில் சொன்னாள். நாங்கள் கேட்காமலேயே அவள் காஜோலைப் பற்றி அதிகம் சொன்னாள்: "அவளுக்கு இருபத்திரண்டு வயது. பெங்காலி."

"ஊரில் உனக்குத் தோழிகள் இல்லையா?" நான் தொடர்ந்து கேட்டேன்.

"உம்" எனும் முனகலில் அவள் முடித்துக்கொண்டாள்.

"அவர்களையெல்லாம் பார்க்க வேண்டும் என்று உனக்குத் தோன்றவில்லையா?" நான் அவள் பக்கத்தில் அமர்ந்து கொண்டு கேட்டேன்.

"இல்லை." அவள் தலைகுனிந்து மெதுவாகச் சொன்னாள்; பொய் என்று உறுதியாகத் தெரியக்கூடிய பதில்.

"அப்பாவையும் அம்மாவையும் பார்க்க வேண்டும் என்று கூட உனக்குத் தோன்றவில்லையா?" நான் குரல் தாழ்த்திக் கேட்டேன்.

அதற்கும் பொய்சொல்ல முடியாததால்தான் அவள் பேசாதிருந்தாள்போலிருக்கிறது. நான் பியரை நீட்டியபோது, அதற்காகவே காத்திருந்தவள்போன்று அதைப் பட்டென்று வாங்கி மடக்மடக்கென்று குடித்தாள். போதைக்காக அல்ல,

அந்தக் கேள்வியிலிருந்து தப்புவதற்காகத்தான் அவள் அப்படிச் செய்கிறாள் என்பதில் சந்தேகமில்லை.

மீண்டும் நான் அவளையே பார்த்துக்கொண்டிருக்கும் போது அவள் கேட்டாள்: "க்யோம்?"

நான் வெறுமனே சிரித்தேன்.

சி.டி.பிளேயரில் பாட்டுகள் மாறிமாறி வந்துகொண்டிருந்தன. 'பாடிகார்ட்' எனும் திரைப்படத்தின் 'தேரி மேரி...' காதல் பாட்டு அறையில் நிறைந்தது. அதே ராகத்தில் பாட்டைத் திரும்பப் பாடிக்கொண்டு உடலைத் தாளகதியில் அசைத்துக் கொண்டிருந்தாள்.

"உனக்குப் பிடித்த நடிகர் யார்?"

"ஷாரூக்."

"சினிமா பார்ப்பதற்கு உன்னால் வெளியே போக முடியுமா?"

"இல்லை. டி.வி.யில் பார்க்கலாம்." அவள் மகிழ்ச்சியாகச் சொன்னாள்.

"சினிமாவிலெல்லாம் பார்ப்பதுபோன்று நீ ஊருக்குச் சென்று கணவன் - குந்தைகள் என்று வாழக் கூடாதா?" நான் மீண்டும் அவள் பக்கத்தில் அமர்ந்தேன்.

"அப்போது எனக்கும் பிள்ளைகளுக்கும் யார் சாப்பாடு கொடுப்பார்கள்?" அவள் சிரித்தபடித் திரும்பக் கேட்டாள்.

என்ன சொல்வதென்று தெரியாமல் நான் அவளைப் பார்த்துக்கொண்டிருந்தேன்.

"க்யோம்?"

அவளது வழக்கமான பல்லவி என்னைப் பிரக்ஞைக்குக் கொண்டுவந்தது. இந்தமுறை அப்படிக் கேட்டு மீண்டும் என் கையில் கிள்ளினாள்.

"எதுவானாலும் கோயல், இது அல்ல வாழ்க்கை. இங்கே இப்படி கொஞ்சம் காலம் ஆகும்போது நீ யாருக்கும் வேண்டாதவளாகிவிடுவாய். அன்று உன்னை தீதி வெளி யேற்றுவாள். அப்போது நீ எப்படி வாழ்வாய்? ஊருக்குப் போய்த் திருமணம் செய்துகொண்டால் உன்னைப் பார்த்துக்கொள்ள உன் கணவர் இருப்பார் அல்லவா? வயதாகும்போது உன்னைப் பார்த்துக்கொள்ள குழந்தைகள் இருப்பார்கள் தானே? அப்படி வாழ வேண்டும் என்று உனக்கு விருப்பம் இல்லையா?"

அவள் சற்றுநேரம் தரையைப் பார்த்துக்கொண்டிருந்து விட்டு, கண்களுயர்த்தி என்னைப் பார்த்தாள். பிறகு மெல்லச் சொன்னாள்: "தீதி கொடியவள். அது எங்களுக்குத் தெரியும். நீங்கள்... நீங்கள் உண்மையிலேயே நல்ல மனிதர்."

"உனக்கு நாங்கள் கொஞ்சம் பணம் தரட்டுமா?" நான் கேட்டேன்.

"அதனால் என்ன பயன்? என்னால் அந்தப் பணத்தை வைத்துக்கொண்டு எதுவும் செய்ய முடியாது."

அவளிடம் இனி என்ன பேசுவது என்று எனக்குத் தெரிய வில்லை. கைப்பேசியில் நேரம் பார்த்தேன். ஒருமணியை நெருங்குகிறது. அதாவது இங்கே வந்து ஒன்றரைமணிநேரம் ஆகியிருக்கிறது. இதற்கிடையில் ஊர்மி பஸுவின் தவறிய அழைப்புகள் இரண்டையும் கைப்பேசி காட்டியது. பன்னிரண்டு முப்பதுக்கு ஊர்மி பஸு காத்திருப்பதாகச் சொல்லியிருந்தார். ஊர்மி, 'நியூ லைட்' எனும் எய்ட்ஸ் எதிர்ப்புச் செயல்திட்டத்தின் நிறுவன அறங்காவலர். அவரிடம் செல்லத் தாமதமாகி விடுமோ எனும் எண்ணம் என்னைப் பட்டென்று அமைதி யிழக்கச் செய்தது.

நேரம் பார்ப்பதைக் கண்ட கோயல், என் கண்களை நோக்கினாள்: "புறப்படுகிறீர்களோ?"

"ஆமாம்." நான் சொன்னேன்.

அவள் எழுந்தாள். விட்டுப்போன விவரம் ஏதாவது பிறகு கேட்கலாமே என்று நினைத்து நான் அவள் தொலைபேசி எண் கேட்டேன்; தயக்கமின்றிக் கொடுத்தாள்.

"இங்கிருந்து வெளியே சென்று நன்றாக வாழ வேண்டும்." நான் மீண்டும் அவளுக்கு அறிவுறுத்தினேன், வெறுமனே.

ஆனால் அப்போது அவள் இப்படிக் கேட்டாள்: "நான் உங்களைக் கொஞ்சம் கட்டிப்பிடித்துக்கொள்ள வேண்டும்." அவள் மனத்தில் என்ன இருக்கும் என்று நான் யோசிப்பதற்கு முன்பே அவள் என்னைக் கட்டிப்பிடித்தாள். என் நெஞ்சுவரை உயரமுடைய அவள் முகத்தை அப்போது என்னால் பார்க்க முடியவில்லை. அவள் அப்படிச் செய்ததற்கான காரணம் என்னவாக இருக்கும் என்றுதான் நான் அப்போது யோசித்துக் கொண்டிருந்தேன். திடீரென்று என் பாக்கெட்டில் அலைபேசி அதிர்ந்தது. எடுத்துப் பார்த்தேன். ஊர்மி பஸுவின் அழைப்பு. இனியும் தாமதமானால் அவர் வருத்தப்படுவாரோ என்று ஒரு அச்சம். கோயலை எப்படித் தவிர்ப்பது என்று நான் அப்போது சிந்தித்தேன்.

"நாங்கள் மீண்டும் வருவோம். நீ இங்குதானே இருப்பாய்?" நான் கேட்டேன்.

"நிச்சயமாக." அவள் சொன்னாள்.

அவள் கதவைத் திறந்தாள். அவளுக்குப் பின்னால் நாங்கள் அறைக்கு வெளியே வந்தோம். சன்னல்களின் வழியே மீண்டும் பெண்பிள்ளைகளைப் பார்த்தோம். சிலர் கடிகாரத்தைப் பார்த்துச் சந்தேகத்தை வெளிப்படுத்தினார்கள். சிலர் கோயலிடம் என்னமோ சொல்கிறார்கள்; எதுவும் புரியவில்லை; எதையும் விசாரிக்கவும் தோன்றவில்லை.

இரண்டுமாடி கீழே இறங்கியபோது அதுவரை இருந்த நெருக்கம்விட்டு கோயல் அறைக்குள் ஓடினாள். அவள் திரும்பிக்கூடப் பார்க்கவில்லை. பணம் வாங்கிய தரகர் கைவீசி சலாம் செய்தார்.

பிறகான மூன்று மாடிகளும் இறங்கும்போது நாங்கள் இருவரும் எதுவும் பேசிக்கொள்ளவில்லை.

ஊர்மியின் மறுவாழ்வுகள்

சோனாகச்சிலிருந்து பத்துகிலோமீட்டருக்கும் குறைவான தூரமுள்ள பாலிகஞ்ச் சர்க்குலரில் உள்ள காபிடேயில் ஊர்மி பஸு எங்களுக்காகக் காத்திருந்தார். அவசரப் பயணங்கள் இருப்பதாகவும் ஒருமணிநேரத்துக்குள் விஷயங்களைப் பேசி முடிக்க வேண்டும் என்றும் அவர் முதலிலேயே சொன்னார்.

நாக்பூரில், சமூகப் பணியில் முதுகலை தேர்ச்சி பெற்ற ஊர்மி, பாலியல் தொழிலாளர்களின் மோசமான நிலையைப் பார்த்துச் சகித்துக்கொள்ள முடியாமல்தான் 'நியூ லைட்' அமைப்பை உருவாக்கினாராம். சோனாகச்சியிலிருக்கும் அத்தனை பாலியல் தொழிலாளர்களும் வேறொரு தொழில்செய்யும் நாள்தான் ஊர்மியின் கனவு.

அந்தக் கனவு நிறைவேறும் என்று ஊர்மி தன்னம்பிக்கை கொண்டிருக்கிறார்; அதற்குத் தடைகளும் நிறைய இருக்கின்றன.

"இங்குள்ள அரசியலும் ஆட்சியுமெல்லாம் தரகர்களின் கையில் இருக்கிறது. அதுதான் முக்கியமான தடை. முப்பத்தைந்து ஆண்டுக் காலம் சி.பி.எம். ஆண்டது. அவர்களால் இங்குள்ள ஒருவருக்கேனும் மறுவாழ்வு கொடுக்க முடிந்ததா? இல்லை தானே. முடியாது. காரணம், அவர்களுக்குத் தேவையானது ஓட்டு. அதனால் அவர்கள் தரகர்களைப் பகைத்துக்கொள்ள முடியாது. ஆனால் நாங்கள் இங்குள்ள பெண்களுக்காக நிலைகொள்கிறோம்."

"பத்தாயிரத்துக்கும் மேற்பட்டிருக்கும் பெண்களின் மறுவாழ்வு நடைமுறைச் சாத்தியம்தானா?" நான் கேட்டேன்.

"அது அங்கே நிற்கட்டும். பெண்பிள்ளைகளிடம் பேசி ஏமாற்றி இங்கே கொண்டுவருவதற்குத் தடைபோட வேண்டும் என்பது அரசாங்கத்தின் கடமை இல்லையா? வேலை தருவதாகச் சொல்லித்தான் ஏஜெண்டுகள் நேப்பாளிலிருந்தும் பங்களாதேசத்திலிருந்தும் பெண்பிள்ளைகளை இங்கே கொண்டு வருகிறார்கள். இங்கே வந்துவிட்டால் பிறகு அவர்களுக்கு வெளியுலகத்தைக் காண வாய்ப்பில்லை. இந்த விஷயத்தில் அரசாங்கம்தானே தலையிட வேண்டும்? எல்லைப் பாதுகாப்புப் படையினர் ஊழல் செய்யாதிருந்தாலே நிறையப் பெண்பிள்ளைகளைக் காப்பாற்ற முடியும். பங்களாதேசத்திலிருந்து நதி கடந்துதான் ஏஜெண்டுகள் பெண்பிள்ளைகளைக் கொண்டு வருகிறார்கள். ஐம்பதுக்கும் நூறுக்கும் ஜவான்கள் கண்களை மூடிக்கொள்வார்கள். இல்லையென்றால் அந்த அளவு பெண்களையேனும் காப்பாற்றியிருக்கலாம்." அவர் சொன்னார்.

நான், எல்லைப் பாதுகாப்புப் படையில் பணிபுரிந்திருந்த சக பயணி பிரமோதைப் பார்த்தேன். இந்த விஷயத்தில் பிரமோத் கருத்துச் சொல்வார் என்று எதிர்பார்த்தேன். ஆனால் அவர் ஒன்றும் சொல்லாமல் கேமராவுடன் எழுந்து புகைப்படங்கள் எடுக்க ஆரம்பித்தார்.

"விழிப்புணர்ச்சி ஏற்படுத்துவதுதான் நியூ லைட்டின் முக்கியமான நோக்கமா?" நான் உரையாடலை மீண்டும் தொடங்கினேன்.

"விழிப்புணர்வூட்டுவதும் உண்டு. ஆனால் அதனால் மட்டுமே முழுமையாக வெற்றிபெற முடியும் என்று தோன்ற வில்லை. மறுவாழ்வுக்கு வலிமையான சட்டங்கள் வேண்டும். நீங்கள் இங்குள்ள நிலைமையைப் பாருங்கள், வலிமையான கட்சியான சி.பி.எம். ஆதரவளிக்கும் 'துர்பார் மகிளா சமன்வய சமிதி[1],' பாலியல் தொழிலாளர்களின் உரிமைக்காகத்தான் வாதிடுகிறது. இது தவறான வேலை என்று அவர்கள் நினைக்க வில்லை. அவர்களைப் பொறுத்தவரை மறுவாழ்வு தேவையில்லை.

"இந்த விஷயத்தில் எந்தவொரு அரசியல் கட்சியையும் போலத்தான் திருணமூல் காங்கிரஸும். வாக்கு வங்கிகள்மீது அவர்களுக்குப் பயம். மம்தா பானர்ஜியின் வசிப்பிடத்துக்கு அருகில்தான், கொல்கத்தாவில் மிக அதிகமான பாலியல் தொழிலாளர்கள் உள்ள காளிகட் இருக்கிறது. மம்தா பானர்ஜி அவர்களுக்காக என்ன செய்தார்? ஒரு மண்ணும் செய்ய வில்லை." ஊர்மி கோபம்கொண்டார்.

---

1. மேடை பெண்கள் கூட்டுறவு சபை

"நியூ லைட் என்ன செய்கிறது?" நான் அரசியல் பேச்சை விட்டு வேறொன்றுக்கு மாறினேன்.

"பாலியல் தொழிலாளர்களின் குழந்தைகளைப் பாதுகாக்க எங்களுக்குப் பிரத்தியேக அமைப்புகள் உண்டு. அவர்கள் படிப்பதற்குப் பள்ளிகள் இருக்கின்றன. சதைச் சந்தைகளுக்கு வரும் பெண்பிள்ளைகளில் மைனர்களையும் நாங்கள் பிரத்தியேகக் காப்பகத்துக்குக் கொண்டு வருவோம். பாலியல் தொழிலாளர்களின் பிள்ளைகளையாவது இந்தத் தொழிலிலிருந்து விடுவிக்க வேண்டும் என்பதுதான் எங்கள் நோக்கம். இந்த விஷயத்துக்காகத்தான் நாங்கள் அழுத்தம் கொடுக்கிறோம். அதோடு இப்போது பாலியல் தொழிலில் ஈடுபட்டிருப்பவர்களையும் காப்பாற்ற முயல்வோம். காளிகட்டில் நியூ லைட்டில் கற்பித்து அனிமேஷன் கோர்ஸ் படித்த பாலராஜும் விஸ்வநாத்தும்தான் நாங்கள் இங்கே பாலியல் தொழிலாளர்களுக்கும் முன்னால் காட்டும் ரோல் மாடல்கள்." - ஊர்மி பெருமையுடன் சொன்னார்.

"நியூ லைட்டின் செயல்பாடுகள் காளிகட்டை மையப்படுத்தியிருப்பது ஏன்?" நான் சந்தேகம் கேட்டேன்.

"காளிகட்தான் உண்மையில் கொல்கத்தாவின் சதைச் சந்தைகளில், மறுவாழ்வுச் செயல்பாட்டாளர்களின் கவனத்துக்கு மிகத் தகுதியானதாக இருக்கிறது. காளிக்கோயிலுக்குப் பக்கத்தில் ஆயிரக்கணக்கானோர் பாலியல் தொழிலின் மூலம் வாழ்க்கை வழி கண்டுபிடிக்கிறார்கள். சதி எனும் உடன்கட்டை ஏறுதல் ஒழிக்கப்பட்ட பிறகு இருபதாம் நூற்றாண்டின் தொடக்கத்தில் பெண்களைக் காளிக் கோயிலுக்கு அனுப்பும் சடங்கு பரவலாக இருந்தது. இது, காளிகட்டைப் பாலியல் தொழிலாளிகளின் மையமாக்கியது. கங்கைக் கரையில் காளியை வழிபட்டு வாழ்வதற் காக விதவைகளைக் குடும்பத்தினர் இங்கே கொண்டு வந்து தள்ளிவிடுவார்கள். அவர்களை இங்கே வரும் பார்வையாளர்கள் பயன்படுத்தும் இடத்திலிருந்துதான் காளிகட் ஒரு விலைமகளிர் தெரு ஆகும் வரலாறு ஆரம்பிக்கிறது. அங்கிருந்த பெண்கள் பிறகு மற்றொரு இடம் கண்டுபிடிப்பதிலிருந்துதான் சோனாகச்சின் வரலாறு ஆரம்பிக்கிறது. அதனால் கொல்கத்தாவில் மறுவாழ்வுச் செயல்பாடுகள் ஆரம்பிக்க வேண்டியது காளிகட்டிலிருந்துதான்."

"இன்னும் மற்ற மாவட்டங்களிலிருந்து விதவைகள் இங்கே வருகிறார்களா?"

"இல்லை. இப்போது வங்கத்து விதவைகள் நேராக உத்தரப் பிரதேசத்தில், மதுராவில் இருக்கும் பிருந்தாவனத்துக்குச்

செல்கிறார்கள். அங்கே விதவைகள் பஜனை மடங்களில் தங்குகிறார்கள். அங்கே அவர்களுக்கு உணவு கிடைக்கலாம். ஆனால் அவர்களின் நிலை அந்த அளவுக்கு மேம்பட்டதென்று நாங்கள் நினைக்கவில்லை." ஊர்மி சொல்லி நிறுத்தினார். காளிகட்டுக்கு வரும்போது நியூ லைட் அலுவலகத்துக்கு வந்து பார்ப்பதாக உறுதியளித்த நாங்கள், நியூ லைட் செயல்பாடு களுக்கு வாழ்த்துச் சொல்லி அங்கிருந்து புறப்பட்டோம்.

சோனாகச்சியில் அடங்கும் புரட்சி

மற்றொரு கோயல்ராஜைத் தேடித்தான் மறுநாள் நாங்கள் சோனாகச்சிக்குச் சென்றோம். கையில் கிடைக்கும் ஏதாவது ஒரு தரகரிடம் விஷயத்தைச் சொல்லி நேற்றுபோல ஒரு பெண்பிள்ளையை வாடகைக்கு எடுப்பதுதான் நோக்கம். பிரதானச் சாலையிலிருந்து ஒருவழியில் உள்ளே நுழைந்து, ஒரு பத்தடிதான் வந்திருப்போம். வாடிக்கையாளர்களுக்காகக் காத்திருக்கும் நான்கைந்து பெண்கள் முன்னால் தாவி விழுந்தார்கள். ஒருத்தி என்னைப் பிடித்து நிறுத்தினாள். அடுத்தவள் பிரமோத்தைப் பிடித்து நிறுத்தினாள். அவர்கள் எங்கள் சட்டையைக் கைகளில் பிடித்திருந்தார்கள்.

"எங்களுடன் வாருங்கள். எந்த சைஸ் வேண்டுமானாலும் உண்டு." அவர்கள் சொன்னார்கள்.

"நாங்கள் சும்மா இந்த இடத்தைப் பார்க்க மட்டுமே வந்திருக்கிறோம்." நான் உதறிக்கொண்டு சொன்னேன்.

"பரவாயில்லை. பார்ப்பதற்கும் வாய்ப்புத் தருகிறோம்." அவர்களில் முதிர்ந்த பெண்மணி எங்களைக் கேலி செய்து சிரித்தாள். அவளுக்கு ஐம்பது வயது இருக்கும். அவள் உட்பட அந்தப் பெண்கள் குழுவில் ஏறத்தாழ முப்பதுவயதுடைய நான்கைந்து பெண்களும், ஒல்லியான இருபத்தைந்து வயதுப் பெண்ணும் இருந்தார்கள்.

"இருநூறு ரூபாயிலிருந்து பெண்கள் கிடைப்பார்கள்." சங்கத் தலைவிபோன்று தோன்றிய பெண் சொன்னாள்.

"வேண்டாம்." நாங்கள் மீண்டும் சொன்னோம்.

"இதோ, ஒருவருக்கு இவளைத் தருகிறேன். அப்புறம், இதுபோல உள்ளே இன்னொன்று இருக்கிறது. மற்றொருவருக்கு அவளைத் தருகிறேன்." இருபத்தைந்து வயதுக்காரியைச் சுட்டிக் காட்டி அவள் மீண்டும் சொன்னாள்.

நான் கையை எடுத்து விலக்க முயன்றதற்கு ஏற்றவாறு அவளின் பிடி இறுகிக்கொண்டிருந்தது. "நாங்கள் அதற்கு வரவில்லை." நான் கடுமையாகச் சொன்னேன்.

அப்போது அவள் பாஷை மாறியது. "அப்படியென்றால் நீங்கள் வெளியே செல்வதை நான் பார்த்துவிடுகிறேன்." அவள் கத்தினாள்; சுற்றிலும் பெண்கள் சூழ்ந்திருக்கிறார்கள். இவர்கள் அழைத்தால் தரகர்களும் அவர்களின் குண்டர்களும் வந்து விடுவார்கள். தப்பிக்க முடியாது என்று உறுதியாகிவிட்டது. இந்த நேரத்தில் நான்குபெண்கள் கொண்ட மற்றொரு குழு அங்கே வந்தது. அவர்களுக்கும் எங்களைத் தடுத்து வைத்த குழுவுக்கும் இடையே ஏதோ வாக்குவாதம் ஏற்பட்டது. இந்த நேரத்தில் தப்பிக்க முடிந்தால் அதிர்ஷ்டம். ஆனால் எங்கள் கையிலிருந்து பிடி விடாமல்தான் அவர்கள் பேசிக்கொண்டிருந்தார்கள். கடைசியில், புதிதாக வந்த குழு திரும்பிப் போய்விட்டது. அந்த நம்பிக்கையும் தகர்ந்துவிட்டது.

"இதோ, உங்களை இவர்கள் கொண்டுபோவார்கள்." சங்கத் தலைவி, உடனிருக்கும் மூன்றுநான்குபேரைச் சுட்டிக்காட்டி எங்களிடம் சொன்னாள்.

குழுவில் இருந்த இருபத்தைந்துவயதுப் பெண் முன்னாலும், முப்பதுவயதுப் பெண் பின்னாலும் மற்ற இருவர் இருபுறங்களிலு மாக முன்னோக்கி நடந்தார்கள். சந்துகளின் ஓரத்தில் நேற்று பார்த்ததுபோன்று பெண்கள் வாடிக்கையாளர்களுக்காகக் காத்திருக்கிறார்கள். எங்களைப் பிடித்துக்கொண்டு போவதைப் பார்த்துச் சில பெண்பிள்ளைகள் இரக்கப்பட்டார்கள். வாடிக்கையாளர்களைத் தட்டிப் பறித்துச் செல்வது குறித்துச் சிலருக்குப் பெண்படைமீது கோபம். குளித்து ஆயத்தமாகாதப் பெண்கள் எதிரே நடந்துவந்துகொண்டிருந்தார்கள். அவர்களுக்கு வழிகொடுக்கும்போதெல்லாம் எங்கள் அசைவுகளை முன்னால் நடக்கும் பெண் கவனித்துக்கொண்டிருந்தாள். சந்திலிருந்து இரண்டுகட்டடங்களுக்கும் இடையே சென்றபோது அச்சம் இருமடங்காகியது. அடர்த்தியான இருட்டு. நான் பிரமோதைப் பார்த்தேன்.

"நாம் திரும்பிவருவோமா என்பது நிச்சயமில்லை. ஆயினும் தைரியமாக இரு." அவர் பட்டாளக்காரனின் வீரத்தைக் காட்டினார்.

முன்னே நடக்கும்போது அந்த இடுங்கிய வழியில், வயதாகித் தளர்ந்த ஒரு மூதாட்டி முழு நிர்வாணமாகக் குந்தி யிருந்து குளிப்பதைப் பார்த்தோம்.இன்னும் கொஞ்சம் முன்னால் சென்றபோது அங்கே மற்றொரு பெண் மீன் சுத்தப்படுத்து கிறாள். இன்னொருத்தி உருளைக் கிழங்கு கழுவிக்கொண் டிருக்கிறாள். வழி பின்னரும் சிறிதாகத் தொடங்கிய இடத்தில் தடிமாடுகள் போன்று மூன்று ஆண்கள் நின்றுகொண்டிருந் தார்கள். டீ ஷர்ட்டும் பேண்ட்டும் அணிந்திருந்தார்கள்.

எங்களைச் சூழ்ந்து நடந்து வந்த பெண்களிடம் அவர்கள் ஏதோ கேட்டார்கள். ஒருத்தி சிரித்தபடி, "ஹாம் ஹாம்" என்று சொன்னாள். ஆண்கள் எங்களைக் கடுமையாகப் பார்த்தார்கள். எனக்குப் பயம் கூடிக்கூடி வந்தது. ஆனால் அவர்கள் எங்களைப் பின்தொடரவில்லை.

வழி அகலமாகி வருந்தோறும் இருட்டு அதிகரித்தது. நடைபாதைக்கு இருபுறமுள்ள கட்டடங்களின் அறைகளில் இருக்கும் பெண்கள் சன்னல்கள்வழியே பார்ப்பது தெரிந்தது. அது, முதல்நாள் பயணத்தை நினைவூட்டியது.

பின்னரும் கொஞ்சம் தூரம் நடந்து ஒரு வீட்டுக்கு வந்தோம். உள்ளே காலெடுத்துவைத்தபோது, உடன் வந்த ஒருத்தி எங்கள் கால்களைப் பார்த்தாள். "ஏன் செருப்பைக் கழற்றவில்லை, இது எங்கள் வீடல்லவா? இங்கே காளி படம் இருப்பதைப் பார்த்தீர்கள்தானே?" அவள் உள்ளே இருக்கும் படங்களைச் சுட்டிக்காட்டிக் கேட்டாள்.

வெளியே வந்து செருப்பைக் கழற்றிவைத்து உள்ளே சென்ற போது இருபத்தைந்துவயதுப் பெண் ஒரு கட்டிலைச் சுட்டிக் காட்டி அங்கே அமரும்படி என்னிடம் சொன்னாள். அதில் வயதான மூதாட்டி ஒருவர் தூங்கிக்கொண்டிருந்தார்.

"அவருக்குப் பக்கத்திலா?" நான் கேட்டேன்.

"ஆமாம். செய்வதற்கு நான் வருவேன்." அவள் சிரித்தாள். பிறகு மேலும் சொன்னாள்: "நாங்கள் வாக்குக் கொடுத்துவிட்டு ஏமாற்ற மாட்டோம். காளிதான் எங்களுக்குத் துணை."

தூங்கிக்கொண்டிருக்கும் மூதாட்டிக்குப் பக்கத்தில் நான் அமர்ந்தேன். பிரமோதைப் பக்கத்தில், திரைச்சீலையால் மறைத்த ஒரு அறையில் அமரவைத்திருந்தார்கள். உடன் வந்த பெண்களில் ஒருத்தி அறைக் கதவை இழுத்துச் சாத்தினாள்.

"ஆயிரத்து இருநூறு ரூபாய்." இருபத்தைந்துவயதுப் பெண் கை நீட்டினாள்.

"அவ்வளவு பணம் இல்லை. நாங்கள் சும்மா பார்க்கத்தான் வந்தோம்." என் குரல் நடுங்கியது.

"பணம் இல்லையா?" அவள் என் பாக்கெட்டிலிருந்து பர்ஸை இழுத்து வெளியே எடுத்தாள். அதிலிருந்து எடுத்த பணம் முழுவதையும் எண்ணிக் கணக்கிட்டாள்.

"வேறு எங்கே பணத்தை ஒளித்துவைத்திருக்கிறாய்?" அவள் கேட்டாள்.

"வேறு எங்கும் இல்லை."

"எழுந்து நில்!" அவள் கட்டளையிட்டாள்.

நான் எழுந்து நின்றுவிட்டேன். அவள், சுருட்டி வைத்திருந்த என் சட்டைக்கை முழுவதையும் பிரித்துப் பார்த்தாள். பேண்ட் பாக்கெட்டிலெல்லாம் கை நுழைத்துப் பார்த்தாள். அவளது பரிசோதனை பட்டாளத்தையும் போலீசையுமே தோற்கடித்துவிடும். பாக்கெட்டில் இருந்த குரல் பதிவுக் கருவி அவள் கையில் சிக்கியபோது என் நெஞ்சு சற்று துடித்தது. அப்படி ஒரு கருவி இருக்கிறது என்று அறிந்தால் வெளியே செல்ல முடியுமா என்பதே சந்தேகம்.

"இதென்ன?" அவள் கேட்டாள்.

"இது பென்டிரைவ். என் அலுவலக வேலை தொடர்பான விஷயங்கள் இதில் இருக்கின்றன. உடைத்துவிடாதே." நான் சொன்னேன்.

"எதையும் நாங்கள் உடைக்க மாட்டோம். நாங்கள் காளியின் தாசிகள்." அவள் மீண்டும் காளியின் படத்தைப் பார்த்தாள். அவளது உதடுகள் என்னவோ முணுமுணுத்தன.

பிறகு பரிசோதனை அந்தப் பக்கம் சென்றது. பிரமோதின் பர்ஸைப் பறித்தார்கள். அதற்குள் பணம் ஒன்றுமில்லை. உடனே அவள் அதைத் தூக்கி எறிந்தாள். "பைசா இல்லாமலா வேலைக்கு வந்திருக்கிறாய், அசிங்கம் பிடித்த நாயே!" அவள் ஒரு வங்க வசையால் அதை முடித்தாள்.

"நாங்கள் சும்மா இந்த இடத்தையெல்லாம் பார்க்க வந்தோம்." பழைய பதிலை பிரமோத் மீண்டும் சொன்னார். அதைக் கேட்டதும் அவள் முகம் கோபத்தால் சிவந்தது. அதைத் தொடர்ந்த அவளது வசவுகள் கேட்டு, தூங்கிக்கொண்டிருந்த மூதாட்டி துள்ளி எழுந்தார்.

"என்ன?" அவர் என்னிடம் கேட்டார். நான் எதுவும் நடக்காததுபோல அமர்ந்திருந்தேன்.

பரிசோதனைக்காரி அந்தப் பக்கத்திலிருந்து நான் இருக்கும் அறைக்கு வந்தாள். "இரண்டுபேருக்கு வரும்படிப் பைசா இல்லையா?" அவள் கேட்டாள்.

"என்னிடமிருக்கும் பணம் நாங்கள் திரும்பிப்போவதற்காக வைத்திருந்தது." நான் சொன்னேன்.

"எதுவரை போக வேண்டும்?" அவள் கேட்டாள்.

"மத்ராஸ்." நான் சொன்னேன்.

"மதிராசிவாலா, திரும்பிப்போக வேறு பணம் இல்லையா?"

"இல்லை."

அருண் எழுத்தச்சன்

எடுத்ததிலிருந்து ஆயிரம் ரூபாய் திரும்பக் கொடுத்து அவள் என்னிடம், உள்ளறையில் அமரும்படிச் சொன்னாள். பிரமோதை நான் இருந்த அறைக்கு அழைத்து வந்தாள்.

அங்கும் இங்கும் மாறிக்கொண்டிருக்கையில் நாங்கள் மலையாளத்தில் ஏதோ சொன்னபோது அவள் மீண்டும் திட்டினாள்: “மத்ராஸ் பாஷயாடா பேசறீங்க . . .”

அந்த அறையில் எங்களுடன் வந்த முப்பதுவயதுப்பெண் அமர்ந்திருந்தாள். கட்டிலில் உட்காரும்படி அவள் என்னிடம் சொன்னாள். நான் அமர்ந்தேன். அந்தப் பக்க அறையில் படுத்திருந்த மூதாட்டி எழுந்து பின்னால் வந்த விஷயத்தையே நான் அப்போதுதான் கவனிக்கிறேன். பரிசோதனைக்காரி பர்ஸிலிருந்து எடுத்ததில் ஐம்பது ரூபாயை மூதாட்டிக்குக் கொடுத்தாள். அவர் இறுக மூடியிருந்த உள்ளங்கையைத் திறந்து இரண்டு ஆணுறைகளை எடுத்து எந்திரத்தனமாக அவளிடம் கொடுத்தார். அவள் வந்து இரண்டு ஆணுறைகளையும் என் வசம் எறிந்தாள். “எடுத்து திருகு . . .” என்று சொல்லி அவள் வெளியே சென்றாள்.

இதற்கிடையில், படுக்கையில் இருந்த முப்பதுவயதுக்காரி மல்லாந்து படுத்ததும் சுரிதாரின் மேற்சட்டையை மேலே தூக்கியதும் ஏக காலத்தில் நடந்தன. “காண்டம் போட்டுக்கொள், வேகம்.” அவள் அவசரப்பட்டாள். இந்தியில் பேசினாள்.

“வேண்டாம்.” நான் சொன்னேன்.

“அது இல்லையென்றால் ஆபத்தாகிவிடும். அதை அணிவது தான் நல்லது.” அவள் அறிவுரை கூறுவதுபோலச் சொன்னாள். ஆணுறை அவசியமில்லை என்று நான் சொன்னதாக அவள் புரிந்திருக்கலாம்.

“வேண்டாம். உன் பெயர் என்ன ?”

அவளை என்வழிக்குக் கொண்டுவர ஒரு முயற்சி செய்து பார்த்தேன்.

“பாப்பி.” சற்றும் எதிர்பார்த்திராத இந்தக் கேள்விக்கு யோசித்துப் பதில் சொல்ல அவள் கொஞ்சம் கஷ்டப்பட்டாள்.

“உன் ஊர் எது ?”

“தும் காம் கரோ . . .” அவள் கேள்விகளைப் புறக்கணித்தாள்.

“நஹீம்.” நான் சொன்னேன்.

“க்யோம் ?” அவள் கேட்டாள்.

“மேரே கோ நஹீம் சாஹியே.” நான் குரலின் கனத்தை அதிகரித்தேன்.

அதைக் கேட்டு 'பாப்பி' சத்தம் போட்டாள். நொடிப் பொழுதில் அந்த வசவுக்காரி அறைக்குள் வந்தாள். வந்த வுடனே மீண்டும் வசைபாடத் தொடங்கினாள். பாப்பியின் உடல் பாதி நிர்வாணமாக இருக்கிறது. வசவுக்காரி பாப்பியின் பேண்ட்ஸையும் இழுத்துக் கழற்ற முயன்றாள். நான் தடுத்தேன். அதனால் எனக்கு எதிராகப் பலப்பிரயோகம் செய்தாள். பாண்ட்ஸைக் கீழே இழுத்து உருவுவதற்கான அவளுடைய முயற்சியும் அதைத் தடுப்பதற்கான என் முயற்சியும் சேர்ந்த போது பாப்பிக்கு உடல் வலித்திருக்க வேண்டும்; அவளும் உரக்கத் திட்டத் தொடங்கினாள்.

"நான் செய்துகொள்கிறேன், நீங்கள் போங்கள் . . ." நான் வசவுக்காரிக்கு ஒருவிதமாகப் புரியவைத்தேன். அவள் சென்றவுடன் நான் பாப்பியை நோக்கித் திரும்பினேன். அவளுடைய பேண்ட்ஸை மேலே இழுத்து ஏற்றியபடி நான் கேட்டேன்: "நான் இங்கிருந்து வெளியேறினால் போதும். என் காசு கிடைக்காதா?"

"ஐயோ, பணம்வாங்கிவிட்டு வேலை செய்யவில்லை என்றால் தீதி சண்டைபோடுவாள். காம் கரோ . . ." அவள் மீண்டும் சொன்னாள்.

"நான் செய்ததாக தீதியிடம் சொல்லிக்கொள்கிறேன். நான் வெளியே சென்றால் போதும்." நான் சொன்னேன்.

என் பரிதாப நிலையைப் பார்த்ததால்தான்போலிருக் கிறது, அவள் உதடுகளில் சிறியதொரு புன்னகை மலர்ந்தது: "இவன் காசைத் திருப்பிக் கொடு." வெளியே உள்ளவர்கள் கேட்கும்படி அவள் சிரித்தபடியே உரக்கச் சொன்னாள்.

மீண்டும் வசவுக்காரி வந்தாள். "பாருங்கள், நீங்கள் முதலாவது கஸ்டமர். நீங்கள் செய்யாமல்போனால் எங்களின் இன்றைய நாள் முழுதும் வீண்தான்." அவள் நம்பிக்கையைச் சொன்னாள்.

பாப்பியை எப்படியாவது சமாதானப்படுத்திவிடலாம், இவளைச் சமாதானப்படுத்துவதுதான் முடியாது என்று எனக்குத் தோன்றியது.

"நான்தான் பணம் தந்துவிட்டேனே, பிறகு என்ன?" நான் கேட்டேன்.

"காளி கோபித்துக்கொள்வாள்." அவள் காளியைத் துணை சேர்த்துக்கொண்டாள்.

"நீ கொஞ்சம் போகிறாயா?" இதை நான் தூய மலையாளத்தில் கேட்டேன். அவளைச் சுட்டிக்காட்டிய என் கேள்வியை அவள் வேறொரு ரீதியில் புரிந்துகொண்டாள். "நான் வேணுமா, இதைச்

சொன்னால் போதாதா?" அவள் நின்ற நிலையிலேயே தன் உடையைக் கழற்றத் தொடங்கினாள். ஒருவிதமாக அவளைத் தடுத்துத் திருப்பி அனுப்பினேன். பாப்பி என்னைப் பரிதாபமாகப் பார்த்தாள்.

"வெளியே போக வேண்டுமா?" அவள் கேட்டாள்.

"ஆமாம்." நான் நிம்மதியாகத் தலையாட்டினேன். அவள் எழுந்து நின்று சுரிதாரின் மேற்சட்டையைப் பழையபடியாக்கினாள். வெளியே வைத்திருந்த கைப்பேசியை எடுத்து பிராவுக்குள் வைத்தாள்.

நான் எழுந்தேன். அவள் ஏதோ உரக்கச் சொன்னாள். வசவுக்காரி சிரித்தபடி உள்ளே வந்தாள்.

"போங்கள்." அவள் சிரித்தபடி நல்லவளானாள்.

நொடியில் நான் வெளியே செல்லும் வாயிலுக்குப் பக்கத்தில் வந்தேன். அங்கே நாற்காலியில் அமர்ந்திருந்த பிரமோத் என் கையைப் பிடித்துத் தைரியமளித்தார்.

"இங்கிருந்து மகிழ்ச்சியாகப் போக வேண்டும். எல்லோரும் அப்படித்தான் போவார்கள். இல்லையென்றால் காளி எங்களைக் கோபித்துக்கொள்வாள்." எங்கள் பக்கத்தில் வந்த வசவுக்காரி, அதுவரையான குணத்தை மாற்றிச் சாந்தமாகச் சொன்னாள்.

"நாங்கள் வெளியே போகும்போது மீண்டும் யாராவது எங்களைப் பிடித்தால் என்ன செய்வது?" பிரமோத் கேட்டார்.

"உங்களை ஒருவரும் தொடமாட்டார்கள். வாருங்கள், நான் உடன் வருகிறேன்." எங்களைத் திட்டுவதற்குக் காட்டிய அதே உற்சாகத்துடன் அவள் எங்களை அழைத்துக்கொண்டு வெளியே வந்தாள்.

வேறொரு வழியில் அவள் எங்களை அழைத்துச் சென்றாள். அந்த வழியிலும் துன்பக் காட்சிகளுக்குப் பஞ்சம் இல்லை. வயதான ஒரு பெண் பிச்சை எடுக்கிறாள். துருப்பிடித்த பாத்திரத்தில் சிலர் சோறு சாப்பிடுகிறார்கள்.

"நீங்கள் செய்தது சரிதான் என்று நினைக்கிறீர்களா?" வெளியே செல்லும்போது தைரியத்தை வரவழைத்துக்கொண்டு நான் கேட்டேன்.

என்ன சொல்வது என்று தெரியாமல் அவள் குழம்பினாள்.

"உன் பெயர் என்ன?" நான் கேட்டேன்.

"சீமா."

அப்புறம் கொஞ்சம் கேள்விகளுக்குப் பிறகு, நடந்துகொண்டிருக்கும்போது சீமா தன் கதையைச் சொன்னாள். அதுவரை

செய்த வன்முறையின் பெயரால் அவளை நாங்கள் குற்றம் சாட்டக் கூடாது என்று நினைத்துதான், அவள் எங்களிடம் மனம்திறந்துபேசத் தயாரானாள்போலிருக்கிறது.

"வங்கத்தில் ஜங்கல்மஹாலில்தான் என் வீடு. வீடு என்றால், நான்கு மூலைகளில் இழுத்துக் கட்டப்பட்டிருக்கும் ஷீட்டுகள். அதைத்தான் ஊரில் வீடு என்று சொல்வார்கள். ஷீட் இழுத்துக் கட்டியதன் மூலையில் அடுப்பு இருக்கும். எப்போ தாவதுதான் அடுப்பைப் பற்றவைக்க நேரும். சமைப்பதற்கு ஏதாவது கிடைக்க வேண்டும், அல்லவா? பெரும்பாலும் நெருப்பு உண்டாக்குவதற்கான இடம்தான் அடுப்புகள். அந்த நெருப்பில் சோளம் சுட்டுத் தின்போம். பெரும்பாலான வேளைகளில் அதுதான் உணவு.

"பஞ்சாயத்திலிருந்து என்னென்ன அனுகூலங்கள் கிடைக்கும் என்றெல்லாம் ஊர்க்காரர்களுக்குத் தெரியாது. இவ்வளவு ஏன், கிடைக்க வேண்டிய கூலிகூடச் சரியாகக் கிடைக்கவில்லை. இந்தச் சுரண்டல்களெல்லாம் எல்லை மீறிய போதுதான் ஊரில் மாவோயிஸ்டுகள் தங்கள் பிடியை இறுக்கி னார்கள். நான் இங்கே வருவதற்கு இரண்டு வருடங்களுக்கும் முன்பே, என் அண்ணனை மாவோயிஸ்டுகள் உடன் அழைத்துக் கொண்டார்கள். அண்ணன் மட்டும் அல்ல, அந்த வயதிலுள்ள இளைஞர்கள் எல்லோருமே மாவோயிஸ்டுகளாக இருந்தார்கள். அவர்களுக்குப் பிரத்தியேக வகுப்புகள் எல்லாம் நடந்தன." சீமா இடையில் நிறுத்தினாள்.

"உங்கள் வறுமையை மாவோயிஸ்டுகள் சுரண்டினார்களா?" அவள் கதையிலிருந்து விலகிப்போகாதிருக்க நான் கேட்டேன்.

"அதுவொன்றும் எனக்குத் தெரியாது. வறுமையைப் போக்க ஆயுதத்தால்தான் வழிபிறக்கும் என்றுதான் அவர்கள் சொல்லியிருந்தார்கள். அண்ணனெல்லாம் சேர்ந்து கொஞ்சம் மாதங்களுக்குப் பிறகுதான், நாங்கள் பெண்பிள்ளைகளும் வகுப்புகளுக்கு வர வேண்டும் என்று அவர்கள் சொன்னார்கள். புரட்சி நடத்த வேண்டும் என்றால் அதில் ஆண் பெண் வித்தியாசம் கூடாது என்று சொன்னார்கள். அப்படி நானும் என் வயதிலுள்ள கொஞ்சம் பெண்பிள்ளைகளும் வகுப்புகளுக் கெல்லாம் போகத் தொடங்கினோம்.

"வகுப்பில் அவர்கள், நல்லதொரு நாள் வரும் என்று சொல்வார்கள். சும்மா இருந்தால் பட்டினி கிடக்க வேண்டும். புரட்சி நடத்தி நாளையாவது உணவு கிடைத்தால் நன்றாக இருக்குமே. எங்கள் அனைவரின் எதிர்பார்ப்பும் இதுதான். அதனால் வகுப்புகளில் எல்லோரும் உற்சாகமாகக் கலந்து

கொண்டோம். பிள்ளைகள் மாவோயிஸ்ட் ஆவதில் காப்பாளர்களுக்கும் பெரிய எதிர்ப்பொன்றுமில்லை. இழப்பதற்கு ஒன்றுமில்லையல்லவா? பிறகு எதற்குப் பயப்பட வேண்டும்? அது மட்டுமல்ல, தாங்கள் அனுபவித்த நிலைமை பிள்ளைகளுக்கு ஏற்பட்டுவிடக் கூடாது என்பதற்காக அவர்கள் தங்கள் பிள்ளைகளை எதில் ஈடுபடுத்தவும் தயாராக இருந்தார்கள்." குறைவான வார்த்தைகளில் சீமா அந்த ஊரின் சித்திரத்தைத் தெளிவாக்கினாள்.

"அப்புறம் உனக்கு என்ன ஆயிற்று?"

"புரட்சி வரும் எனும் எதிர்பார்ப்பெல்லாம் வீண்தான் என்று ஒரு வருடத்திலேயே எனக்குப் புரிந்துவிட்டது. போலீஸ் ஸ்டேஷனின் மீது கல்லெறியச் சென்றதற்காக அண்ணனையும் மூன்றுநண்பர்களையும் பிடித்துச் சிறையில் அடைத்தார்கள். அவர்களை மீட்டுவருவதற்காக மீண்டும் சிறையையும் போலீஸ் ஸ்டேஷனையும் தாக்க வேண்டும் என்று நாங்கள் பல வகுப்புகளில் கேட்டோம். ஆனால் வகுப்பு எடுக்க வருபவர்கள், 'அதற்கு நேரம் வரவில்லை, நாம் காத்திருக்க வேண்டும்' என்று அறிவுறுத்துவார்கள். அப்போது, வகுப்புக்குப் போகிற எங்களுக்கும் வகுப்பு எடுக்க வருபவர்களுக்கும் இடையில் வாக்குவாதம் ஏற்பட்டது. போலீஸ் பிடித்துக்கொண்டு போன இளைஞர்களின் வீட்டாருக்கும் வகுப்பு எடுக்க வருபவர்களின் மீது ஆர்வம் இல்லாதுபோயிற்று.

"ஒருக்கால், அவர்கள் சுரண்டல் செய்திருக்க மாட்டார்கள். ஒருக்கால், பெரியதொரு ஆபத்து ஏற்பட வேண்டாம், அதிகமானோர் சிறை செல்ல வேண்டாம் என்று நினைத்து அவர்கள் கட்டுப்பாடுடன் நடந்திருக்கலாம்." சீமா, மாவோயிஸ்டுகளைக் குற்றம்சாட்டத் தயாராக இல்லை.

"அப்படியென்றால் அவர்களை வெளியே கொண்டு வர உங்களால் முடியவில்லையா?" நான் ஆவலை மறைக்கவில்லை.

"இல்லை. அது, ஊரில் மாவோயிஸ்டுகளின் மீதான நம்பிக்கையைப் போக்கடித்தது. மாவோயிஸ்டுகளுடன் போனால் போலீஸ் லாக்கப்பில் அடைக்கப்படுவது மட்டும்தான் நடக்கும் என்று ஊர்க்காரர்களுக்குத் தோன்றியது. தொழிலும் உணவும் தர அவர்களால் முடியாது என்று புரிந்தவுடன் அவர்களின் வகுப்புகளுக்கு ஆட்களை அனுப்ப ஊர்க்காரர்கள் தயங்கினார்கள். அப்படி வகுப்புகளும் நின்றுவிட்டன. ஆனால் வறுமைக்குப் பரிகாரம் வேண்டும் அல்லவா? அப்படித்தான் நான் உட்பட்ட பெண்பிள்ளைகள் கொல்கத்தாவுக்கு வண்டி ஏறுகிறோம். இங்கே என்ன எப்படி என்றெல்லாம் அறிந்துதான்

அம்மா அப்பாக்கள் எங்களை இங்கே அனுப்பினார்கள்." சீமா சொல்லி நிறுத்தினாள்.

அப்படிக் கொண்டுவந்ததற்குத் தன் வீட்டாருக்கு என்ன கிடைத்தது என்றெல்லாம் சீமாவுக்குத் தெரியவில்லை. எப்படியானாலும் மாவோயிஸ்ட் ஆக்குவதைவிட லாபமாக இருந்திருக்கும் என்பதுதான் சீமாவின் கணக்கு. "ஊர்க்காரர்கள் பழையபடியே தொடர்ந்துகொண்டிருக்கலாம். ஆனால் நாங்கள், பெண்பிள்ளைகளின் காரியம் காப்பாற்றப்பட்டுவிட்டதல்லவா?" சீமா சொன்னாள்.

"இங்கே வருவது காப்பாற்றப்படுவதா?"நான் கேட்டேன்.

"ஆமாம். மாவோயிஸ்ட் ஆகி யார் காப்பாற்றப்பட்டிருக்கிறார்கள்?" அவள் திரும்பக் கேட்டாள்.

அவள் சற்றுமுன்பு அறைக்குள் நடத்திய ஆக்கிரமிப்புகள் நினைவில் வந்தன. இவள் மாவோயிஸ்ட்டானால் நிலைமை என்னவாக இருந்திருக்கும்! நாங்கள் அப்போது பிரதான சாலைக்கு வந்திருந்தோம். "எங்களுடன் டீ குடிக்க வருகிறாயா?" நான் சீமாவிடம் கேட்டேன்.

அதுவரை வாழ்க்கைக் கதை சொன்ன நெருக்கத்தை விடாமலேயே அவள் அதை மறுத்தாள். கட்டாயப்படுத்தியும் பயன் இல்லை. வெகுதூரம் நடந்துசென்று திரும்பிப் பார்க்கும்போது, சீமா அந்த இடத்திலேயே நின்று எங்களைப் பார்த்துக் கொண்டிருந்தாள்.

துர்பார் மகிளா சமன்வய சமிதி

அங்கிருந்து கிரீஷ் பார்க் மெட்ரோ நிலையத்திற்கான சாலையில், சோனாகச்சிக்கு உள்ளேதான் நில்மோணி மித்ரா தெரு இருக்கிறது.சோனாகச்சியில் உள்ள பாலியல் தொழிலாளர்களின் உரிமைகளுக்காகப் போராடும் அமைப்பான, 'துர்பார் மகிளா சமன்வய சமிதி'யின் அலுவலகம் இருப்பது இங்குதான். அதன் தலைவர் பாரதி தே, அங்கே எங்களுக்காகக் காத்திருப்பதாகச் சொல்லியிருக்கிறார்; அமைப்பின் செயல்பாடுகளை விளக்கவும் பாலியல் தொழிலாளர்களின் உரிமைகளைப் பற்றிப் பேசவும். சமிதி அலுவலகத்துக்குச் சென்று விஷயத்தைத் தெரிவித்தபோது, காத்திருக்கும்படிச் சொன்னார்கள். அங்கே காத்திருக்கும்போது வரவேற்பறையில் உள்ள இளம்பெண் சற்றே சிரித்தாள். அது வரவேற்புப் புன்னகை மட்டும்தான் என்று நாங்கள் நினைத்தது தவறு. அந்தச் சிரிப்பின் உணர்வும் உருவமும் மாறி வந்தன. எங்கெல்லாமோ போனில் அழைத்துப்பார்த்த பிறகு, இரண்டு மணிக்கு வரும்படி அவள் எங்களிடம் சொன்னாள்.

நாங்கள் மதியத்துக்குப் பிறகு அங்கே செல்லும்போது, கணினியின் எல்.இ.டி. திரைக்கு முன்னால் வேலை செய்து கொண்டிருந்தார் பாரதி தே. ஒரு பெரிய தொழில் நிறுவனத்தின் நிர்வாக இயக்குநரின் முன்னால் அழைத்துச் செல்வதைப் போல, மற்றொரு பெண்மணி எங்களை அவரிடம் அழைத்துச் சென்றார். இரண்டு அலைபேசிகளில் மாறிமாறி வந்து கொண்டிருந்த அழைப்புகளைச் சட்டென்று நிறுத்தியும், தேநீர் கொடுத்தும் பாரதி தே எங்களை உபசரித்தார்.

"துர்பார் மகிளா சமன்வய சமிதியின் முக்கியத்துவம் என்ன?" நாங்கள் உடனே பேச்சை ஆரம்பித்தோம்.

"பாலியல் தொழிலாளர்களுக்கு, தொழிலாளிகள் எனும் நிலையில் உரிமைகள் உண்டு. அவை பாதுகாக்கப்பட வேண்டும். அதுதான் துர்பாரின் முக்கியத்துவம்." படித்து வைத்ததைப்போல பாரதி பதில் சொன்னார்.

"இவர்களைப் பாலியல் தொழிலிலிருந்து மற்ற தொழில் களுக்கு மாற்றியல்லவா இவர்களுக்கு மறுவாழ்வு அளிக்க வேண்டும்?" அவரின் நிலைப்பாட்டை அறிய முயன்றேன்.

"எதற்கு? அது நடைமுறைச் சாத்தியம் அல்ல. இந்த இடத்தில் பன்னிரண்டாயிரத்துக்கும் மேற்பட்ட தொழிலாளிகள் இருக்கிறார்கள். இவர்களுக்குக் கொடுப்பதற்கு உங்களிடம் வேறு என்ன வேலை இருக்கிறது? பெங்கால் போன்றதொரு மாநிலத்தால் இன்று இவ்வளவுபேரையும் மற்றொரு தொழிலுக்கு எடுக்க முடியும் எனும் வாதம் முட்டாள்தன மானது. இன்று இவர்கள் பெறும் வருமானத்தை வேறு எந்தத் தொழில் இவர்களுக்குக் கொடுக்கும்? இனி வேறு தொழில்செய்ய விருப்பமுள்ள யாராவது இங்கே இருந்தால் அவர்கள் அப்படிச் செய்யத் தடை இல்லை. ஆனால் அவர்களைக் கட்டாயப்படுத்தி மற்ற தொழில்களுக்குக் கொண்டு போக துர்பார் அமைப்பு சம்மதிக்காது. இந்த வேலையைச் செய்ய ஆர்வமுள்ளவர்கள் இந்த வேலையிலேயே தொடர்வார்கள்." பாரதி தன் அமைப்பின் நிலைப்பாட்டைத் தெளிவுபடுத்தினார்.

"அப்படியென்றால் பெண்களின் கௌரவத்துக்கு மதிப்பில் லையா?" நான் கேட்டேன். "நிச்சயமாக அதனால்தான் இந்தத் தொழிலின் உரிமைகளுக்காக நாங்கள் வாதிக்கிறோம். இங்கே சோனாகச்சி உள்ளதால் மற்ற பெண்கள் வெளியே – உங்கள் பாஷையில் – அந்தஸ்தாக இருக்க முடிகிறது. நாங்கள் இங்கே இல்லையென்றால் நடுச்சாலையில் வன்புணர்வு வழக்கமாக இருந்திருக்கும். அப்படியென்றால், நாட்டின் சட்டம் ஒழுங்கு அமைதிக்கு எங்கள் கொடை சிறிதல்ல. அந்த வகையிலானதொரு பரிசீலனையை இந்தத் தொழிலாளிகளுக்குக் கொடுக்க வேண்டும்.

உங்கள் பாஷையில் நாங்கள் ஒருவர் 'அசிங்க'மாகும்போது, வெளியே ஐந்துபெண்கள் 'அந்தஸ்தாக' வாழ்கிறார்கள்." பாரதி, வேறு ஏதோ வகுப்பில் கேட்ட விஷயங்களை நன்றாகச் சொல்வது போல உணர்ந்தேன்.

"நீங்கள் எப்படி அமைப்புக்கு வந்தீர்கள்?"

"பாருங்கள், மிக அதிக உறுப்பினர்களைக் கொண்ட ஒரு குடும்பத்தின் அங்கம்தான் நான். வயதுக்கு வருவதற்கும் முன்பே வறுமையின் காரணமாக சோனாகச்சிக்கு வந்துவிட்டேன். இங்கே வந்தபிறகு எனக்கும் என்னைப்போன்ற பெண்பிள்ளை களுக்கும் சாப்பாடு கிடைக்கத் தொடங்கியது. எங்களைப் பொறுத்தவரை அது பெரிய விஷயம்தான். இங்கே எங்களுக்கு ஆகமொத்தம் இருக்கும் தடை, சட்டமும் போலீஸும்தான். இல்லாத சட்டங்களின் பெயரால் போலீஸ்காரர்கள் தடைசெய்ய வந்தபோது, தொழிலாளிகள் அமைப்பாகத் திரள வேண்டும் எனும் அறிவு வந்தது. அதெல்லாம்தான் துர்பார் மகிளா சமன்வய சமிதியின் உருவாக்கத்திற்குக் காரணமாக இருந்தது. நான் சிறுவயதிலிருந்தே சி.பி.எம்.செயல்பாட்டாளர். கட்சி அனுபவமெல்லாம் அமைப்புச் செயல்பாடுகளுக்கு உதவின." பாரதி தன்னைப் பற்றிச் சொன்னார்.

"முப்பத்தைந்து வருடம் ஆண்ட சி.பி.எம். உங்களை இங்கிருந்து காப்பாற்ற ஏதும் செய்யவில்லையே?" நான் அவரில் உள்ள கட்சிக்காரரை அளப்பதுபோலக் கேட்டேன்.

"மீண்டும் நீங்கள் இதைத்தான் சொல்கிறீர்கள். இங்கிருந்து காப்பாற்றப்படுவது என்பதால் நீங்கள் என்ன அர்த்தப் படுத்துகிறீர்கள்? இங்கே வருவதே தப்பிப் பிழைக்கத்தான். இங்கிருந்து எங்கே தப்ப முடியும்? இங்கே எங்கள் உரிமைகள் காப்பாற்றப்படுவதுதான் முக்கியம். அதற்காக அரசுகள் என்ன செய்கின்றன என்றுதான் நாங்கள் பார்க்கிறோம். இந்த விஷயத்தில் சி.பி.எம். எங்களுக்கு நிறைய உதவியிருக்கிறது. அல்லது சி.பி.எம். உதவியிருப்பதுபோல மற்ற யாரும் எங்களுக்கு உதவவில்லை." பாரதியின் குரலுக்கு ஓசை அதிகரித்துவந்தது.

"த்ருணமூலின் வரவை எப்படிப் பார்க்கிறீர்கள்?" நான் கேட்டேன்.

"மறுவாழ்வளிப்போம் என்று யார் சொல்வதும் நடைமுறைச் சாத்தியம் அல்ல. இன்று எங்களுக்குக் கிடைக்கும் வருமானத்தைக் கொடுத்து எங்களுக்கு மறுவாழ்வளிக்க அவர்களால் முடியும் என்றால் அவர்கள் அதைச் செய்யட்டும், பார்க்கிறோம்." பாரதி சவால்விட்டார்.

“ஆனால் தொழிலின் பெயரால் நிறையப் பெண்பிள்ளைகளை இங்கே அடைத்துவைப்பதற்கு நீங்கள் ஆதரவளிக்கிறீர்களா? மைனர் பெண்பிள்ளைகள் இந்த வேலைக்கு வருகிறார்களா?” நான் சுற்றி வளைக்காமல் நேரடியாகக் கேட்டேன்.

“அதெல்லாம் பழங்கதை. இன்று இங்கே தொழிலின் பேரிலான கொடுமைகள் எதுவும் நடப்பதில்லை. வேலை செய்ய ஆர்வமில்லாதவர்கள் வந்துவிடுகிறார்கள் என்றால் நாங்கள் அவர்களைக் கண்டுபிடித்துக் காப்பகங்களுக்குக் கொண்டு போவோம். இங்கே மைனர் பெண்பிள்ளைகள் வருவது துர்பார் உருவாக்கத்துக்குப் பிறகு முற்றிலுமாக இல்லாதுபோய்விட்டது. இதெல்லாம்தான் துர்பார் மகிளா சமன்வய அமைப்பின் முக்கியத்துவம்.” பாரதி, இப்படித்தான் கேட்பார்கள் என்று எதிர்பார்த்ததுபோல பதில்கள் தருகிறார்.

“துர்பாரின் செயல்பாடுகள் வேறென்ன?” நான் கேட்டேன்.

“அந்தக் காலத்தில் சோனாகச்சில் பெண்கள் கர்ப்பிணியானால், அவர்களின் வாழ்க்கை முடிந்துவிடும். இன்று அவர்கள் தங்களின் பிள்ளைகளைத் தைரியமாக எங்களிடம் கொடுக்கலாம். குழந்தைகளுக்குத் தேவையான கல்வி கொடுக்க நாங்கள் இருக்கிறோம். அவர்களின் மற்ற திறமைகளையும் நாங்கள் ஊக்கப்படுத்துகிறோம். இன்று குழந்தைகள் சோனாகச்சி தொழிலாளர்களுக்கு ஒரு கெட்ட கனவு அல்ல.

“சோனாகச்சித் தொழிலாளர்களுக்காகத் துர்பார் ஒரு சீட்டு நடத்துகிறது. நாள்தோறும் இவர்களிடமிருந்து தொகை வசூல் செய்து இவர்களுக்குப் பொருளாதார உதவி செய்யும் வகையிலான அமைப்பு இது. இதனுடைய பணப் பரிமாற்றம் - டர்ன்ஓவர் – இரண்டரைக் கோடி ரூபாய். இந்த அலுவலகத்தில் பணிபுரியும் பெண்களில் தொண்ணூற்று ஐந்து சதவிகிதம் பேரும் பாலியல் தொழிலாளர்கள்தான். தங்களைப்போல வேலை செய்பவர்களுக்காக இவர்கள் இங்கே பணிக்கு வருகிறார்கள். இதிலும் ஒரு சங்கம் இருக்கிறது. இவர்களைப் பாலுறவுக்காக யாரேனும் அணுகினால் இவர்கள் வேலைக்குச் செல்வார்கள்.”

“இந்தத் தொழிலில் ஒரு தவற்றையும் பார்க்கவில்லை என்று சொல்லும் நீங்கள், உங்கள் பிள்ளைகள் இந்தத் தொழிலில் ஈடுபட்டால் என்ன செய்வீர்கள்?”

“அவர்களுக்கு இந்தத் தொழில்தான் ஆர்வம் என்றால் அவர்கள் செய்யட்டும். அம்மாக்கள் செய்யும் வேலைகளைப் பிள்ளைகள் செய்வதில் என்ன தவறு? அவர்கள் எந்தத் தொழிலை வேண்டுமானாலும் தேர்ந்தெடுக்கலாம்.” பாரதி அபத்தமாகப் பேசினார்.

"யாராவது கேட்டால் நீங்கள் இந்த வேலைக்குத் தயாரா, மேடம்?"

"பாருங்கள், நான் எப்போதும் பரபரப்பாக இருக்கிறேன். எப்போதும் வெளிநாட்டுப் பயணங்களில் இருப்பேன். கருத்தரங்குகள், விவாதங்கள். எங்கும் பாலியல் தொழிலாளர்களின் குரல் முழங்க வேண்டும். அதற்கான பாய்ச்சலில்தான் நான். நீங்கள் பாருங்கள், என்னுடைய இரண்டு பாஸ்போர்ட்டுகளும் இப்போதே தீர்ந்துவிட்டன." பாரதி இப்படிச் சொல்லித் தப்பித்தார்.

நான் சுற்றிலும் பார்த்தேன். பாஸ்போர்ட் என்றால் என்னவென்றுகூடத் தெரியாத நிறையப்பேர் தங்களின் 'சொர்க்க ராஜ்ஜிய'த்துக்காகப் போராடும் பாரதியின் அடுத்த கட்டளைக்காக மரியாதையுடன் காத்திருக்கிறார்கள்.

நாங்கள் மற்ற பாலியல் தொழிலாளர்களுடன் பேசுவதற்கு பாரதி வாய்ப்பளித்தார். ஷிபாலி ராய், ஸ்வாதி கோஷ், தப்தி தாஸ்... ஒவ்வொருவராகத் தங்களின் கதைகளைப் பகிர்ந்து கொண்டார்கள். கோயல்ராஜுவின், சீமாவின் கதைகளைத்தான் ஒவ்வொருவரும் சொன்னார்கள்; பெயர்களில் மட்டும்தான் மாற்றம்.

வரவேற்பறையில் உள்ள இளம்பெண்ணும் பாலியல் தொழிலாளிதான். அவள் சொன்னது தன்னுடைய பழங்கதையை ஒன்றுமல்ல. தன்னுடன் நேரம் செலவிட்டவர்கள் எல்லோரும், பிறகு தான்தான் வேண்டுமென்று மீண்டும் மீண்டும் வருவார்கள் என்பதுதான் அவளது உரிமை வாதம். காலையில் அவள் சிரித்ததன் பொருள், உண்மையில் இப்போதுதான் தெரிந்தது.

தொலைபேசி அழைப்புகள் தொடர்ச்சியாக வந்து பாரதியும் பொறுப்பாளர்களும் விலகியிருந்த ஒரு சந்தர்ப்பத்தில், பாலியல் தொழிலாளர்கள் மட்டும் எங்களுக்கு முன்னால் கிடைத்தார்கள். எது வந்தாலும் வரட்டும் என்று அவர்களுடன் பேசத் தயாரானேன்.

"இப்போது மூன்றுவேளையும் உணவு கிடைப்பதால் இதை நல்ல வாழ்க்கை என்று கருதும் நீங்கள், முதுமையில் உங்கள் நிலைமை என்னவாக இருக்கும் என்று யோசித்துப்பார்த்தது உண்டா? இங்குள்ள மூதாட்டிகள் யாராக இருந்தாலும் பொருட்படுத்தப்படாமல் துன்புறுகிறார்களே? உங்களுக்குக் காத்திருப்பதும் இந்த விதிதானே?" கிடைத்த நேரத்தில் வேகமாக என்னமோ பேசி முடித்தேன்.

கேட்டுக்கொண்டிருந்தவர்களில் பெரும்பாலோரின் முகங்களில், 'இதுகள் என்ன புலம்புகின்றன' எனும் உணர்ச்சி.

அருண் எழுத்தச்சன்

ஆனால் அவர்களில், ஏமாற்றமோ துயரமோ நிறைந்த அந்த இரண்டு கண்களில் என் பார்வை பதிந்தது. நாங்கள் சொன்னதைக் கேட்டு அவள் என்னமோ சிந்திக்கிறாள் என்று தோன்றியது. உதடுகளைத் தடவிக்கொண்டு தரையைப் பார்த்த படியே அவள் நின்றிருந்தாள். பிறகு, நான் அவளையே பார்க்கிறேன் என்று புரிந்தபோது அவள் வேறெங்கோ பார்த்தாள். நான் பக்கத்தில் சென்றபோது அறியாததுபோல தலைகுனிந்திருந்த அவள், என் ஒவ்வோர் அசைவையும் கவனிக்கிறாள் என்று உறுதியானது.

"பெயரன்ன?"

அவள் திடுக்கிடுவதுபோல நடித்துப் பதில் சொன்னாள்: "சுசீந்த் தாஸ்."

"உன்னை ஒரு படம் எடுத்துக்கொள்ளட்டுமா?" நான் கேட்டேன்.

அவள் பதில் சொல்லாமல் என்னையே பார்த்துக்கொண் டிருந்தபோது, அவள் அனுமதிக்குக் காத்திராமல் நான் கேமராவை மின்னச் செய்தேன். படத்திலும் சிரிப்பு வராதிருக்க அவள் கவனம்வைத்ததுபோலத் தோன்றியது. போகிறேன் என்று சொன்னபோது ஒரு குறுநகையை அவள் முகத்தில் பார்த்தேன்.

போவதற்கு முன்பு பாரதி தேவிடம் இதையும் கேட்டேன்: "பாலியல் தொழிலாளர்கள் செய்வதை ஒரு தொழிலாக அங்கீகரிக்க வேண்டும் என்பதுதானே உங்கள் வாதம்? அப்படி யென்றால், நாளை மே ஒன்றுக்கு மற்ற தொழிலாளர்களுடன் அவர்களும் விடுப்பு எடுப்பார்களா?"

அந்தக் கேள்வியை நன்றாக ரசித்ததுபோல பாரதி சிரித்தார். "மற்ற தொழிலாளர்கள் விடுப்பு எடுக்கும்போது தானே இந்தத் தொழிலாளர்களுக்கு வேலை இருக்கும். அன்று வேலையை நிறுத்தினால் எப்படி?" அவர் அதைச் சொல்லி முடித்துவிட்டு மீண்டும் சிரிப்பை வரவழைத்தபோது, அந்தக் கேள்வி அவருக்கு முற்றிலும் பிடிக்கவில்லை என்று எனக்குப் புரிந்தது.

விடுமுறை இல்லாத மே தினம்

பாரதி தேவின் இந்தச் சிரிப்பை மனத்தில் வைத்துதான் மே ஒன்றுக்கு நாங்கள் சோனாகச்சிக்கு வெளியே காரில் சென்றோம். தொழிலாளர் தினத்திலும் தொழிலுக்காகக் காத்து நிற்பவர்களின் ஒளிப்படம் ஒன்று எடுத்துவைப்பதுதான் நோக்கம். சோனாகச்சிக்குப் பக்கத்தில் வரும்போது மெல்லப்

போக வேண்டும் என்று டாக்ஸி ஓட்டுநரிடம் சொன்னோம். அவர் சிரித்தார்.

இடம் வரும் முன்பே ஓட்டுநர் சொன்னார்: "தயாராகுங்கள்."

நான் தயாராயிருந்தேன். பெண்கள் ஆயத்தமாக நிற்கும் காட்சி ஆரம்பிக்கும் இடத்துக்கு வந்தபோது ஓட்டுநர் வேகத்தைக் குறைத்தார். வேகம் குறைந்து குறைந்து வண்டி நின்றுவிடும் கட்டம் வந்தது. நான் படபடவென்று கேமராவைக் கிளிக் செய்தேன், போகஸ் செய்தும் செய்யாமலும். படம் பிடிப்பது பெண்களின் கவனத்தில் பட்ட உடனே, பலர் பக்கத்தில் உள்ள கட்டடங்களுக்கு ஓடித் தப்புவது தெரிந்தது. சிலர், தோழிகளுக்கு என்னைச் சுட்டிக்காட்டியபடியே உள்ளே ஓடினார்கள். இறுக்கமான டீ ஷர்ட் அணிந்த ஒரு பெண் திட்டியவாறே நடைபாதையிலிருந்து சாலைக்குப் பாய்ந்து வருவதைப் பிறகு நாங்கள் பார்த்தோம். வலது கரத்தில் ஏதோ பிடித்து ஓங்கிக்கொண்டு வந்தாள். திடீரென்று கார் கதவில் ஏதோ வந்து மோதும் பேரோசை கேட்டது. கேமரா நடுங்கியது. தலைக்குள் ஒரு ஸ்தம்பிதம். என்ன நடந்தது என்று புரியவில்லை. ஓட்டுநர் கியர் மாற்றி வேகத்தை அதிகரித்து முன்னோக்கிப் பாய்ந்துவிட்டிருந்தார். நீண்ட தூரம் சென்றுதான் வண்டியை நிறுத்திப் பார்த்தார். நாங்களும் இறங்கிப் பார்த்தோம். டீஷர்ட்காரி எதைக் கொண்டோ காரில் அடித்திருக்கிறாள். கார் கதவில் மஞ்சள் பெயிண்ட் சிதைந்திருந்தது. ஓட்டுநர் சிரித்தபடியே திட்டினார். அவர் அவளைத்தான் திட்டுகிறார்போலிருக்கிறது என்று நான் நிம்மதியடைந்தேன். காருக்கு எழுபது ரூபாய் வாடகை சொன்னார். நான் நூறு ரூபாய் கொடுத்தேன். அவருக்கு மகிழ்ச்சி. மீண்டும் சிரிப்பு. வசை.

அந்த அடி கொடுத்த பயம் ஒருநாள் முழுதும் மனதில் இருந்தது. மறுநாள் மீண்டும் சோனாகச்சிக்குச் சென்றோம். ஆட்களை எதிர்பார்த்து அதிகமான பெண்கள் நின்றிராத ஒரு வழியில்தான் இந்தமுறை நாங்கள் உள்ளே சென்றோம். முகத்தில் அந்நியத்தன்மை வந்துவிடாதிருப்பதில் சிரத்தை கொண்டோம்.

அப்படி நடக்கும்போதுதான் பூர்ணிமா சாட்டர்ஜி கண்ணில் பட்டார். இப்படி ஒரு இடத்தில் அவரைப்போன்ற ஒரு பெண்ணைப் பார்த்தால் யாராக இருந்தாலும் வியந்து போவார்கள். நல்ல பெருந்தனக்கார உருவம். வெண்ணிறம். தடிமனான உடல்வாகு. மலையாள சினிமாவில் அம்மா வேடத்துக்குப் பொருத்தமான பெண்மணி.

பத்திரிகையாளர்கள் என்று அவரிடம் அறிமுகம் செய்து கொண்டோம். பார்க்கும்போதான அழகும் பெருந்தனமும்

அவரது பேச்சிலும் இருந்தன. அங்கே பூட்டிக் கிடந்த ஒரு கடைக்கு முன்னால் அமர்ந்த பூர்ணிமா எங்களையும் அமரச் சொன்னார்.

"நீண்ட காலமாக சோனாகச்சியில்தான் இருக்கிறேன் . . ." என்று பூர்ணிமா பேச்சை ஆரம்பித்தார். "என் ஊர் வடக்கு பெங்காலில் இருக்கிறது. வீட்டு நிலைமை பரிதாபமாக இருந்தது. அப்பா விவசாய வேலைக்குச் சென்று சம்பாதிக்கும் வருமானம் எதற்கும் போதவில்லை. அப்படியிருக்கும்போதுதான் ஊரில் இருக்கும் ஒரு ஏஜெண்ட் அப்பாவிடம் வந்தார். பார்வைக்கு அழகாக இருக்கும் எனக்கு சினிமாவில் பெரிய வாய்ப்புகள் இருக்கின்றன என்றும் கொல்கத்தாவில் தனக்குத் தெரிந்த சில ஆட்கள் மூலமாக சினிமாவுக்குள் நுழையலாம் என்றும் அவர் சொன்னார். இப்படி ஒரு வாய்ப்பு எனக்குக் கிடைத்தது, சினிமா பார்ப்பதையே பாக்கியம் என்று சொல்லிக்கொண்டிருக்கும் என் குடும்பத்தினருக்குப் பெரிதும் மகிழ்ச்சியளித்தது. அவர்களைப் பொறுத்தவரை என்றாவது காண முடியும் என்று கூட நம்பிக்கையில்லாத ஒரு நகரமாயிருந்தது கொல்கத்தா. ஏஜெண்ட் என்னைக் கொல்கத்தாவுக்குக் கொண்டு வந்தார். டோலிகஞ்ச் ஸ்டுடியோவுக்குப் பக்கத்தில்தான் அழைத்து வந்தார். நாள்தோறும் காலையில் ஸ்டுடியோவுக்கு அழைத்து வந்து என்னைப் பலருக்கு அறிமுகப்படுத்துவார். சினிமாவில் வாய்ப்புக் கிடைக்கும் எனும் எதிர்பார்ப்பில் நன்றாக உடுத்து அலங்கரித்துக்கொண்டுதான் நான் ஸ்டுடியோவுக்குச் செல்வேன். ஆனால் அந்தப் பயணங்கள் எல்லாம் வீணாகிவிட்டன. பல மாதங்கள் கடந்தபிறகும் அங்கே எங்கும் எந்த வாய்ப்பும் கிடைக்க வில்லை. சீக்கிரமே, மூன்றுவேளையும் வயிறாரச் சாப்பிட வகையில்லாமல் காரியங்கள் கஷ்டமாகிவிட்டன. அங்கே தினமும் என்னைக் கவனித்துக்கொண்டிருந்த மற்றொரு ஏஜெண்ட்தான் சோனாகச்சிக்கான வழியைத் திறக்கிறார்."

"அவர் என்ன சொல்லி உங்களை இங்கே அழைத்து வந்தார்?"

"சினிமாவில் நடிக்கலாம் என்று நினைப்பதெல்லாம் முட்டாள்தனம் என்றும், இனி ஒருக்கால் வாய்ப்புக் கிடைத்தாலும் பணம் கிடைக்காது என்றும் அறிவுறுத்தினார். அதே நேரத்தில் சோனாகச்சிக்கு வந்தால் பணம் சரியாகக் கிடைக்கும், இங்கே தங்க வசதிசெய்துதருகிறேன் என்றும் அவர் சொன்னார். அப்படித்தான் சோனாகச்சிக்கு வந்தேன்.

"சோனாகச்சி எனக்குச் சொர்க்கமாக இருந்தது. மூன்று வேளையும் சாப்பாடு கிடைப்பதுதான் முக்கியமானது. பெரும்பாலும் தினமும் வேலை இருக்கும். வேலை இல்லை யென்றாலும் உணவு கிடைக்கும். வெளியுலகத்தைக் காண

முடியாது என்பதெல்லாம், வேளை தவறாமல் சாப்பிட்டு வாழ்பவர்களின் பிரச்சினை மட்டும்தான். பசி அறிந்தவர்களுக்குப் பசியைத் தீர்ப்பதற்கான வழிகள்தான் முக்கியம். கொஞ்சம் காலம் இங்கே அப்படிச் சென்றபோது, பாம்பேயிலிருந்து ஒரு ஜமீன்தார் வந்துவிட்டார். அவருக்கு எதனாலோ என்னைப் பிடித்துவிட்டது. அவர் ஏஜெண்டுக்கு நல்ல விலை கொடுத்து என்னை அழைத்துக்கொண்டு பாம்பேவுக்குப் பறந்தார். மாதக் கணக்காக அவருடன் இருந்தேன். பிறகு திரும்பிப் போய்விடும்படி அவர் சொன்னார். இதற்கிடையில் நான் பாம்பேயில் புதிய அறிமுகங்களையும் ஏற்படுத்திக்கொண்டேன். அது பெரிய உதவியாக இருந்தது. பத்துவருடத்துக்கும் மேலாக நிரந்தரமாக சோனாகச்சியில்தான் இருக்கிறேன். இப்போதும் பாம்பேயில் உள்ள தெரிந்தவர்கள் சிலர் என்னைத் தேடி இங்கே வருவதுண்டு. அவர்களுடன் சில சமயம் அங்கேயும் செல்வேன். இங்கும் வேலை செய்வேன். இன்று இப்போது துர்பார் மகிளா சமன்வய அமைப்பின் கிளைச் செயலர் நான்." பூர்ணிமா சொல்லி முடித்தார்.

"நீங்கள் இப்போதும் அழகிதான்!" நான் சொன்னேன். அது அவருக்கு மிகவும் பிடித்திருக்க வேண்டும். அவ்வளவு நேரம் பேசிக்கொண்டிருந்தும் இந்த வார்த்தையைக் கேட்ட பிறகு தான், எங்களுக்குத் தேநீர் வாங்கித் தரவில்லையே எனும் விஷயத்தை அவர் நினைவுகூர்கிறார். துர்பாரின் கிளினிக் பக்கத்தில் இருக்கிறது என்றும் அங்கே சென்று தேநீர் குடித்து விட்டுப் போகலாம் என்றும் சொல்லி பூர்ணிமா சாட்டர்ஜி எங்களை அங்கே அழைத்தார். அங்கே வேறு சில தொழிலாளர் களையும் அவர் அறிமுகப்படுத்திவைத்தார்.

அவர்களில் ஒருத்திதான் லட்சுமி. அவர், ஆந்திராவில் ராஜமுந்திரிக்குப் பக்கத்தில் தன் ஊர் இருக்கிறது என்று சொன்னார். ராஜமுந்திரிக்குப் பக்கத்தில் எங்கே என்று கேட்ட போது, நாங்கள் ஆந்திரர்களோ என்று அவர் சந்தேகித்தார். இல்லையென்று சொன்னோம்; என்றாலும் சந்தேகம் போகாததால் அவர் சரியாக ஊர்ப் பெயரைச் சொல்லவில்லை. அங்கே கண்ணேரகம் முடிந்த தன்னை ஜமீன்தார் கைவிட்டபோது தெரிந்த ஒரு பெண்மணிதான் சோனாகச்சிக்குக் கொண்டுவந்து சேர்த்தார் என்று லட்சுமி சொன்னார். அது நடந்தது 1990இல். தனக்கு முன்பும் தன்னைப்போன்று நிறையப் பெண்பிள்ளைகள் ஆந்திராவிலிருந்து இங்கே வந்திருக்கிறார்கள் என்று லட்சுமிக்குத் தெரியும். ஜமீன்தார்களே சிலரைக் கொண்டுவந்து விற்றதாகவும் கேள்விப்பட்டிருக்கிறார். நாங்கள் மேற்கொண்டு கேள்விகள் கேட்குந்தோறும் அவரது சந்தேகம் அதிகப்படுவதாக எங்களுக்குப் புரிந்தது.

தங்களின் கதையைச் சொல்வதைவிட அமைப்பின் செயல்பாடுகளை விளக்குவதுதான் லட்சுமிக்கும் அது போன்று அங்கே கூடியிருந்த எல்லாருக்கும் ஆர்வம். துர்பாரின் கிளினிக்கில் ரத்தப் பரிசோதனைக்கும் அத்தியாவசியச் சிகிச்சைகளுக்குமான வசதிகள் உண்டு. துர்பார் அவர்களுக்கு மருத்துவக் காப்பீடு ஏற்படுத்தியிருக்கிறது. அதற்கான தவணைத் தொகையை எல்லாரும் கட்டிக்கொண்டிருக்கிறார்கள். நோய்வாய்ப்பட்டால் அதிலிருந்து சிகிச்சைக்குப் பணம் கிடைக்கும்.

“புதிதாக வரும் பெண்பிள்ளைகளை நாங்கள் வேலைக்கு ஆயத்தப்படுத்துவோம். பிள்ளைகள் மைனர் என்றால் அவர்களைக் கொண்டு செல்ல எங்களுக்குக் காப்பகம் உண்டு. எப்படியானாலும் நாங்கள் மைனர் பிள்ளைகளை வேலை செய்ய அனுமதிக்க மாட்டோம். அதுபோலவே ஏமாற்றி அழைத்துக்கொண்டுவரப்பட்ட பெண்பிள்ளைகளையும் நாங்கள் காப்பகத்துக்குத்தான் கொண்டு செல்வோம். அலைந்து திரியும் பெண்பிள்ளைகள் கொல்கத்தாவில் எங்கு கிடைத்தாலும் போலீஸ்கூட எங்களைக் கூப்பிட்டுத்தான் அவர்களை ஒப்படைப்பார்கள். அப்படியென்றால் எங்கள் அமைப்பின் நம்பகத்தன்மையை நீங்கள் ஊகிக்கலாமே.”

பாலியல் தொழிலாளர்களை ஒளிப்படங்கள் எடுத்துக் கொண்டிருக்கும்போது தெரியாமல் அங்கே வந்துவிட்ட பெண் ஒருவர், விஷயமறியாமல் படமெடுக்க போஸ் கொடுத்தார். அவர் பாலியல் தொழிலாளி அல்லவென்றும் தங்களின் நர்ஸ் என்றும் மற்றவர்கள் விளக்கினார்கள்.

“இவர்களில் மலையாளிகள் இருக்கிறார்களா?” நாங்கள் கேட்டோம்.

“நிச்சயமாக இருக்கிறார்கள். ஆனால் அவர்களை உங்களிடம் கொண்டுவர மாட்டோம், சாரி.” பூர்ணிமா சாட்டர்ஜி தன் இயலாமையை வெளிப்படுத்தினார்.

“பரவாயில்லை.” நாங்கள் அவரைச் சமாதானப் படுத்தினோம்.

துர்பாரின் கிளினிக்கில் இருந்த வயதான பெண்ணுடன் விரிவாக அறிமுகமாக வேண்டும் என்று தோன்றியது. அவர் பெயர் கவிதாராய். எழுபது வயது. சிறிய வயதிலேயே சோனாகச்சிக்கு வந்துவிட்டார். இப்போது புதிய பெண்பிள்ளைகளுக்கு வேலை சொல்லிக்கொடுப்பதும் அவர்களுக்கு விழிப்புணர்வூட்டுவதும் தான் இந்தப் பாட்டியின் வேலை.

“இந்த வயதிலாவது உங்களுக்குக் குடும்பம் வேண்டுமென்று தோன்றுகிறதா?” நான் கேட்டேன்.

"அட, இங்கே மிகவும் வேலை நெருக்கடி. இஷ்டம்போல பெண்பிள்ளைகள் வருகிறார்கள். அப்புறம், யாராவது கேட்டால் வேலைக்கு நான் தயார்." அவர் தன்னம்பிக்கையுடன் சொன்னார். நான் வியந்தேன். அவரது நரைத்த தலைமுடியையும் சுருக்கம் விழுந்து வறண்ட கரங்களையும் பார்த்தபோது, பிறகு மேற்கொண்டு ஏதும் கேட்க எனக்குத் தோன்றவில்லை.

கிளினிக்கின் மேலே ஏறினால் சோனாகச்சின் ஒரு முழுமையான படம் எடுக்க முடியும் என்று நான் நினைத்தேன். கிளினிக்கின் உள்ளே ஒளிப்படங்கள் எடுக்க அனுமதி கிடைக்கும் என்றால் அதன் மூலம் மேலே சென்றும் படங்கள் எடுக்க முடியலாம்.

"கிளினிக்கின் உள்ளே போட்டோக்கள் எடுத்துக் கொள்ளட்டுமா?" நான் கேட்டேன்.

"நிச்சயமாக. எவ்வளவு வேண்டுமானாலும் எடுத்துக் கொள்ளுங்கள்." பூர்ணிமா சாட்டர்ஜி ஆர்வத்துடன் அனுமதி யளித்தார்.

கிளினிக்கில் படங்கள் எடுத்துவிட்டு மேலே ஏறியபோது ஒரு பெண்மணி எங்களைத் தொடர்ந்து வந்தார். படிக்கட்டு களுக்குக் கீழே அட்டைப் பெட்டிகளை வழியைத் தடைப் படுத்தும் விதமாகப் போட்டிருக்கிறார்கள். பார்த்தால், ஆணுறை களைப் பெட்டிகளில் இட்டு அடுக்கிவைத்திருக்கிறார்கள். இதையெல்லாம் அறைக்குள் வைத்துக்கொள்ளக் கூடாதா என்று யோசித்து நான் அறைக்குள் பார்த்தபோது அந்த இடம் முழுதும் பெட்டிகளால் நிறைந்திருப்பதைக் கண்டேன். ஐந்து மாடிக்கு மேலே ஏறியபோது மொட்டை மாடி காலியாகக் கிடந்தது. எதிர்பார்ப்பு தவறவில்லை. அங்கிருந்து பார்த்த போது சோனாகச்சி விசாலமாகப் பரந்து விரிந்து கிடந்தது. இங்கே சிறிதும் பெரிதுமான 1,083 கட்டடங்களில் 12,118 பாலியல் தொழிலாளர்கள் வசிக்கிறார்கள் என்று நேற்று பாரதி தே சொன்னது நினைவு வந்தது.

உடன் வந்த பெண்மணி, கண்ணுக்குத் தெரிந்த சந்துகளின் பெயர்களையெல்லாம் சொன்னார். மஞ்ஜித் பாடி ஸ்ட்ரீட், அவிநாச் கபிராஜ் ஸ்ட்ரீட், துர்கா சரண் மித்ரா ஸ்ட்ரீட், சசிசங்கர் லேன், ரபீந்திர சரணி, இமாம் பர்ஸ் லேன் . . . அந்த இடங்களில் எல்லாம், ஆயத்தமாகி வந்த பெண்களும் பெண்பிள்ளைகளும் இருந்தார்கள்.

"சோனாகச்சி அந்தக் காலத்திலும் இவ்வளவு விஸ்தார மாக இருந்ததா?" நான் அவரிடம் கேட்டேன்.

"அந்தக் காலத்திலும் இவ்வளவு இடங்கள் எல்லாம் இருந்தன. பிறகு இப்போது பெண்களின் எண்ணிக்கை

அதிகரித்திருக்கலாம். எவ்வளவுபேர் வந்தாலும் இங்கே வேலை கிடைக்கும். எல்லாம் காளியின் அருள்." அவர் பதில் சொன்னார்.

"நீங்கள் கடவுள் பக்தி கொண்டவரா?"

"இங்குள்ள எல்லாப் பெண்களும் காளி பக்தைகளாக இருப்பார்கள். அது இப்போது, நேப்பாளிகளாக இருந்தாலும் பங்களாதேசிகளாக இருந்தாலும் எல்லாம் அப்படித்தான்."

"ஏன் காளி உங்களை இங்கிருந்து காப்பாற்றவில்லை?"

"காளி எங்களைக் காப்பாற்றியல்லவா இங்கே கொண்டு வந்திருக்கிறாள். நாங்களென்றால் காளிக்கு உயிர். நாங்கள், வேசிகளுக்குப் பிறகுதான் காளிக்கு வேறு எதுவும். குமார்த்தொளியில் இருக்கும் சிற்பிகள் துர்க்கா பூஜைக்கு காளியின் விக்கிரகங்கள் செய்யும்போது சோனாகச்சியின் மண் எடுத்துதான் செய்வார்கள். இல்லையென்றால் காளி கோபித்துக்கொள்வாள். காளிக்கு நாங்கள்தான் எல்லாம்..." அவர் காளியைப் புகழ்ந்து ஏதேதோ சொல்லிக்கொண்டிருந்தார். விடைபெற்று நாங்கள் கீழே சாலைக்கு வந்தோம். அங்கே அப்போதும் நல்ல கூட்டம். கொஞ்சம் பெண்கள் சாலைக்கு வந்தாகிவிட்டது. நைட்டியுடன் கடைகளுக்கு வந்த பெண்கள் அவசரமாகத் திரும்பி நடக்கிறார்கள்.

தாமதமில்லாமல் அவர்களும் ஆயத்தமாகி வர வேண்டி யிருக்கிறது. அந்தப் பரபரப்பினிடையே நாங்கள் வெளியே வந்தோம்.

சோனாகச்சியில் ஓர் இரவு

மறுநாள் இரவு நாங்கள் மீண்டும் சோனாகச்சிக்குச் சென்றோம். அங்குள்ள இரவுக் காட்சிகளைப் பார்க்க வேண்டும் என்று விரும்பினோம். சோனாகச்சிக்குப் பக்கத்தில் வரும்போது இரவு பத்துமணி கடந்துவிட்டிருந்தது. பிரதான சாலையின் நடைபாதையிலே பெண்பிள்ளைகளும் பெண்களும் நின்றுகொண்டிருக்கிறார்கள். நடந்து செல்கின்றவர்களை யெல்லாம் அவர்கள் சில ஓசைகள் எழுப்பி அழைக்கிறார்கள். உள்ளே சென்றால் நேற்றுப்போல ஆபத்தாகிவிடுமோ என்று யோசித்து நிற்கும்போது, தோளில் ஒரு கை வந்து விழுந்தது. திரும்பிப் பார்த்தபோது உதடு கடித்துக் கண்ணடித்து ஓர் அழகி. "உள்ளே வா, எதற்குத் தயங்கி நிற்கிறாய்?" அவள் இந்தியில் பேசினாள். நேற்றுபோல இப்போது சுற்றிலும் பெண்கள் கூடுவார்கள் என்று நான் பயந்தேன். ஆனால் எங்கள் ஆர்வ மின்மையைக் கண்டு அவள் அங்கே நடந்து சென்ற மற்றொரு வரின் பின்னால் சென்றாள். "ஒரு தரகரின் உதவி இல்லாமல் உள்ளே செல்வது ஆபத்தாகும்." பிரமோத் சொன்னார்.

"அவள் திரும்பிவரும்முன்பு நாம் ஒரு தரகரைப் பிடிக்கலாம்." சற்றுத் தள்ளி, கார் பேனட்டில் காலைத் தூக்கிவைத்து நிற்கும் ஒருவரை பிரமோத் சுட்டிக்காட்டினார். நாங்கள் அவரிடம் சென்றோம். இருபதுவருடங்களாக அவர் சோனாகச்சியில் தரகராக இருக்கிறார்; பெயர் சம்பு.

"இரண்டுமணிநேரத்துக்கு ஓர் இளம்பெண் வேண்டும். தாக்கவோ, தட்டிக்கொண்டு போகவோ யாரும் வரக் கூடாது." நான் சொன்னேன்.

"யாரும் உடம்பில் கை வைக்காமல் உங்களை நான் உள்ளே அழைத்துச் செல்கிறேன். ஆனால் ஒரு பெண்ணோடு இரண்டு பேர் . . ." அவர் சந்தேகத்தோடு நிறுத்தினார். பிறகு தொடர்ந்தார்: "இங்கே பெண்களுக்குப் பஞ்சம் ஒன்றும் இல்லை. பிறகு எதற்கு கஞ்சத்தனம்?"

"நாங்கள் பேசிக்கொண்டிருப்பதற்காகத்தான்." நான் சொன்னேன். அவர் ஏதோ தமாஷ் கேட்டதுபோல உரக்கச் சிரித்தார். பிறகு எதுவும் பேசாமல் உள்ளே நடந்தார்.

தெரு விளக்குகளின் மஞ்சள் வெளிச்சம் தீவிரமானதொரு ஈர்ப்பை சோனாகச்சிக்கு வழங்கியிருந்தது. பெண்களெல்லாம் குளித்து ஆயத்தமாகி அழகிகளாக நிற்கிறார்கள். முந்திய காலையில் இங்கே பார்த்த பாதிப்பேர் குளிக்காதவர்களாக இருந்தார்கள். இரவில்தானே இவர்களின் நாள் தொடங்குகிறது. அந்த அழகிகளின் இடையில் சம்புவின் பின்னால் நாங்கள் உள்ளே நடந்தோம். கடைசியாக நடந்த என்னைச் சில பெண்கள் சுரண்டி அழைத்தார்கள்: "வா, சார் . . ."

சம்பு உடனிருப்பதை நான் அவர்களுக்குச் சுட்டிக் காட்டினேன். "எங்களுக்கும் ஆட்கள் கொடு சம்பு. எங்களுக்கு இருப்பதும் 'அது'தான்." ஒரு பெண் உரக்கச் சொன்னாள். அதைக் கேட்டு அந்தப் பகுதியில் நின்றிருந்த பெண்க ளெல்லாம் உரக்கச் சிரித்தார்கள். பத்து, இருபது மீட்டர் நடந்தபோது இரும்பு கிரில் இட்ட ஓர் ஐந்துமாடிக் கட்டடத் துக்கு முன்னால் வந்தோம். சம்பு உள்ளே சென்றார்.

உள்ளே நீளமான ஒரு வராந்தா. அந்த வராந்தாவின் மறு எல்லையில் வயதான பெண் அமர்ந்து பாத்திரங்கள் கழுவிக் கொண்டிருக்கிறார். வராந்தாவில் ஏறி இரண்டடி வைத்த பிறகு இரண்டு அறைகளைப் பார்த்தேன். ஒரு அறையில் கொஞ்சம் பெண்பிள்ளைகள் தங்களை அலங்கரித்துக்கொள்ளும் மும்முரத்தில் இருந்தார்கள். ஒருத்தி புடவை கட்டுகிறாள். அவளை, ஜீன்ஸ் அணிந்த வேறொருத்தி ஆயத்தமாக்குகிறாள். அவர்கள் வெளியே செல்லும் தயாரெடுப்பில் இருக்கிறார்கள்.

அந்தப் பக்க அறையில் குண்டான, பயங்கர உருவம் படைத்த ஒரு பெண்மணி படுத்திருக்கிறாள். அவள் நைட்டி அணிந்து, பான் மென்றபடிப் படுத்திருக்கிறாள். அடுத்த அறையில் உள்ள பெண்பிள்ளைகள் வெளியே செல்லத் தாமதமாகும் கோபத்தில் அவள் உரத்த குரலில் ஏதேதோ வசைகளைக் கத்து கிறாள். ஆயத்தமாகும் பெண்பிள்ளைகள், வரும் வசைகளுக்கு ஏற்றபடி அவசரம் காட்டுகிறார்கள்.

சம்புவையும் எங்களையும் பார்த்தபோது குண்டுப் பெண்மணி திட்டுவதை நிறுத்தினாள்.

"சம்பு, உள்ளே உட்காரும்படி அவர்களிடம் சொல்." அவள் விருந்தோம்பல் மரியாதை நடித்தாள். சம்பு எங்களை வெளியில் நிறுத்திவிட்டு உள்ளே சென்று அவளிடம் ஏதோ மெல்லிய குரலில் பேசினார்.

"இரண்டுமணிநேரத்துக்கு ஐயாயிரம்ரூபாய்வரை வாங்கு கிறேன். இவன் அழைத்து வந்திருப்பதால் பாதி கொடுத்தால் போதும். இருவருக்கும் ஒவ்வொருத்தியைத் தருகிறேன்."அவள் சொன்னாள்.

"எங்கள் இரண்டுபேருக்கும் ஒருவர் போதும்." நான் சொன்னேன்.

"அதெல்லாம் உங்கள் விருப்பம். ஆனால் இரண்டு பேருக்கான பணம் கொடுக்க வேண்டும்." அவள் கடுமையாகச் சொன்னாள்.

"எங்களுக்கு டான்ஸ் பார்த்தால் போதும். வேறெதுவும் செய்ய மாட்டோம்." நான் சொன்னேன்.

முதலில் அவள் சம்மதிக்கவில்லை. கடைசியில் மன மில்லாமல்தான் ஆயிரம் ரூபாய்க்குச் சம்மதித்தாள். "அவள் உடலில் தொடக்கூடக் கூடாது. டான்ஸ் பார்த்து அடங்கி ஒடுங்கி இருக்க வேண்டும். கை வைத்தீர்கள் என்று அவள் சொன்னால் . . . அப்புறம் . . ." அச்சுறுத்தும் தொனியில் அவள் சொன்னாள்.

என்ன வேண்டும் என்று நாங்கள் முடிவு செய்யும் முன்னரே, அவள் அடுத்த அறையைப் பார்த்து நீட்டி அழைத்தாள்: "தீபா . . ."

அங்கிருந்து முப்பதுவயது மதிக்கத்தக்க ஓர் அழகி – தீபா – வந்தாள். புடவை உடுத்தியிருந்தாள். அடிக்கடி தோளிலிருந்து முந்தானையை நழுவிவிழச்செய்து தன் உடல் வடிவுகளை வெளிப்படுத்திக்கொண்டிருந்தாள். அவள் பயன்படுத்திய வாசனைத் திரவியத்தின் மணம் அந்த இடம் முழுக்கப் பரவி

புனிதப் பாவங்களின் இந்தியா

யிருந்தது. எங்களைப் பார்த்துச் சிரித்தபடியே அவள் குண்டுப் பெண்மணியின் அருகே வந்தாள். அவர்கள் இருவரும் தங்களுக் குள் ஏதோ பேசிக்கொண்டார்கள். பிறகு தீபா எங்களிடம் வந்து மீண்டும் வசீகரமாகச் சிரித்தாள். குண்டுப் பெண்மணி எங்களை நோக்கிக் கை நீட்டினாள். பேசி முடிவுசெய்த தொகையை நாங்கள் கொடுத்தோம். சம்பு பொருள்பொதிந்து சிரித்து எங்கள் கவனத்தை ஈர்த்தார். அவருக்கு நூறுரூபாய் கொடுத்தோம். அவர் அதைத் தொட்டுக் கண்ணில் ஒற்றிக்கொண்டு பாக்கெட்டில் வைத்தார்.

"வாருங்கள் . . ." தீபா எங்களைப் பார்த்து மீண்டும் சிரித்துக்கொண்டு படியேறினாள். மூன்று மாடிகள் ஏறினாள்.

பெரும்பாலான அறைகளில் எவரும் இல்லை. ஒன்றிரண்டு அறைகளில் மட்டும் சில பெண்பிள்ளைகள் அலங்கரித்து ஆயத்த மாகின்றனர். தீபா மூன்றாம் மாடியில் ஓர் அறையைத் திறந்தாள். நாங்கள் உள்ளே நுழைந்தோம். அறையில் கட்டிலுக்கு வெளியே ஒரு முக்காலி இடப்பட்டிருந்தது. அவள் உள்ளிருந்து கதவைச் சாத்தினாள். அறையின் ஒரு மூலையில் சி.டி. பிளேயரும் மற்றொரு மூலையில் சவுண்ட் பாக்ஸும் வைக்கப்பட்டிருந்தன. கதவு நிலைப்படியில் காளி படம்.

முக்காலியில் அமரும்படி நான் அவளிடம் சொன்னேன்.

"அப்படியென்றால் டான்ஸ் ஆட வேண்டாமா? நான் உடை மாற்றி வருகிறேன்." அவள் அவசரப்பட்டாள்.

கோயல்ராஜுவிடம் சொன்னதுபோல நான் இவளிடமும் சொன்னேன்: "ஒரு பியர் குடித்துவிட்டு வைத்துக்கொள்வோம்."

அதை அவள் ஏற்றுக்கொண்டாள். "ஒரு பாக்கெட் சிகரெட்டும் வரவழைக்கலாமா?" அவள் சுதந்திரமாகக் கேட்டாள்.

"நாங்கள் புகைக்க மாட்டோம். உனக்கு வேண்டுமானால் வரவழைத்துக்கொள்" என்று நான் சொன்னேன். அவள் வெளியே சென்று கீழே பியரும் சிகரெட்டும் உரத்துச் சொன்னாள். மீண்டும் கதவைச் சாத்தி உள்ளே வந்தமர்ந்து சி.டி.பிளேயரின் ரிமோட்டைக் கையில் எடுத்துப் பாட்டுகளை மாற்றிமாற்றி வைத்துக்கொண்டிருந்தாள்.

அதற்கிடையில் எங்கள் பெயரையும் ஊரையும் கேட்டுத் தெரிந்துகொண்டாள். நாங்கள் கேரளத்திலிருந்து வருகிறோம் என்று அறிந்தபோது அவள் ஏதோ யோசனையில் ஆழ்ந்தாள். அவள் கண்கள் மூடியிருந்தபோது கண் இமைகளில் தீட்டியிருந்த சிவப்புச் சாயம் தெரிந்தது. கண்களைத் திறந்தபோது அவற்றில்

என்னென்னமோ உணர்ச்சிகள் அலையடிப்பதுபோலத் தோன்றியது.

"என் நண்பன் ஒருவன் உங்கள் ஊருக்கு வேலைக்கு வந்திருக்கிறான். அங்கே உங்களால் அவனைக் கண்டுபிடிக்க முடியலாம்." அவள் வெட்கத்துடன் சொன்னாள். பிறகு எதிர்பார்ப்புடன் எங்களைப் பார்த்தாள்.

"பெங்காலிகள் அத்தனை பேரும் இப்போது கேரளத்தில் தான் வேலைசெய்கிறார்கள். அங்கே எங்கள் ஊர்க்காரர்களைவிட பெங்காலிகள் அதிகம்." தொழில்தேடிக் கேரளத்துக்குப் பெருக்கெடுத்துவரும் வங்காளிகளைக் குறித்து பிரமோத் மிகையாகச் சொன்னார்.

அது அவளுக்குப் புரியவில்லை என்று தோன்றியது; அல்லது வேறு ஏதாவது யோசனையாக இருந்தாளோ தெரியவில்லை. சற்றுநேரம் அவள் எதுவும் பேசவில்லை.

கதவைத் தட்டும் ஓசை கேட்டபோது அவள் எழுந்து கதவைத் திறந்தாள். இருபதுவயது மதிக்கத்தக்க ஒரு பையன் பியருடன் வந்திருக்கிறான். அவன் பியர் பாட்டிலையும் கண்ணாடிக் குவளைகளையும் முக்காலியில் வைத்தான். சிகரெட் பாக்கெட்டை அவளிடம் கொடுத்தான்.

அவன் இரட்டை அர்த்தமுள்ள ஏதோ தமாஷ் பேசினான். அவள் அதை ரசித்து அவன் கழுத்தைப் பிடித்து வெளியே தள்ளினாள். பிறகு உடனே கதவைச் சாத்தினாள். கட்டிலில் எங்களுடன் அவளும் அமர்ந்தாள்.

அறையின் பின்புறச் சன்னலை நான் அப்போதுதான் கவனித்தேன். அதன் திரை விலகிய பகுதியின் வழியே கீழே சாலையோரத்தில் பெண்கள் காத்திருப்பதைத் தெளிவாகப் பார்க்க முடிந்தது. அங்கே ஆண்கள் வந்து பெண்களைச் சமீபிப்பதும் கட்டணம் பேசுவதும் சிலர் ஜோடியாக ஏதேதோ கட்டடங்களுக்குச் செல்வதுவுமெல்லாம் அப்படியே தெரிந்தது.

நான் பார்ப்பதைக் கண்டு தீபாவும் திரும்பிப் பார்த்தாள். "இன்றைய கடைசி ஆளைப் பிடிப்பதற்காகத்தான் அந்தப் பெண்கள் நிற்கிறார்கள்." அவள் சொன்னாள்.

"அப்படியென்றால் இங்குள்ள பெண்களின் வேலை எத்தனை மணிக்குத் தொடங்கும்." நான் கேட்டேன்.

"இருபத்துநான்குமணிநேரமும் வேலை நேரம்தான். பிறகு, சரியான வேலைப் பரபரப்பு இரவு ஏழுமணிக்குத் தொடங்கும்." அவள் சொன்னாள்.

"அப்படியென்றால் நீங்கள் ஏன் இன்று தாமதித்து விட்டீர்கள்? நாங்கள் வரும்போதுதான் நீங்கள் ஆயத்தமாகிக் கொண்டிருந்தீர்கள் அல்லவா!"

"அது, முதலாவது மூன்றுபேரை அனுப்பிய பிறகு நாங்கள் ஆயத்தமாகிக்கொண்டிருந்தோம். ஒருவரை அனுப்பிய பிறகு குளித்து ஆயத்தமாக வேண்டும். சுத்தத்துடன்தான் காளியைப் பார்க்க முடியும் என்று கேள்விப்பட்டதில்லையா? அதுபோல குளித்துச் சுத்தமாகித்தான் வாடிக்கையாளர்களைத் திருப்திப் படுத்த வேண்டும்." அவள் சொன்னாள்.

நான் வெளியே பார்த்தேன். அங்கே சிலர் வாடிக்கை யாளர்களுடன் நின்றிருந்தார்கள். மற்றவர்கள் பொறுமை யற்றிருந்தாலும் யாராவது பக்கத்தில் வரும்போது சிரிப்பை வரவழைத்துக்கொண்டு காத்திருப்பைத் தொடர்ந்தார்கள்.

கேரளத்தைப் பற்றித்தான் தீபா அதிகம் தெரிந்துகொள்ள ஆர்வப்பட்டாள். கேரளத்தில் பார்ப்பதற்கு என்னென்ன இருக்கின்றன, ரயிலில் கேரளத்துக்குச் செல்ல எத்தனை நாட்க ளாகும் . . . இப்படியெல்லாம். அவள் எங்களை வாடகைக்கு எடுத்ததுபோன்றதொரு சுதந்திரத்துடன்தான் அவள் 'கேள்வி கேட்பது' இருந்தது. நாங்கள் தெரிந்தே அதற்கு இசைந்தோம். மெல்ல மெல்ல நான் அவளைப் பற்றிக் கேட்டபோது, அதே வெளிப்படையான அணுகுமுறையை அவளும் காட்டினாள். இதற்கிடையில் பியரைத் தானே குவளையில் ஊற்றிக் குடிக்கவும் செய்தாள். தீபா சோனாகச்சிக்கு வந்தது எப்படி என்று சொல்லும்படி நான் கேட்டபோது, மிக நெருங்கிய ஒரு நண்பனிடம் சொல்வதுபோன்று அவள் தன் கதையைச் சொல்லத் தொடங்கினாள்.

"என் வீடு, மூர்ஷிதாபாத் மாவட்டத்தில் இருக்கிறது. அப்பாவுக்கும் அம்மாவுக்கும் பீடி சுற்றுவதுதான் தொழில். எட்டாம் வகுப்புவரை படித்தேன். அப்போது எனக்குத் திருமணம் செய்ய யோசித்தார்கள். அந்த இடமெல்லாம் அப்படித்தான். அந்த வயதிலேயே கல்யாணம் செய்துவைத்து அனுப்பிவிடுவார்கள். எனக்குப் பார்த்த மாப்பிள்ளை, வேறு மனைவியும் குழந்தைகளும் உள்ள ஒருவர். அவர் வரதட்சிணை வேண்டாமென்று சொன்னதுதான் என் குடும்பத்தினரின் நிம்மதி. வரதட்சிணை கொடுத்துக் கல்யாணம் செய்துவைத்து அனுப்ப அவர்களால் முடியாது. எனக்கு இரண்டு தங்கைகளும் இருந்தார்கள். எல்லாரையும் வரதட்சிணை கொடுத்துக் கல்யாணம்செய்துவைத்து அனுப்ப வேண்டும் என்றால், இருக்கும் வீட்டை விற்றால்கூட முடியாது. வீடு என்று சொன்னால், சணல் தண்டுகளை அடுக்கிவைத்துச் சுவர்களாக

மாற்றிய ஒரு சிறிய குடில். வரதட்சிணை இல்லாமல் திருமணம் செய்துகொள்ளத் தயாராக யாரேனும் வந்தால் எங்கள் குடும்பத்தினருக்கு அவர் கடவுள்தான். அப்படி ஒரு கடவுளுக்கு அல்லது ஒரு சாத்தானுக்கு என்னை என் வீட்டார் திருமணம்செய்வித்துக் கொடுத்தார்கள். என்னைத் திருமணம் செய்தபோது அவர் தன் முதல் மனைவியை அவளுடைய வீட்டில் கொண்டுபோய்விட்டார். அதன்பிறகு ஒரு வருடம் முடியும்முன்பு அவரே அவளை கொல்கத்தாவில் இங்கே கொண்டுவந்துவிட்டார். கொல்கத்தாவில் ஏதாவது வேலை கிடைக்கும் என்பதைத் தவிர வருமானத்துக்கான வழி என்ன வென்று எனக்குத் தெரியவில்லை.

"நான்குவருடத்துக்குப் பிறகு நான் குழந்தை பெற்றேன். அதிர்ஷ்டமென்றுதான் சொல்லவேண்டும், அது ஒரு ஆண் குழந்தை. அது முடிந்து ஒருவருடத்துக்குப் பிறகு அவர் இன்னொரு திருமணமும் செய்துகொண்டார். பிறகு அவரது முதல் மனைவியின் விதிதான் எனக்கும். என்னையும் அவர் இங்கே கொண்டு வந்து விட்டுவிட்டார்.

"எதற்கு என்று எனக்கு முதலில் தெரியவில்லை. நீங்கள் கீழே ஒரு பெண்மணியைப் பார்த்தீர்கள் அல்லவா? அவர்தான் என்னை வாங்கினார்.

"அந்தப் பெண்மணி என்னிடம், டான்ஸ் கற்றுக்கொள்ள வேண்டும் என்று சொன்னார். அன்று இங்கே இருந்த நிறையப் பெண்கள் சேர்ந்து எனக்கு டான்ஸ் சொல்லிக்கொடுத்தார்கள். உண்மையில், டான்ஸ் கற்றுக்கொள்ள வேண்டும் என்று எனக்கு ஆசை இருந்தது. அன்று வீட்டில் அதற்கான வசதி இல்லாததால் அது நடக்கவில்லை. ஆனால் காளி அதற்கான பாக்கியத்தை எனக்கென்று வைத்திருந்தாள். இங்கே வைத்து அது நடந்தது." அவள் கண்களில் ஈரம்படர்வதை நாங்கள் பார்த்தோம். அதை மறைத்து அவள் எழுந்தாள்: "நான் டான்ஸ் ஆடுகிறேன்."

"பொறு, அவசரமில்லை." நான் தடுத்தேன். பிறகு கேட்டேன்: "இங்கிருந்து நீ வீட்டுக்குத் திரும்பிப் போகக் கூடாதா?"

"எதற்கு?" நான் தமாஷ் சொன்னதுபோல அவள் சிரித்தாள்: "இங்கே எனக்கு உணவு கிடைக்கிறதே! வீட்டுக்குப் போய்ப் பட்டினி கிடக்க வேண்டுமா?"

அவள் சிரித்தபடியே கேட்டாள்.

"இங்கே நீ திருப்தியாக இருக்கிறாயா?" நான் கேட்டேன்.

"சாப்பாடுதானே முக்கியமான பிரச்சினை. அது இங்கே கிடைக்கிறது."

"ஆனால் உன்னை நேசிக்கவும் நீ நேசிக்கவும் யாரு மில்லாமல் . . ." நான் பாதியில் நிறுத்தினேன்.

இப்போதும் அவள் முகத்தில் சிறியதொரு சிரிப்பு தோன்றியது. ஏன் சிரிக்கிறாய் என்று கேட்டபோது அவள் சொல்லத் தொடங்கினாள்: "என்னை நேசிக்க இங்கே ஒருவன் இருந்தான். அவன் பெயர் ஷாமல் மண்டல். அவன் வீடு வங்கத்தில் ஒரு கிராமத்தில் இருக்கிறது. கட்டட வேலைக்காக கொல்கத்தாவுக்கு வந்தான். ஒருவருடம்முன்புதான் அவன் முதல்முறையாக இங்கே வந்தான். பிறகு எப்போதாவது வருவான். அவனுக்கு நான் மட்டும்தான் வேண்டும். உங்களிடம் நான் இப்போது சொல்லிக்கொண்டிருப்பதுபோல அவனிட மும் நான் என் கதைகளையெல்லாம் சொன்னேன். அவன்தான் என்னிடம் கேரளத்தைக் குறித்துச் சொன்னான். அவனுக்குக் கேரளத்தில் நல்ல சம்பளத்தில் வேலை கிடைத்ததாம். அதனால் அவன் கேரளத்துக்குப் போவதாகச் சொன்னான். அங்கே சென்றும் பலமுறை என்னை அழைத்தான். இப்போது மூன்றுமாதமாக எந்தத் தகவலும் இல்லை. என்னை அந்த ஊருக்கு அழைத்துச் செல்வதாக அவன் சொல்வான். மத்ராஸூக்குப் பக்கத்தில்தான் கேரளம் இருக்கிறது என்று எனக்குத் தெரியும். ஒருக்கால், ஷாமலைக் கண்டுபிடிக்க உங்களால் முடியலாம்." அவள் எதிர்பார்ப்புடன் எங்களைப் பார்த்தாள்.

அவள் நினைத்துக்கொண்டிருப்பதைப்போல கேரளம் சிறியதொரு இடமில்லை என்று நான் சொல்லிப்பார்த்தேன். ஆனால் அவளுக்கு அது புரியவில்லை. அவள் பியர் குடித்தபடி, ஷாமலைக் கண்டுபிடிப்பது பற்றி மீண்டும் மீண்டும் சொல்லிக் கொண்டிருந்தாள்.

"உன் குழந்தை இப்போது எங்கே இருக்கிறது?" நான் விஷயத்தை மாற்றுவதற்காகக் கேட்டேன்.

"அவன் என் வீட்டில் இருக்கிறான். இங்கிருந்து கொஞ்சம் பணம் மாதந்தோறும் அவனுக்காக என் வீட்டில் கொடுப்பதற்கு இங்குள்ள தீதி ஏற்பாடு செய்திருக்கிறாள். அவன் ஆண் பிள்ளை யாக இருப்பதால் என் விதி அவனுக்கு வராது. காளி என்னுடன் இருக்கிறாள். நான் சொன்னேன் அல்லவா, டான்ஸ் கற்றுக் கொள்ள வேண்டும் என்று அந்தக் காலத்தில் எனக்கு ஆசை இருந்தது. காளி இங்கே அதற்கான அதிர்ஷ்டத்தை எனக்கு வைத்திருந்தாள். இங்கே வைத்து அது நடந்தது. அப்படி யென்றால், இனி டான்ஸ் ஆடுகிறேன்." அவள் எழுந்தாள். ஏதும் சொல்வதற்கும் முன்பே சி.டி. பிளேயரில் அப்போது கேட்டுக்கொண்டிருந்த பாட்டின் தாளத்தில் அவள் நடனமாடத்

தொடங்கினாள். புடவைகட்டி டான்ஸ் ஆடிப் பழக்கமில்லை என்றும் நன்றாக இல்லையென்றால் மன்னித்துக்கொள்ள வேண்டும் என்றும் சொல்லி அவள் ஆடத் தொடங்கினாள். அவளது அசைவுகளைப் பார்த்தபோது, மிகவும் பயிற்சிபெற்ற ஒரு நடனக் கலைஞரின் திறமை அவளுக்கு இருந்ததை அறிய முடிந்தது. இதற்கிடையில் நான் சன்னல்வழியே கீழே பார்த்தேன். இப்போது அங்கே மிகக் குறைவான பெண்கள் மட்டுமே காத்திருந்தார்கள். நாற்பது வயதைக் கடந்தவர்கள் என்று தோன்றும் கொஞ்சம்பேர்.

நீண்ட நேரத்துக்குப் பிறகு தீபா திணறியபடி நின்றாள். "உன்னை ஒரு போட்டோ எடுத்துக்கொள்ளட்டுமா?" எது வந்தாலும் வரட்டும் என்று நான் துணிந்து கேட்டேன். கேமராவை ஒளித்துவைத்துக்கொண்டு சோனாகச்சிக்குச் சென்றவர்கள் அடி வாங்கிய கதைகளை நான் கேள்விப்பட்டிருந்தேன்.

"கேமரா இருக்கிறதா? அப்படியென்றால் எடுத்துக்கொள்ளுங்கள்." நல்லவேளை, நான் பயந்ததுபோல அவள் பதில் சொல்லவில்லை.

அவள் மனம்மாறும்முன்பு நான்கைந்து படங்கள் எடுத்தேன்.

அந்தப் படங்களை கேமரா திரையில் காட்டியபோது அவள் வியந்து வாய் பொத்தினாள். என்னையும் திரையையும் மாறிமாறிப்பார்க்கும்போது அவள் கண்கள் மலர்ந்திருந்தன. தன் நடனத்தையும் இதுபோல படம் எடுத்துக்காட்ட முடியுமா என்று அவள் ஆச்சரியத்துடன் கேட்டாள்.

"செய்யலாம். ஆனால் நேரம் முடியப்போகிறது." நான் அவள் உற்சாகத்தைக் குலைத்தேன். அந்தக் குண்டுப் பெண்மணி ஏறி வந்து, கேமராவைப் பார்த்தால் பிரச்சினையாகுமோ எனும் பயம்தான் உண்மையில் என் மனத்தில் இருந்தது.

"நீங்கள் இருநூறு ரூபாய் கொடுங்கள். நான் இன்னும் ஒரு மணிநேரம் வாங்குகிறேன்." அவள் சொன்னாள். நாங்கள் பணம் கொடுத்த உடனே அவள் கீழே ஓடிச் சென்றாள்.

நாங்களும் அறைக்கு வெளியே வந்தோம். நள்ளிரவு கடந்திருந்தது. முன்னிரவின் களேபரங்கள் எல்லாம் அடங்கி விட்டன என்றாலும், பாதையோரத்தில் இப்போதும் சில பெண்கள் இருக்கிறார்கள். மாலையில் இதே சாலை பெண்கள், தரகர்கள், வாடிக்கையாளர்கள் ஆகியோர்களால் நிறைந்திருந்தது. அவர்களின் பேரப் பேச்சுகள், கை காட்டி அழைக்கும் செயல்கள் ஆகியவற்றால் இந்த இடம் ஆரவாரமாக இருந்தது.

பிரதான சாலையின் வழியே கடந்து போகும் டாக்ஸிகளின் ஓசை மட்டும்தான் இப்போது கேட்கிறது. சோனாகச்சியின் பழைய கட்டடங்களின் சன்னல்களின் வழியே வெளிவந்திருந்த வெளிச்சத் துண்டுகளும் அணையத் தொடங்கியிருந்தன. ஆயினும் சலிப்பற்றுக் கடைசி விருந்தினரை எதிர்பார்த்து அந்தப் பெண்கள் வசீகரமாகச் சிரித்துக்கொண்டு அந்தச் சாலையில் உலவு கிறார்கள். இந்த நேரத்தில் இவர்கள் யாருக்காகக் காத்திருக் கிறார்கள்? நாங்கள் பேசிக்கொண்டு நிற்கும்போது எங்கிருந்தோ ஒரு முனகல் கேட்டது. நான் செவிகூர்ந்தேன். ஆமாம், முனகல் தான். எங்கள் அறையில்தான் வெளிச்சம் இருந்தது; தவிர அந்த மாடியில் வேறு எங்கும் வெளிச்சம் இல்லை. மற்ற அறையின் கதவுகள் எல்லாம் உள்ளிருந்து தாழிடப்பட்டிருக்கின்றன. நாங்கள் இருவரும் முனகலுக்குச் செவிகொடுத்து, ஓசை வந்த இடம் நோக்கி வராந்தாவில் இரண்டு அடி முன்னால் வைத்தோம். அப்போது, அதோ, வராந்தாவின் மறு ஓரத்தில் யாரோ கிடக்கிறார்கள். நாங்கள் அந்த உருவத்தின் அருகே சென்றோம். வயதான மூதாட்டி. கைப்பேசி வெளிச்சம் கண்ணில் பட்டபோது அவர் கலக்கமடைந்தார். நாங்கள் வெளிச்சத்தை எங்கள் முகம் நோக்கிக் காட்டினோம்.

“ஏன் இங்கே படுத்திருக்கிறீர்கள்?” நான் கேட்டேன்.

“என் பக்கத்தில் வராதீர்கள். நீங்கள் சிறிய பெண்களிடம் போங்கள். எனக்கு வயதாகிவிட்டது.” அவர் உரக்கச் சொன்னார். அந்த வயதுமுதிர்ந்த மூதாட்டி எங்களை, தன்னுடன் உறவு கொள்ள வந்தவர்கள் என்று நினைத்துவிட்டாரே என்று நினைத்தபோது எனக்கு வருத்தமாக இருந்தது.

“நாங்கள் தீபாவின் அறைக்கு வந்தோம். நீங்கள் இங்கேயா படுக்கிறீர்கள்?” நான் கேட்டேன்.

“நீங்கள் உங்கள் காரியத்தை நடத்திவிட்டுப் போங்கள்.” அவர் திட்டினார். என்ன சொல்வது என்று தெரியாமல் நாங்கள் நின்றோம். அந்த மூதாட்டி புலம்பிக்கொண்டிருந்தார். “நானும் இந்த அறைகளில்தான் இருந்தேன்; ஆட்களை மகிழ்ச்சிப் படுத்திய காலத்தில். யாருக்கும் வேண்டாதவளாக ஆன பிறகு எனக்குத் தூங்குவதற்குக்கூட ஒரு இடம் இல்லை. இந்தப் பெண்கள் அனைவரின் நிலையும் இதுதான். உங்கள் தீபா . . . அவளும் நாளை இங்கே கிடப்பாள்.”

அவர் யார் என்றெல்லாம் தெரிந்துகொள்ள வேண்டும் என்று நினைத்தேன். ஆனால் அப்போது யாரோ மேலே ஏறி வரும் கொலுசுச் சத்தம் கேட்டது. அது தீபா. நாங்கள் அறைக்கு நடந்தோம். எங்களை அறைக்குள்ளிட்டு அவள் கதவுகளை

இழுத்துச் சாத்தினாள். தன்னையும் ஒரு போட்டோ எடுத்துக் காட்ட முடியுமா என்று அவள் கேட்டாள். நடனம் முடிந்ததும் அது முழுவதையும் கேமரா திரையில் பார்த்து ரசித்தாள். அவளது சில அசைவுகள் அவளுக்கே ஆர்வமூட்டுவதாக இருந்தன. தனக்குப் பிடித்த வேறொரு பாட்டு, தான் நன்றாக நடனமாடக்கூடிய இன்னொன்று என்றெல்லாம் சொல்லி ஆறு பாட்டுகளுக்கு அவள் நடனமாடினாள்; அவற்றையெல்லாம் கேமராவில் பார்த்து ரசிக்கவும் செய்தாள்.

திணறல் அடங்குவதற்காக அவள் நின்றபோது, வெளியே பார்த்த மூதாட்டியைப் பற்றிக் கேட்டேன். அப்படிப் பலர் இங்கே இருக்கிறார்கள் என்றும் அதையெல்லாம் விசாரித்துச் சிக்கலில் மாட்டிக்கொள்ளாதீர்கள் என்றும்தான் தீபா அறிவுறுத்தினாள்.

"கடைசியில் நீயும் இந்த நிலைக்கு வரமாட்டாயா?" நான் கேட்டேன்.

"இருக்கலாம். ஆனாலும் என் மகன் இப்படி ஆகமாட்டான் அல்லவா? அவன் ஸ்தானத்தில் எனக்கு ஒரு மகள் இருந்தாலோ, அவளும் இதுபோல வதைபடுவாள்தானே? இங்குள்ள எத்தனையோ பெண்கள் தங்கள் மகள்களை இங்கே அழைத்து வந்து இந்தத் துன்ப வாழ்க்கையைக் கற்றுக்கொடுத்திருக் கிறார்கள். வயதாகி அறைகளுக்கு வெளியே கிடந்து வதைபடும் போதும் அவர்கள் தங்களின் மகள்களை நினைத்து, நாளை அந்தப் பிள்ளைகளும் இதுபோல அறைகளுக்கு வெளியே கிடந்து சித்திரவதைப்பட வேண்டுமே என்று அஞ்சியிருக்க வேண்டும். எப்படியானாலும் நான் இப்படிப் பயப்பட வேண்டிய அவசியம் இல்லை. எனக்குத்தான் மகள்கள் இல்லையே. காளி எனக்குத் துணையிருக்கிறாள். அதனால்தான் என் டான்ஸ் உங்களுக்குப் பிடித்திருந்தது ... நான் சொன்னேன் அல்லவா ..." தீபா சொல்லி முடிக்கும்முன்பு கதவைத் தட்டும் ஓசை கேட்டது. அவள் துள்ளி எழுந்தாள். சன்னல் படியில் வைத்திருந்த சிகரெட் பாக்கெட்டை எடுத்துப் பிரித்தா. இரண்டு சிகரெட்டுகளை எடுத்து எங்கள் இருவரின் உதடுகளிலும் அவற்றை வைத்தாள். ஒன்றைத் தன் உதடுகளுக்கிடையிலும் வைத்துக்கொண்டு தீப்பெட்டி எடுத்துக் கதவைத் திறந்தாள். வெளியே அந்தக் குண்டுப் பெண்மணி. அவள் முகத்தில் என்னென்னமோ சந்தேகங்கள்.

"இந்தச் சிகரெட்டைப் புகைத்து முடித்தவுடன் இவர்கள் வெளியே சென்றுவிடுவார்கள், தீதி." தீபா சொன்னாள்.

"ம்." தீதி அவ்வளவு இசைவற்ற ரீதியில் அழுத்தமாக முனகினாள். அவள் வாயிலிலிருந்து விலகிய உடனே தீபா

கதவில் சாய்ந்து சிகரெட்டையும் தீப்பெட்டியையும் கட்டிலில் எறிந்தாள். "எங்களை ஒரு படம் எடுங்கள்." அவள் என் கையிலிருந்து கேமராவைப் பிடுங்கி பிரமோத்திடம் கொடுத்தவாறு சொன்னாள். பிரமோத் தயாராகி நின்றார். தீதி இன்னும் கீழே இறங்கிச் செல்லவில்லை. அவள் கேமராவைப் பார்த்துவிட்டால் . . .

ஆனால் தீபா விடக்கூடியவளாக இல்லை. "சீக்கிரம், சீக்கிரம் . . ." அவள் மெதுவாகச் சொன்னாள். படம் எடுக்கும் போது பிரமோத்தின் கைநடுங்குவதை நான் பார்த்தேன். "எதற்குப் பயப்படுகிறீர்கள்?" என்று அவள் கேட்டபோதுதான் நானும் நடுங்கிக்கொண்டுதான் இருக்கிறேன் என்று உணர்ந்தேன். படத்தைத் திரையில் பார்த்தவுடன் அவள் கேமராவை வாங்கி என்னிடம் கொடுத்துவிட்டு பிரமோத்தின் பக்கத்தில் நின்றாள். நான் கதவு இடுக்குவழியாகப் பார்த்தேன். தீதி வராந்தாவின் முனையில், மூதாட்டி சுருண்டு படுத்திருக்கும் இடத்தில் இருக்கிறாள். நான் தைரியம் முழுவதையும் சேகரித்துக் கொண்டு இரண்டு மூன்றுமுறை கிளிக் செய்தேன். போட்டோவை அவளிடம் காட்டியதும் கேமராவைப் பாக்கெட்டில் வைத்ததும் ஒரு நொடியில் நடந்து முடிந்தன.

கதவைத் திறந்தாள். நாங்கள் முன்னாலும் தீபா சற்றுப் பின்னாலும், அவளுக்குப் பின்னால் தீதியுமாக நாங்கள் கீழே இறங்கினோம். கீழே வந்தபோது தீபா எங்கள் இருவருக்கும் கைகொடுத்தாள்: "என் நண்பனை உங்களால் கண்டுபிடிக்க முடியும் என்றால் . . ." அவள் சொல்லிமுடிக்கும்முன்பு, கேரளம் அவள் நினைப்பதுபோன்று சிறிய இடமல்ல எனும் பழைய பல்லவியை நான் மறுபடியும் சொன்னேன். "என்றாவது அவன் என்னை அழைத்துக்கொண்டு அங்கே வந்தானென்றால் மீண்டும் நாம் அங்கே பார்க்கலாம்." தனக்கே நம்பிக்கையற்ற ஒரு நம்பிக்கையைப் பகிர்ந்துகொண்டு அவள் சிரித்தாள்; விரக்தியான சிரிப்பு.

நாங்கள் வாயிலுக்கு வந்தோம். முன்பே பெண்பிள்ளைகள் ஆயத்தமாகிக்கொண்டிருந்த அறையில், நாற்காலியில் அமர்ந்தவாறும் கட்டிலிலும் தரையிலும் படுத்தவர்களாகப் பத்துப் பன்னிரண்டுபேர் தூங்குகிறார்கள்.

நாங்கள் தீதியிடம் விடை பெற்றோம். அவள் மற்றொரு முறை இசைவற்ற முறையில் அழுத்தமாக முனகினாள். தீபா கைவீசிக்கொண்டிருந்தாள். நாங்கள் வெளியே சென்றோம். இப்போது வழியில் எங்கும் யாருமில்லை. அந்தத் தெருவை இப்படி இவ்வளவு வெறுமையாகப் பார்க்க முடியும் என்று

நினைத்ததில்லை. வளைவில் திரும்பியபோது தீபா ஏதோ உரக்கச் சொன்னாள். திரும்பிப் பார்த்தபோது அவள் மீண்டும் கைவீசினாள். நாங்களும் கைவீசிக் காட்டினோம்.

வெளியே பிரதான சாலைக்கு வந்தபோது சம்பு, முன்பு இருந்த இடத்திலேயே நிற்கிறார்.

"நீங்கள் போகவில்லையா?" நான் கேட்டேன்.

"நான் மூன்றுமணிவரை இங்கே இருப்பேன். எந்த நேரத்தில் ஆட்கள் வருவார்கள் என்று சொல்ல முடியாதல்லவா? எந்த நேரத்தில் வந்தாலும் அவர்களுக்கு எந்தச் சிரமமும் இருக்கக் கூடாது." அவர், தொழிலின் மீதான தன் அர்ப்பணிப்பை வெளிப்படுத்தினார்.

தங்கியிருக்கும் விடுதிக்குச் செல்ல நாங்கள் டாக்ஸி பிடித்தோம். போகும்முன்பு நான் சோனாகச்சியைத் திரும்பிப் பார்த்தேன். ஆயிரக்கணக்கான அழகிகள் ஒன்றாக வசிக்கும் அந்தத் தெருவுக்குக் கொஞ்சம்கூட அழகில்லை என்றுதான் எனக்குத் தோன்றியது.

பாவக்கறை தீராத காளிகட்

கொல்கத்தா எனும் பெயர், 'கோளிகட்' எனும் வார்த்தையிலிருந்து வந்தது என்று முன்பு சொன்னேன். ஆனால் 'காளிகட்' எனும் பெயரில் கொல்கத்தா நகரத்திலிருந்து சற்றுத் தள்ளி மற்றொரு இடம் இருக்கிறது. காளிகட் என்று இந்த இடத்துக்குப் பெயர் வந்தது, இங்கே காளி கோயில் இருக்கும் காரணத்தால்தான்.

கங்கையின் கிளைநதியான 'ஆதி கங்கை' காளிகட்டின் வழியே செல்கிறது. ஆதி கங்கை என்றால் இந்தியில் 'கங்கையின் பாதி' என்று அர்த்தம். தொடர்ந்து பாவக்கறைகளைக் கழுவியதாலோ என்னவோ, ஆதி கங்கை இன்று இங்கே வெறும் கருப்புச் சாக்கடையாக இருக்கிறது. கரிபிடித்த பிறவிகள் தங்களின் பாவக்கறைகளை இன்று கழுவித் தீர்த்திருப்பார்களா? அதைத் தெரிந்துகொள்வதற்காக காளிகட்டுக்கு வந்தோம்.

காளிகட் கோயிலுக்கான சாலை, சாயங்கள் நிறைந்துகிடக்கிறது. காளிக்கு வழிபாடு செய்வதற்கான நிறக் கலவைகள் வழியெங்கும் சிதறித் தெறித்திருக்கின்றன. தெருவில் யாசகத்துக்கு அமர்ந்திருக்கும் பிள்ளைகளோடு, தெரு நாய்களும் வர்ணப் பொடிகள் படிந்து மின்னி ஒளிர்கின்றன. ஆனால் அந்த நிறங்களின் அழகு இங்குள்ள வாழ்க்கைகளுக்கு இல்லை.

கோயிலுக்கு அடுத்துதான் காளிகட் காவல் நிலையம். காவல் நிலையத்தை ஒட்டியிருக்கும்

ஒரு சந்து வழியே நாங்கள் முன்னோக்கிச் சென்றபோது வழியோரத்தில் பெண்களின் ஒரு வரிசையைப் பார்த்தோம். அந்நியர்களான எங்களைக் கண்டபோது அவர்கள் ஆசையைத் தூண்டும் பேச்சுகளுடன் பக்கத்தில் வந்தார்கள்: "வேணுமா, சார். காசு குறைத்துத் தருகிறேன்."

எதுவும் காதில் விழாததுபோன்று முன்னால் செல்லும் போதுதான், சற்றுத் தள்ளி வழியோரத்தில் மெலிந்து குச்சி போன்றிருக்கும் ஒரு மூதாட்டியை நாங்கள் பார்த்தோம். மிகவும் வயதான இந்தப் பெண்ணை அணுகவும் ஆட்கள் இருக்கிறார்களா என்று நான் திகைத்தேன். நாங்கள் அவர் அருகே சென்றோம்.

பத்திரிகையாளர்கள் என்று சொன்னபோது அவர் தயக்க மேதுமின்றி அமரச் சொன்னார். அவர் தன் கதை முழுவதையும் சட்டென்று சொல்லி முடித்தார். அவர் பேச்சைக் கேட்டபோது, இதையெல்லாம் யாரிடமாவது சொல்ல வேண்டும் என்று அவர் ஆவல் கொண்டிருந்ததைப்போலத் தோன்றியது.

சதி எனும் உடன்கட்டையேறுதல் தடைசெய்யப்பட்ட பிறகுதான் காளிகட் பாலியல் தொழிலுக்கான தெரு ஆகிறது என்று அவர் அறிந்திருந்தார். அதற்கான ஆதாரமாக அவர் சொல்வதற்கு அவரது கதைதான் இருந்தது.

அவர் பெயர் பீனா. சதிமுறை வலுப்பெற்றிருந்த வடக்கு வங்கம்தான் பீனாவின் அம்மா தனதாவின் பிரதேசம். பன்னிரண்டு வயதில் திருமணமான தனதா, இருபதுவயதில் விதவையானார். "அந்தக் காலத்தில் என்றால் கணவரின் சிதை நெருப்பில் பாய்ந்து நான் இறக்க வேண்டியிருந்திருக்கும். அந்த வழக்கம் தடை செய்யப்பட்டுவிட்டது என்றாலும் பலர் அது தொடர வேண்டும் என்று உள்ளூர விரும்புகிறார்கள். அதனால் சதிமுறையைத் தடைசெய்தது, உண்மையில் பெண்களுக்கு கூடுதல் கஷ்டங்களைத்தான் கொடுத்தது. அந்தக் காலத்தில் என்றால், கணவரின் சிதையில் குதித்து இறப்பதுடன் எல்லாம் முடிந்துபோகும். அப்புறம் எந்தப் பிரச்சினையும் இல்லை. அது மட்டுமல்ல, சதி நடப்பாகும்போது சதி அனுஷ்டிக்கும் பெண்ணுக்கு ஒரு தெய்வீக ஒளிவட்டமும் கிடைத்துவிடுகிறது. பிறகு அவர்களின் பெயரில் கோயில்கள்வரை கட்டப்படும். சதி அனுஷ்டித்த இடத்தில் விக்கிரகம் ஸ்தாபித்து அவர்கள் பெயரில் பூஜைகள் எல்லாம் நடத்துவார்கள். ஆனால் தடை வந்தபிறகு ஊர்க்காரர்கள் விதவைகளை கிரிமினல்களைப் பார்ப்பதுபோல்தான் பார்த்தார்கள். சதி நடத்தினால் சட்டத்தின் கரத்தில் அகப்பட்டுவிடுவோம் எனும் அச்சம் இருந்ததால் அவர்கள் அதற்குக் கட்டாயப்படுத்தவில்லை. பதிலாக,

புனிதப் பாவங்களின் இந்தியா

பெண்களை வீட்டிலிருந்து பிடித்து வெளியேற்றினார்கள். விதவைத் தோஷத்தைத் தீர்ப்பதற்காகக் கங்கைக் கரையிலுள்ள கோயில்களில் போய் வாழ வேண்டும் என்று இவர்களிடம் ஊர்ப் பெரிய மனிதர்கள் அறிவுறுத்தினார்கள். ஒருவிதத்தில் அதுவும் ஒரு தப்பித்தல்தான் என்றுதான் அம்மா சொல்லி யிருக்கிறாள். ஏனென்றால் வீட்டை விட்டு வெளியேறவில்லை யென்றால் விதவைகள், வீட்டில் உள்ள மற்ற ஆண்களின் வைப்பாட்டியாக இருக்க வேண்டியிருக்கும். மறுதிருமணத்துக்கு யாரும் தைரியமாக முன்வரவில்லை. விதவைகளைத் திருமணம் செய்வது என்றால் அது அவ்வளவு பெரிய பாவமாகக் கருதப் பட்டது. இனி, கணவர் வீட்டிலிருந்து வந்து தன் வீட்டில் இருக்கலாம் என்று நினைத்தாலும், சொந்த உடன்பிறப்புகள் கூட அதை விரும்ப மாட்டார்கள். சகோதரியின் விதவைத்துவம் அவர்களின் சமூக வாழ்க்கையையும் பாதிக்கும். ஊரில் நடக்கும் மங்கல காரியங்களிலோ பொது நிகழ்ச்சிகளிலோ எதிலும், விதவையைத் தங்களுடன் வைத்திருக்கும் வீட்டாரை அனுமதிக்க மாட்டார்கள். அப்படியென்றால் பிறகு பக்தியின் கவசம் அணிந்து தப்புவதுதான் நல்லது. அப்படித்தான் அந்தக் காலத்தில் விதவைகள் நிறையப்பேர் கங்கைக் கரைக்கு வந்து குடியேறினார்கள்.

"என் அம்மா 1940இல்தான் காளிகட்டுக்கு வருகிறார். வெள்ளைப் புடவை அணிந்து கோயிலுக்குப் பக்கத்தில் பிச்சை எடுப்பதுதான் அன்றைய வேலை. யாராவது ஏதாவது தருவார்கள். அம்மாவைப்போன்று நூற்றுக்கணக்கான விதவைகள் அந்தக் காலத்தில் இங்கே வந்திருந்தார்களாம். கோயிலுக்கு வரும் பணக்காரர்கள் இவர்களைத் தங்கள் படுக்கையறைக்கு அழைத்துச் செல்வார்கள். இரவில் கோயிலுக்குப் பக்கத்தில் வந்து காலையில் தரிசனம் முடிந்துபோகும் பக்தர்களுக்குப் பக்தியின் போதைக்கு முன்னால் இந்தப் போதையும் வேண்டும். உண்மையில் கடவுளின் உதவியால் அல்ல, இதுபோன்ற பக்தர்களின் அனுக்கிரகத்தால்தான் கங்கைக் கரையில் விதவைகள் வாழ்ந்துவந்தார்கள். இவர்களில் பலருக்கு நிரந்தர மாக 'பக்தர்கள்' இருந்தார்கள். அவர்கள் மாதம் ஒருமுறையோ இரண்டுவாரத்துக்கு ஒருமுறையோ கோயில் தரிசனத்துக்கு வருவார்கள். அப்போது அத்தியாவசியமான பணமும் தருவார்கள். பக்தர் மெல்ல மெல்ல ஒரு விதவையைக் கைவிட்டு அடுத்த ஆளை நோக்கித் திரும்புவார். நாள்தோறும் இங்கே புதிய புதிய விதவைகள் வந்து குடியேறிக்கொண்டும் இருந்தார்கள். அப்படி, விதவைகள் தாம் வாழ்வதற்காகக் கடைசியில் பாலியல் தொழிலை ஏற்றுக்கொள்கிறார்கள். என் அம்மாவும் அப்படித்தான் பாலியல் தொழிலாளியானார்."

பீனா, 1944இல் பிறந்தார். அப்பா யாரென்று பீனாவுக்குத் தெரியாது. அவரது குழந்தைப் பருவம் பிச்சை எடுப்பதில்தான் கடந்தது. அம்மா யாருடனாவது செல்லும்போதெல்லாம் பீனா பிச்சை எடுத்துக்கொண்டு கோயில் அருகில் இருப்பார். வயதுக்கு வந்தபிறகான ஒருநாள் மாலையில் பிச்சை எடுத்துக்கொண்டிருக்கும்போது அம்மாவும் அம்மாவின் வயதுடைய சிலரும் வந்து பீனாவை ஒருவருடன் போகும்படிச் சொன்னார்கள். எதற்கு அவருடன் போகச் சொல்கிறார்கள் என்றுகூட அப்போது அவருக்குத் தெரியாது. அப்படித்தான் பீனாவும் இங்கே பாலியல் தொழிலாளியானாராம்.

இங்கே வந்தவர்களுக்கெல்லாம் இந்தக் கதைதான் இருக்கும்; இடத்தின் பெயரும் ஆளின் பெயரும் மட்டும்தான் மாறும் என்று எங்களுக்குத் தோன்றியது.

காளிகட்டில் இருப்பதைப்போல காசியிலும் மிக அதிகமான விதவைகள் குடியேறியிருக்கிறார்கள் என்றும் அங்கும் அவர்களின் முக்கியத் தொழில் பாலியல்தான் என்றும் பீனா சொன்னார்.

பீனாவை விட்டு நாங்கள் நியூலைட் அலுவலகத்துக்கு வந்தோம். அங்கே செல்லும் வழிமுழுதும் பெண்கள் நிறைந்திருந் தார்கள். பரபரப்பான ஒருவழியின் ஆரம்பத்தில் ஆணுறை விற்கும் எந்திரம் வைக்கப்பட்டிருந்தது. சோனாகச்சியில் உள்ள பாலியல் தொழிலாளிகள் விழிப்புணர்வு கொண்டவர்கள். ஆனால் இங்குள்ளவர்கள் அப்படி அல்ல. அதனால் தன்னார்வ சேவை அமைப்புகள் இலவசமாக ஆணுறை எந்திரம் நிறுவி யிருக்கின்றன. நாங்கள் அந்த எந்திரத்தைக் கவனித்துப் பார்த்த போது, சுற்றிலும் இருந்த பெண்களுக்கு எதிர்பார்ப்பு ஏற்பட்டது. "ஸாப் ஜி, ஸாப் ஜி" என்று அழைத்துக்கொண்டு பலரும் எங்களுடன் வரத் தொடங்கினார்கள்.

'ரிப்போர்ட்டர்', 'பத்திரிகை' இந்த வார்த்தைகளைப் பலர் கேள்விப்பட்டதுகூட இல்லை. தாங்கள் நினைத்த காரியத் துக்கு வந்தவர்கள் அல்ல என்று புரிந்தவுடன் அவர்கள் எங்களை விட்டுவிட்டு மீண்டும் வழியின் ஆரம்பத்தில் சென்று அமர்ந்தார்கள். குறுகலான வழியில் வளைந்து திரும்பி நடந்து வந்து நியூ லைட் அலுவலகத்துக்கு வந்தோம். வழியில் இருபுறமும் உள்ள வீடுகளின் முகப்புகளிலெல்லாம் பெண்கள் அமர்ந்திருந்தார்கள். அவர்களின் பார்வையில் எதிர்பார்ப்பு நிறைந்திருந்தது. சில வீடுகளுக்குள் வயதான பெண்கள் படுத்திருப்பதையும் பார்க்க முடிந்தது.

புனிதப் பாவங்களின் இந்தியா

ஒரு பழைய கட்டடத்தின் மேல் மாடியில்தான் நியூ லைட் அலுவலகம் செயல்படுகிறது. அதன் மொட்டை மாடியில் நின்று பார்த்தால் பாலியல் தொழிலாளிகள் இடம் பிடித் திருக்கும் அந்தத் தெருவின் முக்கியமான ஊடுவழிகளை யெல்லாம் பார்க்கலாம்.

ஊர்மி பஸு சொன்னதற்கும் மேலாக அங்கிருந்து தெரிந்து கொள்வதற்கில்லை என்று தோன்றியதால் சீக்கிரமே நாங்கள் புறப்பட்டோம்.

திரும்பி நடக்கும்போது ஊடுவழிகளில் முன்பு பார்த்த பலரை இப்போது காணவில்லை. பதிலாக வேறு சிலர் அங்கே இடம் பிடித்திருந்தார்கள். முதலில் வந்திருந்தவர்களுக்குச் சோற்றுக்கான வழி கிடைத்திருக்கும் என்று நிம்மதி யடைந்தோம்.

கங்கை இங்கே வெறும் ஒரு சாக்கடைதான். பாவத்தைக் கழுவிவிடும் என்று பழைமைவாதிகள் புனிதம் பாடிய நதியின் கரையில் என்னவெல்லாம் பாவங்கள்!

நதிக்கரையின் மற்றொரு காட்சி, உடைந்த விக்கிரகங்கள். பல ஆசாரங்களின் பகுதியாக உடைக்கப்பட்டிருக்கும் சட்டிகள். சிதைக்கப்பட்டிருக்கும் மாலைகள். எல்லாவற்றுக்கும் அதனதன் கதை.

கட்டப்பட்டிருக்கும் இரண்டு தோணிகளின் மேலே ஏறி நடந்து நாங்கள் அக்கரைக்கு வந்தோம். அங்கே வரிசை வரிசையாக இருக்கும் குடிசைகளின் இடையில் கவனத்துடன் முன்னே போகக்கூடிய சிறிய சிறிய வழிகள். குடிசைகளுக்கு உள்ளே பெண்கள் இருக்கிறார்கள். மாலை நேரத்தில் வாடிக்கை யாளர்களைக் கவர்வதற்கான உடையலங்காரமும் முகப்பூச்சு களும் அப்போதுதான் தொடங்கியிருந்தன. வழியில் செல்பவர்கள் கூட அந்த ஆயத்தங்களைத் தெளிவாகப் பார்க்கலாம்.

ஒரு மூலையில் விலகி அமர்ந்திருக்கும் நடுவயதுப் பெண்ணை நாங்கள் நெருங்கினோம். மறுகரையில் கேட்ட கதைகளைத்தான் அவரும் சொன்னார். இங்குள்ள பூர்வ சரித்திரம் ஒன்றும் தெரியாது என்று சொல்லி அவரும் ஒதுங்கிக் கொண்டார். "அன்றன்று சோற்றுக்கான வழிதானே ஸாப் முக்கியம். அதன் பிறகுதானே சரித்திரம்?"

சரிதான். மற்ற பெண்கள் இந்தப் பேச்சைக்கூட கவனிக்கவில்லை. கேட்கும் கட்டணம் சற்றும் அதிகம் அல்ல என்று தோன்றச்செய்ய மீண்டும் மீண்டும் அவர்கள் முகத்தை மினுக்கிக்கொண்டிருந்தார்கள். நாங்கள் முன்னால் நடந்தோம்.

அருண் எழுத்தச்சன்

சிலர் வெளியே வந்துவிட்டார்கள். காத்திருப்பின் சலிப்பை அகற்றுவதற்காகப்போல, பலர் கையில் சிகரெட் புகைகிறது. அந்நியரைப் பக்கத்தில் காணும்போது உற்றுப் பார்ப்பார்கள். அப்புறம் அவர் தனக்கானவர் அல்லவென்று புரிந்துகொண்டு விட்டால், மீண்டும் சிகரெட்டை வாயில் வைப்பார்கள். எவர் ஆசையையும் தூண்டும் விதத்தில்தான் அவர்கள் புகையை வெளியே விடுகிறார்கள். அவர்கள் உயர்த்திய புகைச் சுருள்கள் நிறைந்து கவியும் விதத்தில் அவ்வளவு சிறிதாக இருந்தன அங்குள்ள சந்துகள். அந்தச் சுருள்களை விலக்கிவிட்டு நாங்கள் திரும்பி நடந்தோம்; புகைந்து புகைந்து கரிபிடித்த ஆதி கங்கைக்கு.

சரித்திரத்தைப் புதைத்த மூடிய குமார்த்தொளி

குமார்த்தொளியைப் பார்க்காமல் கொல்கத்தா பயணம் முழுமையாகாது என்று தோன்றியது. குமார்த்தொளியில் சிற்பிகள், நவராத்திரிக்கான சிற்பங்கள் செய்யும் பரபரப்பில் இருந்தார்கள்; பேசக்கூட பலருக்கு நேரமில்லை.

சிற்பம் செய்வதற்காக சோனாகச்சியிலிருந்து மண் எடுப்பதைக் குறித்துக் கேட்டபோது அவர்கள் அதைப் பற்றி ஒன்றும் தெரியாது என்று சொல்லித் தவிர்த்தார்கள். சோனாகச்சி யில் பெண்கள் சொன்னதெல்லாம் வெறும் கட்டுக்கதையாக இருக்குமோ என்று நான் சந்தேகித்தேன். அவர்கள் வெறுமனே உரிமைக்குரல் எழுப்பியிருக்கலாம் என்று எனக்குத் தோன்றியது.

ஆனால் மதிய ஓய்வில் இருந்த ஸ்ரீபால் எனும் சிற்பி மட்டும் எங்கள் கேள்விக்குச் சரியான விளக்கமளித்தார். "அப்படி ஒரு நம்பிக்கை இருந்தது. அந்தக் காலத்தில் அப்படித் தான் நடந்தது. துர்க்கா பூஜைக்கான சிலைகள் செய்யும்போது அதற்கான முதலாவது மண்ணை சோனாகச்சிக்குச் சென்று கொண்டுவர வேண்டும். அன்று பிரத்தியேகச் சடங்காகத்தான் அதை நடத்தியிருந்தார்கள். ஒரு வேசியின் வாசல் மண்ணுக்கு, நன்மை அதிகமாக இருக்கும் என்று ஐதீகம். அதற்காகத்தான் அந்த மண்ணை விக்கிரகத்துக்காகக் குழைக்கக் கொண்டு வருவார்கள். ஒரு வேசியின் வீட்டுக்குள் ஓர் ஆண் நுழையும்போது அவன் தனது நன்மை முழுவதையும் அவள் வீட்டு வாசலில் கைவிட்டிருப்பான். அந்த நன்மை முழுதும் அங்குள்ள மண்ணில் இருக்கும் என்பது நம்பிக்கை. சமீபகாலம்வரை அங்கிருந்து இங்கே மண் கொண்டு வந்திருந்தார்கள். ஆனால் இப்போது, அங்கே கதையெல்லாம் மாறிவிட்டது; பெண்களை வைத்துச் செய்யும் வியாபாரம் மட்டுமாகிவிட்டது. அங்கே இன்று கௌரவ மானவர்கள் செல்ல முடியாது. அதனால் நாங்களும் அந்தப் பழைய நம்பிக்கைகளையெல்லாம் விட்டுவிட்டோம்."

அவர் சொன்னது சரிதான் என்று வேறுசிலருடன் பேசிய போது புரிந்தது. பழைய நம்பிக்கைகளைக் குறித்தான எங்கள் அறிவு, அவர்களை மிகவும் திணறச் செய்ததாகத் தோன்றியது. நேரில் பார்த்துக்கூட இராத சரித்திரப் புருஷர்களுக்குச் சிற்பங்களாகச் சிறப்பாகப் புத்துயிர் கொடுக்க முடிகிற குமார்த்தொளியின் கலைஞர்கள், தங்கள் சரித்திரமே தங்களுக்குத் தெரியவில்லை என்று சொல்ல நேர்ந்தது எனக்குப் பெரிதும் ஆர்வமூட்டுவதாகத் தோன்றியது.

அங்கே சிலர் புதிய சிற்பங்களுக்கு மண்ணெடுக்க குழி தோண்டிக்கொண்டிருந்தனர். அந்தக் குழிகள் நம்பிக்கை களையும் சரித்திரத்தையும் போட்டு மூடுவதற்காகத் தோண்டப் படுவதாகத் தோன்றியது.

எல்லையற்ற வறுமையுடன் எல்லையில் ஜலாங்கி

இந்தியாவின் கிழக்கு எல்லையில் பங்களாதேசத்துடன் எல்லையைப் பகிர்ந்து கொள்ளும் மேற்கு வங்கத்தின் மாவட்டம்தான் மூர்ஷிதாபாத். மாவட்டத் தலைநகரான மூர்ஷிதாபாத், கொல்கத்தாவிலிருந்து ஐந்துமணிநேர ரயில் பயண தூரத்தில் இருக்கிறது. இந்த நகரத்துக்கு, இந்தியாவிலேயே மிகவும் வறுமைப்பட்ட இடம் என்று புள்ளிவிவர ஆய்வில் கண்டுபிடிக்கப்பட்டது எனும் தனித்தன்மையும் உண்டு.

ரயில் நிலையத்திலிருந்து வெளியே வந்தபோது முதலில் பார்த்த வண்டிக் கடைக்குச் சென்றோம். அந்தக் கடைக்காரரின் பெயர் சியாமல் மஜும்தார். கேரளாவிலிருந்து வரும் பத்திரிகையாளர்கள் என்று எங்களை அறிமுகப்படுத்திக்கொண்டபோது அவர் சற்று மரியாதையுடன் எங்களை வரவேற்றார். இப்போது கேரளத்தில் வேலை செய்வதால் தன் ஊர்க்காரர்களெல்லாம் மூன்று வேளை சாப்பிடு கிறார்கள் என்று சொன்னார். கேரளத்தில் சி.பி.எம். வலிமையான கட்சி என்று அவர் அறிந்திருந்தார். ஆனால் வங்கத்தில் முப்பதாண்டுகளுக்கும் மேலாக சி.பி.எம். தனியாக ஆண்டும் பொருளாதார முன்னேற்றம் ஏற்படாதது ஏன் என்று நாங்கள் ஆராய வேண்டும் என்று அவர் கேட்டுக்கொண்டார். மேற்கு வங்கத்தின் வறுமையைத் துடைத்தழிக்க

முடியாததற்கான, லட்சக்கணக்கான பங்களாதேசக்காரர்களின் கூட்டுக் குடியேற்றம் உட்பட்ட சில காரணங்களை ஒரு பொருளாதார நிபுணரைப்போல மஜும்தார் விளக்கினார். அவரை உற்சாகப்படுத்தினால் நன்றாக இருக்கும் என்று பிரமோத் என்னிடம் ரகசியமாகச் சொன்னார். அந்தப் பிரதேசம் பற்றிய பல விவரங்களை அவரால் எங்களுக்குக் கொடுக்க முடியும் என்று எனக்கும் தோன்றியது.

"கொல்கத்தாவில் இருக்கும் சோனாகச்சிக்கு, மூர்ஷிதா பாத்திலிருந்துதான் அதிகமான பெண்பிள்ளைகள் வருகிறார்கள் என்று தெரிந்தது. அதை ஆராயத்தான் நாங்கள் வந்திருக்கிறோம்" என்று நான் சொன்னேன். உடனே அவர் அந்த விஷயத்துக்குச் சென்றார். "மக்களுக்குக் கல்வி அறிவு இல்லாததுதான் இங்குள்ள பிரச்சினை. கேரளத்தின் அதிர்ஷ்டம், அங்கே கல்வி முன்னேற்றம் இருக்கிறது என்பதுதான். இங்கே ஆறு அல்லது ஏழாம் வகுப்பு முடியும்போது பெண்பிள்ளைகள் படிப்பை நிறுத்திவிடுவார்கள். அதிகபட்சம் பத்தாம் வகுப்புவரை படிப்பார்கள். பையன்கள் அதற்கும் முன்பே படிப்பை நிறுத்தியிருப்பார்கள். பதினெட்டு வயதுக்கும் முன்பே பெண்பிள்ளைகளைக் கல்யாணம் செய்வித்து அனுப்பிவிடுவார்கள். இருபது வயதில் அவர்கள் அம்மா ஆகிவிடுவார்கள். ஆணுக்கு வேறு பெண்பிள்ளைகள் கிடைக்க வழி இருக்கிறது. அவன் புதிய பெண்பிள்ளையைக் கல்யாணம் செய்துகொண்டு வருவான். அப்போது முதலாவது பெண்பிள்ளையை சோனாகச்சிக்கோ அல்லது அதுபோன்ற வேறு இடத்துக்கோ கொண்டுபோய் விட்டுவிடுவான்.

"நல்ல மணமகன் கிடைப்பதற்கு நன்றாக வரதட்சணை கொடுக்க வேண்டும். அதற்கு வசதியில்லாததால் இரண்டாம் மனைவியாகக் கேட்பவர்களுக்குப் பெண்பிள்ளைகளைத் திருமணம் செய்து அனுப்ப வீட்டார் தயாராகிறார்கள். அவர்களுக்கு வேறுவழியில்லை. இதைத் தவிர, வறுமையைத் தாங்க முடியாத குடும்பங்கள் நேரடியாகவே சோனாகச்சிக்கு அனுப்பிய பெண்பிள்ளைகளும் உண்டு." மஜும்தார் சொன்னார்.

இந்திய - வங்க எல்லையான ஜலாங்கியிலிருந்தும் சில விவரங்கள் சேகரிக்க வேண்டியிருக்கிறது என்று நான் சொன்னேன். பங்களாதேசத்துப் பெண்பிள்ளைகளை, ஜலாங்கியிலுள்ள எல்லைப் பாதுகாப்புப் படையின் உதவியுடன் இந்தியாவுக்குக் கடத்திதான் சோனாகச்சிக்குக் கொண்டு வருகிறார்கள் எனும் ஊர்மி பஸுவின் குற்றச்சாட்டு என் மனத்தில் இருந்தது. ஜலாங்கிக்குச் செல்லும் வழியை மஜும்தார் சரியாகச் சொல்லிக்கொடுத்தார்.

பேருந்தில் பயணித்தோம். மூர்ஷிதாபாத்திலிருந்து ஐந்து கிலோமீட்டருக்கு அப்பால் சுனாகாலி நீம்தல் இருக்கிறது. அது ஒரு ஜங்ஷன். அங்கிருந்து ஜலாங்கிக்கு ஒன்றரைமணிநேரம் பயணம்செய்ய வேண்டும்.

ஜலாங்கியில், கேரளத்தில் வேலை செய்துகொண்டிருக்கும் போது காயம்படவோ இறக்கவோசெய்த வங்காளிகளின் குடும்பங்கள் நிறைய உண்டு என்று, வளைகுடா நாடுகளில் பணிபுரியும் தொழிலாளிகளின் உரிமைகளுக்காகச் செயல்படும் ஜார்ஜ் புருனோ எனும் நண்பர் சொல்லியிருந்தார். பேருந்தை விட்டு இறங்கிய சாலைச் சந்திப்பிலிருந்து ஒரு கிலோமீட்டர் நடந்து சர்க்கார்படா எனும் தெருவுக்கு வந்தோம். போகும் வழியில் எல்லைப் பாதுகாப்புப் படையின் முகாமைப் பார்த்தோம். காயம்பட்டவர்களின், இறந்தவர்களின் வீடுகள் சர்க்கார் படாவில் இருக்கிறது.

வீடுகள், சணல்செடியின் கம்புகளால் உருவாக்கப் பட்டிருந்தன. வீடு என்றால் ஒன்றோ அல்லது இரண்டோ அறை மட்டும். சில வீடுகள் ஓடுபோட்டவை. அபூர்வமாகச் சில வீடுகள் காங்கிரீட் கட்டடங்களாக இருந்தன. நல்ல நிலையில் உள்ள வீடுகளெல்லாம் கேரளத்தில் வேலைக்குச் சென்றவர்க ளுடையவை என்று பிறகு புரிந்தது.

கேரளத்தில் காயம்பட்டவர்களைப் பார்க்க வேண்டும் என்று சொன்னபோது விடுப்பில் ஊருக்கு வந்த, கேரளத்தில் தொழில் செய்யும் பாஹூன் முந்தோல் எனும் இளைஞன் எங்களுக்கு உதவி செய்ய முன்வந்தான். நான்கைந்துமணி நேரத்தில் அந்தப் பிரதேசத்தின் நிறைய வீடுகளுக்குச் சென்று அவர்களையெல்லாம் பார்த்துப் பேசினோம்.

வங்காளிகள் எனும் பெயரில் பங்களாதேசத்தினரும் வருவதால் கேரளத்தில் வங்காளிகளுக்குப் பெரிய மதிப்பில்லை என்று நான் சொன்னபோது பாஹூன் முந்தோல்அதை ஏற்றுக் கொண்டான். கேரளத்தில் திருடுவதும் கொலை செய்வது மெல்லாம் பங்களாதேசத்தினர் என்றும் அதற்கான கெட்ட பெயரை தாங்கள் அனுபவிக்கிறோம் என்றும் அவன் சொன்னான்.

கொல்கத்தாவுக்கு இந்தவழியாகப் பெண்பிள்ளைகளைக் கடத்திக்கொண்டு வருவதாகக் கேள்விப்பட்டோமே என்று சொன்னபோது, அதெல்லாம் உண்டுதான் என்று அவனும் ஏற்றுக்கொண்டான். "கடத்திக்கொண்டு வரப்படாமல் தங்கள் சொந்த விருப்பப்படி வரும் பெண்பிள்ளைகளும் உண்டு. அங்கே தின்பதற்கும் உடுப்பதற்கும் இல்லாததால் அவர்கள் இந்தியாவுக்கு வருகிறார்கள்." அவன் சொன்னான்.

“இவர்கள் இங்கே சுலபமாக வர எப்படி முடிகிறது?” எல்லைப் பாதுகாப்புப் படையில் வேலைசெய்திருந்த பிரமோத் ஏதும் அறியாததுபோலக் கேட்டார்.

“எல்லையில் வேலி இல்லையல்லவா?” பாஹூன் சட்டென்று பதில் சொன்னான்.

“அங்கே எல்லைப் பாதுகாப்புப் படையினர் காவல் இருக்க மாட்டார்களா?” நான் கேட்டேன்.

“அதையெல்லாம் தாண்டிச் செல்வது சுலபம்.” அவன் சொன்னான்.

“ஆனால் நாம் அங்கே போய்ப் பார்த்தால் என்ன?” என்று கேட்டபோது அவன் தயாரானான். அவன் பின்னால் நாங்கள் நடந்தோம். சணல் விளைந்த வயல்களை எல்லை பிரித்து ஒற்றையடிப் பாதை செய்யும் வரப்பின் வழியாகத்தான் நாங்கள் நதியில் இறங்கினோம். உச்சிவெய்யிலில் ஒளிரும் பெரியதொரு கண்ணாடிப் பலகைபோன்று பரந்துகிடக்கிறது பத்மா நதி. நதிக்கு அந்தப் பக்கம் வயல்களின் பச்சைக் கடல்தான். ஆழமும் நீரோட்டமும் குறைவாக இருந்தாலும் முந்நூறு மீட்டருக்கும் மேலான அகலத்தில் பரந்துவிரிந்துசெல்லும் நதி, பழங்காலத்தில் என்றோ நிறைந்து ததும்பிச்சென்ற பாரதப்புழயின் நல்ல காலத்தை நினைவூட்டியது.

ஒரு மக்கள் கூட்டத்தை மதத்தின் பெயரால் பிரித்த பிரிட்டிஷ் தந்திரம், மண்ணையும் மனங்களையும் பிரிக்கும் போது எல்லை வகுக்க இந்த நதியைத்தான் தேர்ந்தெடுத்தது. அன்றுவரை கலாசாரங்களுக்கும் வாழ்க்கைகளுக்கும் குடிநீராக இருந்த நதி, அதன்பிறகு துயரத்தின் கண்ணீர்ப் பெருக்கானது. சுதந்திரத்துக்குப் பிறகு பிரிவினையின் காயம் இங்கே மீண்டும் உதிர நதியை உண்டாக்கியது. பிறகு பங்களாதேசம் பிறந்த போதும் இருநாடுகளுக்குமிடையில் விலகலின் எல்லையாகத் தான் இந்த நதி நிலைகொண்டது.

வயல்வரப்பில் நடக்கும்போதே எல்லைப் பாதுகாப்புப் படை வீரர்கள் காவல் இருக்கும் பரண் வீட்டைப் பார்க்கலாம். நேராக அங்கே சென்றோம். அங்கே இருவர் இருந்தார்கள். ஒருவர் ஆந்திராக்காரர், மற்றொருவர் காஷ்மீரி. வாக்கி டாக்கியில் ஏதேதோ கட்டளைகள் வந்துகொண்டிருந்தன.

கேரளத்தில் வேலைசெய்யும்போது காயம்பட்ட ஜலாங்கி தொழிலாளிகளைப் பார்க்க வந்தோம் என்றும் இந்த வழியாகச் செல்லும்போது எல்லையையும் பார்க்க வேண்டும் என்று நினைத்தோம் என்றும் சொன்னோம். வீட்டைப்

பிரிந்திருக்கும் கஷ்டத்தையெல்லாம் பிரமோத் கேட்டார். மனம் திறந்து ஏதாவது பேச ஆள் கிடைத்ததில் அவர்களுக்கு மகிழ்ச்சி. நாங்கள் எதிர்பார்த்ததற்கும் அதிகமாகவே அவர்கள் பேசினார்கள்.

பங்களாதேசிகள் இந்தவழியாக இந்தியாவுக்குக் கடந்து கேரளம்வரை வருகிறார்கள் என்றும், பெண்பிள்ளைகளைக் கடத்திக்கொண்டுவருவதாகக் குற்றச்சாட்டு உண்டு என்றெல்லாம் நான் சொன்னேன்.

"பங்களாதேசத்தினர் கடக்கிறார்கள் என்றால் அது வங்காளிகளின் உதவியுடன்தான். வங்காளிகள், தங்கள் உறவினர் - சொந்தம் என்றெல்லாம் சொல்லி அக்கரையிலிருந்து இங்கே ஆட்களைக் கொண்டு வருவார்கள். பிறகு அவன்களெல்லாம் எங்காவது சென்று கொலைசெய்துவிட்டால், வங்காளிகள் அத்தனைபேருக்கும் கெட்ட பெயராகிவிட்டது என்று புகாரும் சொல்வார்கள். பெண்பிள்ளைகளைக் கொல்கத்தாவுக்குக் கொண்டு செல்ல வேண்டும் என்றால், அதுவும் வங்காளிகளின் உதவியில்லாமல் நடக்காது. அவர்கள் கமிஷனுக்காக இல்லாத உறவுமுறை சொல்லிப் பெண்களைக் கடத்துவார்கள். அதன் விளைவு அவர்களுக்குத் தெரியாது அல்லவா?" ஆந்திராவைச் சேர்ந்த ஜவான் இப்படிச் சொன்னபோது, நான் பாஹூனைப் பார்த்தேன். அவன் முன்பு என்னிடம் சொன்னது நினைவிலேயே இல்லாததுபோன்று ஜவான் சொன்னதை ஏற்றுக்கொண்டான்.

"நதியைக் கடந்துவரும் பங்களாதேசிகளுக்கு அடையாள அட்டை செய்து கொடுப்பது இங்குள்ளவர்கள்தான்." ஆந்திர ஜவான் சொன்னார். பாஹூன் அதையும் ஏற்றுக்கொண்டான்.

அங்கே நின்று நதியைப் படங்கள் எடுக்க அவர்கள் அனுமதியளித்தார்கள்; அவர்களைப் படம் எடுக்கக் கூடாது எனும் கட்டளையுடன். அவர்களிடம் விடைபெற்றுத் திரும்பி நடக்கும்போது, பங்களாதேசிகள் வங்காளிகளுக்குக் கெட்ட பெயர் ஏற்படுத்துவதைப் பற்றி பாஹூன் நிறையப் பேசினான். சற்று முன்பு ஜவான் தன் ஊர்க்காரர்களைப் பற்றிச் சொன்ன விஷயம் முற்றிலும் அவன் நினைவில் இல்லையென்பதுபோலத் தோன்றியது.

பிருந்தாவனத்து ராதைகள்

வங்கத்திலிருந்து விதவைகள் நிறையப் பேர் குடியேறும் இடம்தான் உத்தரப்பிரதேசத்தில் இருக்கும் பிருந்தாவன் என்று ஊர்மி பஸு சொன்னபோதே அந்த இடத்தை நேரில் பார்க்க வேண்டும் என்று முடிவு செய்திருந்தேன். டெல்லி – மதுரா பேருந்து வழியில் மதுரா வருவதற்குப் பத்துக்கிலோமீட்டருக்கு முன்புள்ள 'சட்டிக்கரை' எனும் இடத்தில் இறங்கி பிருந்தாவனத்துக்குச் செல்ல வேண்டும். இந்த வழியில் ஒவ்வொரு குறிப்பிட்ட தூரத்திலும் ஒவ்வொரு மிகப் பெரிய கோயில்களைப் பார்க்கலாம். மேலும் கோயில்களை மையப்படுத்திதான் இங்கே பேருந்து நிறுத்தங்கள் அமைத்திருக்கிறார்கள். நான்கைந்து கிலோமீட்டர் கடந்து பிருந்தாவன் நகரத்துக்கு வந்தால் பிறகு எங்கும், 'ராதே ராதே' எனும் ஒரு மந்திரம்தான் கேட்கும். இங்கே அது பக்திபோதையில் உருப்போடும் மந்திரம் மட்டும் அல்ல. முன்னால் செல்பவர்களைச் சாலையிலிருந்து ஓரத்துக்கு விலக்க, முதல் முறை பார்க்கும்போது வணக்கத்துக்கு மாற்றாக, தெரிந்தவர்களைப் பார்க்கும்போது பழக்கத்தைப் புதுப்பித்துக்கொள்வதற்கு . . . அப்படியெல்லாம் எல்லாவற்றுக்கும் இங்கே பயன்படுத்துவதுதான் இந்த மந்திரம்.

உத்தரப்பிரதேச மாநிலத்தில் பிருந்தாவனம் இருக்கிறது. ஸ்ரீகிருஷ்ணன் தன் குழந்தைப் பருவத்தைச் செலவிட்ட புண்ணியஸ்தலம் என்பதுவே பிருந்தாவனத்தின் புராண முக்கியத்துவம். இந்த நகரம் கோயில்களால் சூழப்பட்டிருக்கிறது. இவற்றில்

‘பாக்ய பிஹாரா மஹராஜ் மந்திர்’ க்குத்தான் முக்கிய இடம் என்று தோன்றியது. அங்குதான் மிக அதிகமான கூட்டம்.

கோயில்களைவிடக் குறைவான வீடுகளே நகரத்துக்குள் இருந்தன. நேரம் காலை ஏழுமணி. தேநீர் குடிக்கலாம் என்று சுற்றிலும் பார்த்தோம். தேநீர்க் கடைகளைவிட இங்கே ஆசிரமங்கள் அதிகமாக இருக்கின்றன என்று தோன்றியது. தெளிவாக போர்டு வைத்து வண்ணங்கள் பூசிச் சுத்தமாக ஆசிரமங்களைப் பராமரிக்கிறார்கள். இங்குள்ள கோயில்களுக்கு அந்த அளவு சுத்தம் இருக்கிறதா என்பது சந்தேகம்.

வழியோரத்தில் உள்ள ஒவ்வொரு வீட்டுக்கும் முன்னால் சாலை ஓரமாக ஒவ்வொரு கட்டில் இடப்பட்டிருப்பதைப் பார்த்தோம். அது ஏன் என்று எங்களுக்குப் புரியவில்லை. ஒரு வழிகாட்டியைத் துணைக்குச் சேர்த்துக்கொண்டு நாங்கள் கோபிகைகளின் தேடலுக்கு வந்தோம். வழிகாட்டியின் பெயர், ஸுப்வா. பிருந்தாவனத்தில் கோபிகைகள் நிறையப் பேர் இருக்கிறார்கள் என்று வழிகாட்டி சொன்னார். அவர் கணக்குப் படிக் கோபிகைகள் பத்தாயிரம்பேர் இருப்பார்கள். காலையிலும் மாலையிலும் அவர்கள் பஜனைசெய்துகொண்டிருப்பார்கள் என்று சொன்னார்.

“பஜனைகளா?” நான் கேட்டேன்.

“கோபிகைகள் ஸ்ரீகிருஷ்ணனைத் துதிக்க வேண்டும் அல்லவா? பகவான்தானே அவர்களின் கணவர்.”

நகரத்தில் கோபிகைகள் யாரையும் காணாததன் காரணம் அப்போதுதான் எனக்குப் புரிந்தது. பஜனை முடிவதற்கு ஒன்பது மணியாகும்.

வெய்யில் தீவிரமடையத் தொடங்குகிறது. ஒன்பதுமணிவரை பிருந்தாவனத்தில் சுற்றி நடந்தோம். எல்லாக் கோயில்களிலும் ஸ்ரீகிருஷ்ணனைவிட முக்கியத்துவம் ராதைக்குத்தான். ‘நிதிவன்ராஜ் சேவாதிகாரி’ கோயிலில் ராதையின் சிருங்காராலயமே (ச்ருங்கார் கர்) இருக்கிறது. உள்ளே படுக்கையறையும் பிறவும் அமைக்கப்பட்டதுதான் சிருங்காராலயம். பொதுவாக வெளியிலிருந்து கும்பிட மட்டும்தான் அனுமதி. ஆனால் பூசாரியின் கையில் இருபத்தைந்து ரூபாய் கொடுத்தால் சிருங்காராலயத்தின் உள்ளே சென்று பார்க்கலாம். சில பெண்கள் உள்ளே செல்வதைப் பார்த்தோம். ராதை, கிருஷ்ணனின் படுக்கையைச் சற்றுத் தொட முடிவதையே பாக்கியமாகத்தான் பக்தர்கள் கருதுகிறார்கள். சட்டென்று கோயிலைச் சுற்றிப் பார்த்துவிட்டு நாங்கள் வெளியே சென்றோம்.

பிறகு நாங்கள் கோயிலுக்குப் பக்கத்தில் உள்ள 'மீரா பாய் பஜன்' ஆசிரமத்துக்குப் போனோம். பெரியதொரு கூடம்தான் ஆசிரமம். கூடத்தின் இருபுறமும் நிறைய மர அலமாரிகள். அதற்குள் நான்கு அல்லது ஐந்துபகுதிகளாகப் பிரிக்கப் பட்டிருக்கிறது. ஒவ்வொரு பகுதியும் ஒவ்வொரு ராதையின் உடைகளை வைப்பதற்கான இடம் என்று தோன்றுகிறது. அலமாரிகளுக்கும் முன்னால் பாய் மடக்கிவைக்கப்பட்டிருந் தது; இரவில் அவர்கள் படுப்பதற்கானது. ஆசிரமத்தின் ஒரு மூலை, கப்போர்டு வைத்து மறைக்கப்பட்டிருந்தது. அது சரக்கு அறை. ராதைகளுக்கு அனுமதிக்கப்படும் தானியங்களை இங்கேதான் சேகரித்து வைப்பார்கள். எல்லா ஆசிரமங்களின் அமைப்பும் ஏறத்தாழ இப்படித்தான்.

அங்கே வசிக்கும் ராதைகளின் எண்ணிக்கைக்கு ஏற்றவாறு கூடத்தின் பரப்பு அதிகமாகவும் குறைவாகவும் இருக்கும்.

அந்த ஆசிரமத்தில் அப்போது நூறு பெண்கள் இருந்தார்கள். அவர்கள் பலப்பல குழுக்களாகப் பிரிந்து பேசிக்கொண்டிருந் தார்கள். எந்தக் குழுவிலும் சேராமல் ஸ்ரீகிருஷ்ண விக்கிரகத்துக்கு முன்னால் பாட்டுப் பாடிக்கொண்டிருந்த ஒரு பெண் எங்கள் கவனத்தில் பட்டார். அவரின் பாட்டுக்குத் தடையேற்படுத்த வேண்டாம் என்று அவர் அருகே செல்லத் தயங்கினோம் என்றாலும் அவர் பாடிக்கொண்டிருக்கும்போதே எங்களைக் கவனித்தார். பக்கத்தில் வரும்படிக் கையால் சைகை காட்டி னார். நாங்கள் பக்கத்தில் சென்றபோது ஸ்ரீகிருஷ்ணனைக் கும்பிடும்படி அவர் அனுமதி கொடுத்தார். அப்போதும் அவர் ஸ்ரீகிருஷ்ண துதிகள் பாடிக்கொண்டேயிருந்தார். அவர் கொடுத்த சுதந்திரத்தால் நாங்கள் அவர் பக்கத்தில் அமர்ந்தோம். பாட்டின் ஓசை குறைந்து குறைந்து வந்து முனகலானபோது நாங்கள் பேச ஆரம்பித்தோம். உடனே அவர் பாட்டை நிறுத்தி விட்டு நாங்கள் சொல்வதைக் கவனித்துப் பேச்சில் கலந்து கொண்டார்.

அந்தப் பக்தையின் பெயர் ஜல்னாதாசி. அவரது அப்பா வும் அம்மாவும் வங்கத்தில் நவத்தீவில் (நவத்வீபம்) கூலி வேலை செய்பவர்கள். ஜல்னாவுக்குப் பதினான்காம் வயதில் திருமணமானது. குடும்ப வாழ்க்கை ஆரம்பித்து அதிக காலம் ஆவதற்கு முன்பே, ஸ்ரீகிருஷ்ண பகவானின் 'அழைப்பு' வந்தது. சீக்கிரமே கணவனுடன் இங்கே வந்தார். கணவர் மதுராவில் மற்றொரு ஆசிரமத்தில் இருக்கிறார் என்று அவர் சொன்னார். அடிக்கடி அவர் தன் மனைவியைப் பார்க்க இங்கே வருவார்.

காலையிலும் மாலையிலும் தலா மூன்றுமணிநேரம் பஜனை பாடி கிருஷ்ணனை மகிழ்ச்சிப்படுத்துவதில் பெருமைப்

படுவதாக அவர் சொன்னார். திருப்தியான தன் வாழ்க்கையை அதிகம் அவர் பேசும்போதும் எதையோ மறைக்க முயல்வதாக எனக்குத் தோன்றியது.

"உங்கள் குழந்தைகள்?" நான் கேட்டேன்.

"எல்லாம் எல்லாம் பகவான் கிருஷ்ணன்தான். வேறு எதைப் பற்றியும் நான் யோசிப்பதில்லை." அவர் தந்திரமாகப் பதில் சொன்னார்.

நவத்தீவில் அவரது பொருளாதாரச் சூழ்நிலையைக் கேட்கும் போதும் இவர் இதே தந்திரத்தைப் பயன்படுத்தினார். "பழைய காலத்தில் பல துன்பங்களும் இருந்திருக்கலாம். எல்லாவற்றி லிருந்தும் கிருஷ்ணன் இப்போது கரையேற்றிவிட்டாரல்லவா?" அவர் பெருமூச்சுவிட்டார்: "ராதே ராதே . . ."

மேற்கொண்டு வரும் கேள்விகளைத் தடுப்பதற்காக அவர் முன்பு பாடிக்கொண்டிருந்த ஸ்ரீகிருஷ்ண துதியின் மிச்ச வரிகளைப் பாடத் தொடங்கினார். இங்கே காலையிலும் இரவிலும் பஜனைக்குத் தலா ஐந்துரூபாய் கிடைக்கும் என்றும் குறிப்பிட்ட அவர், இனி கேள்வி வேண்டாம் என்று சொல்வது போன்று துதிப் பாடலின் ஓசையைக் கூட்டினார்.

இந்த நேரத்தில் எங்களைக் கவனிக்கத் தொடங்கிய பெண்கள் குழுவிடம் நாங்கள் சென்றோம். கேமராவை வெளியே எடுத்தபோது ஆர்வத்துடனும் மகிழ்ச்சியுடனும் எல்லாரும் போஸ் கொடுத்தார்கள். அவர்களில் வயதான ஒரு மூதாட்டியின் பக்கத்தில் நாங்கள் அமர்ந்தோம்.

எழுபத்தைந்து வயதுடைய அவர் பெயர் புஷ்பாதேவி. அவர் வீடும் வங்கத்தில்தான் இருக்கிறது, நாதியா மாவட்டத் தில். கூலி வேலை செய்யும் கணவனுக்கு வேலைகுறைந்தவுடன் மூன்று வேளை சாப்பிடுவதே கஷ்டமாகிவிட்டது. கொஞ்ச காலம் அயல் பிரதேசங்களிலெல்லாம் வேலைக்குச் சென்று பார்த்தார். காலப்போக்கில் அந்த இடங்களிலும் வேலை இல்லாத நிலை ஏற்பட்டது. அந்த இடங்களில், கணவன்கள் இறந்தபின் அவர்தம் மனைவியர் எல்லாரும் பிருந்தாவனத்தில் குடியேறும் காலமாக இருந்தது அது. இங்கே வந்துவிட்டால் மூன்றுவேளை சாப்பாடாவது கிடைக்குமே என்று அவர்களைப்போல புஷ்பா தேவியும் கருதினார். அப்படி, விதவையாக இல்லாவிட்டாலும் அவரும் ஒருநாள் விதவைகளுடன் பேருந்தில் ஏறினார். பயணச் சீட்டு வாங்கக்கூட பணமில்லை. பல பேருந்துகள் மாறி மாறி ஏறித்தான் இங்கே வந்தார்.

"இங்கே எப்படி இருக்கிறது?"

புனிதப் பாவங்களின் இந்தியா

"இங்கே மூன்று வேளையும் உணவு கிடைக்கும்." பெரிய தொரு நிம்மதியைப்போல அவர் சொன்னார். "ஆசிரமங்களி லிருந்து பூஜைக்கு ஊதியமாக தினமும் பத்து ரூபாய் கிடைக்கிறது. அதைக்கொண்டு தானியங்கள் வாங்கலாம். அரசாங்கம் கொடுக்கும் 450 ரூபாய் பென்ஷனும் உண்டு."

ஜல்னாதாசியின் வாழ்க்கைக் கதையின் மறுபாதியை புஷ்பாதேவி முழுமைப்படுத்தியதாக எனக்குத் தோன்றியது.

"துயரமாக உணர்கிறீர்களா?" நான் கேட்டேன்.

"துயரமா...? எதற்கு...? எதற்குத் துயரப்பட வேண்டும்...?" இப்படிக் கேட்டுவிட்டு அவர் முகத்தைத் திருப்பிக்கொண்டார். அந்தக் குழுவில் உள்ள மற்ற யாரும் பிறகு எங்களுடன் பேசத் தயாராக இல்லை.

அந்நியர்களான எங்களிடம் ராதைகள் மனம் திறந்து பேசமாட்டார்கள் என்று புரிந்துவிட்டபோது மாவட்டச் சட்டப்பணிகள் ஆணைக்குழுவின் (District legal services authority) உதவியைப் பெறவேண்டும் என்று நாங்கள் முடிவுசெய்தோம்.

பிருந்தாவனத்தில் உள்ள பெண்களின் சமூக நிலையை ஆராய்ந்து அறிக்கை கொடுக்கவும் அவர்களின் பிரச்சினைகளை அந்த நேரங்களில் தெரியப்படுத்துவதற்குமான பொறுப்பை உச்சநீதிமன்றம், சட்டப்பணிகள் ஆணைக்குழுவுக்குக் கொடுத்திருக்கிறது. மலையாளியான, தேசிய சட்டப்பணிகள் ஆணைக்குழுவின் தலைவர் சரத் சந்திரன் மூலமாக, ஆணைக் குழுவின் மதுரா மாவட்டத் தலைவர் கௌரவ் சர்மாவை நாங்கள் தொடர்பு கொண்டோம். அவரால் பொறுப்பளிக்கப் பட்ட இரண்டு தன்னார்வலர்கள், நாங்கள் தங்கியிருக்கும் விடுதிக்கு அன்று மதியம் வந்துவிட்டார்கள் – சதீஷ் சந்திர சர்மாவும் வருண்குமார் சர்மாவும்.

சட்டப்பணிகள் ஆணைக்குழுவின் தலையீட்டைத் தொடர்ந்து பெண்களின் நிலையில் மிகவும் முன்னேற்றம் ஏற்பட்டதாக இவர்கள் கருத்துத் தெரிவித்தார்கள். "முன்பு இங்குள்ள ராதைகளுக்கு உணவும் மற்ற வசதிகளும் சரியாகக் கிடைக்கவில்லை. வங்கத்தில் நாதியா, நவத்தீவு, மிட்நாபூர் ஆகிய இடங்களிலிருந்து ஆயிரக்கணக்கான பெண்கள் இங்கே வந்திருக்கிறார்கள். சதி தடைசெய்யப்பட்ட பிறகு விதவைகள் இங்கே வருகிறார்கள்போலிருக்கிறது. சதி தடைசெய்யப்பட்டு விட்டாலும் அந்தப் பெண்களை ஏற்றுக்கொள்ள அங்கிருக்கும் சமூக மனநிலை வளர்ந்திருக்கவில்லை. அப்படிப்பட்ட பெண்களை எந்த சுபகாரியங்களிலும் அனுமதிக்க மாட்டார்கள். ஊர்க்காரர்கள் தனிமைப்படுத்துவதையாவது சகித்துக்கொள்ள லாம். குடும்பத்தினரும் ஏன், பிள்ளைகள்கூட தங்களைத்

தனிமைப்படுத்துவதைத்தான் அவர்களால் தாங்கிக்கொள்ள முடியாது. அப்படி அவர்கள் இங்கே வரத் தொடங்கினார்கள். இந்த இடம் ஒரு புண்ணியஸ்தலமாய் இருந்ததும் ஒரு காரணமாக இருக்கலாம். இங்கே இறக்க முடிவதும் ஒரு புண்ணியம் அல்லவா? ஆனால் காலம் செல்லச்செல்ல விதவைகளுக்குப் பின்னால், அங்கே குடும்பத்தினரின் கொடுமையைச் சகிக்க முடியாத பெண்களும் கடும் வறுமைப்பட்ட குடும்பங்களைச் சேர்ந்தவர்களுமெல்லாம் பிருந்தாவனத்தை ஒரு புகலிடமாகக் கருதினார்கள்." சதீஷ் விளக்கினார்: "வரும் பெண்கள் எல்லோரும் ராதைகளாகப் பிருந்தாவனவாசிகளாக மாறினார்கள். காலையும் மாலையும் இவர்கள் பஜனை பாடுவதற்காக ஆசிரமங்களுக்குச் செல்வார்கள் என்றாலும், முக்கியமான வருமானம் யாசகம்தான்."

சத்தான உணவு இல்லாததாலும் நோய்தீர வழியில்லாமலும் ராதைகள் தெருக்களில் செத்துவீழ்ந்ததாகக் கேள்விப்பட்டிருந்தேன். இதைச் சொன்னபோது சதீஷ் திருத்தினார்: "சட்டப்பணிகள் ஆணைக்குழுவின் தலையீடு அந்த நிலைமைக்கெல்லாம் மாற்றம் ஏற்படுத்தியது. இப்போது இவர்களுக்கு அரசின் கட்டுப்பாட்டில் காப்பகங்கள் இருக்கின்றன. அந்த இடங்களில் இவர்களின் பாதுகாப்புக்குப் பலவிதத் தொண்டு நிறுவனங்கள் பொறுப்பேற்றிருக்கின்றன. மோசமான சூழ்நிலையில் வாழ்கின்றவர்களைப் பற்றி ஏதாவது தகவல் கிடைத்தால் உடனடியாக அதை உச்சநீதிமன்றத்தின் கவனத்துக்குக் கொண்டுவரச் சட்டப்பணிகள் ஆணைக்குழு தயாராக இருக்கிறது. சாலைகளில் வசிக்க நேரும் யாருமே இப்போது பிருந்தாவனத்தில் இல்லை. எல்லாரும் சரியாகக் காப்பகங்களில் இருக்கிறார்கள். இவர்களுக்குப் போதுமான கழிப்பறை வசதி இல்லாவிட்டாலும் அதைக்கூட நாங்கள் நீதிமன்றத்தின் கவனத்துக்குக் கொண்டுவருவோம். இன்று இவர்களுக்கு ரேஷன் பொருட்களும் ஓய்வூதியமும் சரியாகக் கிடைக்கிறதா என்று உறுதிப்படுத்த சட்டப்பணிகள் ஆணைக்குழு தலையிடுகிறது."

ராதைகளின் நிலைமையை நேரடியாகப் பார்த்துப் புரிந்துகொள்ள வேண்டும் எனும் எங்கள் விருப்பத்தை அவர்கள் வரவேற்றார்கள். உத்தரப் பிரதேச அரசு ராதைகளுக்காகக் காப்பகங்கள் உருவாக்கிய 'சைதன்ய விகார்' க்கு சதீஷும் வருணும் எங்களை அழைத்தார்கள்.

சீக்கிரமே நாங்கள் அங்கே புறப்பட்டோம். நடுப்பகல் நேரத்தில்தான் எங்கள் கார் சைதன்ய விகாரைச் சென்றடைந்தது. ராதைகளின் பாதுகாப்பை ஏற்றெடுத்த மிக அதிகமான தொண்டு

நிறுவனங்கள் இந்த இடத்தை மையமாகக் கொண்டு செயல்படுகின்றன. அவர்களின் கட்டுப்பாட்டில் உள்ள காப்பகங்களை அந்தப் பிரதேசமெங்கும் காணலாம். ஒவ்வொரு காப்பகமும் ஒவ்வொரு பெரிய கூடம். இதில் கொஞ்சம் இடம் தானியங்களும் பிறவும் சேகரிக்க ஒதுக்கப்பட்டிருக்கும். கொஞ்சம் இடம் அலுவலகப் பயன்பாட்டுக்கு. மிச்சம் இருக்கும் இடமெல்லாம் ராதைகளின் படுக்கைகள்தான். அது, அரசு மருத்துவமனையின் ஜெனரல் வார்டை நினைவூட்டும். அந்த இடங்களில் உள்ள ராதைகளில் பலரும் நோயாளிகள். துணைக்கு யாருமில்லாத நோயாளிகள்.

'மைத்ரி இந்தியா' எனும் அமைப்பின் கீழ் இருக்கும் விதவைகளை நாங்கள் முதலில் அறிமுகம்கொண்டோம். அங்கே வந்து சதீஷும் வருணும் பதிவேட்டையும் வருகைப் பதிவுப் புத்தகத்தையும் பரிசோதித்தார்கள். அங்கே காப்பாளராக இருந்த இளம்பெண் இந்தியில் பேசினாள். அங்கே 161 பெண்கள் இருந்தார்கள். இவர்களில் முப்பத்தொருபேர் அன்றைய நாளில் ஆஜர் இல்லை என்று காப்பாளர் சொன்னார். சிலர் ஏதேதோ ஆசிரமங்களுக்குப் போயிருக்கிறார்கள். சிலர் ஊருக்குச் சென்று திரும்பி வரவில்லை. ராதைகளில் பெரும்பாலோர் வங்காளிகள். மிச்சமிருப்பவர்கள் ஒரிசா, அசாம் ஆகிய இடங்களிலிருந்து வந்தவர்கள். அவர்களைப் பார்த்துப் பேசுவதற்குக் காப்பாளர் அனுமதியளித்தார்.

ராதைகள் வசிக்கும் அறைக்குச் சென்றபோது, கும்பிட்ட கையுடன், 'ராதே ராதே' எனும் குரல்கள் ஒலித்தன. நாங்களும் 'ராதே ராதே' என்று வணக்கம் தெரிவித்தோம்.

வங்கத்தின் செளவீஸ் பர்கானாவைச் சேர்ந்த எழுபது வயதுடைய ஆசாலதா பானர்ஜி எங்களிடம் பேசத் தொடங்கினார். "கிருஷ்ணன்தான் எங்களை இங்கே ராதையாக அழைத்தார். அவரை நேசித்து இங்கேயே இறந்துவிழ வேண்டும் என்று நாங்கள் ஆசைப்படுகிறோம்." ஆசாலதா சொன்னார்.

"ஊரில் வாழ்க்கை மகிழ்ச்சியாக இருந்ததா?"

"நிச்சயமாக. ஆனால் அதனால் என்ன பயன்? பகவானைச் சேவிக்கும் கடமை எப்போதேனும் நிறைவேற்றப்பட வேண்டாமா?" அவர் பக்தி நிறைந்து ததும்பும் கண்களுடன் சொன்னார்.

"சிறுவயதிலிருந்தே கிருஷ்ண பக்தையாக இருந்தீர்களா?" நான் இன்னும் சற்றுப் பக்கத்தில் அமர்ந்து கேட்டேன். அவர் பட்டென்று பதில் சொன்னார்: "இல்லை."

"எப்போது கிருஷ்ணனைப் பற்றிக் கேள்விப்பட்டீர்கள்?" நான் ஆர்வத்துடன் கேட்டேன்.

"கணவரின் மரணத்துக்குப் பிறகு அங்கே நான் முற்றிலும் தனிமைப்படுத்தப்பட்டேன். தனிமைப்படுத்துவது கடுமையானபோது எங்காவது போய்விட்டால் போதுமென்று தோன்றியது. அப்போதுதான் பிருந்தாவனத்தைக் கேள்விப்பட்டேன். அந்தக் காலத்தில் அங்கிருந்து விதவைகள் எல்லாம் பிருந்தாவனத்துக்குத்தான் வந்தார்கள். இங்கே வந்த பிறகு கிருஷ்ணனைக் குறித்து மேலதிகமாகப் புரிந்துகொள்ள முடிந்தது."

"அப்படியென்றால், இனி ஒருபோதும் திரும்பிச் செல்ல உங்களுக்கு விருப்பமில்லையா?" நான் அவர் கண்களைப் பார்த்தேன்.

"இந்த மண்ணிலிருந்து திரும்பிப் போவதா? உங்களுக்கு என்ன பைத்தியமா? இது எங்கள் கிருஷ்ணன் விளையாடி வளர்ந்த மண் அல்லவா?" அவருக்கு என் கேள்விகள்மீது முற்றிலும் அலட்சியம்.

"உங்களைச் சமூகம் தனிமைப்படுத்தவில்லை என்றால் நீங்கள் இங்கே வந்திருப்பீர்களா?"

"காரணங்கள் பல இருக்கலாம். இந்தத் தனிமைப்படுத்தலே என்னை இங்கே கொண்டுவருவதற்கான பகவானின் லீலையாக இருக்கலாம் அல்லவா?" அவருடைய அந்த விளக்கம் எனக்கு வியப்பளித்தது.

"பிள்ளைகள் இல்லையா?"

அவருக்குள் இருக்கும் அம்மாவைத் தெரிந்து கொள்வதற்காக நான் கேட்டேன்.

"உண்டு. பிள்ளைகளை வளர்ப்பதற்குத்தான் வாழ்க்கை முழுதும் கஷ்டப்பட்டேன். அப்புறம், பிள்ளைகளே வீட்டை விட்டுப் போய்விடும்படிச் சொன்னார்கள்." இதைச் சொல்லும் போது அவர் கண்களில் ஈரம் படர்ந்தது.

"பிள்ளைகள்மீது உங்களுக்குக் கோபம் இருக்கிறதா?"

"இல்லை." அந்த ஈரக் கண்களைக் கைகளால் மறைத்துக் கொண்டு சொன்னார்: "நான் இங்கே திருப்தியாக இருக்கிறேன். பிறகு எதற்குப் பிள்ளைகளைப் பற்றி யோசிக்கப்போகிறேன்?"

"அவர்கள் வந்து அழைத்தால் நீங்கள் திரும்பிப் போக மாட்டீர்களா?" நான் தாழ்ந்த குரலில் கேட்டேன்.

"நான் முதலிலேயே சொல்லிவிட்டேனே, இல்லை யென்று." சற்று நிறுத்திவிட்டு அவர் தொடர்ந்து சொன்னார்:

புனிதப் பாவங்களின் இந்தியா

“என்றாலும் அவர்கள் வந்து அழைக்க வேண்டும் என்று ஆசைப்படுகிறேன்.” அதைச் சொல்லிமுடிக்கும்போது அவர் அழத் தொடங்கியிருந்தார். பக்தி மகத்துவத்தில் தான் இங்கே மகிழ்ச்சியாக இருப்பதாக மற்றவர்களுக்கும் தனக்கும் தவறான எண்ணத்தை ஏற்படுத்தும் அவர்களின் சுதந்திரத்தைப் போக்கடிக்க வேண்டாம் என்று எனக்குத் தோன்றியது.

ஆசாலதாவின் அழுகையிலிருந்து மற்றவர்கள் பாடம் படித்திருந்தார்கள். கண்மூடித்தனமான கிருஷ்ண பக்தியின் பாகமாக இங்கே வந்ததாக முதலில் ஆணவம் கொண்டதைத் தவிர வேறு எதற்கும் பதில்சொல்வதற்கு அவர்களில் பலர் ஆர்வப்படவில்லை. பதில் சொன்னவர்களோ, பிள்ளைகள் வந்து அழைத்தாலும் போகமாட்டோம் என்று சொல்லி, அழைக்காதது குறித்துத் துக்கம் உண்டு என வெளிப்படையாக ஏற்றுக்கொள்ளவும் செய்தார்கள்.

மிட்னாபூரிலிருந்து வந்த எண்பத்தைந்து வயது விஷ்ணுப் பிரியா தாசி, சௌவீஸ் பர்கானாவிலிருந்து வந்த நிலு மண்டல், மசவந்த்பூரிலிருந்து வந்த ஆரதிநாத், ஒரியாவிலிருந்து வந்த பிரமிளா மெகந்தி, லதிகா சர்க்கார், நூபுரா ராய் ஆகியோரெல்லாம் ஆசாலதாவைப்போல கிருஷ்ண பக்தியின் கதைகளை மட்டுமே சொல்லத் தயாராக இருந்தார்கள்.

“இவர்களில் பெரும்பாலோரின் மரணம் இங்குதான் நிகழும், அல்லவா?” நான் வார்டனை நோக்கித் திரும்பினேன்.

“புராணங்களில் கேள்விப்பட்டதில்லையா, பிருந்தா வனத்தில் இறப்பது புண்ணியம் என்று? அந்தப் புண்ணியம் இவர்களுக்கெல்லாம் கிடைக்கக்கூடும்.” இளம்பெண்ணான காப்பாளர், பெங்காலியில் இப்படிச் சொன்னார்.

இவ்வளவு காலப் பணியின்போது தான் வங்க மொழியையும் கற்றுக்கொள்ள வேண்டிவந்ததாகக் காப்பாளர் சொன்னார். அங்கு இருப்பவர்களில் பெரும்பாலோர் வங்கமொழிதான் பேசுகிறார்கள். “சாபம்பெற்ற பெண்கள்தான் விதவையாக ஆகிறார்கள் என்பது வங்க கிராமங்களில் உள்ள நம்பிக்கை. அந்தச் சாபத்துக்குப் பயந்து பெண்களை வீட்டிலிருந்து வெளியேற்றிவிடுவார்கள். சொந்தத் தாய்தந்தையர்கூட இப்படிச் செய்யக்கூடும்.” அங்கு இருப்பவர்களின் கதைகள் அறிந்த காப்பாளர் விளக்கினார்.

இவர்கள் இறந்துவிட்டால் இவர்களின் குடும்பத்தினரைத் தொடர்புகொள்வதற்காகத் தொலைபேசி எண்கள் சேகரித்து வைத்திருப்பதாக சதீஷ் சந்திரா சொன்னார். “இறந்துவிட்டால்

அவர்களுக்குத் தகவல் சொல்வோம். வீடு இல்லாதவர் என்றால் சடங்குச் சம்பிரதாயங்களுடன் தகனம் செய்வோம். அதற்கு அரசு மூவாயிரம் ரூபாய் கொடுக்கும். தகனச் சடங்குகளை மாவட்ட மருத்துவ அதிகாரி மேற்பார்வையிட வேண்டும் எனும் ஒரு உத்தரவும் உச்சநீதிமன்றத்திலிருந்து தேசிய சட்டப் பணிகள் ஆணைக்குழுவுக்கு வந்திருக்கிறது." சதீஷ் சந்திரா சொன்னார்.

மேலும் அவர், யாரையும் வரவேற்கும் உத்தரப்பிரதேசத்தின் நல்ல மனதுக்கான அடையாளம்தான் இங்குள்ள ராதைகள் என்றும் சொன்னார். வங்கத்திலிருந்து பெண்கள் கூட்டமாக உத்தரப்பிரதேசத்துக்கு வருவதற்கு எதிராக இங்கே எந்த நடவடிக்கையும் எடுக்கப்படமாட்டாது என்று தெரிவித்தார். இந்த விஷயத்தில் உச்சநீதிமன்றம் வங்க அரசை மிக அதிகமுறை கண்டித்ததாக சதீஷும் வருணும் சொன்னார்கள்.

ராதைகள்பேரில் ஒரு தர்க்கம்

பிறகு நாங்கள், சைதன்ய விகாரில் உள்ள மற்றொரு காப்பகத்துக்குச் சென்றோம். அதை 'ஆக்ஷன் பாய்ண்ட்' எனும் தொண்டு நிறுவனம் நடத்துகிறது.

அங்கே அலுவலக அறையில் இரண்டு பெண்கள் இருந்தார்கள். பதிவேட்டைப் பார்க்க வேண்டும் என்று சொன்னபோது, பெண்களில் ஒருவர் உள்ளே சென்று மற்றொரு பெண்ணை அழைத்துக்கொண்டு வந்தார். புதியவர், தூக்கக் கலக்கத்துடன் வந்தார். அவர்தான் அந்த காப்பகத்துக்குப் பொறுப்பாளர். என்ன விஷயமாக வந்திருக்கிறீர்கள் என்று அவர் கேட்டதிலேயே ஒரு முரட்டுத்தனம் தெரிந்தது.

பதிவேட்டைப் பார்க்க வேண்டும் என்று சதீஷ் சந்திரா மீண்டும் சொன்னார்.

"இங்கு தங்கியிருப்பவர்கள் எல்லாம் இரவு ஒன்பது மணிக்குதான் திரும்பி வருவார்கள். அதன் பிறகு வாருங்கள்." அந்தப் பொறுப்பாளர் சொன்னார்.

"அவர்கள் எப்போது வேண்டுமானாலும் வரட்டும். பதிவேட்டைப் பார்ப்பதில் என்ன பிரச்சினை?" சதீஷ் சந்திரா விடக்கூடியவராக இல்லை.

"இங்குள்ள பதிவேட்டைப் பார்ப்பதற்கு உங்களுக்கு என்ன அதிகாரம் இருக்கிறது?" அவருக்கும் பிடிவாதம்.

"நாங்கள் சட்டப்பணிகள் ஆணைக்குழுவின் தன்னார்வத் தொண்டர்கள். எங்களுக்கு உச்சநீதிமன்றம் பொறுப்பளித்திருக்கிறது."

புனிதப் பாவங்களின் இந்தியா

"யாராக இருந்தாலும் முன்னரே அறிவித்திருந்தால் மட்டுமே பரிசோதனை செய்ய முடியும். இல்லையென்றால் இரவு வாருங்கள்." அந்தப் பெண் சந்தேகத்திற்கிடமின்றிச் சொன்னார்.

இதன்பிறகு இருதரப்பினரின் குரல்களும் உயர்ந்து விட்டிருந்தன. பரிசோதிப்பதற்கான அதிகாரத்தைப் பற்றி சதீஷ் சந்திராவும் வருணும் ஆதாரங்களுடன் வாதிக்கிறார்கள். பரிசோதனையை ஏற்க முடியாது என்று பொறுப்பாளரும் அவருடன் இருக்கும் பெண்களும் அதே சக்தியில் திருப்பி யடிக்கிறார்கள். சதீஷ் சந்திரா யாரையோ தொலைபேசியில் அழைத்து, எங்களைப் பரிசோதிக்க அனுமதிக்கவில்லை என்று அறிவிக்கிறார். பொறுப்பாளர் இதைப்போல வேறு யாரையோ தொலைபேசியில் அழைத்துப் பரிசோதகர்கள் தங்களைத் தொல்லைப்படுத்துவதாகச் சொல்கிறார். இரு தரப்பினரின் செயல்பாடுகளைப் பார்த்து நாங்கள் என்ன செய்வது என்று தெரியாமல் நின்றோம்.

ஐந்துநிமிடத்தில் தொலைபேசிப் பேச்சை முடித்துவிட்டு சதீஷ் சந்திரா எங்களிடம் வந்தார். காப்பகங்களில் கடைப்பிடிக்க வேண்டிய நியதிகளை அவர் எங்களிடம் விளக்க ஆரம்பித்தார்.

இந்த நேரத்தில், தொலைபேசியின் மறுமுனையில் இருப்பவர் கேட்டதால்தான், பொறுப்பாளர் அவரது போனை சதீஷ் சந்திராவிடம் கொடுத்தார் போலிருக்கிறது. மறுமுனையி லிருந்து, சதீஷ் சந்திரா யார் என்றும், எதற்குப் பரிசோதிக்க வேண்டும் எனும் கேள்விகள். அந்தப் பேச்சை வெறுப்புடன் முடித்து சதீஷ் சந்திரா தன் போனில் மீண்டும் யாரையோ அழைத்துப் பேசிய பிறகு போனை பெண்ணிடம் கொடுத்தார். பரிசோதனை செய்தால் என்ன பிரச்சினை என்று மறுமுனையி லிருந்து கேள்வி. இப்போதே அந்த இடத்துக்கு மேலதிகாரிகள் வருவார்கள் எனும் முன்னறிவிப்புடன்தான் மறுமுனையில் பேசியவர் பேச்சை முடித்தார். கோபம் கொண்ட பெண் போனை சதீஷ் சந்திராவிடம் எறிந்தார். வெற்றிபெற்ற பாவத்தில் சதீஷ் சந்திரா எங்களைப் பார்த்தார். "இப்போது எல்லோரும் வருவார்கள்" என்று அவர் சொன்னார்.

பொறுப்பாளர் உதவியாளர்களிடம், இதுகளிடம் பதிவேட்டைக் கொடு என்று சொல்லி நாற்காலியில் சாய்ந்து அமர்ந்தார்.

அவர்களில் ஒரு பெண் உள்ளே எங்கோ சென்று ஒரு பதிவேட்டைக் கொண்டு வந்து சதீஷ் சந்திராவிடம் நீட்டினார்.

சதீஷ் சந்திரா அதை ஆழ்ந்தமுறையில் பரிசோதிக்க ஆரம்பித்தார். அதிக நேரம் ஆகவில்லை, ஒரு குற்றச் செயலைக்

கண்டுபிடித்த போலீஸ்காரரைப்போல அவர் நாற்காலியிலிருந்து துள்ளி எழுந்தார்.

"இதோ, இன்றைய நாள் உட்பட கடைசி மூன்று நாட்களுக்கான வருகையை இவர்கள் பதிவு செய்யவில்லை. ஏன் நீங்கள் பதிவு செய்யவில்லை?" சதீஷ் பெண்களை நோக்கித் திரும்பினார்.

"எங்களுக்கு நேரம் கிடைக்கவில்லை. அதிக நேரம் வேலை செய்வதற்கு நாங்கள் ஓவர்டைம் வாங்குகின்றவர்கள் அல்ல." அவர்களில் ஒருத்தி திருப்பியடித்தாள்.

"நேரம் கிடைக்காததால் அல்ல, இது ஏமாற்றுவதற்காகத் தான். வருகைப் பதிவு செய்யாமல் இருந்தால் இங்கே இருப்பவர்கள் யார், இல்லாதவர்கள் யார் என்று கண்டுபிடிக்க முடியாதல்லவா? அப்போது அனைவரின் ரேஷனையும் இவர்கள் எழுதி எடுத்துக்கொள்ளலாம். அதற்கான ஏமாற்று வேலைதான் இது." சதீஷ் எங்களிடம் விளக்கினார்.

பெண்கள் ஒன்றும் பேசவில்லை.

பரிசோதனையில் கண்டுபிடிக்கும் ஒவ்வொரு பிரச்சினையையும் சதீஷ் விவரித்துக்கொண்டிருக்கும்போது ஒருவர் வந்தார்.

"போலீஸ் ஸ்டேஷனிலிருந்து வருகிறீர்களா?" சதீஷ் கேட்டார்.

"ஆமாம். நான் ராதா பிரசாத். பிருந்தாவன் ஸ்டேஷனில் சிவில் போலீஸ் ஆபீசர்." வந்தவர் அறிமுகப்படுத்திக்கொண்டார்.

நடந்த விஷயத்தைப் பற்றி இரு தரப்பினரும் பேசுவதை போலீஸ்காரர் கேட்டார். பெண்களின் நடவடிக்கை மிகவும் மோசம் என்று சதீஷ் சந்திராவுக்குப் புகார் உண்டு. தன் குற்றச் சாட்டுகளுக்கு நம்பகம் கிடைக்க விஷயங்களை எங்களிடம் கேட்டுக்கொள்ளும்படியும் சதீஷ் போலீஸ்காரரிடம் சொல்கிறார். அதன் பிறகு சதீஷ் வேறு யாரையோ அழைத்துப் பேச அலை பேசியுடன் வெளியே சென்றார். இந்த நேரத்தில் போலீஸ்காரர் பெண்களை நோக்கித் திரும்பினார். "நீங்கள் பதிவேட்டைப் பராமரிக்க வேண்டுமே! அதைச் செய்யாதிருப்பதில் எந்த நியாயமும் இல்லை."

பெண்கள் தங்கள் தரப்பைச் சொன்னார்கள். இனியாவது பதிவேட்டைச் சரியாகப் பராமரிக்க வேண்டும் எனும் அவரின் அறிவுரை அவர்களுக்கு ஏற்புடையதாக இருந்தது.

டி.பி.ஓ. வருவார் (District provisional officer) எனும் அறிவிப்புடன் சதீஷ் சந்திரா உள்ளே வந்தார். போலீஸ்காரர் அவரை அழைத்துக்கொண்டு வெளியே சென்றார். நாங்களும் வெளியே சென்றோம்.

புனிதப் பாவங்களின் இந்தியா

"நீங்கள் எதற்குப் பெண்களிடம் சண்டை போடுகிறீர்கள்? அதற்கு என்ன அவசியம் இருக்கிறது?" போலீஸ்காரர் கேட்டார். "அதிகாரியை அழைக்க வேண்டிய அவசியம் இல்லை. அவரிடம் வரவேண்டாம் என்று சொல்லிவிட்டு நீங்கள் போங்கள்." அவர் அறிவுறுத்தினார். "அவர் வந்த பிறகு நாங்கள் போகிறோம்." சதீஷ் சந்திரா அவரது அறிவுறுத்தலைப் புறக்கணித்தார்.

தான் சம்பவ இடத்தில் இருந்ததாக அதிகாரியிடம் சொல்ல வேண்டும் என்று உத்தரவிட்டு போலீஸ்காரர் எங்களிடம் விடைபெற்றுப் புறப்பட்டார்.

அதிகாரி வரப்போகிறார் என்று சதீஷ் சொன்னார். அவர் நேர்மையானவர் என்றும் தன்னிடம் வாக்குவாதம் செய்த பெண்களுக்கு எதிராக உடனே நடவடிக்கை எடுப்பார் என்றும் சொன்னார்.

"அப்படியென்றால் நாங்கள் அந்த நேரத்தில் மற்ற காப்பகங்களுக்குப் போய்ப் பார்க்கட்டுமா?" நான் கேட்டேன்.

"வரட்டும். அதிகாரி வரும்போது சாட்சி சொல்ல நீங்கள் இருக்க வேண்டும். காத்திருங்கள்." சதீஷ் சொன்னார்.

நாங்கள் பொறியில் அகப்பட்டோம். நிகழ்ச்சித் திட்டங்கள் எல்லாம் அவ்வளவுதான். ஆயினும் நாங்கள் அதிகாரிக்காகக் காத்திருந்தோம். அரைமணிநேரத்துக்குப் பிறகு டி.பி.ஓ. சந்திரசேகர் வந்தார். காப்பகத்தின் அலுவலகத்தில் அமர்வதற்குப் பதிலாக, காப்பகங்களுக்கு மட்டுமான தார்ச்சாலையின் நடுவில், காப்பகத்திலிருந்து எடுத்துவரச் செய்த நாற்காலிகளைப் போடச் செய்து, எல்லாரையும் சுற்றிலும் உட்காரவைத்து அதிகாரி விசாரித்தார். சாட்சிகளான எங்களுக்கும் தனியாக நாற்காலிகள் இட வேண்டும் என்று சதீஷ் சொல்லியிருந்தார். இதற்கிடையில் சம்பவமறிந்த நிறைய ராதைகளும் அங்கே வந்து கூடியிருந்தார்கள்.

அதிகாரி, விஷயங்களைக் கேட்டுப் புரிந்துகொண்டார். தான் சதீஷுடன் பேசிக்கொண்டிருக்கும்போது, குற்றம் சாட்டப்பட்ட அந்தப் பெண் இடைமறித்துப் பேசியது அவருக்கு முற்றிலும் பிடிக்கவில்லை. அதனால் அவர் கோபத்துடன் திட்டினார். இனிமேல் தான் கேட்காமல் விளக்கம் சொல்லக் கூடாது என்று கடுமையாகச் சொன்ன பிறகு அவர் சதீஷிடம் திரும்பினார். "பரிசோதனை நடத்த வேண்டியது சட்டப்பணிகள் ஆணைக்குழுவின் அதிகாரம் பெற்றவர்கள்தானே; வாலண்டியர்களா?" அவர் கேட்டார். சுருக்கமாகச் சொன்னால், நல்ல ராஜதந்திரியின் இணக்கத்துடன் அதிகாரி எல்லாரையும்

நியாயப்படுத்தினார்; அல்லது எல்லாரையும் குற்றவாளிக ளாக்கினார்.

கடைசியில் எல்லாப் பிரச்சினைகளையும் தீர்த்ததாக அறிவித்து அதிகாரி எழுந்தார். அப்போதுதான் அவர், பத்திரிகை யாளர்களான நாங்கள் அங்கே இருப்பதைக் கவனிக்கிறார். இங்கே பிரச்சினை ஒன்றும் இல்லையென்றும் எல்லாவற்றையும் நான் தீர்த்துவைத்ததைப் பார்த்தீர்களா என்றும் சொல்லி அவர் எங்களைப் பார்த்தார்.

"மதுராவிலிருந்தா வருகிறீர்கள்?" நான் வெறுமனே கேட்டேன்.

"நீங்கள் கேரளத்திலிருந்து இதுவரை வரும்போது மதுராவி லிருக்கும் நான் வர வேண்டாமா?" அவர் எங்களை மகிழ்ச்சிப் படுத்தினார்.

சுற்றிலும் கூடியிருந்த ராதைகள் அப்போது அவரிடம் ஓடிவந்தார்கள். ஓய்வூதியத்தை அதிகரிக்கவும் பிறவற்றுக்கும் நடவடிக்கை எடுக்க வேண்டும் என்று ஒரு குழுவினர் சொன்னார்கள். அனுமதிக்கப்பட்டிருக்கும் ரேஷன் பொருட்கள் போதுமானவை அல்ல என்று வேறொருவர் கூறினார். அப்படிப் புகார்களுக்குப் பஞ்சமே இல்லை. பத்திரிகையாளர்கள் இருப்பதாலோ என்னவோ, அதிகாரி புகார்களை விரிவாகக் கேட்பதாக நடித்தார். ஆனால் புகார்கள் இப்போதைக்கு முடியாது, வந்துகொண்டேதான் இருக்கும் என்று அறிந்தபோது கைக்கடிகாரத்தைப் பார்த்து அவசரமாகத் தப்பித்தார். பிறகு ராதைகள் எங்களிடம் வந்தார்கள். புகார்கள் எங்களுக்குப் புதுமையாக இருந்ததாலோ என்னவோ, நாங்கள் அவற்றைக் கேட்டு முடிக்கத் தயாரானோம். ஆனால் சதீஷுக்கும் வருணுக்கும் இதில் புதுமை இல்லையல்லவா? அதனால் அவர்கள் போக அவசரப்பட்டார்கள். அதனால் நாங்களும் ராதைகளிடம் விடைபெற்றுத் திரும்பினோம்.

பஜனைகளில் சோகதாளம்

மாலை ஐந்துமணிக்கு நாங்கள் மீண்டும் பிருந்தாவனத்தின் பரபரப்பான வீதிகளுக்கு வந்தோம். பஜனை மடங்களில் மாலை நேரப் பஜனை தொடங்கியிருந்தது. பஜனை நடத்து வதற்கு மட்டுமான இடங்கள்தான் பஜனை மடங்கள். எல்லா ஆசிரமங்களிலும் பஜனைக்கான இடங்கள் இருக்காது. இப்படிப் பட்ட பஜனை இல்லாத ஆசிரமங்களில் உள்ள ராதைகள் அந்த மடங்களில் ஒன்று சேர்ந்துதான் பஜனை நடத்துவார்கள். ஆசிரமங்களில் இருப்பதைப்போல பஜனை மடங்களில் பெரிய கூடங்கள் இருக்கும். ஆசிரமங்களில் இருப்பதைப்போல அலமாரியெல்லாம் இருக்காது, அவ்வளவுதான்.

ராதைகள் குழு சேர்ந்து அவசர அவசரமாகப் பஜனை மடங்களை நோக்கி நடந்துகொண்டிருந்தார்கள். சில பஜனை மடங்களுக்கு முன்னால் வரும்போது கிருஷ்ணத் துதிகளின் ஆரவாரம் கேட்டது. நாங்கள் ஒரு பஜனை மடத்தின் உள்ளே சென்று பார்த்தோம். பெரியதொரு கூடம் முழுதும் ராதைகள் நிறைந்திருந்தார்கள். அந்தக் கூடத்தில் ஏறத்தாழ எழுநூறு பேராவது இருப்பார்கள். கூடத்தின் பாதி இடத்தில் இரண்டாகப் பிரிந்து எதிரெதிராக அமர்ந்து பஜனை நடத்து கிறார்கள். இரு பிரிவிலும் முன்வரிசையில் இருப்பவர்களிடம் மட்டும்தான் வாத்தியக் கருவிகள் இருக்கின்றன. அவர்கள் மட்டும்தான் பஜனையை உச்சத்தில் பாடுகிறார்கள். அவர்களைத் தவிர பின் வரிசைகளில் இருக்கும் பலர் உதடுகளை அசைக்க மட்டுமே செய்கிறார்கள். ஓசை வெளியே வருகிறதா என்பதே சந்தேகம். அதிக வயதுடைய சிலர் அந்தக் களேபரத்தின் இடையிலும் உறங்கத் தொடங்கியிருக்கிறார்கள்.

ஜெய் நந்தநந்தன். கோபீஜன் – வல்லபன்
ராதாநாயக் நகர்ச்யாம்
டோ சசிநந்தன், நதிய புரன்தர்
ஸுர் முனிகன், மனோமோகன் தாம்
ஜெய் நிஜகாந்த, காந்தி கலேவர் . . .

(இந்திப் பஜனை வரிகள்)

அந்தக் கூடமே அதிரும் மேளதாளத்துடன்தான் பஜனை. நான் கேமராவுடன் அவர்களுக்கிடையில் சென்றபோது பலர் ஆர்வத்துடன் பார்த்தார்கள். முன்வரிசையில் உள்ளவர்களின் பாட்டுக்கு மேலும் ஓசை அதிகரித்ததாகத் தோன்றியது. பின்னால் உள்ளவர்கள் பஜனை பாடிக்கொண்டிருந்தார்கள் என்றாலும் அவர்களின் கவனம் முழுதும் கேமராவில்தான் இருந்தது. தேவைப்பட்ட படங்கள் எடுத்து நாங்கள் வெளியே வந்தபோது, பஜனை பாடிக்கொண்டிருந்த சில பெண்கள் எங்களுடன் வெளியே வந்தார்கள்.

பத்திரிகையாளர்களா என்று அவர்கள் கேட்டார்கள். ஆமாம் என்று சொன்னவுடன் புகார்களின் பெருக்கு தொடங்கி விட்டது. எல்லாம் முன்பு கேட்டதுதான் – ரேஷன் கிடைக்க வில்லை, மருத்துவ உதவி கிடைக்கவில்லை . . . எல்லாரிடமும் உள்ள செய்தி அதுதான். “நாங்கள் இதையெல்லாம் பார்க்க வந்தவர்கள். நீங்கள் அதிகாரிகளிடம் சொல்லித் தீர்வுக்கு முயற்சி செய்யுங்கள்.” நான் சொன்னேன்.

“அதனால் பயனெதுவும் இல்லை. பத்திரிகையாளர்கள் நினைத்தால்தான் எதுவும் நடக்கும்.” அவர்கள் விடுவதாகத் தெரியவில்லை.

"ஆனால் நாங்கள் கேரளத்திலிருந்து வந்தவர்கள்." நான் தவிர்க்கப் பார்த்தேன்.

"அப்படியென்றால் கேரளத்திலிருந்தாவது எங்களுக்கு உதவி அனுப்புங்கள்." அவர்கள் கேட்டுக்கொண்டார்கள்.

நாங்கள் அங்கிருந்து வந்து மற்றொரு பஜனை மடத்துக்குச் சென்று பார்த்தோம். அங்கே கேட்டது வேறொரு பஜனை. ஆனால் புகார்களுக்கு மாற்றமில்லை; பழையவைதான். நீண்ட நேரம் புகார்கள் கேட்ட பிறகு அவர்களையும் சமாதானப்படுத்தி விட்டு நாங்கள் புறப்பட்டோம். புகார்களைக் கேட்பதற்கு யாரு மற்றபோது அவர்கள் பஜனைக்குத் திரும்பினார்கள்.

> ஹரே கிருஷ்ணா போலி காயிதே
> காயிதே நயனே பஹிபே லோர்
> தேஹதே புளகு, உதித்
> ஹயிவே, பிரமேதே கரிபே போர்...

யாரையும் துதிப்பதற்கில்லை; தனக்குத்தானே ஆசுவாசம் கண்டுபிடிக்கத்தான் இந்த துதிகீத ஆலாபனை என்று எனக்குத் தோன்றியது.

கிருஷ்ண காதலுக்காக . . .

அந்தி சாயத் தொடங்கும்போது, பஜனை முடிந்து ராதைகள் சாலையோரம் யாசித்துக்கொண்டிருப்பதைப் பார்த்தோம். வருபவர்களிடமெல்லாம் கை நீட்டும் இவர்களைத் தொல்லை கொடுப்பவர்கள் என்றுதான் வழிப்போக்கர்கள் நினைக்கிறார்கள் என்று தோன்றியது. இவையெல்லாம் வழக்கமான காட்சிகள்தான் என்பதாக, பார்க்காததுபோலக் கடந்துசெல்பவர்கள்தான் அதிகம். அரிதாகச் சிலர் சில்லறைக் காசுகள் கொடுப்பதைப் பார்த்தோம்.

அந்த அந்தியில் ஒரு பஜனை மடத்தின் வெளியே, நாதியா மாவட்டத்தைச் சேர்ந்த சஜிதாவைப் பார்த்தோம். மற்ற ராதைகளைவிட வித்தியாசமாக, இனி அஞ்சுவதற்கு என்ன இருக்கிறது என்பதுபோல அவர் எங்களிடம் பேசினார்.

"நாதியாவில் மாயாபூரில் நான் பிறந்தேன். எனக்குப் பதினான்கு வயது நடக்கும்போது ஐம்பத்தைந்து வயது ஆளை எனக்குத் திருமணம் செய்து வைத்தார்கள். இது ஏறத்தாழ ஐம்பது ஆண்டுகளுக்கு முன்னால் நடந்தது என்பதை நினைவில் வைக்க வேண்டும். அன்று அங்கே அப்படித்தான். சிறிய பெண்களைத் திருமணம் செய்பவர்கள் வயதானவர் களாக இருப்பார்கள்.

"வீட்டு நிலையும் பரிதாபகரமாக இருந்தது. குறைந்த வரதட்சணையில் கல்யாணம் நடக்கும் என்பதால் வீட்டாரும் இந்தத் திருமணத்தில் ஆர்வம் கொள்வார்கள். திருமணம் முடிந்து ஒருவருடத்துக்குள் நான் ஒரு குழந்தைக்கு அம்மாவானேன். ஆண் குழந்தை. குழந்தை பிறந்து ஒரு வருடம் கடந்தபோது கணவர் இறந்தார். உண்மையில் அந்தச் சமயத்திலெல்லாம் சதி தடைசெய்யப்பட்டுவிட்டது என்றாலும், சதியை நடைமுறைப்படுத்த வேண்டும் என்று உள்ளூர விரும்புகிறவர்களாகத்தான் எல்லாரும் இருந்தார்கள். சட்டத்துக்குப் பயந்துதான் பலர் அதற்கு விதவைகளைக் கட்டாயப்படுத்தவில்லை. வெள்ளைப் புடவையால் மூடிக் கொண்டு மூன்று வருடகாலம் நான் அவர் வீட்டில் இருந்தேன். பெண்ணின் பாவயோனியின் விளைவுதான் கணவரின் மரணம் என்பது நம்பிக்கை. அந்த இடங்களில் கணவரின் வீட்டில் விதவையின் வாழ்க்கை, வளர்ப்பு விலங்குகளைவிட கஷ்டம். திருமணங்களிலும் மங்கல காரியங்களிலும் கலந்து கொள்ளக் கூடாது என்று என்னை விலக்கினார்கள். வீட்டிலேயே அடைத்து வைத்தார்கள். போகப்போக, உணவு இரண்டு வேளையாகச் சுருங்கியது. அதையும் அவர்கள் விருப்பத்துடன் தரவில்லை; தருகிறார்கள், அவ்வளவுதான்.

"ஒரு கட்டத்துக்குப் பிறகு அங்கே இருப்பது மிகவும் கஷ்டமாக இருக்கும் என்று எனக்குத் தோன்றியது. அப்படியிருக்கும் போதுதான் பிருந்தாவனத்தைப் பற்றிக் கேள்விப்படுகிறேன். முன்பே என் வீட்டு அருகிலிருந்து ஒரு பெண்மணி பிருந்தாவனத்துக்கு வந்து தங்கியிருந்தார். அவர் வருடத்துக்கு ஒருமுறை தன் மகனைக் காண்பதற்காக வீட்டுக்கு வருவார். அவர் என் நிலையைப் பார்த்து என்னைப் பிருந்தாவனத்துக்கு அழைத்தார். மூன்று வேளை உணவுக்குத் தடை இல்லை என்று அவரிடமிருந்து கேள்விப்பட்டபோது, நான் வேறு எதையும் யோசிக்கவில்லை. பிருந்தாவனத்துக்குப் போகிறேன் என்று சொன்னபோது கணவன் வீட்டாரும் எதிர்க்கவில்லை. எப்படியாவது பாரம் ஒழிந்தால் போதும் என்றுதான் அவர்கள் நினைத்தார்கள். ரயிலிலும் பஸ்ஸிலும் பயணித்து பிருந்தாவனத்துக்கு வந்து சேர்ந்தேன்.

"இங்கே ஒரு மடத்தில் அனுமதித்தார்கள். அங்கே எல்லாம் குருநாதர்தான். அன்று அங்கே என்னைப்போல் நூறுபேர் இருந்தார்கள். சிலர் கணவன் இறந்து வந்தவர்கள்; வேறு சிலர் கணவன் இருந்தாலும் வேறு வழியின்றி வந்தவர்கள்.

"என் பழைய கதை முழுவதையும் குருநாதர் கேட்டுத் தெரிந்துகொண்டார்.

“எல்லாவற்றிற்கும் பரிகாரம் உண்டு. கிருஷ்ணன் மீது உனக்கு நம்பிக்கையில்லையா?’என்று அவர் கேட்டார். நான் சார்ந்திருப்பதற்கு வேறு எதுவும் இல்லையே.

“அங்கு இருப்பவர்களைப்போல ராதையாக ஆக வேண்டும் என்று குருநாதர் என்னிடம் கேட்டார். ராதையாகிவிட்டால் பிறகு உன் காரியங்களையெல்லாம் கிருஷ்ணன் பார்த்துக்கொள்வான் என்றும் அவர் அறிவுறுத்தினார்.

“ராதை ஆவதற்காக கற்றுக்கொள்ள வேண்டிய பஜனை களையெல்லாம் கற்றுக்கொள்ளும்படி அவர் சொன்னார். மற்ற ராதைகளிடம் சேர்ந்து அவற்றையெல்லாம் கற்றுக்கொண்டேன். அடிக்கடி அவர், பஜனைகளில் பாடும் கீர்த்தனைகளின் பொருளை விளக்குவார்.

“அப்படி அவர் பஜனைப் பாடலை விளக்குவது கேட்பதற்கு மிகவும் சுவையாக இருக்கும். பழைய கதைகளையெல்லாம் சொல்லிதான் அவர் விவரிப்பார்.

“நீ எப்படி கிருஷ்ணனை நேசிக்கிறாய்?’ என்று ஒருநாள் என்னிடம் கேட்டார். எனக்கு அதற்கான பதில் தெரியவில்லை.

“கிருஷ்ணன் எந்தக் காலத்திலோ இறந்துவிட்டார், அல்லவா. பிறகு எப்படி நீ அவரை கணவனாக வரித்துக் கொள்ள முடியும்?’ என்று அவர் கேட்டார். அதற்கு நான் பதில் யோசித்துக்கொண்டு நிற்கும்போது அவரே அதற்கு வழியும் சொன்னார்: ‘கிருஷ்ணன் ஒவ்வொரு காலத்திலும் ஒவ்வொரு வராக அவதரிக்கிறார். அந்த அவதாரத்தைக் கண்டுபிடிப்பது தான் முக்கியம்.’

“பிறகு குருநாதர் என்னிடம், கிருஷ்ண பாவத்தை தன்னிடம் காண முயற்சி செய்யும்படி உபதேசித்தார்.

“பிறகு நான் அவரிடம் கிருஷ்ண பாவத்தைக் காண முயற்சி செய்யத் தொடங்கினேன். என்னைப்போல் மிக நிறைய ராதைகளுக்கு அவர் கிருஷ்ணனாக இருந்தார். சாப்பிடுவதற்கு மூன்றுவேளை உணவுகொடுத்த அவரைத் தவிர வேறு யார் எனக்கு கிருஷ்ணன்?

“அவரது மரணத்துக்குப் பிறகு அங்கிருந்த ராதைக ளெல்லாம், சரியாகச் சொன்னால், அனாதைகளாகி விட்டார்கள். அவர் இருந்தால் நாங்கள் இப்படி பிச்சையெடுக்க நேர்ந்திருக்காது. எப்படியானாலும் என் பாவயோனியின் பாவம், கிருஷ்ணனின் காதலைப் பெற்றதால் போய்விட்டது. இனி சொர்க்கம் கிடைக்கும் என்பது உறுதி. இவ்வளவு காலம் கிருஷ்ணனைச் சேவித்தவர்களுக்கு இல்லையென்றால் பிறகு

யார் சொர்க்கம் போக முடியும்? இனி அதற்கான காத்திருப்பு தான்." அவர் சொல்லி முடித்தார்.

அவருக்குச் சொர்க்கம் கிடைக்க வேண்டும் என்று வாழ்த்தி நாங்கள் விடைபெற்றோம். தங்குமிடத்துக்கான பயணத்தின் போதுதான் சுனந்தா எனும் ஒரிசாக்காரியைச் சந்தித்தோம். திருமணத்துக்கும் முன்பே கிருஷ்ணபக்தி தலைக்கேறியதால் தான் அவர் பிருந்தாவனத்துக்கு வந்தாராம். முதலில் ஒரு மடத்துக்குச் சென்றார். தனக்கு எல்லாம் கிருஷ்ணன்தான் என்பதே சுனந்தாவின் நிலைப்பாடு. குருநாதரை ஏற்கத் தயாரானதே கிருஷ்ணனின் காதல் சித்திப்பதற்குத்தான் என்றும் அவர் சொன்னார்.

"குருநாதரை ஏற்றுக்கொண்டால் கிருஷ்ணனின் காதல் எப்படிக் கிடைக்கும்?" நான் சந்தேகம் கேட்டேன்.

"கிருஷ்ணனின் காதல் கிடைக்க வேண்டும் என்றால் முதலில் ஒருவரின் மனைவியாக ஆக வேண்டியிருக்கிறது. அப்படியானால்தான் கிருஷ்ணன் நம்மைக் காதலியாகப் பரிசீலிப்பார். அந்தக் காலத்தில் லட்சுமி, கிருஷ்ணர்மீதான அதீதக் காதலால் பிருந்தாவனத்துக்கு வந்தபோது அவருக்குக் கிடைத்த உபதேசம் என்ன? யாராவது மாட்டிடையனைத் திருமணம் செய்துகொள். அப்படிச் செய்தால்தான் கிருஷ்ணர் உங்களை ராதையாகப் பரிசீலிப்பார் என்பதுதானே? அதாவது, பிருந்தாவனத்தில் ராதையாக வேண்டுமென்றால் முதலில் நீங்கள் அந்நிய ஆடவனின் மனைவியானால்தான் முடியும்.

"அப்படி அந்நியரின் மனைவி என்றாலும் எங்களுக்கு எல்லாம் எல்லாம் கிருஷ்ணன்தான். ராதையை ஏற்றுக் கொள்ளும் ஆணுக்கும் தெரியும், அவளது காதலன் கிருஷ்ணன் தான் என்று. குருநாதர் என்னிடம், 'நாம் தம்பதியைப்போல இருக்கலாம். அப்படியானால்தான் உனக்கு கிருஷ்ணனின் காதல் கிடைக்கும்' என்று சொன்னார். அப்படி நானும் குருநாதரும் தம்பதியைப்போல இருந்தோம்." அவர் பழைய காலத்தை நினைவுகூர்ந்தார்.

"அவர் உங்களைத் திருமணம் செய்துகொண்டாரா?" நான் தெளிவுக்காகக் கேட்டேன்.

"இல்லை. அவர் திருமணம் செய்துகொள்ள முடியாது. சன்னியாசிகள் அப்படிப்பட்ட சடங்குகளில் பங்கேற்கக் கூடாதல்லவா? ஆனால் எனக்காக அவர் கணவனின் எல்லாக் கடமை களையும் நிறைவேற்றினார்." அவர் என் முகத்தைப் பார்க்காமல் சொன்னார்.

"குருநாதர் இப்போதும் உங்களுடன் இருக்கிறாரா?" நான் கேட்டேன்.

"இல்லை, அவர் சமாதியாகிப் பல வருடங்கள் கடந்து விட்டன. ஆனால் கிருஷ்ணன் நிரந்தரமான புகலிடம். அந்தக் காதல் முடிவடையாது. அவர் என்னிடம் இருக்கிறார். சரியாகச் சொன்னால், கிருஷ்ண பகவானை என்னுடன் நிறுத்துவதற்கான ஒரு கடமை மட்டும்தான் குருநாதருடையது. அதை அவர் நிறைவேற்றினார். அவருக்கும் சொர்க்கம் கிடைத்திருக்கும் என்றுதான் நான் நம்புகிறேன்." அப்போது சுனந்தாவின் முகம் திருப்தியாக இருந்தது.

மறுநாள் நாங்கள் சுவாமி ஜனக்புரியைப் பார்த்தோம். மலையாளியான அவரால், பிருந்தாவனத்தில் ராதைகள் சுரண்டலுக்கு இரையாவதை மற்ற யாரைவிடவும் நன்றாக எங்களுக்கு விளக்க முடியும் என்று நினைத்தோம். இருபத்து ஐந்து ஆண்டுகளாக இவர் மதுராவிலும் பிருந்தாவனத்திலும் ஆசிரமங்களில் இருக்கிறார். ஆசிரமங்களில் அந்தக் காலத்தில் நடந்ததாகக் கேள்விப்பட்ட சுரண்டல்களுக்கு அவரது நியாயப் படுத்தல் என்னவாக இருக்கும் என்று அறிவதற்கு ஆவல் கொண்டிருந்தோம். ஆகமொத்தம், பிருந்தாவனத்தைப் பற்றிக் கொஞ்சம் தெரிந்துகொள்ள வேண்டும் என்று சொல்லிதான் அவரைக் கைப்பேசியில் அழைத்தோம். நாங்கள் தங்கியிருக்கும் இடத்தைச் சொன்னபோது, அதற்குப் பக்கத்தில் உள்ள ஒரு ஆசிரமத்தின் வாசலில் காலை பதினொருமணிக்குக் காத்திருக்கும்படி அவர் சொன்னார்.

சொன்ன நேரத்துக்கு சுவாமி வந்துவிட்டார். நீண்ட ஜிப்பாவும் வேட்டியும் அணிந்து நீளமாகத் தாடியும் முடியும் வளர்த்த உருவம். தாடி ரோமங்கள் பாதிக்கும் மேல் நரைத்து விட்டன. ஆறடி உயரம். கையில் ஒரு நெகிழிப் பை உண்டு. பக்கத்தில் உள்ள இஸ்கான் கோயிலை ஒட்டி அங்குள்ள சுவாமி களுக்காகக் கட்டிய ஒரு குவாட்டர்ஸ் உண்டு என்றும் அங்கே அமர்ந்து பேசலாம் என்றும் சொல்லி அவர் எங்களை அழைத்துச் சென்றார்.

நாங்கள் ஷேர் ஆட்டோவில் அங்கே சென்றோம். நேற்று, ஒருவருக்கு ஐந்துரூபாய்க் கூலி என்று பத்துரூபாய் கொடுத்து நாங்கள் இந்த ஆட்டோவில் பயணித்திருந்தோம். சுவாமி சொன்ன இடத்தில் அவரும் நாங்கள் இருவரும் இறங்கிய போது ஆட்டோக்காரர் பதினைந்து ரூபாய் கேட்டார். சுவாமி பத்து ரூபாய் எடுத்துக் கொடுத்துவிட்டு, எங்களிடம் நடக்கும் படிச் சொல்லி முன்னே சென்றார். ஆட்டோக்காரர் ஐந்து

ரூபாய் கேட்டுக்கொண்டிருந்தார். சுவாமி அதைக் கேட்டதாகக் காட்டிக்கொள்ளவில்லை. காசைக் கொடுத்துவிடலாம் என்று நாங்கள் சொன்னபோது சுவாமி தடுத்தார். முன்னால் நடக்கும் படிச் சொன்னார். ஆட்டோ ஓட்டுநர் ஏதோ சத்தமாகச் சொன்னார்.

சுவாமி, "ஜாஆஆ, மா சூத்!" என்று திருப்பியடித்தார். சுவாமிகளுக்கு வாக்குச் சுத்தம் இருக்கும் எனும் கற்பனையை சுவாமி அந்த வசையினூடே தகர்த்தெறிந்தபோது ஆட்டோக் காரருடன் நாங்களும் அதிர்ச்சியடைந்தோம். எங்கள் திகைப்பைக் கவனித்ததால்தான் பிறகு அவர் ஏதும் பேசாமல் நடந்தார்போலிருக்கிறது.

'யமுனா பசாவோ அபியான்' (யமுனை பாதுகாப்பு இயக்கம்) எனும் பெயரில், யமுனா நதியின் பாதுகாப்புக்காகப் போராட்டம் நடத்தும் சுவாமி ஜெயகிருஷ்ணதாஸின் அறையில் சென்று அமர்ந்து நாங்கள் பேசினோம். பிருந்தா வனத்தைப் பற்றிய எங்கள் சந்தேகங்களுக்கெல்லாம் சுவாமி ஜனக்புரி, தனது அனுபவத்தின் அடிப்படைல் பதில் சொன்னார்.

"பிருந்தாவனத்துக்குத் தினந்தோறும் எனும்படிப் பெண்கள் வருகிறார்கள். எத்தனைபேர் வந்தாலும் அவர்களை யெல்லாம் பிருந்தாவனம் ஏற்றுக்கொள்ளும். ஆசிரமங்களில் அவர்களுக்கு இடமுண்டு. கிருஷ்ணனை வழிபடுவதற்குத்தான் ஆசிரமங்களில் சொல்லிக்கொடுக்கிறார்கள். வழிபாடுகளில் பலவகை உண்டு. சாந்தம், மைத்ரம், வாத்சல்யம், சிருங்காரம் . . . அப்படி. அவற்றில் சிருங்கார ரசத்துக்குத்தான் இங்கே முக்கியத்துவம். இங்கே வருபவர்களில் பலர் பழைய காலத்தி லேயே கிருஷ்ண பக்தர்களாக இருப்பார்கள். அவர்களுக்கு வழிபாடுகள் எல்லாம் அழகாகத் தெரியும். அப்படி அல்லாமல் வருபவர்களுக்குத்தான் ஆசிரமங்கள் கற்றுக்கொள்வதற்கு வாய்ப்புத் தருகின்றன. எல்லாருக்கும் இரவும் பகலும் பஜனை பாட வாய்ப்பு உண்டு. அதற்கு அவர்களுக்குச் சன்மானமும் கிடைக்கிறது. இங்கே வரும் யாத்ரீகர்களிடமிருந்து பெரிய நன்கொடைகள் கிடைப்பதால் பஜனைகளுக்குச் சன்மானம் கொடுப்பது மடங்களுக்குப் பெரிய சுமை அல்ல."

"இவ்வளவுபேர் ஒன்றாக இங்கே வரும்போது அவர்களை உட்கொள்வதற்கான திறன் உண்மையில் பிருந்தாவனத்துக்கு உண்டா?"

"இது ஏற்படுத்தும் பொருளாதாரச் சிக்கலையெல்லாம் நாங்கள் யோசித்திருக்கிறோம். இல்லையென்றாலும் பெரிய தொரு பொருளாதார மேம்பாட்டைப் பிருந்தாவனத்தால்

எதிர்பார்க்க முடியாது. ஏனென்றால் ஐஸ்வர்யத் தேவதையான லட்சுமிக்கு இங்கே அனுமதி இல்லையல்லவா? அதனால் இங்கே ஐஸ்வர்யம் இல்லாத நிலை ஏற்பட்டாலும் அதில் வியப்பதற்கு ஒன்றுமில்லை. இன்று பிருந்தாவனத்தில் இவ்வளவு கோயில்களில் எங்கு வேண்டுமானாலும் தேடிப் பாருங்கள். உங்களால் ஒரு லட்சுமி விக்கிரகத்தையும் காண முடியாது. லட்சுமியை யமுனையின் மறுகரையில் நிறுத்தி யிருக்கிறார்கள்."

"மற்றொருவரைத் திருமணம்செய்தபிறகுதான் கிருஷ்ணனைக் காதலிக்க வேண்டும் எனும் உபதேசத்தை ஏற்றுக்கொள்ளாததால்தானே லட்சுமிக்குப் பிருந்தாவனத்தில் அனுமதி மறுக்கப்பட்டது. இந்தக் கட்டாயம் நீதிதானா?" நான் கேட்டேன்.

"ஸ்ரீகிருஷ்ணனின் வாழ்க்கையில் பதினொன்றரை வருட காலம் அவர் பிருந்தாவனத்தில் இருந்தார். அதுதான் பிருந்தாவனத்தின் புராண முக்கியத்துவம். அப்படி அவர் இங்கே வசிக்கும் காலத்தில் ஓரிரவில் தனிமையான ஓரிடத்திலிருந்து புல்லாங்குழல் கீதமிசைத்தார். அதைக் கேட்டுக் குழந்தைக்குத் தாய்ப்பால் கொடுத்துக்கொண்டிருந்த பெண்கள்வரை அதை நிறுத்திவிட்டு அவரிடம் வந்தார்கள் என்பது கதை. வந்த பெண்களிடம் கிருஷ்ணன் கேட்டாராம், 'நீங்கள் இந்த இரவில் இங்கே வந்தால் உங்கள் கணவர்கள் தேடமாட்டார்களா' என்று. அதைக்கேட்டு அவர்கள் சொன்ன பதில் இது: 'கணவர்களா... அவர்களை நம்பித்தானா நாங்கள் இருக்க வேண்டும். அவர்களால் எங்களை எத்தனைக் காலம் காப்பாற்ற முடியும்; அவர்களின் மரணம்வரை. அந்தப் பாதுகாப்பு நிரந்தரம் அல்ல. ஆனால் தாங்களிடமிருந்து வரும் பாதுகாப்பைத்தான் நாங்கள் விரும்பு கிறோம்."

"இங்குள்ள பெண்களின் மானசீகக் கணவன் கிருஷ்ணன் என்று அவர்களைத் திருமணம் செய்தவர்களுக்கும் தெரியும். அப்போது அதில் ஒழுக்கப் பிரச்சினை ஏற்படுவதில்லை. இது மட்டுமல்ல, மனைவி கிருஷ்ணனை வழிபடுவதில் கணவர்களும் பெருமைப்படுகிறார்கள். எல்லா வீடுகளிலும் கிருஷ்ணனுக்கு உணவு படைத்துவிட்டுத்தான் சாப்பிட வேண்டும். ஒரு கணவனை மனைவி எப்படி பார்த்துக்கொள்ள வேண்டுமோ அந்த வகையிலெல்லாம் இவர்கள் கிருஷ்ணனைப் பார்த்துக் கொள்கிறார்கள். பிறகு கிருஷ்ணனுக்குப் படைப்பதற்குத் தனிப்பட்ட பாத்திரங்கள் ஒன்றுமில்லை. வீட்டில் தங்களுடன் வசிப்பவர்களை உபசரிக்க வேண்டிய தேவை இல்லை யல்லவா? அந்த ரீதியில் உபசரிப்புகள் மறந்து கிருஷ்ணனுக்கு

எல்லாம் சமர்ப்பிக்கிறார்கள்.இந்த விஷயங்கள் குறித்தெல்லாம் கணவர்கள் பெருமைப்படுவதுதான் உண்மை."

"அது ஒருக்கால் கணவர்களின் இயலாமையின் பகுதியாக இருக்காதா?"

"இல்லை. கணவர்களின் இரவுத் தூக்கத்துக்குப் பல வீடுகளில், வீடுகளுக்கு வெளியே தனிப்பட்ட அறையே உருவாக்கப் பட்டிருக்கிறது. சிறிய வீடுகளிலோ வீட்டுக்கு வெளியே ஒரு கட்டில் மட்டும் போடப்பட்டிருக்கும். கணவர்கள் சந்ததி இனப்பெருக்கத்துக்காக உடலுறவு கொள்கிறார்கள் என்பதைத் தவிர . . ."

வந்து இறங்கியபோது பிருந்தாவனத்தில் வீடுகளுக்கும் முன்னால், வழியோரத்தில் கட்டில்கள் கிடப்பதைப் பார்த்தது அப்போது என் நினைவுக்கு வந்தது.

இதற்கிடையில் ஸ்வாமி ஜெயகிருஷ்ணதாஸ், 'யமுனா பச்சாவோ அபியான்' போராட்டம் தொடர்பாக நடக்கும் உண்ணாவிரதப் பந்தலுக்குப் போக வேண்டியிருந்ததால், நாங்களும் அவருடன் புறப்பட்டோம். போராட்டத்தைப் பார்க்க வேண்டும் எனும் அவரின் வேண்டுகோளை ஏற்று நாங்கள் அவர் ஏற்பாடு செய்த வண்டியில் யமுனைக் கரையில் இருக்கும் போராட்டப் பந்தலுக்குச் சென்றோம். அந்தப் பயணத்தின் போதும் எங்களுக்கும் ஜனக்புரிக்குமான உரையாடல் தொடர்ந்தது.

பிருந்தாவனத்துக்கு இன்றைய உருவம் வந்தது 530 வருடங்களுக்கும் முன்பு என்பது ஸ்வாமியின் தரப்பு. "சைதன்ய மகாபிரபுதான் பிருந்தாவனத்தின் மறுமலர்ச்சிக்காகச் செயல் பட்டார். அவரது ஊர், வங்கத்திலுள்ள நாதியா மாவட்டத்தின் மாயாபூர். நாமசங்கீர்த்தனப் பிரச்சார நோக்கத்துக்காகத்தான் அவர் அங்கிருந்து பிருந்தாவனை மறு உருவாக்கம் செய்கிறார். அதற்காகச் சீடர்களை அங்கிருந்து இங்கே அனுப்பினார்." ஸ்வாமி சொன்னார்.

சதிமுறை வலிமையாக இருந்த அந்தக் காலத்தில் சைதன்ய மகாபிரபு, மரணத்திலிருந்து தப்பிக்க மோகம்கொண்ட பெண்களுக்கு ஒரு தப்பும் வழியாகச் செயல்பட்டார் என்று எனக்கு அப்போது தோன்றியது. தன் நாமசங்கீர்த்தனப் பிரச்சாரத்துக்கு விதவைப் பெண்களைப் பயன்படுத்திக் கொள்ளலாம் என்றும் அவர் கணக்கிட்டிருக்கலாம். அன்று தன் தொண்டர்களாக வரத் தயாரான பெண்களையெல்லாம் அவர் பிருந்தாவனத்துக்குக் கொண்டு வந்திருக்கலாம். சிதையில்

குதித்து இறப்பது எனும் கொடும் வழக்கத்திலிருந்து தப்பிக்க விதவைகளும் அதை ஒரு வழியாகப் பார்த்திருக்கலாம். பிறகு சதிமுறையைச் சட்டத்தின் மூலம் தடைசெய்தாலும் சமூகத்தின் மனதில் பெரிய மாற்றம் ஒன்றும் வரவில்லை. அதனால்தான் அங்கிருந்து பெண்கள் இப்போதும் எங்காவது தப்பிச் செல்ல முயல்கிறார்கள்போலிருக்கிறது. வங்கத்திலிருந்து மட்டும் ஆயிரக் கணக்கான பெண்கள் இங்கே வருகிறார்கள்.

நாதியா மாவட்டத்திலிருந்து மிக அதிகமான விதவைகள் இங்கே வருவது, 530 வருடங்களுக்கும் முன்பு வெட்டிய சரித்திர வழியினூடாக இருக்கலாம் எனும் என் அவதானத்தைப் பகிர்ந்து கொண்டபோது, சுவாமி ஜனக்புரியும் அதனுடன் இசைந்தார். இன்றும் நாதியாவிலிருந்தும் சமீப மாவட்டங்களிலிருந்தும்தான் அதிகமான பெண்கள் இங்கே வருகிறார்கள் என்றும் சொன்னார்.

பிற்காலத்தில் சைதன்ய மகாபிரபுவின் காலத்துக்குப் பிறகு சில ஆசிரமங்களில் விதவைகளைச் சுரண்டலுக்கு உட்படுத்தி யிருக்கலாம் என்று ஜனக்புரி ஏற்றுக்கொண்டார். அப்படிப்பட்ட சில சம்பவங்களை அவரும் கேள்விப்பட்டிருக்கிறார். ஆனால் இன்று அப்படி நடக்கச் சாத்தியம் இல்லை என்பதுதான் அவரது கருத்து.

பக்திசித்தாந்த் சரஸ்வதி டாக்கூர், கௌடியா மடங்களை நிறுவியது இந்தக் காரியத்தில் பெரிய மாற்றத்தை ஏற்படுத்தியது என்று ஜனக்புரி நம்புகிறார். 'பரகீயபாவம்' எனும் பெயரில் சில மடங்களில் அந்தக் காலத்தில் சுரண்டல் நடந்தது. அதன் அர்த்தமும் வியாபகமும் அறியாமல் பல பெண்களை மடாதி பதிகள் பாலியல்ரீதியாகப் பயன்படுத்திய கதைகளை அவர் கேள்விப்பட்டிருக்கிறார். பக்திசித்தாந்த் சரஸ்வதியின் சீடரான ஸ்வாமி மகராஜ், பக்தி வேதாந்தஸ்வாமி ஆகியோர் இப்படிப் பட்ட சுரண்டல்களை இல்லாதாக்க முக்கியமான முயற்சிகள் செய்திருக்கிறார்களாம்.

"இப்படிப்பட்ட சம்பவங்கள் இப்போது எந்த ஆசிரமத் திலும் முற்றிலும் இல்லை என்று உறுதியாகச் சொல்ல முடியுமா?" நான் கேட்டேன்.

"எப்படியானாலும், நீங்கள் நினைக்கும் பயங்கரமான பிரச்சினை இங்கே இல்லை. பிறகு தனித்தனிச் சுரண்டல்கள். அது எங்குதான் இல்லை?" பதில் எதிர்பாராத ஒரு மறு கேள்வி எறிந்து ஸ்வாமி அந்தப் பேச்சை அங்கே முடித்தார்.

'யமுனை'யைக் காப்பாற்ற உண்ணாவிரதம் இருப்பவர் களிடம் குசலம் பேசிவிட்டு நாங்கள் அங்கிருந்து புறப்பட்டோம்.

புனிதப் பாவங்களின் இந்தியா

ராதைகளுக்காக இந்த வாழ்க்கை . . .

மறுநாள் நாங்கள், பிருந்தாவனத்தில் ராதைகளின் நலத்துக்காகச் செயல்படும் மருத்துவர் கைலேஷைப் பார்ப்பதற்கு அவரது பிளாட்டுக்குப் போனோம். நேற்று சதீஷ்தான் மருத்துவரைப் பற்றி எங்களிடம் குறிப்பிட்டார். முகவரி கொடுத்திருந்ததால் மருத்துவரின் இருப்பிடத்தைக் கண்டுபிடிப்பதில் எங்களுக்குப் பெரிய சிரமம் ஏற்படவில்லை.

பிளாட்டில் அவர் தனியாக இருந்தார். கேரளத்திலிருந்து வந்திருக்கும் பத்திரிகையாளர்கள் என்று சொல்லி அறிமுகப் படுத்திக்கொண்டோம். ராதைகளின் நிலை மிகவும் பரிதாபமாக இருக்கிறது என்றும் தான் சேவை செய்வதால் நிலைமை மேம்பட்டுவருகிறது என்றும் அவர் சொல்லத் தொடங்கியபோதே எனக்கு ஏறத்தாழ விஷயங்கள் புரிந்துவிட்டன.

தான் செய்யும் அரிய பெரிய செயல்களை யாரும் கண்டு கொள்வதில்லை என்று வருத்தப்பட்ட அவர், நிறைய ஆல்பங்களை என்னிடம் நீட்டினார்.

அவை முழுதும் ராதைகளிடம் நடத்திய மருத்துவப் பரிசோதனைகளின் படங்கள். மருத்துவர் பலமாதிரி அமர்ந்து ஸ்டெதாஸ்கோப் வைத்துப் பரிசோதிக்கும் படங்கள். எல்லாப் படங்களிலும் நிறைந்திருப்பது மருத்துவர்தான்.

சுவரில் எழுதப்பட்டிருக்கும் வாக்கியங்கள்தான் தன் கொள்கை என்று சொல்லி அவர் சுட்டிக்காட்டினார். அங்கே, 'கம் போலோ, தீரே போலோ, மீடே போலோ' (குறைவாகப் பேசுங்கள், தைரியமாகப் பேசுங்கள், இனிமையாகப் பேசுங்கள்) என்று எழுதப்பட்டிருந்தது.

இந்தியர்கள் பொதுவாக நல்ல காரியங்களை அங்கீகரிக்கத் தயங்குபவர்கள் என்பது அவர் கருத்து. ஆனால் வெளிநாட்டுக் காரர்கள் இதற்கு நேர்மாறானவர்கள். அவர்கள் தனக்குப் பணம் அனுப்புகிறார்கள், மற்ற வகையிலும் ஆதரவளிக்கிறார்கள் என்று அவர் சொன்னார். தன் குடும்பம் கான்பூரில் இருந்தது என்று சொன்னாலும், அதை மேற்கொண்டு விவரிக்க விருப்பமில்லை என்று மருத்துவர் வெளிப்படையாகச் சொன்னார். இங்கே தனியாகத்தான் இருக்கிறார்; ராதைகளுக்கு உதவி செய்ய வேண்டும் என்று கிருஷ்ணனின் கட்டளை வந்தபோது பிருந்தாவனத்துக்கு வந்தேன் என்று அவர் அடிக்கடி சொல்லிக் கொண்டிருந்தார்.

தனது அற்புதச் செயல்பாடுகளை அல்லாமல் அவரிடமிருந்து வேறு விவரங்கள் ஏதும் கிடைக்காது என்று புரிந்துகொண்டு

நாங்கள் புறப்பட ஆயத்தமானோம். அப்போது அங்கே நாங்கள் சென்றதைப் பதிவு செய்ய வேண்டும் என்று அவர் கட்டாயப் படுத்தினார். மலையாளப் பத்திரிகைகளில் தன்னைப் பற்றிச் சிறப்புக் கட்டுரைகள் எழுதுவதில் தனக்கொன்றும் மறுப்பில்லை என்றும் அவர் பெருந்தன்மை காட்டினார். அதற்காகத் தன்னைச் சில படங்கள் எடுத்துக்கொள்ளச் சொல்லி அவர் தன் ஆம்புலன்ஸின் ஓட்டுநர் இருக்கையில் அமர்ந்து பலவகையில் காட்சி கொடுத்தார். நாங்கள் சிரிப்பை அடக்கிக்கொண்டு அந்த 'மகாத்மா'வைச் சில படங்கள் எடுத்துக்கொண்டு பட்டென்று அந்த இடத்தை விட்டுப் புறப்பட்டோம்.

பிருந்தாவனத்தில் லட்சுமி

பிருந்தாவனத்தில் பெண்களுக்கான நலச் செயல்பாடு களைத் தெரிந்துகொள்ள வேண்டும் என்றால் மருத்துவர் லட்சுமி கௌதமையும் பார்க்க வேண்டும் என்று சிலர் சொன்னதை நான் அப்போது நினைவுகூர்ந்தேன். நலச் செயல்பாடுகளில் ஈடுபட்ட பலரைப் பார்த்து உணர்ந்து கொண்டதால், நாங்கள் அவரிடம் பெரிய எதிர்பார்ப்புகளுடன் செல்லவில்லை. அவர் வீடு ஒரு சேரியில் இருந்தது. நிறைய சிறுசிறு குடிசைகளுக்கிடையில், அவரது கான்கிரீட் வீடு அவ்வளவு பெரிதல்ல என்றாலும் எடுப்பாகத் தெரிந்தது. அந்த வீட்டில் நாங்கள் மனப்பூர்வமாக வரவேற்கப்பட்டோம். மருத்துவர், நடு வயதைக் கடந்த பெண்மணி. வாசலில் விளையாடிக்கொண் டிருந்த இரண்டரை வயதுச் சிறுமி தன் மகளின் மகள் என்று அவர் அறிமுகப்படுத்தினார். விளையாட்டுக்கிடையில் தன் அம்மாயியை நாங்கள் அழைத்துக்கொண்டு போனதால்தான் அவள் எங்களை வெறுப்பாகப் பார்த்தாள் போலிருக்கிறது. மருத்துவர் எங்க ளுடன் வீட்டுக்குள் வந்து அமர்ந்து பேசத் தொடங்கினார்.

மெல்ல மெல்லத்தான் விஷயங்களைச் சொல்லத் தொடங்கி னார் என்றாலும் தொண்டு நிறுவனங்களின் செயல்பாடுகளைக் கேட்டபோது அவர் சினங்கொண்டார். பிருந்தாவனத்தில் உள்ள என்.ஜி.ஓ.க்களில் பெரும்பகுதியும் ராதைகளுக்கு வரும் உதவிகளைப் பறித்துக்கொள்ளும் சங்கங்கள்தான் என்று மருத்துவர் சொன்னார். "அவர்கள் ரேஷன் பொருட்களை ராதை களுக்குச் சரியாகக் கொடுப்பதில்லை. ரேஷன் கடைகளிலிருந்து அனைவர் பெயரிலும் வாங்கிக்கொள்வார்கள். பொதுவாக ராதைகளுக்குத் தங்களின் உரிமைகளைப் பற்றி அவ்வளவு பிரக்ஞை இல்லை; அல்லது யாராவது அதைப் பற்றிக் கேட்டால் என்.ஜி.ஓ.க்களின் ஆட்கள் அச்சுறுத்தி அடக்கிவிடுவார்கள். அரசாங்கம் ராதைகளுக்கான பல திட்டங்களின் பெயரால் நிறையப் பணத்தை ஒதுக்குகிறது. ஆனால் அதைக் கொடுக்கும்

முறை சரியல்ல. அது சென்றடைவது தகுதியானவர்களின் கரங்களை அல்ல. என்.ஜி.ஓ.க்களுக்குப் பணம் கிடைக்கலாம். அது எப்படி நலச் செயல்பாடாகும்? ராதைகளுக்குச் செருப்பும் போர்வையும் வாங்கக் கிடைக்கும் பணத்தைக்கூட திருடுகிறவர்கள் இருக்கிறார்கள்.

"அரசாங்கம் ராதைகளுக்கு ஒய்வூதியம் கொடுப்பதற்காக ஆரம்பித்த வங்கிக் கணக்குகள் உண்டு. என்.ஜி.ஓ.க்கள் தங்களுக்குக் கீழிருக்கும் ராதைகளிடமிருந்து முதலிலேயே பணம் எடுக்கும் படிவம் எழுதிக் கையெழுத்து வாங்கி வைத்திருப்பார்கள். ராதைகள் இறந்துவிட்டால் இந்தப் படிவத்துடன் போய்ப் பணத்தைத் திருடிக்கொள்வார்கள். இறந்துவிட்ட விவரத்தை வங்கிக்குச் சொல்லாமலே இப்படி மிக அதிகமானோரின் பணத்தைத் திருடிய கதை எனக்குத் தெரியும்.

"ராதைகள் இறந்தால் பிணத்தை எரிக்க மூவாயிரம் ரூபாய் வரை கிடைக்கும். அந்தப் பணத்தை வாங்கிக்கொண்டு, பிணத்தைச் சாக்கில் கட்டி யமுனையில் மூழ்கடிக்கும் வேலையைத்தான் சமீபகாலம்வரை இவர்கள் செய்துகொண்டிருந்தார்கள். இறந்தவரின் கையிலும் கழுத்திலும் ஏதாவது இருந்தால் அதையும் எடுத்துக்கொள்வார்கள். இப்போது நீதிமன்றம் தலையிடுவதால் அதிலெல்லாம் மாற்றம் வந்திருக்கிறது. ஆயினும் முழுமையாகப் பிருந்தாவனம் சுத்தமாகிவிட்டது என்று சொல்ல முடியாது." மருத்துவர் சொன்னார்.

"இவ்வளவு பெண்கள் ஒன்றாக இங்கே வருவது இங்கே பொருளாதாரச் சிக்கலை ஏற்படுத்துகிறதா?" நான் கேட்டேன்.

"நீங்கள் நாதியாவுக்குச் சென்று பார்த்தால் தெரியும். அங்குள்ள பெண்கள் பிருந்தாவனத்துக்குச் செல்லும் பேருந்து களைத் தேடிக்கொண்டிருக்கிறார்கள். ஒவ்வொரு நாளும் நூறு பெண்கள் இங்கே வருகிறார்கள். கிருஷ்ண பக்தி என்றெல்லாம் சொல்கிறார்கள். ஆனால் பசிதான் சரியான காரணம் என்று தெரியும்."

"என்.ஜி.ஓ.க்களும் சில நல்ல காரியங்கள் செய்கின்றன தானே?"

"சில என்.ஜி.ஓ.க்கள் அப்படிச் செய்யலாம். ஆனால் முக்கியமாக வெளிநாட்டிலிருந்து பணத்தைத் தங்கள் கணக்கில் வரச்செய்வதுதான் பல என்.ஜி.ஓ.க்களின் பிரதான நோக்கம்."

"நீங்கள் எப்படி இந்தச் செயல்பாட்டுக்கு வந்தீர்கள்?"

எங்கள் கேள்விக்குப் பதில் சொல்ல வேண்டுமா என்று மருத்துவர் கொஞ்சம் நேரம் யோசித்தது போலத் தோன்றியது. பிறகு மெதுவாகச் சொல்லத் தொடங்கினார்:

"நான் குவருடங்களுக்கும் முன்புதான் என் மகளுக்குத் திருமணம் செய்தேன். ராஜஸ்தானில் ஜெய்ப்பூருக்குப் பக்கத்தில் மாப்பிள்ளை வீடு. மகள் கர்ப்பிணியானபோது இரு வீட்டாருக்கும் பெரிய மகிழ்ச்சி. ஆனால் முதல் ஸ்கேனில் கருவிலிருப்பது பெண் என்று தெரிந்தவுடன் மாப்பிள்ளை வீட்டாரின் குணம் மாறியது. பிறகு அவர்கள் அவளை ஓர் இடைவெளியில் வைக்க முயன்றார்கள். இரண்டாவது ஸ்கேனில் பெண் குழந்தைதான் என்று உறுதியானவுடன் அவளை இங்கே, இந்த வீட்டில் கொண்டு வந்து விட்டுவிட்டார்கள். இது எனக்கு அதிர்ச்சியளித்தது. ஆயினும் எல்லாம் சரியாகும் என்று நம்பினேன். குழந்தை பிறந்தபோது எனக்குப் பெரிய மகிழ்ச்சி. உடல்நலப் பிரச்சினைகள் எதுவுமில்லாமல் அழகான குழந்தையாகப் பிறந்தாள். அவள் அப்பாவால் அவளைப் பார்க்காமல் இருக்க முடியாது என்று நம்பினேன். ஆனால் அந்தக் காத்திருப்பு வீணாகிவிட்டது. அவள் கொடுத்த சந்தோஷத்தின் இடையிலும் அன்றெல்லாம் அது மனத்தில் ஒரு எரிச்சலாக இருந்தது. அப்புறம், மற்ற பலரிடம் பேசியபோது எனக்குப் புரிந்தது, பெண் குழந்தைகள் சாபம் என்று நினைக்கின்றவர்களுக்கு அவர்களுடையதே ஆன தனிப்பட்ட நியாயங்கள் உண்டு, அச்சங்கள் உண்டு. அது, வரதட்சணை போன்ற பொருளாதார விஷயங்கள் மட்டும் அல்ல. வேறு என்னென்னமோ மூடநம்பிக்கைகள் அவர்களின் நியாயங்களுடன் பின்னிப் பிணைந்திருக்கின்றன. இந்த நியாயங்களில் அவர்கள் மற்ற அனைத்தையும் மறந்துவிடுகிறார்கள். பிள்ளைகள்மீதான அன்பு, இரக்கம், தார்மீகம் ஆகியவற்றைவிடவும் பெரிது, பெண் எனும் சாபத்தின் மீதான அவர்களின் அச்சம். அவர் தன் குழந்தையைப் பார்க்க வருவார் எனும் நம்பிக்கையை நான் கைவிட்டேன். அவர் வரவில்லை என்பது இப்போது எனக்கு ஒரு பிரச்சினையே அல்ல." மருத்துவர் இடையில் நிறுத்தினார். நான் எதுவும் பேசவில்லை. கண்களைத் துடைத்துக்கொண்டு அவர் மீண்டும் பேசத் தொடங்கினார். "நம் நாட்டில் பெண் குழந்தைகளிடமிருந்து நாம் ஏன் இவ்வளவு விலகியிருக்கிறோம் என்று நான் மிகவும் சிந்தித்திருக்கிறேன். சிலர் கருவில் இருக்கும்போது, சிலர் குழந்தைப் பருவத்தில், இல்லையென்றால் இளமையில், அதுவுமில்லையென்றால் விதவையான பிறகு; இப்படிப் பல கட்டங்களில் பெண்கள் புறக்கணிப்பை எதிர்கொள்கிறார்கள். இந்தப் புறக்கணிப்பை எதிர்கொள்ளும் பெண்களின் வாழ்க்கையை விரிவாக ஆராய

வேண்டும் என்று தோன்றியது. அப்படித்தான் யாருக்கும் தேவைப்படாமல் பிருந்தாவனத்துக்குத் தள்ளிவிடப்படும் பெண்களின் கதைகளைப் புரிந்துகொள்கிறேன். இன்று மகளும் பேத்தியும் என்னுடன் இருக்கிறார்கள். எனக்கு அவர்களைப் புறக்கணிக்கத் தோன்றவில்லை. அவர்களை மட்டுமல்ல, புறக்கணிக்கப்பட்டுப் பிருந்தாவனத்துக்கு வந்துகொண்டிருக்கும் யாரையும்." மருத்துவர் அழத் தொடங்கியிருந்தார்.

இரண்டரை வயது அவனிகா தனியாக விளையாடிச் சலிப்படைந்து வீட்டுக்குள் வந்தாள். அவள், அம்மாயியின் மடியில் ஏறி அமர்ந்தாள். அழகியான அவளது கன்னத்தில் லேசாகக் கிள்ளிக் கொஞ்ச வேண்டும் என்று தோன்றினாலும், அவள் மிகவும் விலகலுடன்தான் எங்களைப் பார்த்துக்கொண்டிருந்தாள்.

நம்பிக்கை இழந்த சிலர்

அங்கிருந்து நாங்கள், 'போர்ட்டர் பர்ச்சார்டு மெத்தடிஸ்ட் இங்லீஷ் ஸ்கூல்'க்குச் சென்றோம். பிருந்தாவனத்து ஆசிரமங்களுக்கும் மடங்களுக்கும் இடையில் கிறிஸ்தவ சின்னங்களுடன் கண்ட ஒரே ஒரு நிறுவனம் அதுதான். ஆசிரியர்களான சதீஷ்குமார் தீட்சித், திலீப்ராஜ் மிஸ்ரி ஆகியோர் அங்கே இருந்தார்கள். ஆந்திராவில் கிறிஸ்தவ மிஷனரிகளின் கட்டுப்பாட்டிலுள்ள நிறுவனங்களில் காணும் அழகு, கம்பீரம் எதுவும் இந்த நிறுவனத்துக்கு இல்லை. அங்குள்ளவர்கள் மிகவும் ஏமாற்றமாகப் பேசினார்கள். நாங்கள் கேட்காமலேயே அவர்கள், சம்பளம் வாங்கிப் பல மாதங்கள் ஆகின்றன என்று சொன்னார்கள். ஆந்திராவில் மதமாற்றம் ஒரு லாப வியாபாரம் என்றால் இங்கே அதற்குச் சற்றும் சாத்தியம் இல்லை என்று மிஷனரிக்காரர்கள் புரிந்துகொண்டதுபோலத் தோன்றியது. இந்தப் பஞ்சாயத்தில் ஒன்பது கிறிஸ்தவக் குடும்பங்களே இருக்கின்றன என்று அவர்கள் சொன்னார்கள். இந்துக்களிடம் நிறையப் பணம் இருக்கிறது என்று அவர்கள் நிந்தனைபோலச் சொன்னார்கள். ஆந்திராவில் இந்துக்கள் பொருளாதார ரீதியில் பின்தங்கியிருக்கும் இடங்களில்தானே கிறிஸ்தவ மிஷனரிக்காரர்கள் மதமாற்றத்தின் விதைகளைத் தூவியிருக்கிறார்கள் என்று நான் அப்போது நினைவுகூர்ந்தேன். அப்படிப் பார்க்கும்போது பிருந்தாவனத்தில் மதமாற்றத்துக்கான ஒரு தொலைவான சாத்தியம்போலும் தெரியவில்லை. "எல்லா வங்கிக்கும் இங்கே கிளைகள் உண்டு. ஒரு பஞ்சாயத்தில் இவ்வளவு வங்கிகளை நீங்கள் வேறு எங்காவது பார்த்திருக்கிறீர்களா? நீளமாகத் தாடி வளர்த்த ஸ்வாமிகள் பணத்துடன் வருவார்கள். எல்லா வங்கிகளும் அந்தப் பணத்தைக் கொண்டுதான் நிலைநிற்கின்றன. மடாதிபதிகளான

ஸ்வாமிகளுக்குப் பணத்துக்குத் தட்டுப்பாடே இல்லை. இந்த இடத்திற்கு வருபவர்கள் அவர்களுக்குப் பணத்தை அள்ளி அள்ளிக் கொடுப்பார்கள்." அவர்கள் சொன்னார்கள்.

"இங்கே பாலியல் தொழில் நடக்கிறதா?" நாங்கள் கேட்டோம்.

"பிருந்தாவனத்தில் கிடைக்காதது என்ன இருக்கிறது? சரஸ், பெண், மீன், மாமிசம்...எல்லாம் கிடைக்கும். ஆனால் ரகசியமாகக் கிடைக்கும், அவ்வளவுதான். ஆறுமாதம் இங்கே தங்கினால் உங்களுக்கு எல்லாம் புரியும்." அவர்கள் சொன்னார்கள்.

வறுமையைக் கண்டுபிடித்துப் பயன்படுத்திக்கொள்ள முடியாத துயரத்துக்கு அப்பால், அவர்கள் அப்படிச் சொன்னதில் ஏதேனும் விஷயம் இருக்கும் என்று எனக்குத் தோன்றியது. சைக்கிள் ரிக்சாவில் வசிப்பிடத்துக்குத் திரும்பும்போது, ரிக்சாக் காரரிடம் அதைப் பற்றிக் கேட்டேன்: "இங்கே பெண்கள் கிடைக்க வாய்ப்பு இருக்கிறதா?"

"பிருந்தாவனத்தில் இப்போது அதையெல்லாம் நிறுத்தி விட்டார்கள், ஸாப்" அவர் சொன்னார்.

"அப்படியென்றால் முன்பு இருந்ததா?"

"இஷ்டம்போல. இங்கே ஆசிரமங்களில் அதுதான் நடக்கும். இங்கே வந்து தங்குகின்றவர்களெல்லாம் பெண்களைப் பயன் படுத்துவார்கள்."

"அதெல்லாம் இப்போதும் நடக்கவில்லையா?" நான் கேட்டேன்.

"இருக்கலாம். ஆனால் அப்படி அறிமுகமற்றவர்களுக்குக் கிடைக்காது. ஆசிரமங்களுக்கு உள்ளே நல்ல செல்வாக்கு வேண்டும். அப்படி இருந்தால்தான் அதெல்லாம் நடக்கும்." ரிக்சாக்காரர் சொன்னார்.

"அப்படி நடக்கிறது என்றால் பிறகு ஏன் பெண்கள் இப்படிப் பிச்சையெடுக்கிறார்கள்?"

"அது, எல்லோருக்கும் என்றும் பிசினஸ் கிடைக்கும் என்று சொல்ல முடியாதல்லவா? நீங்கள் பாருங்கள், நாள்தோறும் எத்தனைப் பெண்கள் பிருந்தாவனத்துக்கு வருகிறார்கள். அந்த அளவுக்கு ஆண்கள் இங்கே இருக்கிறார்களா?" அவர் ரிக்சா மிதித்துக்கொண்டே எங்களைத் திரும்பிப் பார்த்தார்.

அவருடனான பேச்சை முடித்துக்கொண்டு பிறகு நானும் பிரமோதும் மலையாளத்தில் பேசிக்கொண்டோம். சற்று நேரம் பேசாமல் ரிக்சா ஓட்டிய அவர் பட்டென்று அடுத்த கேள்வி

புனிதப் பாவங்களின் இந்தியா

கேட்டார்: "உங்களுக்குக் கட்டாயமாகப் பெண்கள் கிடைத்தே ஆக வேண்டுமா, ஸாப்?"

ஏதோ ஓர் ஆசிரமத்தின் கள்ள விளையாட்டுகளுக்கான கதவு திறக்கப்போகிறதா? நாங்கள் ஒருவரையொருவர் பார்த்துக் கொண்டோம். நான் உத்வேகத்துடன் சொன்னேன்: "ஆமாம், கிடைத்தால் நன்றாக இருக்கும்."

"அப்படியென்றால் நீங்கள் என் வீட்டுக்கு வாருங்கள். என் மனைவியை நீங்கள் பயன்படுத்திக்கொள்ளலாம். இருநூறு ரூபாய் கொடுத்தால் போதும்."

நாங்கள் உறைந்துபோனோம்!

"இதைவிடக் குறைவாக எந்த ஆசிரமத்திலும் உங்களுக்குக் கிடைக்காது, ஸாப்." அவர் எங்கள் சந்தேகத்தைக் களைவது போலச் சொன்னார். பிறகு மீண்டும் எங்களைத் திரும்பிப் பார்த்தார்.

நாங்கள் எதுவும் பேசவில்லை; எதுவும் பேசவும் முடிய வில்லை. பிறகான நொடிகளும் ரிக்சாவும் நகரவில்லை என்று எனக்குத் தோன்றியது. நீண்ட நேரத்துக்குப் பிறகு தங்குமிடத் துக்கு வந்தோம். நாங்கள் ரிக்சாவிலிருந்து குதித்து இறங்கினோம். முன்பே பேசியது இருபது ரூபாய். ஆயினும் நாங்கள் ஐம்பது ரூபாய் நோட்டுகொடுத்தோம். பாக்கிவேண்டாம் என்றும் பிள்ளைகளுக்கு பலகாரம் வாங்கிக்கொடுங்கள் என்றும் சொன்னோம். நாங்கள் பணம் உள்ளவர்கள் என்று தோன்றியதாலோ என்னவோ, அவர் பழைய ஆலோசனையை மீண்டும் சொன்னார்: "ஸாப், நீங்கள் என் வீட்டில் தூங்கலாம்; என் மனைவியுடன்." தாங்க முடியாத அந்த வார்த்தைகள் காதில் விழாததுபோல நாங்கள் திரும்பிப் பார்க்காமல் நடந்தோம்.

காமத்திப்புராவின் வாழ்க்கைகள்

கர்நாடகத்தின் தேவதாசிகள் பலர், பிறகு சென்று சேர்வது மும்பையில் உள்ள காமத்திப்புராவுக்குத்தான். பரப்பளவைப் பொறுத்தவரை கொல்கத்தாவில் உள்ள சோனாகச்சியைவிடச் சிறியதாக இருந்தாலும் இந்தியாவில் இருக்கும் சிவப்புத் தெருக்களில் முக்கியமானது காமத்திப்புரா. தென்னிந்தியர்களைப் பொறுத்தவரை சிவப்புத் தெரு என்றால் காமத்திப்புராதான். ஒரு காலத்தில் தென்னிந்தியக் கிராமங்களிலிருந்து இளைஞர்கள் வேலைதேடிப் போனது பம்பாய்க்குத்தானே. அவர்கள் சொன்ன கதைகளிலிருந்தும் பிறவற்றிலிருந்தும்தான் இங்குள்ளவர்களுக்கு காமத்திப்புரா சிவப்புத் தெருவுக்கான மற்றொரு பெயராகியிருக்கலாம்.

தீபாவளி முடிந்துவிட்டாலும் அதன் கொண்டாட்டங்கள் முற்றிலும் தீராத ஒரு நாளில்தான் மும்பைக்குச் செல்கிறோம். மும்பைக்கென்று கலாசாரத் தனித்துவத்தின், வரலாற்றின் பல கதைகள் இருக்கின்றன. ஆனால் எல்லாம் இங்குள்ள பரபரப்பில் மூழ்கிப்போய்விடுவதுதான் உண்மை. எல்லாருக்கும் வேலையோ வேலை. வாஷி ரயில் நிலையத்திலிருந்து சத்ரபதி சிவாஜி ரயில் முனைக்குச் (சி.எஸ்.டி.) செல்லும்போது ஸ்டீவ் வோக் எனும் வெளிநாட்டுக்காரருடன் அறிமுகமானோம். அமெரிக்காவில் தகவல் தொடர்புத்துறை

நிறுவனத்தில் பணிபுரியும் அவர் தன் விடுமுறைக் காலத்தைக் கொண்டாடுவதற்குத்தான் இந்தியாவுக்கு வந்திருக்கிறார். இந்தியர்கள் எதற்கு இவ்வளவு பரபரப்பாக இருக்கிறார்கள் என்று அவர் தெரிந்துகொள்ள விரும்பினார். இருக்கைகள் எல்லாம் ஏறத்தாழ காலியான ரயிலை ஏதோ நிலையத்தில் நிறுத்தியபோது ஆட்கள் ஓடிவந்து ஏறுவதைப் பார்த்துதான் அவர் சொன்னார். "பேருந்து நிலையத்தில், ரயில் நிலையத்தில், சாலையிலெல்லாம் இந்த நெரிசலைப் பார்க்கலாம். அது அல்ல சுவாரஸ்யம், விமான நிலையத்தில் உங்கள் வருகை சரிபார்க்கப்பட்டுவிட்டால் உங்களுக்கான இருக்கை அங்கே இருக்கும் என்பது உறுதி. வேறு யாரும் அந்த இருக்கையில் உட்காரப்போவதில்லை. ஆனால் அங்கும் ஆட்கள் அவசரப் பட்டுக்கொண்டிருப்பார்கள்." அவர் இப்படிச் சொல்லிச் சிரித்தார். மும்பையில் எங்கும் அவர் சொன்னபடிதான் காட்சிகள் இருக்கும்.

இந்தியாவிலேயே மிகவும் பரபரப்பான ரயில் நிலைய மான சி.எஸ்.டி.க்கு வந்தபோது, தொடர் பயணத்துக்காக டாக்ஸி பிடிக்க நானும் கொஞ்சம் அவசரப்பட்டேன். பொழுது இருட்டத் தொடங்கியிருந்தது. விரைவில் காமத்திப்புராவுக்குச் சென்றாக வேண்டும். காமத்திப்புராவின் பெண்கள் வேலைப் பரபரப்புக்கு ஆட்படுவதற்கு முன்பு அங்கே சென்றடைந்தால் தான் யாரிடமாவது பேச முடியும். மகாராஷ்டிரா கல்லூரிக்கு முன்பு டாக்ஸியிலிருந்து இறங்கினேன். டாக்ஸிக்காரர் பணத்தை வாங்கிக்கொண்டு எதுவும் நடக்காததுபோல காரை முன்னால் எடுத்தார்.

கல்லூரிக்கு முன்னால் பிரதான சாலைக்கு மறுபுறம் தெரியும் தெருதான் காமத்திப்புரா. கல்லூரி கேட்டுக்கு எதிர்வச மாகத் தெரியும் தெருவிலிருந்து பற்பல சந்துகள் பிரிந்து கிடக்கின்றன. ஒவ்வொரு சந்துக்கும் ஃபர்ஸ்ட் லேன், செகண்ட் லேன் என்று பெயர்கள். வழி இடுக்கமாக இருந்தாலும் ஓரங்களில் எல்லாம் பாதையோர வியாபாரிகள் இடம்பிடித்திருக்கிறார்கள்.

கொல்கத்தாவில் சோனாகச்சியில் இதன் நான்கில் ஒரு பங்கு கடைகளே இருக்கும். அங்கே சோனாகச்சியில் இருப்பவர்கள் மட்டும்தான் பொருட்கள் வாங்க வருவார்கள். ஆனால் இங்கே வெளியிலிருந்து வருபவர்களும் இந்தத் தெருவில் பொருட்கள் வாங்கிச் செல்கிறார்கள்.

பிரதான வழியில் நான் வெறுமனே முன்னோக்கி நடந்தேன். அதிகப் பெண்களொன்றும் வெளியே இறங்கி நிற்கவில்லை. ஆங்காங்கே சில சிற்றறைகளுக்கு வெளியே ஒவ்வொரு பெண்ணும் உயரம் குறைவான முக்காலியில்

உட்கார்ந்திருக்கிறார்கள்; நேரம் தவறி வாடிக்கையாளர் யாரா வது வந்தால் இழந்துவிடக் கூடாது அல்லவா? அவர்களைக் கவனிக்காததுபோன்று நான் முன்னால் நடந்தேன். அவர்களும் என்னைக் கவனிக்கவில்லை. முந்நூறு மீட்டர் தூரமுள்ள சாலையிலிருந்து பிரிந்து போகும் வழிகள் ஏறத்தாழ இருநூறு மீட்டர் தூரம் இருக்கும். சில வழிகள் ஒன்றொடொன்று இணைந்துகிடக்கின்றன. வலைக் கண்ணிகள்போன்ற இந்த வழிகளிலெல்லாம் ஒருமுறை சுற்றி நடந்த பிறகு, மீண்டும் நான் காமத்திப்புராவின் பிரதான சாலைக்கு வந்தேன். எனக்கு வியப்பாக இருந்தது. இதுவரை என்னிடம் ஒரு தரகர்கூட வரவில்லை! பிரதான சாலையில் இருந்த சிறியதொரு ஹோட்டலுக்குச் சென்று நான் ஒரு தேநீர் சொன்னேன்.

"தேநீரைத் தவிர வேறு ஏதாவது வேண்டுமா?" பரிமாறும் பையன் இந்தியில் கேட்டான்.

"வேண்டாம்." நான் பட்டென்று பதில் சொன்னேன்.

அவன் தேநீருடன் வந்தான். தேநீர் குடித்து முடிக்கப்போகும் நேரத்தில் வேறொருவர் வந்தார்: "தேநீர் மட்டும் போதுமா?" அவர் வேறு அர்த்தம் தொனிக்கும்படிக் கேட்டார்.

நான், போதும் என்று தலையாட்டினேன்.

"இந்தக் கடைக்கு வெளியிலிருந்து ஏதும் வேண்டுமென்றால் அதையும் இங்கே ஆடர் செய்யலாம்." அவர் லேசாகச் சிரித்தார்.

நானும் வெறுமனே சிரித்தேன். வெளியே வரும்போது கடைப் பணியாளர்கள் ஒன்றாக நின்று என்னைப் பார்த்து ஏதோ பேசிக்கொண்டிருந்தார்கள். நான் மீண்டும் நடக்கத் தொடங்கினேன். இருட்டிவிட்டது. தெரு விளக்குகளும் கடைகளி லிருந்து வரும் வெளிச்சமும் இருந்ததால் இருள் தெரியவில்லை. வழியோரத்தில் நிறுத்தப்பட்டிருக்கும் மஞ்சளும் கருப்புமான டாக்ஸிகளின் பக்கங்களிலும் பானட்டுகளிலும் கொஞ்சம் பெண்கள் சாய்ந்து நின்றிருப்பதைப் பார்த்தேன். சிலர் புடவை கட்டியிருக்கிறார்கள். முதுகைக் காட்டி ஒரு காலை மடக்கி பானட்டில் மிதித்து நிற்கும் கோலத்தில் புடவைத் தலைப்பு உயர, தங்களின் காலழகை வெளிக்காட்டினார்கள். பெரும்பாலும் அவர்களுக்கு நாற்பதுவயதுக்கும் மேல் இருக்கும். முப்பதுக்குக் குறைவாகத் தோன்றும் வயதுடன் இருப்பவர்கள் பெரும்பாலும் ஜீன்ஸும் மேலாடையும்தான் அணிந்திருக்கிறார்கள். முன்பு ஒவ்வொரு பெண் மட்டும் இருந்த இடுங்கிய அறை வராந்தாக் களில் இப்போது பெண்கள் சிறுசிறு குழுக்களாக இருக்கி றார்கள். திறந்துகிடக்கும் அறைகளுக்கு உள்ளும் பெண்கள்

இருந்தார்கள். பெண்கள் என்று சொல்ல முடியாது, அங்கே பெரும்பாலும் பெண்பிள்ளைகள்.

டாக்ஸிக்காரர்களும் சாலையோரத்து விலைமகளிரும் சேர்ந்து, தீபாவளிக் கொண்டாட்டத்தில் மீந்த பட்டாசுகளை வெடித்துத் தீர்க்கும் மும்முரத்தில் இருந்தார்கள். உயர்ந்தெழுந்து வர்ணங்களைச் சிதறும் வாணவெடிகளை வெடிப்பதற்கான இடம் தேடுகின்றனர் பலர். டாக்ஸிகளில் சாய்ந்து நிற்கும் பெண்கள் அவர்களுக்குச் சில ஆலோசனைகளும் சொல்கிறார்கள். நெருப்பு விஷயம், கவனமாக இருக்க வேண்டும் என்று சிலர் சொல்வதும் கேட்டது. தங்களிடம் உள்ள பட்டாசுகளின் குணநலன்களைச் சொல்லிப் பெண்களுக்கும் முன்னால் சிலர் பெருமையடித்துக்கொள்கிறார்கள்.

சுற்றிலும் பார்த்தவாறான என் நடை பயனளித்தது. நான் கடந்துசென்றபோது, டாக்ஸியில் சாய்ந்துநின்றிருந்த வயதான ஒருவர் – ஓட்டுநர் என்று தோன்றுகிறது – முணுமுணுப்பது கேட்டது: "சின்னப் பெண் கிடைக்கும், சார். ஒள்ளெ ஹூடுகியர் இத்யாரே, சார், நல்ல பெங்குட்டிகள் உண்டு, சார்" மூன்று மொழியிலும் அவர் தூண்டிலிட்டார். நான் திரும்பிப் பார்த்தேன். அந்த நொடியே அவர் என்னிடம் பாய்ந்து வந்தார். முன்பே சொன்னதுபோல அவர் மூன்றுமொழிகளிலும் அந்த விளம்பரத்தை மீண்டும் சொன்னார்.

"எவ்வளவு காசு வேணும்" நான் பம்முவதுபோலக் கேட்டேன்.

"தமிழ்?"

"இல்லை, மலையாளம்."

"மலையாளம். கேரளா? கேரளா பெங்குட்டிகளும் கிடைக்கும், சார்." அவர் சொன்னார்.

அவரை மெல்ல சாலையோரத்துக்குக் கொண்டுவந்து சொன்னேன்: "நான் நீங்கள் நினைப்பதுபோன்று வரவில்லை. இங்குள்ள பெண்களின் பிரச்சினைகளை ஆராய கேரளத்திலிருந்து வந்திருக்கிறேன்."

ஏதோ பெரியதொரு வாய்ப்பு கிடைக்கப்போகிறது எனும் தீவிரத்துடன் எனக்குச் செவிகொடுத்த அவர் ஏமாற்றமும் கோபமும் கொண்டார். அவர் தன் குரலுக்குக் கனமூட்டினார்: "இங்கே எந்தப் பிரச்சினையும் இல்லை. இனி நீங்கள் பிரச்சினை ஏதும் ஏற்படுத்தாதிருந்தால் போதும். நீங்கள் வேண்டுமானால் வேலையை முடித்துக்கொண்டு இடத்தைவிட்டுப் போய்விடலாம்.

இருநூறு ரூபாய் முதல் இரண்டாயிரம்வரை இருக்கிறது. என்னிடம் ஸ்டாக் இருக்கிறது."

நினைத்ததுபோல காரியம் நடக்காது என்று உறுதிப்பட்ட போது நான் வேறுவகையாகச் சொன்னேன்.

"எனக்கு டான்ஸ் பார்க்க ஆர்வம். அதற்கு ஏற்ற யாராவது இருக்கிறார்களா?"

"நீங்கள் இதுவரையில் பார்த்தே இராத வகையில் டான்ஸ் ஆடக்கூடியவர்கள் இங்கே இருக்கிறார்கள். முஜ்ரா ஆடும் பெண்கள் இருக்கிறார்கள். அவர்கள் வேண்டுமா?" அவர் அந்த தீவிரபாவத்தை விடாமல் கேட்டார்.

வட இந்தியாவில் அரபிக் குடியேற்றத்தின் அடையாளங் களில் ஒன்றான நடன வடிவமான முஜ்ராவைப் பற்றி நான் படித்திருக்கிறேன், அவ்வளவுதான். முகலாய கலாசாரத்தைப் பாடிப் புகழும் கஸல்களின் லயத்திற்கேற்ற நடன அடிவைப்புகள் தான் முஜ்ரா. இது, கதகளி நடனமுறைக்கு மிக நெருக்கமானது. சரி, முஜ்ராவே ஆகட்டும். நான் முடிவு செய்தேன்.

"சாதா முஜ்ராவுக்கு ஐந்நூறு ரூபாய் போதும். ஆனால் நல்ல வகையான நடனம் பார்க்க வேண்டும் என்றால் ஐயாயிரம் ரூபாய்வரை கொடுக்க வேண்டியிருக்கும்."

"ஆட்களைப் பார்த்த பிறகு முடிவு செய்யலாம்." நான் சொன்னேன். தன்னுடன் வரும்படிச் சொல்லி அவர் முன்னால் நடந்தார். ஒரு சந்தில் திரும்பி அருகிலிருந்த கட்டடத்தின் படியேறினார். மிகக் குறுகிய படிகள் அவை. ஏறிச் சென்றடைந்த இடத்தில் அவர் செருப்பைக் கழற்றிவைத்தார். அப்படிச் செய்யும் படி என்னிடமும் சொன்னார். ஏறி, ஒரு தாழ்வாரத்துக்கு வந்தோம். அங்கே புடவை கட்டிய நடுவயதுப் பெண்கள் ஆறேழு பேர் இருந்தார்கள். அதற்கப்பால் பொதுவே பெரிய தொரு அறை. இருபது அடி நீளமும் பதினைந்து அடி அகலமும் இருக்கும். அறையின் இரு பகுதியிலும் மரப் பலகை களால் நீளமாகச் செய்யப்பட்ட இரண்டு பெரிய கட்டில்கள் இடப்பட்டிருந்தன. ஒவ்வொரு கட்டிலையும் அலமாரி வைத்து ஐந்தாகப் பிரித்திருக்கிறார்கள். கட்டில்களுக்கு இடையில் வராந்தாபோல கொஞ்சம் இடத்தைக் காலியாக விட்டிருக் கிறார்கள். வராந்தாவின் இருபுறமும் பெரிய அலமாரி வைத்துக் கட்டில்களை ஒன்றுக்கொன்று மறைத்திருக்கிறார்கள். அதாவது, அந்தப் பெரிய அறையை அவர்கள் பத்துச் சிறிய அறைகளாக மாற்றியிருக்கிறார்கள். வராந்தாவின் வசத்தில் பத்துச் சிற்றறை களின் வாயில்களுக்கான இடம் மட்டும் அலமாரி இல்லாமல் திறந்து வைக்கப்பட்டிருக்கிறது. அங்கே திரைச்சீலை.

சுற்றிலும் கவனித்தபிறகு நான் பெண்களைப் பார்த்தேன். வாடிக்கையாளர் மீதான பொதுமரியாதை கலந்து அவர்களெல்லாம் என்னைப் பார்த்துச் சிரித்தார்கள். தரகர், எனக்குப் புரியாத மொழியில் அவர்களிடம் ஏதோ பேசினார்.

"முஜ்ரா பார்க்க வந்தீர்களா?" ஒரு பெண் என்னிடம் இந்தியில் கேட்டார்.

"ஆமாம்." நான் சொன்னேன்.

அவர் நன்றாக வெற்றிலை மென்று வாயைச் சிவக்க வைத்திருந்தார். மேலும் பேசுவதற்கு ஆயத்தமாவதுபோல அவர் வெற்றிலை பாக்கு எச்சிலை வெளியே நீட்டித் துப்பினார். "நல்ல முஜ்ராவுக்கு ஐயாயிரம், ஆறாயிரம் ரூபாய்வரை வேண்டும்."

"ஒரிஜினல் முஜ்ராவா?"

"முஜ்ரா என்று சொன்னால் அதில் ஒன்றுதான் இருக்கிறது. நாங்கள் உஜ்ஜயினியிலிருந்து வந்தவர்கள். உலகத்திலேயே மிகவும் நல்ல முஜ்ரா ஆடுவது அங்குதான். காசு இருந்தால் காட்டுகிறேன்."

நான் பாக்கெட்டிலிருந்து ஐந்நூறு ரூபாய் எடுத்தேன். "எனக்கு முஜ்ரா பார்க்க வேண்டாம். முஜ்ராவைப் பற்றிச் சொன்னால் போதும்."

அவர் சுற்றிலும் இருக்கும் பெண்களைப் பார்த்தார். இந்த நேரத்தில் தரகர் சமயோசிதமாகத் தலையிட்டார்: "காசை வாங்கிக்கொள்ளுங்கள். டான்ஸைப் பற்றிச் சொல்லிக் கொடுங்கள்."

"இவன் வேறு வேலைக்கு வரவில்லையா?" அந்தப் பெண் கேட்டார்.

"என்னமோ சொன்னார். எனக்கு ஒன்றும் தெரியாது." தரகர் மெதுவாகப் பின்வாங்கத் தொடங்கினார்.

"மா சூத்." அந்தப் பெண் அவரைத் திட்டினார். பிறகு மீண்டும் என்னமோ பேசினார். அவர் கூறியதைக் கேட்டுத் தரகர் என்னிடம் எழுந்திருக்கும்படிச் சொன்னார். என் பேண்ட், சட்டைப் பாக்கெட்டுகளில் கையிட்டுக் கிடைத்ததை யெல்லாம் வெளியே எடுத்தார். இங்கே வரும்போது கேமரா எடுக்காதிருந்தது நல்லதாகிவிட்டது என்று எனக்குத் தோன்றி யது. தீவிரவாத முகாமுக்குச் சமாதானப் பேச்சுக்கு வந்த ஆளைப் போலத்தான் அவர் என்னைப் பரிசோதித்தார்.

என் பாக்கெட்டிலிருந்து கைப்பேசியையும் பணத்தையும் அவர் வெளியே எடுத்தார். அவற்றைப் பெண்களிடம் காட்டினார். "மொபைல்" அவர் சொன்னார்.

கேமராவும் மற்ற கருவிகளும் இல்லை என்று தெரிந்த பிறகு அந்தப் பெண் சற்று அமைதியடைந்தார்: "நீங்கள் டான்ஸைத் தெரிந்துகொண்டு என்ன செய்யப்போகிறீர்கள்?"

"டான்ஸைப் பற்றியும் உங்கள் ஊரைப் பற்றியும் தெரிந்து கொள்ள வேண்டும்."

"ஊரா? இதுதான் இப்போது எங்கள் ஊர். இந்த இடத்தைப் பற்றி உங்களிடம் எதுவும் பேச முடியாது. அதை எதிர்பார்க்காதீர்கள்." அவர் கோபத்தை விடவில்லை.

தரகர் அப்போது பொறுமை இழந்திருந்தார். அவர் தனக்குத் தேநீருக்குக் காசு வேண்டும் என்று சொல்லி என்னிடம் கை நீட்டினார். நான் நூறு ரூபாய் அவருக்குக் கொடுத்தேன். அவர் அதை இருகையும் நீட்டி வாங்கிக் கண்களில் ஒற்றிக்கொண்டு வணங்கிக் கீழே இறங்கிச் சென்றார். அந்தப் பெண் தனக்குக் கிடைத்த ஐந்நூறு ரூபாயை ரவிக்கைக்குள் திணித்துவைத்துக் கொண்டார். அவர்களின் பேச்சிலிருந்து அவர் பெயர் நந்தா என்று இதற்குள் எனக்குத் தெரிந்துவிட்டது.

"உங்கள் ஊர் உஜ்ஜயினி அல்லவா? அதைப் பற்றித்தான் நான் தெரிந்துகொள்ள வேண்டும்."

"உஜ்ஜயினியாகத்தான் இருந்தது, இப்போது இல்லை." நந்தா இந்த அளவு சொல்லி நிறுத்தினார்.

"அங்கிருந்து எங்களைத் துரத்திவிட்டார்கள்." அங்கிருந்த, மஞ்சள் புடவை அணிந்த பெண் ஒருவர்தான் அதை முடித்தார்.

நந்தா இடைபுகுந்து, பேசியவரைத் திட்டினார். இதையெல்லாம் ஏன் இவனிடம் சொல்கிறாய் என்று அவர் கேட்டார்.

இந்த நேரத்தில் வேறு இருவர் வந்தார்கள். செருப்பைக் கழற்றி வைத்து உள்ளே வந்தார்கள். முன்னால் வந்தது ஒரு தரகர். உடன் இருந்த வாடிக்கையாளருக்கு நாற்பந்தைந்து வயது இருக்கும். தரகர் வாடிக்கையாளருடன் எங்களுக்கிடையே நடந்து சிற்றறைக்குள் சென்றார். அவருடைய நடவடிக்கையைப் பார்த்தபோது அந்த வாடிக்கையாளர் இங்கே வழக்கமாக வருபவர் என்று தோன்றியது. அவரும் தரகரும் உள்ளே ஏதோ பேசிக்கொண்டார்கள். பிறகு தரகர் தனியாக வெளியே வந்து நந்தாவுக்குக் கொஞ்சம் காசு கொடுத்தார். "என் ஐம்பது ரூபாயை எடுத்துக்கொண்டேன்" என்று அவர் சொன்னார்.

நந்தா, முன்பு தான் திட்டிய மஞ்சள் புடவைப் பெண்ணிடம் திரும்பி ஏதோ சைகை காட்டினார். மஞ்சள் புடவை, அந்த வாடிக்கையாளரிடம் சென்றார்.

கேபின்களில் ஒன்றின் திரையை விலக்கி, அந்தப் பெண் வாடிக்கையாளரை அழைத்து உள்ளே ஏற்றினார். அவர் மீண்டும் எங்களுக்கிடையே வந்து மேசைக்குள்ளிருந்து இரண்டு ஆணுறைகளை எடுத்துத் திரும்பிச் சென்றாள். அவள் உள்ளே ஏறுவதுவரை என் கண்கள் என்னையறியாமல் அவளைப் பின்தொடர்ந்தன. என் பார்வையை விரும்பாத நந்தா என்னிடம் கேட்டார்: "நீங்கள் டான்ஸ் பார்க்க வந்தீர்களா? அல்லது இந்த நிகழ்ச்சியைப் பார்க்க வந்தீர்களா?"

"ஆனால் நீங்கள் டான்ஸைப் பற்றி ஏதும் சொல்ல வில்லையே?" நான் திருப்பிக் கேட்டேன்.

அவர் சற்று நேரம் மௌனமாக இருந்தார். பிறகு என் மீது நம்பிக்கைகொண்டதுபோலப் பேசத் தொடங்கினார்: "கோயிலில் கடவுளின் தாசிகள் என்று கேள்விப்பட்டிருக்கிறீர்களா? அவர்கள் தான் நாங்கள். தேவதாசிகள் – தேவதாசிகள் இப்போது இப்படியாகி விட்டார்கள்."

நான் வியந்துபோனேன். இந்தத் தெருவிலிருக்கும் ஆயிரக் கணக்கான பெண்களிலிருந்து தேவதாசிகளைக் கண்டு பிடிப்பது எளிதல்ல என்று நினைத்திருந்தேன். சோனாகச்சியில் மூன்றுமுறை ஏறி இறங்கியும், தேவதாசிகளாக இருந்த பெண்களைக் கண்டுபிடிக்க முடியவில்லை. ஆனால் இவர் இங்கே எனக்காகக் காத்திருந்ததுபோலத் தோன்றியது.

நான் முனகக்கூட செய்யாமல் கேட்டுக்கொண்டிருந்தேன். அவர் தொடர்ந்தார்: "உஜ்ஜயினியில் நிறைய தேவதாசிகள் இருந்தார்கள். அங்கே பெண்பிள்ளைகளைக் கோயிலுக்குத்தான் தேவதாசிகளாக்குவார்கள். எங்கள் அம்மாக்கள் எல்லாம் தேவதாசிகளாக இருந்தார்கள். தேவதாசிகள் பிள்ளைகள் பெற்றுக் கொள்ளக் கூடாது. பிள்ளைகள் உண்டானால் அது தெய்வ கோபம் என்று சொல்வார்கள். பிறகு அந்தப் பிள்ளைகளையும் தேவதாசியாக்குவார்கள். இப்படி அல்லாமலும் தேவதாசி ஆகிறவர்கள் இருக்கிறார்கள். இதோ, இதோ இருக்கிற சாந்த்னா அப்படி தேவதாசியானவள்தான். வீட்டாரால் இவளை வளர்க்க முடியாமல் வந்தபோது அவர்கள் இவளைக் கோயிலுக்குக் கொடுத்துவிட்டார்கள். அப்படி இவள் தேவதாசியானாள்."

"தேவதாசியான நீங்கள் எதற்கு முஜ்ரா கற்றுக் கொண்டீர்கள்?" நான் கேட்டேன்.

அப்போது உள்ளறையில் திரைக்கு வெளியே வாடிக்கையாளரின் பேண்ட் வந்து விழுவதைப் பார்த்தேன். நான் அங்கே கவனிக்காதிருந்தும் அது என் பார்வையில் பட்டுவிட்டது.

என் நோட்டத்தைப் பார்த்த நந்தாவும் அங்கே கவனித்தார். அவர் தன்னையறியாமல் சிரித்துவிட்டார். எனக்குத் தைரியம் வந்தது. அடக்கிக்கொண்டிருந்த சிரிப்பை நானும் வெளிப்படுத்தினேன்.

சட்டென்று அவர் சிரிப்பை நிறுத்திவிட்டு ஆழ்ந்தமுறையில் பேச்சைத் தொடர்ந்தார். தென்னிந்தியாவில் கோயில்களோடு சேர்ந்து நடைமுறையில் இருந்த தேவதாசிகளின் சரித்திரத்தைத் தான் அவர் சொன்னார். "ஆனால் நீங்கள் எப்படி முஜ்ரா கற்றுக்கொண்டீர்கள்?" நான் மீண்டும் கேட்டேன்.

"நாங்கள் வசித்திருந்த பிஞ்சார்வாடியில் அந்தக் காலத்தில் நிறைய முஸ்லிம் பெண்கள் வந்திருந்தார்கள். அவர்களுக்கு முஜ்ரா தெரியும். அவர்களுடன் இருந்துதான் நாங்கள் முஜ்ரா கற்றுக்கொண்டோம். அந்தக் காலத்தில், வருபவர்களையெல்லாம் மகிழ்ச்சிப்படுத்த வேண்டும் என்றால் நமக்கு எல்லாம் தெரிந்திருக்க வேண்டும்.

"அன்று அங்கே எங்களுக்கு ஒரு தலைவி இருந்தாள் – சுநீதா. அவள்தான் விஷயங்களையெல்லாம் பார்த்துக்கொண்டாள். ஒரு தலைமை இருந்தால்தானே நாம் நம் தேவைகளைப் பெற முடியும்? இல்லையென்றால் எல்லாரும் நம்மை ஏமாற்றுவார்கள். சுநீதாதான் முஜ்ரா கற்றுக்கொள்ளும்படிச் சொன்னாள். முஜ்ரா பார்க்க வருபவர்கள் நிறையப் பணம் தருவார்கள். முஸ்லிம் வியாபாரிகள்தான் முஜ்ரா பார்க்க வருவார்கள். எல்லாரும் புதிய பெண்பிள்ளைகளின் டான்ஸைப் பார்க்கத்தான் விரும்புவார்கள். டான்ஸ் மட்டும் போதாது, அது முடிந்ததும் தங்களுடன் படுக்கவும் அழைப்பார்கள். அதற்கும் காசு கிடைக்கும். அதனால் சுநீதா புதிய புதிய பெண்பிள்ளைகளை அழைத்துக்கொண்டு வருவாள்." அவர் அந்தக் காலத்தை நினைவுகூர்ந்தார்.

அப்போது அந்த உரையாடலைத் துண்டித்தவாறு, உள்ளே இருந்த வாடிக்கையாளர் வெளியே வந்தார். பின்னால் அந்தப் பெண்ணும் வந்தார். வாடிக்கையாளர், உடையணிந்த பிறகு இரட்டை அர்த்தமுள்ள ஏதோ தமாஷ் சொல்லிப் போனார். மஞ்சள் புடவை, முன்பு அமர்ந்திருந்த இடத்திலேயே வந்து அமர்ந்தார்.

"புதிய பெண்பிள்ளைகள் என்றால் அவர்களும் தேவதாசிகள் தானா?" நான் தொடர்ந்து கேட்டேன்.

“சாப்பாட்டுக்கு வழியற்ற வீடுகளில் இருக்கும் பிள்ளைகள். அவர்கள் தேவதாசிகள் என்றால் அப்படித்தான்.

“அவர்களை வளர்ப்பதற்கு வழியற்றுப்போகும்போது எங்களிடம் கொடுத்துவிடுவார்கள். சில சமயங்களில் சுநீதா நேரடியாக வீடுகளுக்குச் சென்று பிள்ளைகளை அழைத்து வருவாள். சிறிய பிள்ளைகளாக இருக்கும்போதுதான் எல்லோரும் நம் டான்ஸ் பார்க்க வருவார்கள். அன்று வாடிக்கையாளர்கள் இல்லாத நாளே இல்லையென்று சொல்லலாம். சிறிய பெண்பிள்ளைகள் இருப்பதால் வந்தவர்களே திரும்பத் திரும்ப வருவார்கள். இந்தப் பெண்பிள்ளைகளுக்கு எவ்வளவு ரூபாய் வேண்டுமானாலும் கிடைக்கும். இவர்கள் மூலமாகத்தான் பணம் வருகிறது என்பதால் சுநீதா இவர்களுக்கு எல்லா வசதிகளும் செய்து கொடுத்திருந்தாள். முதலில் கொஞ்சம் நாட்கள் ஒரு ஆளுடன் மட்டுமே புதிய பெண்பிள்ளையைப் படுக்க விடுவார்கள். பிறகு அவருக்கு வேண்டாமல் ஆகும்போது அடுத்த ஆளுக்கு. பிறகு யாருக்கு வேண்டுமானாலும் கொடுப்பார்கள். இதுதான் முறை. எல்லாவற்றையும் நிர்வாகம் செய்தது சுநீதா தான். ஜமீன்தார்கள் அவளை, ‘உஜ்ஜயினியின் ராணி’ என்று அழைப்பார்கள்.”

“அங்கே இருந்ததைவிடவும் நல்ல வாழ்க்கை கிடைக்கும் என்று நம்பியா நீங்கள் அந்த இடத்தைவிட்டு வந்தீர்கள்?”

“யார் விட்டுவந்தது? எங்களைத்தான் துரத்தி விட்டார்களே?” சற்றுமுன்பு திரும்பிவந்த மஞ்சள் புடவை பழைய பல்லவியை மீண்டும் பாடினார்.

ஆனால் நந்தா இப்போது முன்புபோல அவரைத் திட்ட வில்லை. மற்றொருவர் இடைமறித்துப் பேசுவதில் அவருக்குக் கோபம் உள்ளதாகவும் தோன்றவில்லை. அந்த வாய்ப்பைப் பயன்படுத்திக்கொண்டு மஞ்சள் புடவை பேசத் தொடங்கினார்.

“உஜ்ஜயினியில் மகாகும்பமேளா வந்தது நினைவிருக்கிறதா? பத்துவருடங்களுக்கும் முன்பு அது நடந்தது. அன்று அங்கே சன்னியாசிகள் வரும்போது தேவதாசிகளாகிய எங்களிடம் வந்து ‘வீணாகி’விடுவார்கள் என்று சொல்லி அன்றைய அரசாங்கம்தான் எங்களைத் துரத்திவிட்டது. அங்கிருந்து கிளம்புவதற்கு அவகாசம் கொடுத்தது. ஆனால் நாங்கள் போகவில்லை. எங்கே போவது? எங்கும் போக முடியாது. அதனால் போகவில்லை. கடைசியில் கொடுத்த அவகாசம் முடிந்துவிட்டது என்று சொல்லி போலீஸ் எங்களை அடித்துத் துரத்திவிட்டார்கள். உண்மையில் நாங்கள் உயிரைக் கையில் பிடித்துக்கொண்டு ஓடினோம். நிறையப்பேர்

நாக்பூருக்குப் போனார்கள். நாங்கள் நிறையப்பேர் இங்கே வந்துவிட்டோம்."

அப்போது நந்தா குறுக்கிட்டார்: "இங்கே இப்படியொரு வேசித் தெரு இருக்கிறது என்று சொல்லி எங்களை பாம்பே வுக்கு வண்டியேறச் சொன்னதும் சுநீதாதான்." அவர் தொடர்ந்தார்: "நாங்கள் நூறு நூற்றைம்பதுபேர் அன்று பாம்பேக்கு வண்டி யேறி வந்தோம். அங்கே விஷயங்களையெல்லாம் சரிப்படுத்தி விட்டு மீண்டும் எங்களை அங்கே அழைத்துச் செல்வதாக சுநீதா சொன்னாள். ஆனால் அவள் இங்கே வரவில்லை. அங்கே இப்போதும் அரசாங்கம் நோட்டமிட்டுக்கொண்டிருக்கிறது என்று கேள்விப்பட்டேன். திரும்பிச் சென்றாலும் அங்கே எங்களால் முன்புபோன்று தொழில் செய்ய முடியுமா என்று தெரியவில்லை. அங்கே நாங்கள் சம்பாதித்துவைத்த பணம் நிறைய இருந்தது. அதையெல்லாம் சுநீதா எடுத்திருப்பாள். பெண்பிள்ளைகளை அழைத்துவந்து உண்டாக்கிய காசல்லவா, அவள் எடுத்துக்கொள்ளட்டும்."

அப்போது, என்னை அழைத்து வந்த தரகர் அடுத்த வாடிக்கை யாளருடன் வந்தார். அந்தப் புதிய வாடிக்கையாளருக்கு இருபது இருபத்தைந்து வயதுதான் இருக்கும்.

"இருநூறு ரூபாய்தான் இருக்கிறது, யாராவது போங்கள்" என்று தரகர் சொன்னார்.

நந்தா மீண்டும் திட்டினார். அவர்களில் மிகவும் வயதான வராகத் தெரிந்த ஒரு பெண்ணிடம், செல்லும்படி சைகை காட்டினார். அவர் மறுப்பாக ஏதோ பதில் சொன்னார். அப்போது நந்தா மீண்டும் மஞ்சள் புடவையைப் பார்த்தார். மீண்டும் அவர் முறை. அவர் ஆணுறை எடுத்துக்கொண்டு உள்ளே சென்றார். தரகர் என்னைப் பார்த்துச் சிரித்து, நந்தாவின் கையில் கொஞ்சம் நோட்டுகள் கொடுத்து இறங்கிச் சென்றார். அந்த நோட்டுகள் புதிய வாடிக்கையாளர் கொடுத்ததாக இருக்க வேண்டும். உள்ளே சென்ற பெண், அந்தப் பையனிடம் ரூம் வாடகையாக நூறு ரூபாய் கேட்டார். அவன் இல்லையென்று சொன்னான். அவர் பட்டென்று அவன் பேண்ட் பாக்கெட்டுகளிலும் பர்ஸிலும் தேடத் தொடங்கினார். எங்கோ ஒளித்துவைத்திருந்த நூறு ரூபாயும் கொஞ்சம் சில்லறை நாணயங்களும் அவரிடம் அகப்பட்டுவிட்டன.

"நான் திரும்பி டாக்ஸியில் போவதற்கான பணம் அது." பையன் சொன்னான்.

“டாக்ஸியில் போக வேண்டாம். பஸ்ஸில் போனால் போதும்.” அவர் அப்படிச் சொல்லிவிட்டுச் சில்லறைகளை அவனிடம் கொடுத்தார்.

“சில்லறையை வேண்டுமானால் நீங்கள் வைத்துக் கொள்ளுங்கள். நூறு ரூபாய் எனக்கு வேண்டும். பஸ்ஸில் போக எனக்கு வழி தெரியாது.” பையன் சொன்னான்.

பிறகு கேட்டது வசை மழை. அது முடிந்து ரவிக்கைக் குள்ளிருந்து அவர் அவனுக்கு ஐம்பது ரூபாய் எடுத்துக் கொடுத்து, “டாக்ஸிக்கு ஐம்பது ரூபாய் போதும்” என்றார். கிடைத்தது போதும் என்பதுபோல அந்தப் பையன் நின்றான். அவர் முதலில் திரைக்குள் சென்றார். பின்னால் அந்தப் பையன். என் அருகே இருந்த பெண்கள், எனக்குப் புரியாத ஏதோ தமாஷ் சொல்லிச் சிரித்தார்கள். விஷயம் புரியவில்லை என்றாலும் நானும் அந்தச் சிரிப்பில் சேர்ந்துகொண்டேன்.

அந்தச் சிரிப்பு முடியும் முன்பே அதோ, வேறொரு வாடிக்கை யாளருடன் மற்றொரு தரகர். நந்தா அதுவரையான தோழமையைக் கைவிட்டார்: “நீங்கள் போங்கள். எங்களுக்கு பிசினஸ் நடக்கும் நேரம் இது. சென்று, பகலில் எப்போதாவது வாருங்கள்.”

அவர் அடுத்த வியாபாரம் பேசி முடிக்கும்முன்பு நான் புறப்பட்டேன்.

மீண்டும் அந்தப் பகுதியில் சுற்றிக்கொண்டிருப்பது ஆபத்தா னது என்று எனக்குத் தோன்றியது. வெளியே வந்து மற்றொரு வழியில் நுழைந்தேன். அங்கும் தீபாவளி கொண்டாட்டம் நடந்துகொண்டிருந்தது. உயர்ந்தெழும் வாண வெடிகள் மேலே சென்று வண்ணங்களைச் சிதறடித்துக்கொண்டிருந்தன. அதைப் பார்த்துத் தமாஷ்பேசி சிரிக்கும்போதும் பெண்களின் பார்வை வழியில் செல்பவர்களிடம்தான் இருந்தது. கொண்டாட்டத்தின் இடையிலும் தரகர்கள் ஆட்களைத் தேடிக்கொண்டிருந்தார்கள்.

சீக்கிரமே அடுத்த தரகர் முன்னால் வந்தார்.

“மதிராஸ் . . ?” அவர் கேட்டார்.

“யெஸ்.”

“நல்ல சினிமா நடிகைகள்போலிருக்கும் பெண்கள் கிடைக்கும், சார்.”

“எவ்வளவு?”

“ஐந்நூறு.”

ஐந்நூறு ரூபாய் எடுத்துக் கொடுத்தபடி நான் சொன்னேன்: "நான் தேவதாசிகளைப் பற்றி புராஜெக்ட் செய்ய வந்திருக்கிறேன். கர்நாடகத்திலிருந்து வந்திருக்கும் தேவதாசிகள் இங்கே யாராவது இருக்கிறார்களா என்று தெரிந்துகொள்ள வேண்டும்."

அவர் சில நொடிகள் என்னைக் கவனித்துப் பார்த்தார். அந்தப் பார்வை அச்சத்தை ஏற்படுத்துவதாக இருந்தது. அவர் என்ன நினைக்கிறார் என்று நான் புரிந்துகொள்வதற்கு முன்பு அவர் என் பாக்கெட்டுகளில் கைவிட்டார். பாக்கெட்டிலிருந்து கிடைத்த எல்லாவற்றையும் வெளியே எடுத்துப் பரிசோதித்தார். அப்போது வேறு இரண்டு ஓட்டுநர்கள் என்னை நோக்கி வருவதைப் பார்த்தேன். என் பயம் இருமடங்கானது. மற்ற பயணங்களில் எல்லாம் ஒருவராவது என்னுடன் இருந்தார்கள். இப்படிப்பட்ட பகுதிகளில் இப்போதுதான் முதல்முறையாக தனியாகப் பயணிக்கிறேன்.

வந்தவர்கள், என்ன பிரச்சினை என்று அவரிடம் கேட்டார்கள். ஒன்றுமில்லை என்று சொல்லி அவர் அவர்களைத் திருப்பி அனுப்பினார். அப்போதுதான் என்னால் சரியாக சுவாசிக்க முடிந்தது. என்னைச் சாலையோரமாக விலக்கிக் கொண்டு வந்து அவர் ஆழ்ந்தமுறையில் கேட்டார்: "மதிராசி யுனிவர்சிட்டிக்காகவா புராஜெக்ட்?"

"ஆமாம்." நானும் ஆழ்ந்தமுறையில் சொன்னேன்.

"அப்படிப்பட்ட பெண்கள் இங்கே நிறையப் பேர் இருந்தார்கள். அதுகளில் அதிகமானபேரை மீட்டுக்கொண்டு போய்விட்டார்கள், சார். இப்போது ஒரு பெண் இருக்கிறாள். அவள் தேவதாசிதானா என்று சந்தேகமாக இருக்கிறது. நாம் போய்ப் பார்க்கலாம்."

அவருக்குப் பின்னால் நான் நடந்தேன். முன்புபோல இடுங்கிய மாடிப்படிகள் ஏறித்தான் இந்த வசிப்பிடத்துக்கும் வந்தோம். இங்கும் முன்புபோல நிறையப் பெண்கள் வட்டமாக அமர்ந்திருந்தார்கள். ஜீன்ஸும் மேலுடையும் அணிந்திருந்த ஒரு பெண்பிள்ளையை அவர் உள்ளே அழைத்தார். அவள் ஆணுறையுடன் வந்தாள். தன் முன்னிலையில்தான் விஷயங்களைக் கேட்க வேண்டும் என்று அவர் சொன்னார். நான் சம்மதித்தேன்.

அவர் நான் வந்திருக்கும் நோக்கத்தைப் பற்றி ஒரு முன்னுரை கொடுத்தார். தன் பெயரைக் கேட்கக் கூடாது எனும் நிபந்தனையுடன் அவள் பேசத் தொடங்கினாள்.

"கர்நாடகத்தில் சௌந்தத்தி எனும் கிராமத்தில் நான் பிறந்தேன். என் அம்மா 'ஜோகம்மா'வாக இருந்தார். என் அப்பா

யார் என்று எனக்குத் தெரியவில்லை. அது என் அம்மாவுக்கும் தெரியாது. எனக்கு பத்துப் பதினொரு வயதானபோது என்னையும் யெல்லம்மாவுக்கு தாசியாக்குவதாக என் அம்மா வேண்டியிருந்தார். ஆனால் அதற்கு போலீஸ்காரர்கள் அனுமதிக்கவில்லை. அப்போதுதான் அம்மாவுக்குத் தெரிந்த ஒரு மாமா வந்து என்னை அழைத்து வந்தார். இங்கே ஒரு பாபாவின் வீட்டில் நான் விடப்பட்டேன். அங்கே மாலை நேரத்தில் ஆண்கள் வருவார்கள். அப்படி நீண்ட நாட்கள் கழிந்தபோது நிறையப் போலீஸ்காரர்கள் வந்து துப்பாக்கியெல்லாம் காட்டி என்னையும் சேர்த்து நான்கைந்து பெண்பிள்ளைகளைப் பிடித்துக்கொண்டு போனார்கள். பாபாவைக் கைது செய்தார்கள். எங்களை ஒரு ஹாஸ்டலில் தங்கவைத்தார்கள். கோர்ட்டில் கேஸெல்லாம் ஆனது. பாபாவைச் சிறையில் அடைத்துவிட்டார்களாம். நாங்கள் பதினெட்டு வயதுவரை ஹாஸ்டலில்தான் இருந்தோம், சர்க்கார் செலவில். பிறகு நான் ஊருக்குப் போய்விட்டேன். அப்போது அங்கே யாரும் என்னைப் பார்த்துக்கொள்ளத் தயாராக இல்லை. வேலை செய்யலாம் என்றால் யாரும் வேலைக்குக் கூப்பிடவும் இல்லை. ‘யெல்லம்மா’க்கள் வேலைக்கு வந்தால் வீடு நாசமாகும் என்று அவர்கள் சொல்வார்கள். அதனால் மீண்டும் இங்கே வண்டியேறிவிட்டேன். இப்போது இங்கே இருக்கிறேன். இங்கே நேரத்துக்கு உணவு கிடைக்கும். ஐந்தாறு மாதங்களுக்கு ஒருமுறை அம்மாவைப் பார்க்கப் போவேன். அப்போது இங்கிருக்கும் ஸாப் ஏதாவது காசு கொடுப்பார். அதைக் கொண்டு போய் அம்மாவிடம் கொடுப்பேன்.”

அவளுக்கு இருபத்தொரு வயது. அவளுடன் சேர்ந்து தப்பிய பலரும் திரும்பிவந்துவிட்டார்கள். சிலர் மற்ற வேலைகள் செய்கிறார்கள். அவர்களில் தீபா எனும் பெண்பிள்ளையைப் பற்றி அவள் குறிப்பிட்டாள். நான் அவளிடமிருந்து தீபாவின் எண் வாங்கினேன்.

எக்காரணம் கொண்டும் நான்தான் இந்த எண் கொடுத்தேன் என்று சொல்லிவிடாதீர்கள் என்று அவள் கண்டிப்பாகச் சொன்னாள். பிறகும் நான் சில விஷயங்கள் கேட்டேன் என்றாலும் அவள் எதற்கும் பதில் சொல்லத் தயாராக இல்லை.

தரகரும் நானும் வெளியே வரும்போது மற்ற பெண்களுக்கிடையில் முப்பதுவயது இருக்கும் ஒரு வாடிக்கையாளரைப் பார்த்தேன். வேறொரு தரகரும் அவருடன் இருந்தார். அந்தத் தமிழ் வாடிக்கையாளர் முன்னரே ஒரு பெண்ணை அணுகினாராம். அவள் காசு முழுவதையும் பிடுங்கிக்கொண்டு இவரை அனுப்பி விட்டாளாம். யாருக்கும் தெரியாமல் சட்டையில் ஒளித்து வைத்திருந்த இருநூறு ரூபாய்தான் இனி இருக்கும் பணம்.

அதைக் கொண்டு காரியத்தை நடத்த வேண்டும். அதற்காகத்தான் இப்போது இங்கே வந்திருக்கிறார். அந்தப் பெண்களிடம் தரகர் விளக்குவதைக் கேட்டேன்.

"ரோட்டில் நிற்கும் பெண்களிடமா போனீர்கள்?" – ஒரு பெண் கேட்டாள். தரகர் உடனே அந்தக் கேள்வியை தமிழில் மொழிபெயர்த்தார்.

ஆமாம் என்று வாடிக்கையாளர் தலையாட்டினார்.

"அதுகள் வெறும் பிராஸ்டிட்யூட்ஸ்தான். கௌரவமான பெண்கள் ரோட்டிலிறங்கி நிற்க மாட்டார்கள். இதோ எங்களைப் பார்த்தீர்களா, இங்கே வந்தால்தான் எங்களைப் பார்க்க முடியும். பிராஸ்டிட்யூட்ஸ்களிடம் போனால் அதுகள் பிடித்து பிடுங்கிக் கொள்ளும்கள். என்ன சந்தேகம்?" அந்தப் பெண் இந்தியில் கத்தினாள். ஆனால் தனக்கு அறிவுரை வேண்டாம், காரியம் நடக்க வேண்டும் என்பதுபோல வாடிக்கையாளர் நின்று கொண்டிருந்தார்.

கௌரவமான பெண்களுக்கும் பிராஸ்டிட்யூட்ஸ்களுக்கும் உள்ள வித்தியாசத்தைச் சிந்தித்தவாறு நான் வெளியேறினேன்.

தீபா – திரும்பி வந்தவள்

கன்னடப் பெண்பிள்ளை கொடுத்த எண்ணில் மறுநாளே தீபாவைத் தொடர்புகொண்டேன். சாந்தாக்ரூஸில் ஒரு கால் சென்டரில்தான் தீபா இப்போது வேலைசெய்கிறாள். நான் நேராக அங்கே சென்றேன். காமத்திப்புராவிலிருந்து தப்பித்து இப்போது நல்ல நிலையில் இருக்கும் பெண்பிள்ளைகளைப் பற்றித் தெரிந்துகொள்வதற்காக வந்திருக்கிறேன் என்று சொன்னபோது தீபா, என்னுடைய எண் எப்படிக் கிடைத்தது என்றுதான் முதலில் கேட்டாள். போலீஸ் உதவியுடன்தான் கிடைத்தது என்று நான் சொன்னேன். பிறகு மேற்கொண்டு அவள் எதுவும் பேசவில்லை. வேலை நேரம் தொடங்குவதால் சுற்றிவளைக்காமல் அவள் விரைவாகப் பேசினாள்.

தீபாவின் ஊர் கர்நாடகத்தில் இருக்கிறது. மேல்நிலை இரண்டாமாண்டு படிக்கும்போது பழக்கமான ஒரு டாக்ஸி டிரைவருடன் தீபா காதல் வயப்பட்டாள். அவனுடைய பின்னணி என்னவென்று யாருக்கும் தெரியவில்லை. "அன்று சரியான சிந்தனை ஒன்றும் இல்லை." குற்றவுணர்ச்சியால்தான் அவள் தலைகுனிந்து இதைச் சொன்னாள்போலிருக்கிறது. அவள் தொடர்ந்தாள்: "ஒருநாள் அவனுடன் பாம்பேக்கு வண்டி ஏறினேன். நான் பாம்பேக்கு அப்போதுதான் முதன்முதலாக வருகிறேன். ஒரு வீட்டில் தங்கும்படி அவன் சொன்னான். அங்கே

சில அக்காமார்களெல்லாம் இருந்தார்கள். இது நண்பனின் வீடு என்றுதான் அவன் சொன்னான். இரண்டாம் நாளே, வங்கிக்குப் போய்வருகிறேன் என்று சொல்லி என் தங்கச் சங்கிலியையும் மோதிரத்தையும் வாங்கிக்கொண்டு போய்விட்டான். அந்த வீட்டி லிருந்த அக்காமார் பிற்பாடு என்னை அழைத்துக்கொண்டு காமத்திப்புராவுக்கு வந்தார்கள். அங்கே ஒரு அறையில் நிறையப் பெண்களுடன் உட்காரும்படிச் சொன்னார்கள். என்னை ஊரிலிருந்து அழைத்துக்கொண்டு வந்த ஆளைப் பார்க்க வேண்டும் என்று சொல்லி நான் அழுதேன். அப்போது அவர்கள் சிரித்தார்கள். அவனுக்குக் காசு கொடுத்து இங்குள்ள ஸாப் என்னை வாங்கிவிட்டார் என்று அவர்கள் சொன்னார்கள். என்ன நடக்கிறது என்று உண்மையில் எனக்குப் புரியவில்லை. எப்படியாவது அம்மாவையும் அப்பாவையும் பார்த்துவிட்டால் போதும் என்றிருந்தது எனக்கு. உதவிசெய்வதற்கு யாரும் இல்லை. மனம் தகர்ந்தது. என்னை வீட்டில் கொண்டுபோய் விட்டுவிட்டால் எவ்வளவு காசு வேண்டுமானாலும் கிடைக்கும் என்று நான் அவர்களிடம் சொன்னேன். ஸாபைப் பார்த்துப் பேசும்படி அவர்கள் சொன்னார்கள். நான் ஸாபைப் பார்த்தேன். 'உன்னைக் கொண்டு இங்கே கிடைக்கக்கூடிய காசு ஈடாக்கிவிட்டு வீட்டிலும் கொண்டுபோய்விட்டுக் காசு வாங்கிக்கொள்கிறேன்' என்று சொல்லி அவர் சிரித்தார்."

அச்சுறுத்தும் அவரது அசிங்கமான சிரிப்பை மனதில் பார்த்ததுபோல தீபாவின் முகம் அருவருப்பால் வெளிறியது. அவள் தொடர்ந்தாள்: "ஒருநாள் மஞ்சளெல்லாம் தேய்த்து என்னைக் குளிப்பாட்டினார்கள். அதன்பிறகும் மூன்று நான்கு நாட்கள் நான் அங்கிருந்த பெண்களுடன் சும்மா இருந்தேன். மாலை நேரமானால் யார்யாரோ வருவார்கள். ஒவ்வொரு அக்காவையும் அழைத்துக்கொண்டு உள்ளே சென்று திரும்பி வருவார்கள். அன்று எனக்கு எதுவும் புரியவில்லை. அப்படி, நான்கைந்து நாட்களுக்குப் பிறகான ஒரு இரவு, என்னையும் உள்ளே செல்லும்படி ஸாப் என்னிடம் சொன்னார். நான் உள்ளே சென்றபோது, ஏறத்தாழ நாற்பது வயதுடைய ஒருவன் அங்கே இருந்தான். அவன், உடை முழுவதையும் கழற்றும்படி என்னிடம் சொன்னான். நான் பயந்துபோய் அசையாமல் நின்றேன். அவன் என்னருகே நெருங்குந்தோறும் என் அச்சம் அதிகரித்தது. அவன் மனமிரங்கி என்னை விட்டுச் செல்வதும் என் அம்மா வந்து என்னைக் கட்டிப்பிடிப்பதும் ஒரு கனவுபோல என் மனதில் வந்து நிறைந்தது. வெறும் கனவு. உண்மையில் நடந்தது வேறொன்று. அவன் தாவி வந்து என்னை ஆக்கிரமித்தான். அப்படி ஒரு வருடம் தினமும் யார்யாரோ வந்து சென்றார்கள்.

"அப்படி இருக்கும்போது ஒருநாள் போலீஸ்காரர்களும் வேறு நிறைய ஆட்களும் கூட்டமாக வந்து அந்த வீட்டை முற்றுகையிட்டு என்னையும் வேறு நான்கைந்து பெண்பிள்ளை களையும் காப்பாற்றினார்கள். அதன்பிறகு பதினெட்டுவயது வரை ஹாஸ்டலில் இருந்தேன். அங்கே படித்தேன். வெளியே வந்தபோது பற்பல வேலைகள் செய்தேன். இப்போது இங்கே இருக்கிறேன்."

"கடந்த காலத்தைப் பற்றி யோசிக்கும்போது இப்போதும் அச்சம் ஏற்படுகிறதா?"

"இல்லை; கடந்த காலத்தை நான் யோசிப்பதே இல்லை." அவள் பட்டென்று பதில் சொல்லி முடித்தாள்.

"காமத்திப்புராவில் இருக்கும் எல்லா பெண்பிள்ளை களையும் ஏன் போலீஸ் இப்படிக் காப்பாற்றவில்லை?"

"அது எனக்குத் தெரியவில்லை. ஆனால் இப்படித் தப்பித்த பிறகும் மீண்டும் அதே வேலைக்குப் போன பெண்பிள்ளைக ளெல்லாம் இருக்கிறார்கள். என்னுடன் வெளியே வந்த ஒருத்திவரை இப்படி திரும்பிப் போயிருக்கிறார்கள். வெளியே வேறு வேலை கிடைக்காததால்தான் போனேன் என்று அவள் சொன்னாள். அவள் சொன்னது சரியாக இருக்கலாம்."

வேலை நேரமாக இருக்கிறது என்று தீபா சொன்னது உண்மையா என்று தெரியவில்லை. ஒருக்கால், அவள் என்னிட மிருந்து தப்பிக்க நினைத்திருக்கலாம். தீபாவின் காமத்திப்புரா வாழ்க்கையைப் பற்றி விரிவாகக் கேட்க எனக்கு விருப்பமும் இல்லை.

ஆன்சன் – இப்படியும் ஒருவர்

பெண்பிள்ளைகளைக் காப்பாற்றுவதற்கான மீட்பு நடவடிக்கைக்குத் தலைமையேற்பது யார் என்பதுதான் என் அடுத்த விசாரணை. மும்பையில் மலையாள மனோரமா ஒளிப்படக்காரரான ஆர்.எஸ்.கோபன்தான், மலையாளியான ஆன்சன் தோமஸை அறிமுகப்படுத்திவைத்தார். பத்தனம்திட்ட தோன்யாமலையைச் சேர்ந்த ஆன்சன் பலகாலமாக மும்பையில் இருக்கிறார். சாந்தாக்ரூஸில் அவரைப் பார்ப்பதற்கும் கோபன் வாய்ப்பு ஏற்படுத்தினார். சாந்தாக்ரூஸிலிருந்து அவரது வசிப்பிடத்துக்குச் சென்றுகொண்டிருக்கும்போது ஆன்சன் தன் அனுபவங்களைச் சொல்லத் தொடங்கினார். பலவிதமான மீட்பு நடவடிக்கைகள் மூலம் அவர் எழுநூற்றைம்பது பெண்பிள்ளை களைக் காப்பாற்றியிருக்கிறார். ஆனால் என் பயணங்களில் நான்

புனிதப் பாவங்களின் இந்தியா

சந்தித்த மற்ற பலரைப்போல அவர் தன் வீறாப்புப் பேச்சுகளையும் உரிமைகோரல்களையும் என் முன்னால் கட்டவிழ்க்கவில்லை. போலீஸும் அரசாங்கமும் உதவி செய்யாததைப் பற்றியும் அவர்களுக்கு இந்த விஷயத்தில் ஆத்மார்த்தம் இல்லாததைப் பற்றியும் அவர் சொன்னார். சுருக்கமாகச் சொன்னால், அவர் மிகவும் ஏமாற்றமடைந்திருந்தார்.

ஆன்சன், 1989 முதல் 2010வரை சுங்க அதிகாரியாக இருந்தார். 1990களின் தொடக்கத்தில், காமத்திப்புராவில் இருக்கும் பெண்பிள்ளைகளைக் காப்பாற்றும் வேலையில் ஈடுபடுகிறார். “ஐந்துமுறை போலீஸ் ஸ்டேஷனுக்குச் சென்றால்தான் ஒருமுறை போலீஸார் உடன்வரச் சம்மதிப்பார்கள். இல்லையென்றால் இப்போது உள்ளதைவிட ஐந்துமடங்கு பெண்பிள்ளைகள் வெளியே வந்திருப்பார்கள். இதில் உள்ளூர் போலீஸுக்கு எந்தவொரு ஆர்வமும் இல்லை. அதுதான் பிரச்சினை.”

“பெண்பிள்ளைகள் எப்படி இதற்குள் வந்து சிக்கிக் கொள்கிறார்கள்?”

“பலவிதமாக. பாம்பேயில் வேலைவாங்கித் தருவதாக ஏஜெண்டுகள் ஏமாற்றிக்கொண்டுவருகின்றவர்கள், காதலர்களை நம்பி அவர்களுடன் வந்தவர்கள், அவ்வளவு ஏன், கணவர்களால் விற்கப்பட்ட பெண்கள்கூட இருக்கிறார்கள்.”

“மீட்பு நடவடிக்கை எப்படி நடக்கும்?”

“வயதுக்கு வராத பெண்பிள்ளைகளைத்தான் முக்கியமாகக் காப்பாற்றுவோம். அப்படிப்பட்ட பிள்ளைகள் எங்கே இருக்கிறார்கள் என்று முதலில் கண்டுபிடிப்போம். அதற்கு அவர்களுக்கிடையில் சில ஆட்கள் இருக்கிறார்கள், தரகர்களாகவும் இல்லாமலும். அவர்கள் தகவல் கொடுத்தால் அதன்படி ஒரு வாடிக்கையாளரைப்போல நான் நேரடியாகச் செல்வேன். ஆனால் நேரடியாகச் செல்வது இப்போது சாத்தியமல்ல. ஏனென்றால் என்னைப் பார்த்தால் இப்போது எல்லோருக்கும் தெரிந்துவிடும். அதனால் நம்பிக்கையான யாரையாவது அனுப்புவேன். அவர்கள் அங்கே சென்று தகவலை உறுதிப்படுத்துவார்கள். முடிந்தால் பெண்பிள்ளைகளின் விவரத்தையும் திரட்டுவார்கள். இந்த விவரங்களை வைத்துக்கொண்டு போலீஸிடம் சென்று விஷயத்தைச் சொல்வோம். பிறகு அதே இடத்துக்கு மீண்டும் செல்வோம். முன்னமே கொடுத்த தகவலின் அடிப்படையில் போலீஸ் இடத்தை முற்றுகையிட்டுப் பிள்ளைகளைக் காப்பாற்றுவார்கள். ஆனால் சொல்வதுபோல அவ்வளவு சுலபமல்ல இந்த விஷயங்கள். ஏனென்றால் நான் சொன்னேனல்லவா,

தொடர்ந்து ஐந்துமுறை சென்றால்தான் போலீஸ் நாம் சொல்வதைக் கவனிக்கவாவது தயாராவார்கள். பிறகு நீதிமன்றமும் வழக்குமெல்லாம் பிரச்சினைதான். பெரும்பாலும் பெண்பிள்ளைகளே பயத்தின் காரணத்தால் நீதிமன்றத்தில் வாக்குமூலத்தை மாற்றிச் சொல்வார்கள். நிறையமுறை நீதிமன்றம் ஏறி இறங்கினால்தான் பெண்பிள்ளைகளை வைத்து வியாபாரம் செய்யும் ஒருவனையேனும் சிறையிலடைக்க முடியும். இப்போது நான் அவர்களால் கண்காணிக்கப்படுகிறேன்."

"வெளியே சென்றாலும் அவர்களுக்குப் பசிபோக்க வழி யில்லை என்றால் அப்புறம் மீட்பு நடவடிக்கைகளுக்கு என்ன அர்த்தம்?" என்று நான் கேட்டேன்.

என் கேள்வி அவருக்குக் கோபத்தை ஏற்படுத்தியது. "நான் கேட்கிறேன், நம் அம்மாவையோ சகோதரியையோ இதுபோல விபச்சாரம் செய்ய ரோட்டில் விட்டுவிடுவோமா? நியாயங் களைக் கண்டுபிடிப்பது சுலபம். எல்லா இந்தியர்களும் என் சகோதர சகோதரிகளே என்று உறுதிமொழி எடுத்துக் கொள்பவர்கள் தங்கள் சகோதரிகள் ரோட்டில் ஆண்களுக்காகக் காத்திருக்கும் நிலைமை ஏற்பட்டும் பேசாமலிருப்பது உறுதி மொழி மீறல் என்று நான் சொல்வேன். டெல்லியில் நிர்பயா கற்பழிக்கப்பட்டபோது தொலைக்காட்சிகளில் உதட்டுச்சாயம் பூசி வந்து நிறையப்பேர் கொந்தளிப்பதைப் பார்த்தேன். இதற்குள் ஆயிரம் நிர்பயாக்கள் கற்பழிக்கப்படுகிறார்கள். அதைப் பற்றி எவருக்கும் துயரமில்லை. இவர்களைக் காப்பாற்ற வேண்டும் என்று உருவாக்கிய பல தன்னார்வ அமைப்புகள் என்ன செய்கின்றன? அவர்கள், 'இவர்களைப் பாலியல் தொழிலாளிகள் என்று அழைப்பதா, அல்லது வேசிகள் என்று அழைப்பதா' என்று ஐந்து நட்சத்திர விடுதிகளில் விவாதமும் கருத்தரங்கமும் நடத்துகிறார்கள். அடிப்படையில் பிரச்சினைகளைத் தீர்ப்பதற்கு அவர்கள் முயற்சி செய்யவில்லை. பல வருடங்களுக்கும் முன்பு ஒரு அமைப்பின் கூட்டத்துக்கு அழைப்பின்பேரில் நான் சென்றேன். அவர்கள் அன்றைய கூட்டத்தில் ஒரு தீர்மானத்தை வெளிப்படுத்தினார்கள். 'பாலியல் தொழிலாளர்களுக்கு இப்போது கிடைக்கும் கூலி குறைவு, குறைந்தபட்சக் கூலி நூறு ரூபாயாவது இருக்க வேண்டும்' என்பதுதான் அந்தத் தீர்மானம். 'நம் வீட்டுப் பெண்கள் விபச்சாரம் செய்யப் போகிறார்கள் என்று வைத்துக்கொள்ளுங்கள், அவர்களுக்குக் கிடைக்கும் கூலி குறைவு என்று சொல்லநேரும் அந்த நிலையைக் கொஞ்சம் யோசித்துப்பாருங்கள்' என்று நான் சொன்னேன். பிறகு அந்தத் தீர்மானம் நிறைவேற்றப்பட்டதா என்று தெரிய வில்லை." ஆன்சன் குமுறினார்.

"அப்படியென்றால் நாம் என்ன செய்ய வேண்டும் என்று நீங்கள் சொல்கிறீர்கள்?" அவரைச் சமாதானப்படுத்துவதற்காக நான் கேட்டேன்.

"இதைப் பற்றிய பெருந்துயரம் ஒவ்வொருவருக்கும் ஏற்பட வேண்டியது அவசியம். சிவப்புத் தெருக்களுக்குள் குழந்தைகள் அனுபவிக்கும் வதை எவ்வளவு பெரிதென்று ஊகித்துப் பாருங்கள். அப்படிச் செய்தால்தான் அவர்களுக்காக ஏதாவது செய்ய உங்களால் முடியும். நான் மீட்டு வெளியே கொண்டு வந்த விஜயா எனும் பெண்பிள்ளையின் விஷயத்தையே எடுத்துக்கொள்ளுங்கள். இன்று அவள், வெளியே வரும் மற்ற பெண்பிள்ளைகளுக்காக வழக்கு நடத்துகிறாள். அவளுடைய செயல்பாடுகள் மிகவும் ஆத்மார்த்தமானவை. ஏனெனில் அதனுள்ளே கொடுந்துன்பங்களை அவள் நேரடியாக அனுபவித்ததுதான்."

விஜயாவின் புதிய வாழ்க்கை

விஜயா இப்போது கல்யாணில் இருந்து எழுபத்தைந்து கிலோமீட்டர் தள்ளியிருக்கும் மூர்பாதில், மார்த்தோமா சபை நடத்தும் நவஜீவன் இயக்கத்தின் செயல்பாட்டாளர். பாலியல் தொழிலாளர்களின் குழந்தைகளுக்குக் கல்வி கொடுத்து அவர்களுக்கு மறுவாழ்வளிப்பதை முக்கியமாகக் கொண்டது தான் நவஜீவன் செயல்பாடு.

மும்பையிலேயே இருக்கும் நவஜீவன் அலுவலகத்துக்குச் சென்று விஜயாவைப் பார்ப்பதற்கு அனுமதி வாங்கினேன். மூர்பாதுக்கு ஆசிரியர்கள் போகும் வண்டியில் என்னையும் சேர்த்துக்கொள்ளும்படி நவஜீவனில் பொறுப்பு வகிக்கும் பாதிரியார்கள் ஓட்டுநரிடம் சொன்னார்கள். அப்படி அவர்களுடன் ஒரு மதியத்தில் மூர்பாதுக்கு வந்தேன். என்னை அலுவலகத்தில் உட்காரவைத்துவிட்டு ஆசிரியர்கள் அவரவர் வேலைகளுக்குச் சென்றார்கள். நான் நீண்ட நேரம் அங்கே காத்திருந்தேன். அங்குள்ள ஊழியர்களெல்லாம் மலையாளிகள். நான் கேரளத்திலிருந்து வந்திருக்கும் பத்திரிகையாளன் என்று அறிந்தபோது நிறையப் பேர் வந்து என்னுடன் அறிமுகமானார்கள். பெரும்பாலோர் அவசரமான வேலைகளில் ஈடுபட்டிருக்கிறார்கள். அவர்களுக்கிடையில் யார் விஜயா என்று நான் வெறுமனே தேடிப்பார்த்தேன்.

சற்றுநேரத்துக்குப் பிறகு, அதுவரை என் முன்னால் அங்கும் இங்கும் சென்றுகொண்டிருந்த ஒருவர் என்னிடம் வந்தார். ஜீன்ஸும் டிஷர்ட்டும் அணிந்திருந்தார். 'விஜயா' என்று தன்னை

அறிமுகப்படுத்திக்கொண்டார். அந்தக் குரலைக் கேட்டுத்தான் அவள் ஒரு பெண் என்று நான் தெரிந்துகொண்டேன். என் திகைப்பு விஜயாவுக்கும் தெரிந்துவிட்டது என்று தோன்றியது.

அவள் என் முன்னால் உள்ள நாற்காலியில் அமர்ந்தாள். நான் வந்த நோக்கத்தையும் மற்ற விவரங்களையும் பாதிரியார் தெளிவாகச் சொல்லியிருக்கிறார் என்று விஜயா சொன்னாள். தன்னைப் பற்றி முன்பு ஒரு தொலைக்காட்சி நேர்காணல் வந்திருக்கிறது என்றும் சில பத்திரிகைகள் சிறப்புக் கட்டுரைகள் வெளியிட்டிருக்கின்றன என்றும் தெரிவித்தாள். அதனால்தான் போலிருக்கிறது, துல்லியமாக நறுக்குத் தெறித்தாற்போல தேவையானதை மட்டும் பேச அவள் அறிந்திருக்கிறாள்.

"சென்னைக்குப் பக்கத்தில் கடலூர்தான் என் ஊர். என் வாப்பாவின் பெயர் அப்துரஹ்மான். உம்மா மும்தாஜ் பீவி. என் உண்மையான பெயர் ஷேக் பி. நாங்கள் வாடகை வீட்டில்தான் வசித்திருந்தோம். கடும் வறுமை. உம்மாவுக்கு அடிக்கடி வயிற்று வலி வரும். பல நாட்கள் ஒருவேளை உணவுதான் கிடைக்கும். ஒருநாள் வாப்பா இருபது ரூபாய் கொடுத்துப் பக்கத்துக் கடைக்குச் சென்று அரிசி வாங்கி வரும்படி உம்மாவிடமும் என்னிடமும் சொன்னார். உம்மாவும் நானும் அரிசி வாங்கி வரும் வழியில், ஒருவர் வந்து உம்மாவிடம் சொன்னார், வாப்பா தூக்குப்போட்டு இறந்துவிட்டார் என்று.

"என்னையும் பிடித்து இழுத்துக்கொண்டு, அரிசிப் பையையும் நெஞ்சோடு சேர்த்துப் பிடித்துக்கொண்டு உம்மா வீட்டுக்கு ஓடினாள். சினிமாவில் பார்ப்பதுபோல அரிசிப் பையைத் தூக்கி எறிந்துவிட்டு ஓடவொன்றும் உம்மாவால் முடியாது." சொல்லிக்கொண்டிருக்கும்போது விஜயா சிரித்தாள். உதடு கோணிய அந்தச் சிரிப்பினூடே அவள் தொடர்ந்தாள்: "உங்களுக்கு இது புரியுமா என்று தெரியவில்லை. அன்று எங்கள் வீட்டில் அந்த அளவு வறுமை, சார்." அவள் சற்று நிறுத்தினாள். நான் எதுவும் பேசவில்லை. இனி எந்த இடத்திலிருந்து பேசத் தொடங்குவது என்று அவள் யோசிப்பதுபோலத் தோன்றியது. நினைவுகளை அடுக்கிவைத்ததுபோன்று அவள் பேசத் தொடங்கினாள்:

"தூக்குப் போட்டுச் செத்த வீடு சாபஸ்தலம் என்று சொல்லிச் சிலர் சேர்ந்து எங்களுடைய அந்தச் சிறிய வீட்டைக் கொளுத்திவிட்டார்கள். பிறகு கொஞ்சம் நாட்கள் நானும் உம்மாவும் பள்ளிவாசல் திண்ணையில்தான் இருந்தோம். பிறகு பள்ளிவாசல்காரர்கள் வந்து அங்கிருந்து போகும்படிச் சொன்னார்கள். அப்படி நாங்கள் வாப்பாவின் ஒரு உறவினர்

வீட்டுக்குச் சென்றோம். அன்று எனக்குப் பதினொரு வயது இருக்கும். ஒருநாள் உம்மா வெளியே எங்கோ போன நேரத்தில் யாரோ என்னை மயங்கவைத்து அங்கிருந்து வாகனத்தில் ஏற்றிக் கொண்டு போனார்கள்.

"நினைவு திரும்பியபோது நான் ஒரு வீட்டில் இருந்தேன். அது என்ன இடம் என்றோ சுற்றிலும் இருப்பவர்கள் யார் என்றோ எனக்கு ஒன்றும் தெரியவில்லை. உம்மாவைப் பார்க்க வேண்டும் என்று நான் அழுதபோது, அங்குள்ள பெண்கள் பிறகு காட்டுகிறோம் என்று சொல்லி என்னைச் சமாதானப் படுத்தினார்கள். இரண்டு நாட்களுக்குப் பிறகு என்னை அங்கிருந்து வேறு இடத்துக்கு அழைத்துச் சென்றார்கள்.

"அங்கே நிறையப் பெண்கள் உதட்டுச் சாயம் பூசிக்கொண்டு இறக்கி வெட்டிய ரவிக்கை அணிந்து நின்றிருந்தார்கள். ஆக மொத்தம், பார்த்தால் பயம் வரும் சூழ்நிலை. அங்கே ஒரு ஹிஜடா (திருநங்கை) இருந்தான். அவனுக்குத்தான் எல்லா அதிகாரமும்."

விஜயா தன் பழைய கதைகளை நினைவுகூர வேண்டிய அவசியம் இல்லை என்று அவள் பேச்சைக் கேட்டபோது எனக்குத் தோன்றியது. எல்லாம் நேற்று நடந்ததைப்போல அவள் மனதில் இருக்கிறது: "அங்கே கொண்டுசெல்லப்பட்ட மறுநாள் பெரிய சடங்கெல்லாம் நடத்தினார்கள். மஞ்சளும் எண்ணெய்யும் தேய்த்து என்னைக் குளிப்பாட்டினார்கள். என்னென்னமோ பூஜைகள் செய்தார்கள். எனக்கு எதுவும் புரியவில்லை. பூஜை முடிந்துவிட்டால் அம்மாவைப் பார்க்க முடியும் என்றுதான் நான் நினைத்தேன். ஆனால் அப்படி நடக்கவில்லை. அன்று இரவு ஒருவன் வந்தபோது, உள்ளே சென்று அவனை மகிழ்ச்சிப்படுத்தும்படி ஹிஜடா சொன்னான். நான் உள்ளே சென்றேன்.

"அவன் கதவைச் சாத்திவிட்டு என் பக்கத்தில் வந்தபோது பயந்துபோய் நான் அலறினேன். அவன் என்னைக் கீழ்ப்படுத்தப் பார்த்தான். நான் திரும்பி அவனைத் தாக்கினேன்.

"சற்றுநேரத்துக்குப் பிறகு அவன் வெளியே சென்று ஹிஜடா விடம் என்னவோ கத்தினான். சொன்ன காசு முழுதும் கொடுத்தும் நான் பெண்களிடம் அடியும் வாங்க வேண்டுமா என்றுதான் அவன் கேட்டான்.

"அதைக் கேட்டுக் கோபத்தால் நடுங்கிய ஹிஜடா என்னைத் திட்டிக்கொண்டே உள்ளே வந்தான். நான் ஏதும் சொல்வதற்கு முன் என் முகத்தில் ஓங்கி அடித்தான். நான் தெறித்துக் கீழே விழுந்துவிட்டேன். அவன் என்னைத் தூக்கி அந்தப் பக்கம் இருந்த

கட்டிலில் போட்டான். பிறகு சால்வையால் என் கைகளையும் கயிற்றால் என் கால்களையும் வரிந்து கட்டினான். பிறகு மிக மோசமாகத் திட்டிக்கொண்டு வெளியே சென்றான். முன்பு வெளியே சென்ற ஆளை மீண்டும் உள்ளே அனுப்பினான். பிறகு அவன், கட்டப்பட்டிருக்கும் என்னை, பழைய பகையையும் தீர்ப்பதுபோலத்தான் ஆக்கிரமித்தான்.

"நான் மூன்றாண்டுகள் அந்த ஹிஜடாவின் கீழ் அங்கே இருந்தேன். அப்போதுதான் போலீஸையும் அழைத்துக்கொண்டு ஆன்சன் அண்ணன் வந்தார். அங்கே போலீஸ் முற்றுகையிட்டு ஹிஜடாக்களையெல்லாம் பிடித்தார்கள். வெளியே வரும்படி என்னிடம் ஆன்சன் அண்ணன் சொன்னபோது நான் பயந்து பின்வாங்கி ஓடினேன். என்னைப் பலவந்தம் செய்ய நாள்தோறும் வரும் ஆண்களைப்போல யாரோ ஒருவர்தான் இவர் என்று நினைத்தேன். ஆனால் ஆன்சன் அண்ணன் என்னிடம், பயப்பட வேண்டாம் என்று சொல்லிச் சமாதானப்படுத்தினார். அதன்பிறகு அவர்களுடன் வெளியே வந்தேன். பிறகு அரசாங்கச் செலவில் ஒரு ஹாஸ்டலில் தங்கினேன். அங்கிருந்து பள்ளிக்கூடம் சென்று கொஞ்சம் படித்தேன். பதினெட்டு வயது முடிந்தபோது ஊருக்குச் சென்றேன். ஆனால் உம்மாவைப் பார்க்க முடியவில்லை. உம்மா இறந்துவிட்டார் என்றுதான் எல்லோரும் சொல்கிறார்கள். ஆனால் எனக்கு அதில் நம்பிக்கை இல்லை. அது உண்மையாக இருக்கக் கூடாது என்று இப்போதும் நான் பிரார்த்தனை செய்கிறேன்.

"அப்புறம் நான் ஊரில் இருக்கவில்லை. இங்கேயே திரும்பி வந்துவிட்டேன். இங்கே பல வேலைகள் பார்த்தேன். அப்போது மீட்கப்பட்டு வெளியே வந்த வேறு பெண்பிள்ளைகளிடம் பேசும்படி ஆன்சன் அண்ணன் அழைத்தார். காப்பாற்றப்பட்டு வெளியே வந்தாலும் பெரும்பாலும் பெண்பிள்ளைகள் மீண்டும் அந்த இடத்துக்கே திரும்பிப் போகும்படியான கட்டாயத்துக்கு ஆட்படுவார்கள். பெரும்பாலோர் பயத்தின் காரணமாகச் சென்றுவிடுவார்கள், இல்லையென்றால் ஊருக்குச் சென்றாலும் வேறு வேலை எதுவும் கிடைக்காது என்பதால். அதனால் இந்தப் பெண்பிள்ளைகள், இவர்களை விற்பனைக்காகத் தங்க வைத்திருந்த ஏஜெண்டுகளுக்கு அனுகூலமாக நீதிமன்றத்தில் வாக்குமூலம் கொடுப்பார்கள். அதாவது, மீட்டுக் காப்பாற்றியவர்களுக்கு எதிராக வாக்குமூலம் கொடுப்பார்கள். அப்படி பெண்பிள்ளைகளை விற்பனைக்குத் தங்க வைத்திருந்தவர்கள் வழக்கிலிருந்து தப்பித்து விடுவார்கள். அதனால்தான், மீட்கும் பெண்பிள்ளைகளுக்கு அறிவுரை சொல்வதற்காக ஆன்சன் அண்ணன் என்னையும் அழைத்துச்செல்வார். நான் அந்தப் பெண்பிள்ளைகளிடம் பேசுவேன். வெளியே வந்தால் ஏற்படும் நல்ல வாழ்க்கையைப்

பற்றி அவர்களிடம் எடுத்துச் சொல்வேன். அதற்குள்ளிருந்து வெளியே வந்த ஒருவரே இதெல்லாம் பேசும்போது அவர்களுக்குத் தைரியம் ஏற்படும்.

"இப்போது ஆன்சன் அண்ணன் மீட்டுக் கொண்டுவந்த நான்கு பெண்பிள்ளைகளின் வழக்கை நான்தான் நீதிமன்றத்தில் நடத்துகிறேன்." விஜயா சொல்லி முடித்தாள்.

"நீங்கள் ஏன் உங்கள் உண்மையான பெயரை மாற்றிக் கொண்டீர்கள்?" நான் கேட்டேன்.

"இப்படியான இடத்தில் முஸ்லிம் பெயர்கள் இருக்கக் கூடாது என்று சொல்லி அந்த ஹிஜடாதான் என் பெயரை மாற்றினான்." விஜயா சொன்னாள்.

"ஆனால் நீங்கள் ஒரு பெண்ணாக நின்று பெண்பிள்ளைகளுக்காகப் போராட வேண்டும் என்பதுதான் என் கருத்து. ஆண்களைப்போல உடையணிய வேண்டிய அவசியம் என்ன?" அவளைப் பார்த்தபோதிருந்தே கேட்க வேண்டும் என்று நினைத்ததைக் கேட்டேன்.

விஜயா லேசாகச் சிரித்தாள்: "நீங்கள் இப்படிச் சொல்வது மிகவும் சுலபம் சார். ஆனால் ஒரு பெண்ணின் உடையணியும் போது நான் மானசீகமாக என்னவெல்லாம் துன்பங்கள் அனுபவிக்கிறேன் என்று உங்களால் ஊகிக்கக்கூட முடியாது. உங்களுக்குத் தெரியுமா, அந்தக் காலத்தில் எனக்கு நிறைய முடி இருந்தது - அடர்த்தியான நீளக் கூந்தல். சிறுவயதில் என் உம்மா அதைப் பலவிதமாகப் பின்னி அலங்கரிப்பார். என் கூந்தலைப் பற்றி உம்மா எல்லோரிடமும் பெருமையாகப் பேசுவார். என் தலையிலிருந்து ஒரு முடியிழை எங்காவது உதிர்ந்து கிடப்பதைப் பார்த்தால்கூட உம்மாவுக்குப் பதற்றமாகிவிடும்.

"அன்று என்னைக் கொண்டுவந்தபிறகு அங்குள்ள அக்காமார்களெல்லாம் என் முடியவிழ்த்துப் பின்னுவதற்குப் போட்டிபோட்டது என் நினைவில் இருக்கிறது. அந்த ஹிஜடாவும் அடிக்கடி என் முடியைப் பற்றிப் பேசுவான். 'முடிதான் உன் அழகு, ஆட்கள் வரட்டும், நீ முடியை அவிழ்த்துவிட்டு நில்லடி' என்று சொல்லி அவன் அடிக்கடி என்னருகே வருவான். நான் அதன்படிச் செய்யாதபோது அவன் திட்டி என் முடியைப் பற்றி இழுப்பான்.

"ஒருநாள் ஒரு வாடிக்கையாளன், நான் அவன் சொன்னது போன்று செய்யவில்லை என்பதற்காக என் முடியைச் சுருட்டிப் பிடித்து என் முகத்தைச் சன்னலில் ஓங்கி மோதினான்." விஜயா

தன் நெற்றியில் உள்ள தழும்பைக் காட்டிச் சொன்னாள். "அன்று அந்த அடியில் நெற்றி உடைந்த காயம் இது. இந்தக் காயத்திலிருந்து ரத்தம் கொட்டிக்கொண்டிருக்கும்போதும் அவன் அவனுக்கு வேண்டியதைச் செய்தான்." விஜயாவின் கண்களில் ஈரம் படர்ந்தது.

"மீட்கப்பட்டு வெளியே வந்துவிட்டபோது நான் முதலில் செய்த காரியம் முடியை வெட்டியதுதான்" என்று சொல்லும்போது விஜயாவின் கன்னங்களில் கண்ணீர்க்கோடு விழுந்திருந்தது. அதுவரை கைக்கொண்டிருந்த கம்பீரத்தை விட்டுவிட்டு அவள் ஒரு நொடியில் உடைந்து அழத் தொடங்கியபோது, கடந்த காலம் அவளுக்குள் அவ்வளவு பெரிய ரணங்களை ஏற்படுத்தியிருக்கிறது என்று நான் புரிந்துகொண்டேன்.

தைரியம் மட்டும் போதாது; அழுவதற்கான ஒரு மனதும் இருந்தால்தான் மற்றவர்களுக்காக ஏதாவது செய்ய முடியும். விஜயா அழட்டும். அந்தக் கண்ணீரிலும், ஏராளமான பெண்பிள்ளைகள் துன்பத்தின் ஆழங்களிலிருந்து கரையேறுவார்கள் எனும் நம்பிக்கையைக் காண முயன்றேன்.

சௌந்தத்தியில் மகப்பௌர்ணமி

கர்நாடகத்தில் தேவதாசி வழக்கம் ஆழ வேரூன்றியிருக்கும் பெல்காம் மாவட்டத்தில்தான் சௌந்தத்தி இருக்கிறது. அங்குள்ள யெல்லம்மா கோயிலில் தேவதாசியாக்கும் சடங்கைக் கொண்டாட்டமாக நடத்திவருகிறார்கள். அங்கே சென்றது, 2014 மகப்பௌர்ணமி நாளில். அந்த இடங்களில் மகப்பௌர்ணமியை 'பாரதஹொண்ணிமா' என்று சொல்கிறார்கள்.

பெல்காம் – கட்டப்பிரபா – கோகாக் வழியில் காரில் பயணம். இந்தப் பயணத்தில், மங்கலாபுரத்து காட்சி ஊடகவியலாளர் பியாரிலால், பத்தனம்திட்டயைச் சேர்ந்த ஒளிப்படக்காரர் ஷாஜிவெட்டிப்ரம் ஆகியோர் என்னுடன் இருந்தார்கள்.

'கர்நாடக ராஜ்ய மகிளா அபிவிருத்தி'யின் செயல் அலுவலர் சீதவ்வா ஜோதத்தியைச் சந்திப்பதற்கு முந்தைய நாளே நான் நேரம் வாங்கியிருந்தேன். அவர் அலுவலகம் கட்டப்பிரபாவில் இருக்கிறது. அங்கே சென்றோம். தேவதாசி விடுதலை முன்னணியைவிட மிகவும் வித்தியாசமாக, சொந்தமாக அலுவலகம் உள்ள, சற்றதிக அமைப்புத் திறனுடன் செயல்படும் அமைப்புதான் 'மகிளா அபிவிருத்தி.' சீதவ்வாவின் கதையும் ரேணுகாவின் கதையைப்போலத்தான், பெரிய வித்தியாசம் ஏதுமில்லை. அவரும் தேவதாசியாக இருந்தவர்.

பெல்காமில், 'மாதர்', 'காம்ப்லே' சாதிகளைச் சேர்ந்தவர்களைத்தான் அதிகமாக தேவதாசியாக்கியிருக்கிறார்கள். சீதவ்வா, காம்ப்லே சமுதாயத்தைச் சேர்ந்தவர். அவர் வீட்டில் ஆறு பிள்ளைகள். ஊர்ப் பெரிய மனிதர் கௌடர் சொன்னதன் பேரில் வீட்டார் சீதவ்வாவைத் தேவதாசியாக்கினார்கள். ஒரே வாழ்க்கைச் சூழ்நிலையாக இருந்தாலும் ஒரே லட்சியத்துக்காகச் செயல்படும்போதும் சீதவ்வாவுக்கு ரேணுகாவைத் தெரியாதது எனக்கு வியப்பாக இருந்தது. நிறைய போராட்டங்களைப் பற்றிக் குறிப்பிட்டார் என்றாலும் சீதவ்வாவுக்கு ரேணுகாவைத் தெரியவில்லை. அப்படி ஒருவர் தன் நினைவில் இருக்கிறாரா என்றுகூட அவருக்கு யோசிக்கவேண்டியிருக்கவில்லை.

கர்நாடக ராஜ்ய மகிளா அபிவிருத்தி, மாநிலத்தில் நடத்திய பலவிதமான செயல்பாடுகளை சீதவ்வா விவரித்தார். "பதினெட்டு வயதான பிறகும் வீட்டார் பெண்பிள்ளைகளுக்குக் கல்யாணம் செய்யவில்லையென்றால் அந்த வீடுகளுக்கு அமைப்பின் செயல்பாட்டாளர்கள் செல்வார்கள். திருமணம் செய்யாமல் இருப்பது கௌடர்களின் உத்தரவின்படிதானா என்று தெரிந்து கொள்வதுதான் அவர்களின் நோக்கம். தேவதாசியாக்க நினைத்திருக்கும் பெண்பிள்ளைகளுக்குக் கல்யாணம் செய்யக் கூடாது என்று கௌடர்கள் பெண்பிள்ளையின் வீட்டாருக்கு உத்தரவிடுவது, தடை நடைமுறைக்கு வந்த பிறகும் பல இடங்களில் வழக்கமாக இருந்தது. அப்படியான பெண்பிள்ளைகளை வீடுகளில் வைத்துத் தேவதாசியாக்கும் சடங்கும் நடந்திருந்தது. அந்தப் பழைய காலம் இப்போது தொடரவில்லை என்று உறுதிப்படுத்த அமைப்பின் செயல்பாட்டாளர்கள் எச்சரிக்கையாக இருக்கிறார்கள்" என்று சீதவ்வா சொன்னார்.

"பெண்பிள்ளைகளுக்குப் பதினெட்டு வயதில் கல்யாணம் செய்திருக்க வேண்டும் எனும் பிடிவாதம் அந்த எச்சரிக்கையில் இல்லையா? அது நல்லதுதானா?" – நான் கேட்டேன்.

"சரியும் தவறும் ஒவ்வோர் இடத்தின் சமூகப் பின்னணியுடன் தொடர்புடையதாயிருக்கின்றன. பதினெட்டில் திருமணம் நடக்கவில்லையென்றால் மற்றொரு முறைகேட்டுக்குச் சாத்தியம் உண்டு என்பதால் அந்த வயதில் கல்யாணம் நடக்காதது குறித்து நாங்கள் கவலைப்படுகிறோம். பதினெட்டில் கல்யாணம் நடந்திருக்க வேண்டும் என்று கட்டாயப்படுத்தவும் இல்லை. கல்யாணம் நடக்காமல் இருப்பதற்கான காரணத்தை விசாரிக்கிறோம் என்பது தான். உண்மையில், கல்யாணம் செய்துவைத்து அவர்களைச் சிறிய வயதிலேயே பாதுகாப்புடையவர்களாக மாற்றுவதுதான் நல்லது என்பதே என் தனிப்பட்ட கருத்து." – சீதவ்வா விளக்கினார்.

"அப்புறம் ஏன் நீங்கள் திருமணம் செய்துகொள்ளவில்லை?" நான் அவரை மடக்குவதற்காகக் கேட்டேன்.

ஆனால் அவரது பதில் என்னைத்தான் மடக்கியது. – "மூன்று குழந்தைகள் உள்ள என்னை யார் திருமணம் செய்து கொள்வார்கள்?"

இதுவரையான பேச்சில் இதை அவர் குறிப்பிடவில்லை. இது ஏற்படுத்திய அதிர்ச்சியை மறைத்துக்கொண்டு நான் கேட்டேன்: "குழந்தைகளின் அப்பா உங்களை அங்கீகரிக்கவில்லையா?"

"இனிமேல் அங்கீகரித்து என்ன ஆகப்போகிறது? இதெல்லாம் அந்தக் காலத்தில் நடந்துவிட்டது."

விரைவிலேயே அவரிடமிருந்து விடைபெற்றுப் புறப்பட் டோம். கார் சற்றுத் தொலைவு சென்றபோது, வண்ணமயமான ஒரு ஊர்வலம் கடந்துசெல்வதுபோல அலங்கரிக்கப்பட்ட நிறைய காளை வண்டிகள் வரிசைவரிசையாகச் செல்வதைப் பார்த்தேன். பலவண்ணத் துணிகள் மேலே போர்த்தப்பட்ட வண்டிகள். சிலவண்டிகளில் படபடத்துப் பறக்கும் வண்ணக் கொடிகள். கொம்புகளில் செந்தூரம் பூசிய காளைகளின் நெற்றியில் நாமமும் வரையப்பட்டிருந்தது. அவற்றின் உடல் முழுதும் வர்ணப் பொடிகள் வாரித் தெளிக்கப்பட்டிருந்தன. காளைகளுக்கு உணவாக, வண்டி களுக்குக் கீழே கட்டப்பட்டிருந்த துணித் தொட்டில்களில் கரும்புத் தோகைகள் சேகரித்து வைக்கப்பட்டிருந்தன. சில வண்டிகளுக்குப் பின்னாலும் காளைகள் கட்டப்பட்டிருந்தன. முன்னால் கட்டப்பட்டிருக்கும் காளைகள் வண்டியிழுத்துச் சோர்வடையும்போது பின்னால் வரும் காளைகளைக் கொண்டு வண்டி இழுக்கச் செய்வார்கள் என்று எங்கள் ஓட்டுநர் மனோஜ் சொன்னார். படம் எடுப்பதற்காக நாங்கள் காரை நிறுத்தி வெளியே இறங்கினோம். கேமராவைப் பார்த்தபோது வண்டிக்காரர்கள் வண்டியை நிறுத்தினார்கள். சௌந்தத்திக்குச் செல்வதாகவும் நாளை அதிகாலை அங்கே சென்றடைய வேண்டியிருக்கிறது என்றும் அவர்கள் சொன்னார்கள். பல வண்டிகளில் சிறு பிள்ளைகள்முதல் வயோதிகர்வரை பத்துப்பதினொருபேர் நெருக்கமாக அமர்ந்திருந்தார்கள். குடும்ப உறுப்பினர்கள் எல்லாருமாகச் சேர்ந்துதான் அந்தப் பயணம் மேற்கொள்கிறார்கள். சமையலுக்கு வேண்டிய அத்தியாவசியமான காய்கறிகளும் பாத்திரங்களும் வண்டிகளிலேயே இருக்கின்றன.

கேமராவில் படம் எடுப்பதை, வண்டியில் இருக்கும் பெண்பிள்ளைகள் பெரும் ஆர்வத்துடன் பார்த்துக்கொண்டிருந் தார்கள். வண்டிகள் வரிசைவரிசையாகச் செல்வதை நாங்கள் காணொளியாகவும் எடுத்தோம்.

வண்டியில் இருக்கும் பெண்பிள்ளைகளையெல்லாம் தேவதாசியாக்கக் கொண்டு செல்கிறார்களோ என்று நான் பயந்தேன். ஆனால் அரசாங்கம் தடைசெய்தபிறகு இப்படிப்பட்ட சடங்குகளெல்லாம் வீடுகளில்தான் நடக்கின்றன என்றும், வண்டியில் இருக்கும் பெண்பிள்ளைகளையெல்லாம் தேவதாசியாக்குவார்கள் என்று சொல்ல முடியாது என்றும் ஓட்டுநர் சொன்னார்.

“அப்புறம் கோயிலுக்குக் கொண்டுவந்து தண்டாவத் நடத்தி வீட்டுக்கு அழைத்துச் சென்று தேவதாசியாக்குவதாக வேண்டிக்கொண்டிருக்கும் சில குடும்பங்கள் இருக்கலாம். அது யார் என்று நம்மால் கண்டுபிடிக்க முடியாது. ஏனென்றால் இன்று கோயிலில் எல்லாப் பெண்களும் தண்டாவத் நடத்து வார்களே.” அவர் விளக்கினார்.

“தண்டாவத் என்றால் என்ன?” நான் கேட்டேன்.

அவர் அதைச் சொல்ல முயன்றார் என்றாலும் எங்களில் எவருக்கும் அது புரியவில்லை. கோயிலுக்குச் சென்றால் பார்க்கலாம் என்று சொல்லி அவர் பேச்சை முடித்தார்.

அப்போது சில காளை வண்டிக் குழுக்கள் திரும்ப வருவதை நாங்கள் பார்த்தோம். கடந்த நாட்களில் கோயிலுக்குச் சென்று அம்மனைக் கும்பிட்டுத் திரும்பி வருபவர்கள் அவர்கள். நாங்கள் கோகாக் எனும் இடத்தில் மாலப்பிரபா நதிக்கு அருகே வந்தோம். நீளமான பெரிய பாலம். ஓட்டுநர் காரை பாலத்துக்கு அந்தப் பக்கம்கொண்டு சென்று நிறுத்தினார். நாங்கள் வெளியே இறங்கினோம். கீழே நதி உச்சிவெய்யிலில் பளபளத்து மின்னுகிறது. விசாலமான மணல் பரப்பில் அலங்கரிக்கப்பட்ட நிறைய காளை வண்டிகள் நிறுத்தப் பட்டிருந்தன. யெல்லம்மா கோயிலுக்குப் போகின்றவர்களும் போய்த் திரும்புகின்றவர்களும் குளித்து ஓய்வெடுப்பதற்கான ஓர் இடம் இது.

நாங்கள் அவர்கள் அருகே சென்றோம். அவர்களில் நிறையப்பேர் தேவதாசிகள். நாங்கள் பத்திரிகையாளர்கள் என்று அறிமுகப்படுத்திக்கொண்டு பேச முயன்றபோது சில பெண்கள் எங்களிடமிருந்து விலகி நின்றார்கள். ஆனால் மற்றவர்கள் விரிவாகவே பேசினார்கள். தேவதாசிகளுக்கு ஓய்வூதியம் கிடைக்காததையும் பிறவற்றைக் குறித்தும் இவர்கள் பேசினார்கள். விலகிநின்ற பெண்களும் மெல்லமெல்ல எங்களிடம் வந்தார்கள். அவர்களின் தலைமுடி சடைபிடித்திருந்தது. சடைபிடித்த முடியுள்ளவர்களைக் கூட்டமாகப் பிடித்துக்கொண்டு போய் முடிவெட்டிய சம்பவம் கடந்த வருடம் சௌந்தத்தியில் நடந்தது.

நாங்கள் அதற்காகத்தான் வந்திருக்கிறோம் என்று பயந்துதான் அவர்கள் விலகி நின்றார்களாம்.

தேவதாசிகளுக்கு ஓய்வூதியம் கிடைக்க வேண்டும் என்று போராடியவர்கள் பலர், தாங்கள் தேவதாசிகள்தான் என்பதற்கு ஆதாரமாகக் காட்டியது சடைபிடித்த தலைமுடியைத்தான். கடவுளின் அருளால்தான் முடி சடைபிடிக்கிறது என்பது அவர்களின் விளக்கம். ஆனால் தேவதாசி அல்லாதவர்களும் சடைபிடித்த முடியைக் காட்டி, தேவதாசி ஓய்வூதியத்துக்காக தயாரித்த பட்டியலில் இடம்பிடித்துவிட்டார்கள் என்றும் அவர்கள் சொன்னார்கள். இப்படிப்பட்ட கள்ளத் தேவதாசிகளை எதிர்கொள்ள அரசாங்கம் நியாயமான நிலைப்பாடு எடுத்தது. அதிகாரிகள் நேரடியாகச் சென்று ஆய்வுசெய்து தேவதாசிதான் என்று உறுதிப்படுத்த வேண்டும். அப்படி அல்லாமல் முடி சடைபிடித்திருப்பதைப் பரிசீலித்து ஓய்வூதியம் தரக் கூடாது.

இந்த நிலைப்பாட்டில் தேவதாசிகளுக்கு எதிர்ப்பில்லை. ஆனால் அதிகாரிகள் போலீஸைப் பயன்படுத்தித் தேவதாசி களைப் பலவந்தமாகப் பிடித்துக்கொண்டுபோய் முடிவெட்டத் தொடங்கியதைத்தான் இவர்களால் அங்கீகரிக்க முடியவில்லை. பரிசோதனை செய்து தேவதாசியென்று தெரிந்தால் மட்டும் ஓய்வூதியம் கொடுக்க வேண்டும் என்று முடிவு செய்தால் போதாதா? அனுக்கிரகமாகக் கிடைத்த முடியை எதற்கு வெட்டு கிறார்கள்? – இதுதான் அவர்களின் கேள்வி. கடந்த வருடம் செய்ததுபோல இந்தமுறையும் பிடித்துக்கொண்டுபோய் முடியை வெட்டிவிடச் சாத்தியம் உண்டு என்பதுதான் இவர்களின் பயம். அதனால் பல தேவதாசிகள் கோயிலுக்கே வரவில்லை என்றும் அவர்கள் சொன்னார்கள்.

அதே நேரம், சில பெண்கள் நதிநீரில் இறங்கி ஏதோ ஆயத்தங்கள் ஆரம்பித்திருந்தார்கள். நாங்கள் அங்கே சென்றோம். கோயிலுக்குச் சென்று திரும்பிவருவதாக அவர்கள் சொன்னார்கள். ஒரு பெண்ணில் கையில், மரத்தண்டில் நான்கைந்து கம்பிகள் இழுத்துக் கட்டப்பட்டுத் தயாரித்த நாட்டு வீணை இருக்கிறது. மற்ற இருவர் தங்கள் கைகளில் சாமரம் பிடித்திருந்தார்கள். தண்ணீர் ஓரத்தில் மணல்திட்டில் ஆறு கற்களை வரிசையாக வைத்திருக்கிறார்கள். கைப்பிடிக்குள் அடங்கும் பருமன்கொண்ட கற்கள். ஒரு பெண் அந்தக் கற்களில் குங்குமம் தொட்டுவைத்தாள். மற்றொருத்தி கற்களுக்கு முன்னால் நின்று இலையில் பூஜைப் பொருட்கள் வைக்கத் தொடங்கினாள். தேங்காய்த் துண்டு, பச்சைக் காய், கற்பூரம், மஞ்சள் தூள், காய்ந்த காரக்காய், கோதுமை, சோற்றுப் பருக்கைகள் ஆகியவற்றைத்தான் இலையில் வைத்தாள். இவற்றுடன் சப்பாத்தியும் வைப்பதைப்

பார்த்தோம். ஒரு பெண் ஏதோ துதிப்பாடல் பாடத் தொடங்கி னாள். வீணை ஏந்திய பெண் அதை மீட்டியவாறே உரத்த குரலில் அந்தப் பாடலைத் திரும்பப் பாட ஆரம்பித்தாள். எல்லாரும் கைகூப்பி நின்றிருந்தார்கள். பாட்டு உச்சஸ்தாயிக்கு வந்தபோது வீணை மீட்டும் பெண் துள்ளத் தொடங்கினாள். மற்றவர்கள் அவளைக் கட்டுப்படுத்த முயல்கிறார்கள். கடைசியில் அவள் அழுவதுபோல ஓசையெழுப்பத் தொடங்கினாள். முகத்தில் அழுகைக்கான உணர்ச்சியில்லை. அழுகுரல் மட்டும். அந்தக் குரலுக்குச் சரியான தாளலயமும் உண்டு.

“யெல்லம்மாவின் எல்லையைவிட்டுப் போகிறார்கள். விடைபெறுகிறார்கள். இனி அடுத்த வருடம்தான் காண்பார்கள்.” ஒரு பெண் சொன்னாள். அழும் பெண் தண்ணீரில் இறங்கினாள். அழுகையுடனே மூழ்கி எழுந்தாள். அப்போதும் அவளை மற்றவர்கள் இறுகப் பிடித்திருந்தார்கள். மூழ்கி எழுந்தவுடன் எல்லாம் முடிந்துவிட்டது; துதிப் பாடலும் வீணை வாசிப்பும் அழுகையுமெல்லாம். எதுவும் நடக்காததுபோல அவர்கள் பயணத்துக்குத் தயாரானார்கள். நாங்களும் புறப்பட்டோம்.

பிறகான பயணத்தில் காளை வண்டிகளுடன், அலங்கரிக்கப் பட்ட குதிரை வண்டிகளையும் வழியில் பார்த்தோம். பல இடங்களில் இயற்கைக் காட்சிகளையும் பிற நல்ல காட்சிகளை யும் படங்கள் எடுத்துக்கொண்டு சௌந்தத்தியை அடையும் போது நேரம் மாலையாகிவிட்டது. யெல்லம்மா கோயிலுக்கு, சௌந்தத்தி ரயில் நிலையத்திலிருந்து பிறகும் ஆறுகிலோமீட்டர் செல்ல வேண்டும். அந்த வழி முழுதும் வியாபாரிகளால் நிறைந்திருந்தது. வியாபாரிகள் இல்லாத இடத்திலெல்லாம் பேருந்துகளையும் ஜீப்புகளையும் நிறுத்தியிருந்தார்கள். ஆங்காங்கே போலீஸ்காரர்களும் இருந்தார்கள். கோயிலின் பெயர் எழுதப்பட்ட பெரியதொரு வாயிலின் முன்னால் நாங்கள் காரை நிறுத்தினோம். இங்கும் ‘உதா’ முழக்கம் ஒலித்தது; உச்சங்கியில்போல அவ்வளவு உரக்க அல்ல என்றாலும்.

நிறையப் பெண்கள் எங்களைத் தள்ளி விலக்கிவிட்டு முன்னால் ஓடுகிறார்கள். நாங்களும் வேகமாக நடந்தோம். அங்கே ஒரு நீர்க் குழாயில் சற்றதிக ஷவர்கள் பொருத்தியிருந்ததைப் பார்த்தோம். பெண்கள் ஓடிவந்து அந்த ஷவர்களின் கீழேதான் நிற்கிறார்கள்; நின்று நனைகிறார்கள். நனைந்துகொண் டிருக்கும்போதே சிலர் புடவை மாற்றிக்கொண்டிருக்கிறார்கள். யாராவது பார்க்கிறார்களா என்றுகூட அவர்கள் கவனிப்ப தில்லை. அங்கே சில போலீஸ்காரர்கள் நின்றிருக்கிறார்கள்.

“இதுதான் எண்ணெய் ஹொண்டாவா?” நான் கேட்டேன்.

"இல்லை. எண்ணெய் ஹொண்டாவிலிருந்து பம்ப் செய்து எடுக்கும் நீர்தான் இது. அதில் செயற்கையாக எண்ணெய் எல்லாம் சேர்த்துக் குழாய்மூலம் விடுகிறார்கள். இதில் நனைவது புண்ணியம் என்பது இங்குள்ள பட்டியல் சமூகத்தினரின் நம்பிக்கை." ஓட்டுநர் சொன்னார்.

எண்ணெய்க் குளியல் முடித்தவர்கள் கோயிலுக்குள் ஓடுகிறார்கள். சிலர் ஈர உடையை மாற்றாமலேயே ஓடுகிறார்கள் என்றால், வேறு சிலர் அந்த இடத்திலேயே உடை மாற்றிக்கொண்டு போகிறார்கள். பிறகு நாங்கள் அங்கே நிற்கவில்லை. கோயிலுக்குச் சுற்றிலுமுள்ள காட்சிகளைப் பார்ப்பதற்காக சும்மா நடந்தோம்.

அங்கே ஒரு பகுதியில் நிறையக் கூடாரங்கள் இருந்தன. திருவிழாவுக்கு வந்தவர்கள் கூடாரம்போட்டுத் தங்கி யிருக்கிறார்கள். ஒவ்வொரு கூடாரமும் சமையல் பகுதி, தூங்குமிடமெல்லாம் கொண்ட வீடுபோலிருந்தது. அவற்றுக்குப் பக்கத்தில் அவரவர் வந்த குதிரை வண்டிகளும் காளை வண்டி களும் நிறுத்தப்பட்டிருந்தன. கூடாரம் அடித்த முளைக் குச்சியில்தான் கால்நடைகளையும் கட்டியிருந்தார்கள். மனிதர் களும் விலங்குகளும் நெருக்கமாக இருக்கும் வாழ்க்கை. நீண்ட நேரம் நாங்கள் அங்கே சுற்றிப் பார்த்தோம்.

சற்றுத் தூரத்தில் ஒரு கொட்டகையில் அமர்ந்து தூங்கிக் கொண்டிருந்த இரண்டு போலீஸ்காரர்களைப் பார்த்து அவர் களிடம் சென்றோம். இந்தத் திருவிழாவைப் பார்ப்பதற்காக கேரளத்திலிருந்து வந்திருப்பதாக நான் சொன்னேன். இருக்கும் இடத்தில் நாங்கள் உட்காரும்படி ஒரு போலீஸ்காரர் வசதி செய்தார்.

இரவுநேரம் பதினொன்று முப்பதுக்குப் பிறகு நாங்கள் கோயிலுக்குள்ளே சென்றோம். எண்ணெய்க் குளியல் முடித்தவர்கள் அப்போதும் கோயிலுக்குள் ஓடிக்கொண் டிருந்தார்கள். கோயிலுக்கு உள்ளே வந்தவுடன் சுவிட்ச் போட்டது போல அந்தப் பெண்களின் பரபரப்பு நின்றது. பிறகு அவர்கள் கைகள் கூப்பி மெதுவாக நடக்கிறார்கள். ஒவ்வொரு மூன்றடி எடுத்துவைக்கும்போதும் அவர்கள் கூப்பிய கை உயர்த்திச் சாஷ்டாங்கமாக விழுகிறார்கள். பிறகு மீண்டும் எழுந்து அடிவைத்து அடிவைத்து நடக்கிறார்கள். மூன்றடிக்குப் பிறகு மீண்டும் விழுகிறார்கள். இப்படியே திரும்பத் திரும்ப நடக்கிறது. "இதுதான் தண்டாவத்." மனோஜ் சொன்னார். முன்பு விளக்க முற்பட்டுத் தோல்வியுற்ற விஷயத்தை நேரடியாகக் காட்ட முடிந்ததில் ஏற்பட்ட மகிழ்ச்சி அவர் முகத்தில் தெரிந்தது.

கோயில் வாசல் கற்கள் பதிக்கப்பட்டிருந்தது. ஆங்காங்கே மஞ்சள் பொடியும் குங்குமமும் விழுந்து சிதறிக்கிடக்கின்றன. கோயிலின் கலசங்களும் மஞ்சள்தூள் படிந்து காணப்பட்டன.

திடீரென்று, ஒன்பது அல்லது பத்துவயது இருக்கும் சிறுமியைக் கொண்டு வந்து ஒருவர் பிரதட்சிணம் செய்யவைப்பது என் பார்வையில் பட்டது. இடுப்பில் கட்டியிருக்கும் கொஞ்சம் வேப்பிலைகள்தான் அவள் உடை. துணி இல்லை. கைகள் கூப்பி நடந்தும் சாஷ்டாங்கமாக விழுந்தும் அவளும் தண்டாவத் செய்கிறாள். உடன் இருப்பவர் அவர் அப்பா என்று தோன்றுகிறது. பிரதட்சிணம் முடிந்து அவர்கள் வெளியே வந்த போது நான் பின்னால் சென்றேன். அங்கே ஒரு பெருமழை பெய்தோய்ந்ததுபோல தண்ணீர் நிறைந்திருந்தது. தண்டாவத் முடிந்து வருபவர்களின் தலைகளில் உறவினர்கள் ஒரு குடத்தில் தண்ணீர் எடுத்து வந்து ஊற்றுகிறார்கள். நனைந்து உடலோடு உடை ஒட்டி நிற்கும் பெண்கள், உடலையும் உடையையும் குறித்துப் பிரக்ஞையில்லாமல் அங்கே குளிக்கிறார்கள். அந்தச் சிறுமி அங்கே வந்ததும் ஒருவர் ஒரு குடம் தண்ணீர் கொண்டு வந்து அவள் அப்பாவிடம் கொடுத்தார். அவர் அதை அவள் தலையில் ஊற்றினார். இரவின் குளிரில் உடலில் தண்ணீரும் கொட்டப்பட்டபோது அவள் நடுங்கினாள்.

"ஒருக்கால், பிள்ளையை வீட்டுக்குக் கொண்டு சென்று தேவதாசியாக்கக்கூடும். இல்லையென்றால் ஏதாவது நோய் வந்தபோது, தண்டாவத் செய்வதாக வேண்டியிருக்கலாம்." மனோஜ் சொன்னார்.

நாங்கள் சிறுமியின் அப்பாவிடம் பேச முயன்றோம் என்றாலும் அவர் எதற்கும் செவிசாய்க்காமல் சிறுமியை இழுத்துக்கொண்டு வேகமாக அந்த இடத்தை விட்டுச் சென்றார். நாங்கள் மீண்டும் கோயிலுக்குள் சென்றோம். தண்டாவத் நடந்த பிரதட்சிண வழியை இப்போது ஒரு நடனக்குழு கைப்பற்றி யிருந்தது. அந்த இடம் அவர்களது மேளதாளங்களால் நிறைந்தது. பெரிய இரண்டு பெரும்பறைகளில் ஓங்கி ஓங்கி அடிக்கும் ஓசை காதடைக்கும் விதமாக முழங்கியது. அந்தப் பறைகளைச் சுற்றிலும் ஆட்கள் திரண்டு கூடி நிற்கிறார்கள். நாங்கள் ஒருபுறத் திண்ணையில் ஏறி நின்றோம். பறையடிப்பவர்கள் இரண்டு இளைஞர்கள். அவர்களுடன் இரண்டு திருநங்கைகளும் உண்டு. அவர்கள் பறையின் தாளத்திற்கிசைவாக நடனமாடத் தொடங்கினார்கள். சுற்றிலும் கூட்டம் அதிகரிக்கிறது. நடனம், ஒரு மனிதச் சுவரின் நடுவில் நடப்பதுபோல இருந்தது. சுற்றிலும் இருப்பவர்களில் சிலர் மெல்லமெல்ல அவர்களுடன் சேர்ந்து

புனிதப் பாவங்களின் இந்தியா

நடனமாடத் தொடங்கினார்கள். பார்வையாளர்களில் சிலர் ஆட்டத்தின் சிறப்புக்கு ஏற்றபடி இரண்டு திருநங்கைகளுக்கும் மாறிமாறிப் பத்துரூபாய் நோட்டுகளை அவர்களின் ரவிக்கைகளில் திணித்தார்கள். இருவரின் ரவிக்கைகளும் பத்து நிமிடத்துக்குள் பணத்தாள்களால் நிறைந்தன. திருநங்கைகளில் ஒருவர் தலைசுற்றி, இனி ஆட முடியாதபடி உட்கார்ந்தபோது தான் குழு கலைந்தது.

நாங்கள் வெளியே வந்தோம். அங்கும் பாட்டும் நடனமும் தான். ஆனால் அது, ஆண்களும் பெண்களும் சேர்ந்த குழு. சிலர் பாடுகிறார்கள், சிலர் ஆடுகிறார்கள். அந்த நடனத்தைப் பார்த்தபோது, கூட்டமான இடங்களில் ஆடி அனுபவம் பெற்றவர்கள் இவர்கள் என்று புரிந்தது.

சேஷ்டைகள் சிருங்கார ரசம் நிறைந்ததாக இருந்தாலும் அவர்களின் நடனத்தில் உடலைக் காட்சிப்படுத்தவில்லை. நடனத்தைக் காணொளி எடுப்பதற்கு ஆரம்பத்தில் எதிர்ப்புக் காட்டவில்லை என்றாலும், இரண்டு பாட்டுகள் முடிந்தபிறகு அவர்கள் எங்களை விலக்கிவிட்டார்கள்.

பொழுது விடியும்போதுதான், கோயில் சூழ்நிலையில் உள்ள கூட்டம் தெரிந்தது. வியாபாரிகள் பெருமளவில் இருக்கிறார்கள். பலகாரங்களும் வண்ணப் பொடிகளும்தான் முக்கியமான வியாபாரம்.

உச்சங்கியில் பழைய தேவதாசிகள் அதிகம். அந்த அளவு இங்கே இல்லை. சென்ற வருடம் சில பெண்களின் சடைபிடித்த முடியை வெட்டிவிட்டார்கள். அந்தப் பயத்தால் இந்தமுறை மிக அதிகமான தேவதாசிகள் வரவில்லை என்று வியாபாரிகள் சொன்னார்கள். தேவதாசி சடங்குடன் தொடர்புடைய வேறு விஷயங்கள் எதுவும் அங்கே கிடைக்காது என்று எனக்குப் புரிந்தது. காலை ஏழு மணிக்கு நாங்கள் சௌந்தத்தியிலிருந்து புறப்பட்டோம்.

பௌர்ணமியில் பார்க்க முடியாதுபோனது

ஆனால் மகப்பௌர்ணமி நாளில் தேவதாசியாக்கும் சடங்கு ஒன்று நாங்கள் யாரும் காணாமல்போன தாவன்கரே மாவட்டத்தில் நடந்திருந்தது. எனக்கு இது இரண்டு மாதங்களுக்குப் பிறகுதான் தெரியும். பெல்காமில் அறிமுகமான வங்கி ஊழியர், மலையாளியான டோமிதான் என்னைத் தொலைபேசியில் தொடர்புகொண்டு இந்தத் தகவலைச் சொன்னார். அன்று 'தி இந்து' நாளிதழின் பெங்களூர் பதிப்பில்

வெளியான செய்தியைப் பார்த்துதான் அவர் என்னை அழைத்தார். தாவன்கரேயில் குஞ்சூரில் பதினாறு வயதான பெண்பிள்ளையைத் தேவதாசியாக்கிய சம்பவம் அறிந்து பரிசோதிக்கச் சென்ற அதிகாரிகளைக் கிராமத்தினர் கட்டி வைத்தார்கள் என்பதே அந்தச் செய்தி. தேவதாசிமுறையைத் தடைசெய்ததால் அம்மன் கோபம் கொண்டுவிட்டாள், அதனால் தான் மழையில்லாமல்போய்விட்டது என்று சொல்லித்தான் கிராமத்தினர் அதிகாரிகளுக்கு எதிராகத் திரண்டார்கள். வீட்டில் வைத்துப் பெண்பிள்ளையைத் தேவதாசியாக்கிய பிறகு கோயிலில் தங்கவைக்க இருந்தார்கள் என்றும் அங்கு வந்த அதிகாரிகளை ஊர்க்காரர்கள் தடுத்துவைத்தார்கள் என்றும் அந்தச் செய்தி சொல்கிறது.

இந்தச் சம்பவம் கர்நாடகத்தில் பெரிய பேச்சுப் பொருளானது. கர்நாடகச் சமூகநலத்துறை அமைச்சர் ஹெச்.ஆஞ்சனேயா அந்தப் பெண்பிள்ளையின் வீட்டுக்குச் சென்றார். அவளைத் தேவதாசியாக்கவில்லை என்றும் ஊர் நடப்பின்படி அம்மாவின் சகோதரனுக்கு அவளைத் திருமணம் செய்ய முடிவுசெய்திருப்பதாகவும் வீட்டார் மந்திரியிடம் சொன்னார்கள். இந்த விஷயத்தைப் பத்திரிகையாளர்களிடம் சொல்லி மந்திரியும் அந்த இடம் விட்டுச் சென்றார். தேவதாசி முறையைத் தடுப்பதில் பிழை ஏற்படவில்லை என்று நிறுவ வேண்டிய பொறுப்பு அரசுக்கு இருக்கிறது, அல்லவா? அதனால் கூடுதல் விசாரணைகள் ஏதும் இல்லை. பதினாறு வயதுப் பெண்பிள்ளைக்குத் திருமணம் செய்வதில் உள்ள சட்டப் பிரச்சினை இரண்டு நாட்கள் செய்தியானபோது, பதினெட்டு வயது நிறைவடைந்ததன் சான்றிதழ் சமர்ப்பிக்கிறோம் என்று வீட்டுக்காரர்கள் தெரிவித்திருக்கிறார்கள் என்று சொல்லி அங்கும் அரசாங்கம் தப்பிவிட்டது.

அறிந்தவரையில் இந்தியாவிலேயே மிகவும் புதிய தேவதாசி என்று குறிப்பிடக்கூடிய அந்தப் பெண்பிள்ளையை நேரடியாகப் பார்க்க வேண்டும் என்று எனக்குத் தோன்றியது. தடைசெய்யப்பட்ட முறைகேடுகளுக்கு ஆட்பட நேர்ந்த அந்தப் புதிய தலைமுறைச் சிறுமி என்ன சொல்வாள்? இதைத் தெரிந்து கொள்வதுதான் அடுத்த நோக்கம்.

குஞ்சூர் தேவதாசியைத் தேடி

மீண்டும் தாவன்கரேவுக்கு வரும்போது சகபயணிகளாக என்னுடன் இருந்தவர்கள், பாலரமா உதவியாசிரியர் சிவன்எடமனயும் பியாரிலாலும்தான்.

“இனிமேல் பத்திரிகையாளர்கள் யாரும் தன் வீட்டுக்கு வந்தால் நானும் என் மகளும் தற்கொலை செய்துகொள்வோம் என்று அந்தப் பெண்பிள்ளையின் அம்மா அச்சுறுத்தல் விடுத்திருக் கிறாள். அதனால் நீங்கள் அங்கே செல்வது சரியல்ல.” குஞ்சூர் தேவதாசியைத் தேடிச் சென்ற எங்களிடம் தாவன்கரேயில் உள்ள தொண்டு நிறுவனத்தின் தலைவர் இப்படிச் சொன்னார்.

அந்த வீட்டுக்குப் போக வேண்டாம் என்றும் ஊர்க்காரர் களிடம் பேச வாய்ப்பு ஏற்படுத்தித் தந்தால் போதும் என்றும் நான் அவரிடம் சொன்னேன். ஆனால் அப்போதும் அவர் ஏதேதோ புரியாத நியாயங்கள் சொல்லிக்கொண்டிருந்தார்.

அத்துடன் அவரை விட்டுவிட்டு நாங்கள் குஞ்சூருக்குச் சென்றோம். தாவன்கரே – ஹர்ப்பனஹள்ளி பாதையில், ஹர்ப்பனஹள்ளிக்குப் பத்துகிலோமீட்டர் இந்தப் பக்கம் நீலகுந்தா கிராஸில் இறங்கிக் குஞ்சூருக்குச் செல்ல வேண்டும். கிராஸிருந்து குஞ்சூருக்குப் பத்துகிலோமீட்டர் தூரம். அந்த வழியில் அரிதாகத்தான் பேருந்து வரும். ஆனால் சிறிய லாரியும் வேனும் கிடைக்கும். உள்ளே இடம் இல்லாததால் வேனின் மேலே ஏறித்தான் பயணித்தோம். உள்ளே இருப்பவர் களில் அதிகமானோர் ஆடுகளுடனும் கோழிகளுடனும் அமர்ந்திருக்கிறார்கள். போகும் வழியின் இருபுறமும் விவசாய நிலங்கள். கொவ்வை விவசாயத்துக்காகப் போட்டிருக்கும் பந்தல்கள் பசுமை நிறைந்து கண்ணுக்கெட்டிய தூரம்வரை பரந்திருக்கின்றன. இடையிடையே கிழங்குச் செடிகளின் பசுமையும் உண்டு.

அவ்வப்போது, விவசாயம் செய்யாமல் காடுபிடிக்கத் தொடங்கிய ஏக்கர்கணக்கான நிலத்தையும் பார்த்தோம். குஞ்சூர் மிகச் சிறிய கிராமம். அங்கே எங்கும், ஒன்றோ அல்லது இரண்டோ அறைகள் மட்டுமுள்ள கீற்றுக் குடிசைகள்தான் இருந்தன. மிக அபூர்வமாகத்தான் ஓட்டு வீடுகள் இருந்தன. எந்த வீட்டிலும் குளியலறையோ கழிவறையோ இல்லை. அங்கே எங்கும் வறுமையின் நேரடிக் காட்சிகளாக இருந்தன.

ஒரு கோயிலுக்குப் பக்கத்தில் கொஞ்சம் பேர் கூடியிருப் பதைப் பார்த்து நாங்கள் அங்கே சென்றோம். விவசாயத் துறையில் உள்ள பிரச்சினைகளை ஆராய வந்திருக்கிறோம் என்று அறிமுகப்படுத்திக்கொண்டோம். அவர்களின் பிரச்சினை களைச் சொல்லும்படிக் கேட்டுக்கொண்டோம். கேமராவில் படமெடுக்க முற்பட்டபோது பெரும்பாலோர் தயங்கிப் பின்வாங்கினார்கள். சிலர் தைரியத்தை வரவழைத்துக்கொண்டு பேசினார்கள்: “மழை இல்லாததுதான் பிரச்சினை. மழை

இல்லையென்றால் விவசாயிகள் தற்கொலை செய்துகொள்ள வேண்டியிருக்கும்." இதைத்தான் எல்லாரும் சொன்னார்கள்.

அந்தக் கிராமத்தில் மற்ற பல இடங்களிலும் நாங்கள் சுற்றி யலைந்தோம். பலர் எங்களிடம் பேசக்கூடத் தயாராக இல்லை. பேச முன்வந்த சிலரோ, முடங்கிக் கிடக்கும் பூஜைகளைப் பற்றிக் கேட்டபோது பின்வாங்கினார்கள்.

இந்த இடத்திலிருந்து வந்த வேறுசில செய்திகளை நேற்று நாங்கள் வாசித்தோமே என்று சொன்னபோதும் அவர்க ளெல்லாம் ஏதும் தெரியாததுபோலத்தான் நடந்துகொண்டார்கள்.

ஏழுமணிக்குப் பிறகு அங்கிருந்து வெளியே செல்ல பேருந்து இல்லை. எவ்வளவு நேரம் செலவிட்டாலும் அவர்களிடமிருந்து எந்தத் தகவலையும் பெறமுடியாது என்று எனக்குத் தோன்றியது. அதனால் வந்த பேருந்தில் நாங்கள் அங்கிருந்து திரும்பினோம்.

பேருந்து புறப்பட்டு ஐந்துநிமிடங்களுக்குப் பிறகு மழை தூறத் தொடங்கியது. "நாம் வந்து விவரம் கேட்டவுடன் மழையும் வந்துவிட்டது. மழை பெய்தது நம் திறமையால்தான் என்று சொல்லி, இனி கிராமத்தினர் பின்னால் வந்து நம்மையும் பிடித்துக் கட்டிவைப்பார்களோ?" என்று சிவன் கேட்டார்.

துயர தாளங்களில் முஜ்ரா பாடும் உஜ்ஜயினி

உஜ்ஜயினி – புராணங்களும் சரித்திரமும் கூடிக் கலந்த கதைகளின் மாலை. அந்தக் கதைகளில் விக்கிரமாதித்யனும் காளிதாசனும் போஜராஜாவு மெல்லாம் நிறைந்திருக்கிறார்கள்.

புராணங்களைப்போல அந்தச் சிறிய நகரத்தில் கோயில்களும் நிறைய இருக்கின்றன. உஜ்ஜயினி, மத்தியப்பிரதேசத்தில் இருக்கிறது. இந்தூரிலிருந்து ஐம்பத்தைந்து கிலோமீட்டர் பயணம் செய்து இங்கே வர வேண்டும். இது அவந்தி ராஜ பரம்பரையின் தலைநகரமாக இருந்தது. 2004இல் மகாகும்பமேளா நடந்த புண்ணிய நகரமும் இதுதான்.

உஜ்ஜயினிக்கு நான் தனியாகத்தான் சென்றேன். கோயில்களைப் பார்ப்பதுடன் தேவதாசிகளைப் பற்றியும் விசாரித்தேன் என்றாலும், அவர்களை யொன்றும் அங்கே கண்டுபிடிக்க முடியவில்லை. ஒருகாலத்தில் தேவதாசிகள் முகாமிட்டிருந்த பிஞ்சார்வாடிக்குச் சென்று பார்க்கும்படி நகரத்தில் தோல்பைகளுக்கான கடை நடத்தும் ராஜேந்திரசிங் கூறினார். பிஞ்சார்வாடி, நகரத்திலிருந்து அதிக தூரத்தில் இல்லை. அங்கே செல்வதற்கான வழியை ராஜேந்திரசிங் சரியாகச் சொல்லிக்கொடுத்தார் என்றாலும், இடையில் சந்தேகம் ஏற்பட்டு ஒன்றிரண்டு கடைக்காரர்களிடம் கேட்டபோது, அவர்களெல்லாம் அர்த்தம் பொதிந்து சிரிக்கத் தான் செய்தார்கள். நிறைந்த சிரிப்பு. கடையில்,

பழைய இரும்புப் பொருட்களை எடைக்கு வாங்கும் ஒரு கடைக்கு முன்னால் வந்தேன். அங்கிருந்து பார்க்கும்போது குறுக்கும் நெடுக்குமாக நிறைய சந்து வழிகள் தெரிந்தன. அவற்றில் ஒரு சந்தில் நான் யூகமாகச் சென்றேன். அந்த வழியின் ஒருபுறத்தில், அடைக்கப்பட்ட அறைகளோடுகூடிய மிக நீண்ட ஒற்றை மாடிக் கட்டடம். உண்மையில் அதன் ஒவ்வோர் அறையும் ஒவ்வொரு வீடாகத்தான் இருந்தன. வரிசைவரிசையாகச் சாத்திக் கிடக்கும் கதவுகளுக்கிடையில் இரண்டு சிறிய கதவுகள் மட்டும் திறந்திருந்தன. அது ஒரு பெட்டிக்கடை. அங்கே நடுவயதுப் பெண் ஒருத்தி இருந்தாள்.

"இதுதான் பிஞ்சார்வாடி" என்று அவள் சொன்னாள்.

"இங்கே தேவதாசிகளைப் பார்க்க வந்தேன்" என்றேன் நான்.

"தேவதாசிகளா, அவர்கள் யாரும் இப்போது இல்லை. வேண்டுமென்றால் நீங்கள் முஜ்ரா பார்க்கலாம்."

முஜ்ரா பார்க்க மும்பையில் வாய்ப்புக் கிடைத்தது என்றாலும் அன்று அது நடக்கவில்லை. இந்தமுறை அந்த இழப்பைச் சரிசெய்துவிடலாம் என்று நினைத்தேன்.

பக்கத்து சந்தில் இருக்கும் ஒரு பழைய இரண்டு மாடிக் கட்டடத்தை அவள் சுட்டிக்காட்டினாள். அந்தக் கட்டடத்திலும் கீழ்த்தளத்தில் வாயில்களெல்லாம் சாத்தப்பட்டிருந்தன. "மேல்மாடியில்தான் முஜ்ரா." அவள் சொன்னாள். கீழே அடைக்கப்பட்டிருக்கும் கதவுகளில் ஒன்றைத் திறந்தால் மேலே செல்வதற்கான படிக்கட்டு தெரியும் என்றும் அவள் சொன்னாள். அவள் சுட்டிக்காட்டிய கட்டடத்துக்கு முன்னால் இருக்கும் சந்தில் நான் நடந்தேன். மேலே சில அறைகளின் சன்னல்கள் திறந்திருக்கின்றன. இரண்டு அறைகளின் சன்னல்களில் முஜ்ரா என்று எழுதப்பட்ட போர்டு வைத்திருக்கிறார்கள் – இசைக் கருவிகளின் சித்திரங்கள் உள்ள போர்டு.

சந்தில் நடக்கும்போது எதிரே வந்த ஒரு பெண்ணை நான் கவனித்தேன். அவள் பழைய சுரிதார் அணிந்திருந்தாள். குளித்து நிறைய நாட்கள் ஆகியிருக்கும் என்று தோன்றியது. என்னிடம் அவள் யாசகத்துக்காகக் கை நீட்டினாள். ஆனால் என் எதிர்வினை என்ன என்று பார்க்கக்கூட நிற்காமல் கடந்து சென்றாள். அடைக்கப்பட்ட அறைகளுக்கு அந்தப் பக்கம் நிறையப் பேர் அவசரமாக ஏதோ வேலைசெய்துகொண்டிருந்தார்கள். நான் அவர்களுக்குப் பக்கத்தில் சென்று பார்த்தேன். அவர்கள் வாழைத்தார்களை அடுக்கிவைக்கும் வேலையில் ஈடுபட்டிருந்தார்கள்.

அவர்களுக்குப் பக்கத்தில் அமர்ந்து வாழைத்தார் வியாபாரத்தைப் பற்றிப் பேசத் தொடங்கினேன். அதைப் பேச அவர்களும் ஆர்வத்துடன் இருந்தார்கள். மெல்ல மெல்ல நான் பழைய தேவதாசிகளின் கதைக்கு வந்தேன். முன்பு இங்கே நிறைய தேவதாசிகள் இருந்ததாக அவர்களுக்குத் தெரியும். ஆனால் அவர்கள் எங்கே சென்றார்கள், ஏன் சென்றார்கள் எனும் சரித்திரமொன்றும் அவர்களுக்குத் தெரியவில்லை. பேசிக்கொண்டிருக்கும்போது, முன்பே பார்த்த பெண் மீண்டும் எங்களுக்கு முன்னால் செல்வதைப் பார்த்தேன். வழியில் எதிர்ப்படுபவர்களிடமெல்லாம் அவள் கை நீட்டுகிறாள்.

முஜ்ரா காண்பதைப் பற்றிக் கேட்டபோது வாழைத்தார் வியாபாரிகள் சிரித்தார்கள். "இங்கே அது அங்கீகரிக்கப்பட்டதா? போர்டு வைக்கப்பட்டிருக்கிறதே?" நான் கேட்டேன்."

"ஆமாம், பதினொரு மணிவரை முஜ்ரா நடத்தலாம். இரவில் நடத்தக் கூடாது." அவர்கள் சொன்னார்கள்.

"இரவில் பார்க்க வேண்டும் என்றால் என்ன செய்வது?" நான் மீண்டும் கேட்டேன்.

"போய்ப் பாருங்கள், அவர்கள் ஒருக்கால் சம்மதிக்கலாம்." என் கேள்வியின் தொனியைப் புரிந்துகொண்டதுபோல இளைஞன் ஒருவன் பதில் சொன்னான்.

"இப்போது போனால் போலீஸ் பிடிக்குமோ?" எனக்குச் சந்தேகம்.

"இல்லை, இல்லை. இரவு பதினொருமணிக்குப் பிறகு போக வேண்டும் என்றால்தான் போலீஸைக் கேட்க வேண்டும்." அவர் தைரியம் கொடுத்தார்.

நான் எழுந்தேன். வியாபாரிகள் காட்டிய கதவின் அருகே வந்தேன். தள்ளியபோது கதவு திறந்தது.

கதவைத் திறக்கும் ஓசை கேட்டு மேலிருந்து இனிமையான பெண் குரல் கேட்டது: "கோன் ஹே?"

முஜ்ரா பார்ப்பதற்கு வந்ததாகத் தெரிவித்தபோது மேலே வரும்படிச் சொன்னாள். மேலே ஏறிச் சிறியதொரு கூடத்துக்குச் சென்றேன். அதற்கும் அப்பால் வேறு இரண்டு அறைகளும் இருந்தன. இருபதுக்கும் இருபத்தைந்துக்கும் இடைப்பட்ட வயதுடைய இரண்டு அழகிகள் சேர்ந்து வரவேற்றார்கள். ஒருத்தி குண்டாக இருந்தாள், மற்றொருத்தி ஒல்லி. குண்டுப் பெண், தன் பெயர் அனீஷா என்று சொன்னாள்; இன்னொருத்தியின் பெயர் சஹனாஸ்.

ஒவ்வொரு பாட்டுக்கும் முஜ்ராவின் கட்டணம் நூறு ரூபாய். பாட்டுக்காரர்களை அழைக்கிறேன் என்று சொல்லி அனீஷா கைப்பேசியை எடுத்து யார்யாரையோ அழைத்தாள். இந்தி கலந்திருந்தது என்றாலும் துல்லியமாகப் புரிந்துகொள்ள முடியாத ஏதோ ஒருமொழியில் அவள் கைப்பேசியில் பேசினாள். ஐந்து நிமிடம் காத்திருக்கும்படிச் சொல்லிவிட்டு அனீஷாவும் சஹனாஸும் உள்ளே சென்றார்கள். சற்று நேரத்துக்குப் பிறகு ஓர் இளைஞனும் முதியவரும் படியேறி உள்ளே வந்தார்கள். வந்தவுடன் சலாம் சொல்லி எனக்கு எதிர்வசமாக அமர்ந்தார்கள். ஒரு மூலையில் இருந்த தபலாவையும் ஹார்மோனியத்தையும் எடுத்து மெல்ல லயம் கூட்டத் தொடங்கினார்கள். இதற்கிடையில் அந்தப் பெண்கள் இருவரும் உள்ளே வேறொரு அறைக்குச் சென்றிருந்தார்கள்.

இளைஞன் தபலா வாசிக்கத் தயாராக அமர்ந்தான். முதியவர் ஹார்மோனியத்தை ஆயத்தம் செய்தார். இளைஞன் இந்தியில் ஏதோ சொன்னவுடன் அனீஷாவும் சஹனாஸும் கூடத்துக்கு வந்தார்கள். பௌடரெல்லாம் பூசி இருவரும் முகத்தில் இன்னும் கொஞ்சம் அலங்காரம் செய்திருந்தார்கள். ஷால் கொண்டு இடுப்பில் இறுகக் கட்டி உடல் வடிவை வெளிப்படுத்தியவாறு வந்தர்கள். ரெடி – ஒன், டூ, த்ரீ என்று முதியவர் சொன்னதும் இருவரும் நடனமாட ஆரம்பித்தார்கள். பின்னால் முதியவர் பாட்டுப்பாடத் தொடங்கினார். விரைவான அடிவைப்புகள்தான் முஜ்ராவின் நடன பாணியாகும். வரிகளைத் துல்லியமாகப் புரிந்துகொள்ள முடியவில்லை என்றாலும் அதன் பொருள் ஏறத்தாழ இப்படி இருந்தது:

நீ எனக்குடைமையாக நான் விரும்புகிறேன்
என்னால் இது முடியாது என்று அறிந்தும்
நான் அதற்கு விரும்புகிறேன்
பூமி முழுதும் உள்ளவர்கள் நாங்கள்
மனிதனின் மனம் நிறைக்க உருவானவர்கள் நாங்கள் . . .

பாடிய வரிகளையே இரண்டு மூன்றுமுறை திரும்பப் பாடுகிறார்கள். கேட்பதற்கு இனிமையான பாட்டு. தபலா வாசிப்பும் மனம் மயக்குவதாக இருந்தது. முதலாவது பாட்டு முடிந்து நூறு ரூபாய் கொடுத்தபோது, அடுத்த பாட்டு பாடட்டுமா என்று பெண்கள் கேட்டார்கள். பாடும்படிச் சொன்னேன். அதற்கும் நூறு ரூபாய் கொடுத்தேன். அந்தப் பாட்டு முடிந்ததும், பேசுவதற்கான சாத்தியத்தை ஆராய்ந்தேன்.

“நீங்கள் இங்கே உள்ளவர்கள்தானா?”

"இல்லை, நாங்கள் இங்கே வந்து குடியேறிவர்கள். எங்கள் ஊர் இது அல்ல." அனீஷா ஆர்வமின்றிச் சொன்னாள்.

"பிறகு உங்கள் ஊர் எது?"

"அதெல்லாம் போகட்டும். நாங்கள் அடுத்த பாட்டு பாடட்டுமா?" அவள் அவசரப்பட்டாள்.

"இங்கே பாட்டு மட்டும்தான் இருக்கிறதா?"

"ஆமாம். வேறு எதுவும் இங்கே நடக்காது, சார். போலீஸ் எப்போது வேண்டுமானாலும் வரும்."

"அந்தக் காலத்தில் தேவதாசிகள் இருந்த இடம் இது என்று கேள்விப்பட்டிருக்கிறேன்."

"ஓ, எங்களுக்குத் தெரியாது." இந்தப் பேச்சு அவளுக்குப் பிடிக்கவில்லை என்று தெரிந்தது.

நான் இன்னுமொரு பாட்டு பாடும்படிச் சொன்னேன். உடனே தபலாக்காரன் வேறொரு தாளத்தை ஆரம்பித்தான். அனீஷாவும் சஹனாஸும் விரைந்து ஆடத் தொடங்கினார்கள். ஆட்டம் முடிந்ததும் அவர்கள் அடுத்த நூறு ரூபாய் கேட்டார்கள். ஆனால் அவர்கள் முற்றிலும் கேள்விகளை விரும்பவில்லை. அவர்களிடம் ஆகமொத்தம் இருந்தது ஒரே கேள்விதான்: "இன்னும் பாடட்டுமா?"

பணத்துடன் மாலையில் வருகிறேன் என்று சொன்ன போது அவள் சிரித்தாள்: "பதினொருமணிக்கு முன்னால் வர வேண்டும் பதினொருமணிக்குப் பிறகு முஜ்ரா ஆட முடியாது."

"முஜ்ரா தேவையில்லை. நான் பணத்துடன் இரவு நேரங் கழித்து வருகிறேன்." நான் ஒரு கொக்கியிட்டுப் பார்த்தேன்.

அவள் வாருங்கள் என்றோ வர வேண்டாம் என்றோ சொல்லாமல் சிரித்துத் தவிர்த்தாள்.

அனீஷா உள்ளிருந்து கொஞ்சம் ரூபாய் நோட்டுகள் எடுத்துக்கொண்டு வந்து தபலாக்காரனுக்கும் முதியவருக்கும் கொடுத்தாள். தபலாவையும் ஹார்மோனியத்தையும் இருந்த இடத்தில் வைத்துத் துணியால் மூடிவிட்டு அவர்கள் என்னுடன் கீழே இறங்கினார்கள். வாழைத்தார் வியாபாரிகள் என்னைப் பார்த்துச் சிரித்தார்கள். முதியவர் சென்று அடுத்த கடையின் வராந்தாவில் அமர்ந்திருந்தார். நான் அவர் அருகே சென்றேன்.

"நீங்கள் தேவதாசிகளைப் பற்றித் தெரிந்துகொள்ள வந்திருக்கிறீர்களா?" நான் கேட்கும் முன்பே அவர் என்னிடம் விசாரித்தார்.

"ஆமாம்!" நான் வியப்புடன் சொன்னேன். பல இடங்களில் நான், விவரங்கள் தராமல் தவிர்த்துவிட்டுப் போகின்றவர்களைத் தான் பார்த்திருக்கிறேன். இன்று இதோ, என்னிடம் ஒருவர் விசாரிக்கிறார்!

"நீங்கள் வந்த இடம் சரிதான். ஆனால் காலம் தவறிவிட்டது. நீங்கள் பல வருடங்களுக்கும் முன்பே இங்கே வந்திருக்க வேண்டும்."

நான் ஏதும் புரியாததைப்போல அவரைப் பார்த்து நின்றேன். அவர் தொடர்ந்தார்: "2004இல் இங்கே கும்பமேளா நடந்தது தெரியுமா? அதற்கு முன்பு இங்கே, நீங்கள் சொல்கிற தேவதாசிகள் இருந்தார்கள். 2004இல் அவர்களையெல்லாம் இங்கிருந்து அடித்துத் துரத்திவிட்டார்கள். போலீஸார், நாட்டை நன்றாக்குவதற்காகச் செய்தது இது. அதன் பிறகு நாடு நன்றாகிவிட்டதா? நீங்களே பாருங்கள்." அவர் கோபத்துடன் மூச்சை ஆழ இழுத்துவிட்டார். "அந்தக் காலத்தில் உஜ்ஜயினியில் தேவதாசிகள் நிறையப் பேர் இருந்தார்கள். பெண்களை முதலில், கோயில்களின் தேவைக்காகத் தான் தேவதாசியாக்கினார்கள். என்றாலும், காலம் செல்லச் செல்ல அவர்களெல்லாம் வேசிகளாக மாறினார்கள். அப்படி வேசிகளான தேவதாசிகளின் தெருவாக இருந்தது இந்த பிஞ்சார்வாடி. தேவதாசிகள் ஆடவும் பாடவும் அறிந்தவர்கள். ஆட்களை அவர்கள் நன்றாக மகிழ்ச்சிப்படுத்துவார்கள். அன்று இங்கே நன்றாகப் பாடும் பெண்கள் நிறையப்பேர் இருந்தார்கள். நான் அவர்களுக்காகவும் ஹார்மோனியம் வாசித்திருக்கிறேன்."

அன்று இந்தத் தெரு சுநீதாவின் கட்டுப்பாட்டில் இருந்தது என்று அவர் சொன்னார். மும்பையில் காமத்திப்புராவில் பெண்கள் சொன்ன தலைவியின் பெயரும் இதுதானே என்று நினைவுவந்தபோது எனக்கு ஆவல் ஏற்பட்டது. அவளைப் பற்றிச் சொல்ல அவருக்கும் ஆர்வம் இருப்பதாகத் தோன்றியது.

"பெண்பிள்ளைகளுக்குத் தேவையான உணவெல்லாம் சுநீதா கொடுப்பாள். அவர்கள் நோய்வாய்ப்பட்டால் மருத்துவம் பார்ப்பாள். கலைஞர்களான எங்களுக்கு அவள் நல்லமுறையில் பணம் கொடுப்பாள்.

"உஜ்ஜயினியில் கும்பமேளா நடத்த முடிவுசெய்ததுதான் எல்லாவற்றையும் அழித்துவிட்டது. கும்பமேளாவுக்கு சன்னியாசிகள் வரும்போது அவர்கள் இந்தத் தேவதாசிகளின் வீடுகளுக்குச் சென்று விபச்சாரம் செய்வார்கள் என்று உமாபாரதி யின் அரசாங்கம் பயந்தது. அப்படி ஒரு நிலை ஏற்பட்டால் அது இந்துத்துவத்துக்கு இழிவாகும் என்று நினைத்தது அரசாங்கம். அப்படி நடக்காமல் இருப்பதற்குக் கண்ட தீர்வுதான் இங்கிருந்து

தேவதாசிகளை அடித்துத் துரத்துவது. போலீஸைப் பயன் படுத்தி அடித்துத் துரத்தினார்கள். அன்று இங்கே உண்மையில் போலீஸ் வெறியாட்டம் ஆடினார்கள். தாக்குதலுக்கும் துப்பாக்கிச் சூட்டுக்கும் பயந்து பெண்களெல்லாரும் ஓடிச் சென்றார்கள்.

"ஆனால் சுநீதாவுக்கு இந்த இடத்தை விட்டுப் போக முடியவில்லை. கொஞ்சம் நாட்கள் எங்கோ சென்றிருந்த அவள், பிறகு இங்கேயே திரும்பி வந்தாள். ஆனால் அப்போது அவள் கைப்பொருளையெல்லாம் இழந்திருந்தாள். அத்துடன் அவளுக்குப் பைத்தியமும் பிடித்துவிட்டது. இந்தத் தெருவில் நீங்கள் சுநீதாவைப் பார்க்கலாம். ஒரு காலத்தில் உஜ்ஜயினியின் ராணியாக இருந்த சுநீதாவை."

இயல்பாகவே நான் அப்போது, முன்பே முன்னால் வந்து கைநீட்டிய பைத்தியக்காரியைப் பற்றித்தான் சிந்தித்தேன். அவளைப் பற்றிக் குறிப்பிட்டபோது, அவள்தான் சுநீதா என்று அவர் சொன்னார்.

"இந்துத்துவத்தைக் கட்டிக்காப்பதற்காக தேவதாசிகளைத் துரத்திய பிறகு என்ன ஆனது? இந்த இடம் முழுக்கவும் முஸ்லிம்கள் வந்துவிட்டார்கள் அல்லவா? சில இடங்களில் அவர்கள் வீடு வைத்துவிட்டார்கள். வியாபாரமும் ஆரம்பித்து விட்டார்கள்." அவர் கோபத்துடன் பிறகும் ஏதேதோ சொல்லிக் கொண்டிருந்தார். ஆனால் அது எதையும் நான் கவனிக்கவில்லை. சுநீதாவை இன்னொருமுறை பார்க்க வேண்டும் என்றுதான் அப்போது எனக்குத் தோன்றியது.

முன்பு அந்தப் பெண்ணைப் பார்த்த இடத்துக்கு நான் சென்றேன். அவள் ஒரு சாக்கடையின் பக்கத்தில் அமர்ந்திருந்தாள். இல்லை, சும்மா அமர்ந்திருக்கவில்லை, அந்தச் சாக்கடையிலிருந்து அவள் ஏதேதோ பொறுக்கி எடுக்கிறாள். பொறுக்கி எடுத்ததை கையில் வைத்துத் தேய்த்து பிறகு வாயில் போடுவதைப் பார்த்தேன். நீண்ட நேரம் நான் அவளையே பார்த்துக்கொண்டிருந்தேன். பிறகு அவள் அங்கிருந்து எழுந்து முன்னால் நடந்தாள். நானும் அவளைப் பின்தொடர்ந்தேன். நடந்து நடந்து அவள் நகர நெரிசலுக்குள் புகுந்துவிட்டிருந்தாள். எதிரே வரும் ஒவ்வொருவரிடமும் கை நீட்டினாள். சிலர் அவளைக் கவனிக்கக்கூட இல்லை. இடையில் ஒரு தாடிக்காரர் ஒரு நாணயத்தை அவள் கையில் வைத்தார். அடுத்ததாகத் தன் எதிரே வந்த குழந்தைக்கு அந்த நாணயத்தைக் கொடுத்துவிட்டு, அவள் மீண்டும் முன்னால் காண்பவர்களுக்கு நேரே கை நீட்டிக்கொண்டிருந்தாள். அவ்வளவு நேரம் அவள்

கைநீட்டியிருந்தாலும் அவள் கையில் ஒற்றைப் பைசாகூட இல்லையே என்று அப்போதுதான் நான் கவனித்தேன்.

தன் மனம் உட்பட அனைத்தையும் இழந்தும் கையில் கிடைக்கும் நாணயங்களைக்கூட மற்றவர்களுக்குக் கனிந்தருளும் உஜ்ஜயினி சக்கரவர்த்தினியே, விக்ரமாதித்தனின் – போஜராஜனின் மகாசாம்ராஜ்யம் உனக்காக வைத்திருந்தது இந்தச் சாக்கடை நீரின் மிச்சமீதிகள்தானா? இப்படி நான் என்னையறியாமல் கேட்டுக்கொண்டேன்.

சுநீதா மீண்டும் பழைய சந்துக்குத் திரும்பி வந்தபோது நானும் அங்கே சென்றேன். அப்போது அந்த முதியவர் அங்கே இருந்தார். திடீரென்று மேலிருந்து தபலா ஓசை வந்தது. விரைவில் பாட்டும் கேட்டது:

நீ எனக்குடைமையாக நான் விரும்புகிறேன்
என்னால் இது முடியாது என்று அறிந்தும்
நான் அதற்கு விரும்புகிறேன்
பூமி முழுதும் உள்ளவர்கள் நாங்கள்
மனிதனின் மனம் நிறைக்க உருவானவர்கள் நாங்கள் . . .

ஆனால் இப்போது எனக்கு இந்தப் பாட்டு மிகவும் கலக்கமூட்டியது. பாட்டுக்கிசைவாக, வசீகரமாக நடனமாடும் அனீஷாவின் – சஹனாஸின் உருவங்கள் என் மனத்தில் தோன்றவில்லை. சாக்கடை நீரிலிருந்து மிச்சமீதிகளைப் பொறுக்கித் தின்னும் சுநீதாவின், இல்லை, உஜ்ஜயினியின் ராணியாக இருந்த சுநீதாவின் உருவம் மட்டும்தான் என் மனம் முழுதும் இருந்தது.

பிரகாசிக்குமா உச்சங்கியில் மகப்பௌர்ணமிகள்?

மகப்பௌர்ணமி நாளில் கோயில்களில் ஒரு பெண்பிள்ளையைக்கூட தேவதாசியாக்கவில்லை என்று கர்நாடக அரசு உறுதிப்படுத்த வேண்டும் எனும் உச்சநீதிமன்ற உத்தரவு உண்டுதானே! இதை அரசு எந்த அளவுக்குப் பொறுப்பாக நடைமுறைப்படுத்துகிறது என்று நேரடியாகப் பார்த்துத் தெரிந்துகொள்ள விரும்பினேன். அதற்காக, 2016 பிப்ரவரியில் மீண்டும் மகப்பௌர்ணமிக்கு உச்சங்கிமலைக்குப் போக முடிவு செய்தேன். நானும் ஒளிப்படக்காரர் நிகில்ராஜும் பியாரிலாலும் சேர்ந்து தான் இந்தப் பயணத்தை மேற்கொண்டோம்.

மகப்பௌர்ணமிக்கும் முதல்நாள் இரவு நாங்கள் உச்சங்கிமலை அடிவாரத்துக்கு வந்து சேர்ந்தோம். ஜோகம்மாக்கள், அம்மன் சிலை உட்பட பொருட்கள் உள்ள தட்டுகளைக் கையிலேந்தி மலை ஏறிக்கொண்டிருக்கிறார்கள். அவர்கள் விரைவாகச் சென்றார்கள். நாங்களும் வேகமாகச் சென்றோம்.

வழியில் வழக்கத்துக்கும் அதிகமான போலீஸ் காரர்களைப் பார்த்தோம். முன்பு வரும்போது இல்லாதிருந்த பெண் போலீசாரும் நிறையப் பேர் இருந்தார்கள். நீதிமன்றத் தலையீட்டால்தான் இப்படி என்று நான் யூகித்தேன். ஆனால் யாரிடமும் எதுவும் கேட்கவில்லை.

ஆனெ ஹொண்டாவுக்குப் பக்கத்தில் வந்தபோது அங்கே பெரிய போலீஸ் குழு. அவர்கள் யாரின் கட்டளைக்கோ செவிகொடுக்கிறார்கள். நான் அங்கே சென்றேன். இந்த நேரத்தில் நிகில்ராஜ் கேமராவை வெளியே எடுத்தார்.

ஒளிப்படம் எடுக்க அனுமதி கேட்டு நான் போலீஸ் குழுவை நோக்கிச் சென்றேன். சீருடையில் இருக்கும் போலீஸ்காரர் ஒருவரிடம், நாங்கள் கேரளத்திலிருந்து வரும் பத்திரிகை யாளர்கள் என்று அறிமுகப்படுத்திக்கொண்டேன். அவர், தனக்கு எதிரே இருக்கும் ஒருவரைச் சுட்டிக்காட்டினார் – ஹர்ப்பனஹள்ளி காவல்துறை துணைக் கண்காணிப்பாளர் பி.என்.லோகேஷ்.

லோகேஷ் கை கொடுத்தார்.

"ஏன் இவ்வளவு போலீஸ் ஃபோர்ஸ்?" நான் கேட்டேன்.

"உச்சநீதிமன்றத்தின் உத்தரவின்படிதான் இப்படி. நீங்கள் கேரளத்திலிருந்து வருவதாகத்தானே சொன்னீர்கள். அங்குள்ள தினசரியில் வந்த செய்தியைத் தொடர்ந்துதான் உச்சநீதிமன்றம் தலையிட்டது." லோகேஷ் சொன்னார்.

அரசாங்கம் என்னென்ன நடவடிக்கைகள் எடுத்திருக்கிறது என்று தெளிவாகச் சொல்ல முடியுமா என்று கேட்டபோது லோகேஷுக்கு மகிழ்ச்சி. எல்லாவற்றையும் குறித்துக்கொள்ளும் படிச் சொல்லிவிட்டு அவர் பேசத் தொடங்கினார்: "இன்று இங்கே தரிசனத்துக்கு வரும் பெண்பிள்ளைகள் அனைவரின் விவரங்களையும் நாங்கள் சேகரிப்போம். ஒருவாரத்துக்குப் பிறகு அவர்களின் வீடுகளுக்கெல்லாம் சென்று, அந்தப் பிள்ளைகள் தேவதாசியாக்கப்படவில்லை என்று உறுதிப்படுத்துவோம். அம்மனைப் பார்த்துக் கும்பிட வருபவர்களைத் தடுக்க முடியாது என்பதால், பெண்பிள்ளைகளை வரக் கூடாது என்று சொல்ல முடியாது. அதனால்தான், வரும் பெண்பிள்ளைகளின் விவரங்கள் சேகரிக்கிறோம். விவரங்களைச் சேகரிப்பதற்காகப் பத்துக் குழுக்களை நாங்கள் நியமித்திருக்கிறோம். ஒவ்வொரு குழுவிலும் – வருவாய், போலீஸ், பெண்கள் மற்றும் குழந்தைகள் மேம்பாட்டுத் துறைகளைச் சேர்ந்த ஒவ்வொருவர் இருப்பார்கள். ஒரு பஞ்சாயத்து உறுப்பினரும் தேவதாசி விடுதலை முன்னணிச் செயல்பாட்டுப் பெண்ணொருவரும் குழுவில் இடம்பெற வேண்டும் என்று அரசாங்கம் சொல்லியிருக்கிறது. ஒவ்வொரு குழுவிலும் ஒரு ஒளிப்படக்காரரும் இருப்பார்.

"தேவதாசியாக்கினால் தாய்தந்தையர் எதிர்கொள்ள வேண்டியிருக்கும். சட்ட நடவடிக்கைகளை விளக்கி இருபத்து நான்குமணி நேரமும் ஒலிபெருக்கி அறிவிப்பு நடக்கிறது.

யெல்லம்மா கோயிலுக்குப் பக்கத்திலுள்ள உட்புறக் கிராமங்களுக்கும் ஆட்டோக்களில் சென்று ஒலிபெருக்கியில் அறிவிக்கவும் செய்கிறோம் . . ." லோகேஷ் சொல்வதை நான் எழுதிக்கொண்டிருந்தேன்.

ஒளிப்படங்கள் எடுக்க ஆரம்பித்துவிட்டோம் என்று லோகேஷ் உணர்ந்தபோது, மற்ற போலீஸ்காரர்களுக்குக் கட்டளைகள் பிறப்பித்தவாறு அவர் துடிப்புடன் செயல்பட ஆரம்பித்தார். அதனுடன், படத்தில் தான் இடம்பெற்றிருப்பதை உறுதிப்படுத்திக்கொள்ளவும் செய்தார்.

அப்போது பெண்கள் தட்டுடன் வந்துகொண்டிருந்தார்கள். பெண்களுடன் வரும் பெண்பிள்ளைகளின் விவரங்களை யெல்லாம் போலீஸார் சேகரித்துக்கொண்டிருந்தார்கள்.

போலீஸுடன் அல்லாமலும் இரண்டு இளம்பெண்கள், பெண்பிள்ளைகளின் விவரங்களைச் சேகரிப்பதைப் பார்த்தோம். அவர்களிடமும் நாங்கள் அறிமுகம் செய்துகொண்டோம். அவர்களில் ஒருவர், இந்திய ஜனநாயக வாலிபர் சங்கத்தின் மாநிலத் துணைத் தலைவர் பிரக்னா பாட்டீல். ஒரு பெண்பிள்ளைகூட தேவதாசியாக்கப்படவில்லை என்று நாங்கள் உறுதிப்படுத்துவோம் என்று பிரக்னா சொன்னார்.

அவர்களையும் ஒளிப்படம் எடுத்தபிறகு நாங்கள் கோயிலை நோக்கி நடந்தோம். தட்டு ஏந்தி வரும் பெண்கள் எங்களைவிட விரைவாகச் சென்றார்கள்; பலர் ஓடினார்கள். மேலே சென்ற போது பெரிய ஆர்வம் ஒன்றும் ஏற்படவில்லை. எல்லாம் பழையபடிதான்.

நல்ல ஒளிப்படங்கள் எடுக்க வாய்ப்புக் கிடைக்கும் என்று நினைத்து நாங்கள் கீழே வந்தோம். டி.வி. ரேணுகாவின், அவரது தேவதாசி விடுதலை முன்னணியின் செயல்பாடுகள் என்ன என்று பரிசோதிக்கலாமே என்று அப்போது தோன்றியது. அவரைக் கைப்பேசியில் அழைத்தபோது, அவரும் கோயில் சுற்றுப்பாட்டில் இருப்பதாகத் தெரிந்தது. நாங்கள் உள்ள பகுதிக்கு வருவதாக அவர் சொன்னார். தட்டுடன் ஓடுபவர்களுக்கு இடையில் நாங்கள் அவருக்காகக் காத்திருந்தோம். நாங்கள் மட்டும்தான் இப்போது இங்கே பரபரப்பில்லாமல் அமைதியாக இருக்கிறோம். மற்ற அனைவரும் ஓடுகிறார்கள்.

பத்து இருபது நிமிடங்களுக்குப் பிறகு ரேணுகா அங்கே வந்தார். உச்சநீதிமன்றத் தலையீட்டைத் தொடர்ந்து கண்காணிப்பை வலுப்படுத்தியதைப் பற்றித்தான் அவர் சொன்னார். இந்த மாற்றத்துக்காகக் கேரளத்துக்குத் தாங்கள்

எப்போதும் கடமைப்பட்டிருப்பதாகவும் அவர் தெரிவித்தார். எங்களுடன் பேசிக்கொண்டிருக்கும்போது அவர் தேவதாசி விடுதலை முன்னணியின் துண்டுப் பிரசுரங்களைப் பெண்களுக்கிடையில் விநியோகித்துக்கொண்டிருந்தார். பெண்பிள்ளைகளைத் தேவதாசியாக்கினால் எதிர்கொள்ளவேண்டியிருக்கும் சட்ட நடவடிக்கைகள் அதில் எழுதப்பட்டிருந்தன.

இரவு பதினொருமணிக்கு அவரிடம் விடைபெற்று அங்கிருந்து புறப்பட்ட நாங்கள், பிறகு காலை ஏழுமணிக்குத்தான் கோயிலுக்குச் சென்றோம்.

அப்போது கூட்டம் அதன் உச்சத்தை அடைந்திருந்தது. முன்பு இந்த நாளில் பார்த்ததுபோல பெண்கள், "உதா ... உதா ..." முழக்கங்களுடன் ஓடிவந்தார்கள். அவர்களுடன் நாங்களும் கோயிலை நோக்கி நடந்தோம்; நடக்கவில்லை; அந்தக் கூட்டம் எங்களையும் உந்தி உடன் அழைத்துச் சென்றது. கோயிலை நெருங்கிக்கொண்டிருக்கும்போது அந்தப் பெருக்கின் வேகம் குறைந்தது. ஆனால் எங்களுக்குச் சுற்றிலுமிருக்கும் பெண்களின் 'உதா' முழக்கங்களுக்கு ஆவேசம் அதிகரித்தது. பின்னிருந்து நாங்கள் தள்ளப்பட்டதால் எப்படியோ கோயிலுக்கு முன்னால் வந்தோம்.

வரிசைவரிசையாக வரும் பெண்கள் கோயிலுக்கு முன்னால் வரும்போது சிதறியோடிப் பழத்தைச் சுவரில் அடித்து வழிபடுவதைப் பார்த்தோம்.

தட்டுகளில் இருந்த வண்ணப் பொடிகள் காற்றில் பறந்து பரவின. அதிக நேரம் அங்கே இருக்க முடியாத சூழ்நிலை என்று சுருக்கமாகச் சொல்லலாம். ஆனால் அந்தக் கூட்டத்தில் அங்கிருந்து வெளியே வருவதும் நடக்கக்கூடியதாக இல்லை. இதற்குள் நிகில்ராஜ் பழ வழிபாட்டை நிறையப் படங்கள் எடுத்தார்.

இதற்கிடையில்தான் உச்சங்கி பிரசாத்தின் தொலைபேசி அழைப்பு வந்தது. பிரசாத்தை நேற்று அழைத்தபோது கோயிலில் இருப்பதாகவும் சந்திக்கலாம் என்றும் சொல்லியிருந்தான்.

'ஹொடலெ கிச்சு' (இதயத் தீ) எனும் கவிதைத் தொகுப்பு எழுதியதன் பேரில் சங்கப் பரிவாரங்களால் தாக்கப்பட்ட முதுகலை இதழியல் மாணவன்தான் உச்சங்கி பிரசாத். பிரசாத்தைச் சிலர் கல்லூரி விடுதியிலிருந்து அழைத்துச் சென்று போய் ஆள் நடமாட்டமற்ற இடத்தில் வைத்து அவன் விரலை ஒடித்தார்கள். தாழ்த்தப்பட்ட சாதியைச் சேர்ந்த தான் கவிதை எழுதியது அவர்களுக்குப் பிடிக்கவில்லை என்று, தாவன்கரே போலீஸ் நிலையத்தில் தான் அளித்த புகாரில் பிரசாத் சொல்லி

யிருந்தான். தனக்கு அச்சுறுத்தல் இருக்கிறது என்று பிரசாத் புகாரில் தெரிவித்ததன் அடிப்படையில் கர்நாடக போலீஸ் பிரசாத்துக்குத் துப்பாக்கிக் காவலர்வரை ஏற்பாடு செய்தது. சம்பவத்துக்குப் பிறகு இரண்டுமுறை கேரள முற்போக்கு கலை இலக்கியச் சங்கத்தின் நிகழ்ச்சிகளில் பேச பிரசாத் வந்திருந்தான். இந்த சமயத்திலொன்றும் அவனைப் பார்க்க முடியவில்லை.

மகப்பௌர்ணமிக்கு உச்சங்கிமலைக்கு வருவதாகச் சொன்னபோது அங்கு சந்திக்கலாம் என்று பிரசாத் தெரிவித்திருந்தான்.

பேசிக்கொண்டபடி, ஆனெ ஹொண்டாவுக்கு அருகில் வரும்போது பிரசாத் அங்கே ஒலிபெருக்கி அறிவிப்பு செய்து கொண்டிருந்தான். தேவதாசியாக்கும் சடங்கு செய்தால் எடுக்கப்படும் சட்ட நடவடிக்கைகளை அவன் அறிவித்துக் கொண்டிருந்தான். நேற்று பார்த்த பிரக்னாவும் அங்கே இருந்தார். அறிவிப்பைச் சற்று நேரத்துக்கு நிறுத்திவைத்து உச்சங்கி பிரசாத் எங்களிடம் வந்தான். பிரசாத்துக்கு இருபத்து ஐந்து வயது. பாண்ட்ஸ்ஸும் டிஷர்ட்டும் அணிந்திருந்தான். இரவுக் குளிருக் காகப்போலிருக்கிறது, சட்டைக்கு மேலே ஒரு ஸ்வெட்டரும் இருந்தது.

கோயிலிலிருந்து கீழே பிரதான சாலைக்கு இறங்கி நடந்த படிப் பேசினோம். கர்நாடகத்தில் பட்டியல் இனத்தவர் இப்போதும் பல இடங்களிலும் எதிர்கொள்ள வேண்டியிருக்கும் கொடுமையைப் பற்றி பிரசாத் முக்கியமாக எங்களிடம் பகிர்ந்து கொண்டான். இவற்றையெல்லாம் தன் புத்தகத்தில் உட்படுத்தியது தான் சிலருக்குக் கோபமூட்டியது என்று அவன் சொன்னான். புத்தகத்தைப் பற்றி பெரிய உத்வேகத்துடன்தான் பேசினான்.

கர்நாடகத்தின் முற்போக்கு எழுத்தாளர்களில் முக்கியமானவ ரான கே.எஸ்.பகவான்தான் பிரசாத்தின் புத்தகத்தை வெளி யிட்டார். புத்தக வெளியீடு முடிந்து ஒருவாரத்துக்குப் பிறகு, அதாவது 2015 டிசம்பர் 21இல் தாவன்கரேயில் பிரசாத்தைத் தாக்கினார்கள். சம்பவத்துக்குப் பிறகு பிரசாத்துக்கு போலீஸ் பாதுகாப்பு ஏற்படுத்தப்பட்டது.

“கவிதை எழுதுவதற்கான தூண்டுதல் என்ன?” நான் கேட்டேன்.

“அம்மா சொன்ன பழைய கதைகள்தான். அம்மாவின் காலத்தில் அவர் எதிர்கொள்ள வேண்டியிருந்த சாதிக் கொடுமை களையும் பிறவற்றையும் அவர் எனக்குச் சொல்லியிருந்தார். ஆனால் அவையெல்லாம் தாங்கள் அனுபவிக்க விதிக்கப்

பட்டவை என்றுதான் அம்மாவும் அவரது தலைமுறையைச் சேர்ந்தவர்களும் இப்போதும் நினைக்கிறார்கள். என் அம்மா ஒரு தேவதாசி." பிரசாத் சொன்னான்.

அவரது அம்மாவைப் பார்த்தால் நன்றாக இருக்கும் என்று நான் முன்பே நினைத்திருந்தேன். இந்த விஷயத்தை பிரசாத்திடம் சொன்னேன். "இந்தத் திருவிழாவில் கலந்துகொள்ள அம்மா இங்கே வர சாத்தியம் உண்டா?" நான் கேட்டேன்.

"இல்லை. இந்தத் திருவிழாவுக்கு வரவேண்டாம் என்று அம்மாவிடம் நான் சொல்லியிருக்கிறேன். அவர்களெல்லாம் நம்பிக்கையின் பெயரால் துயரத்தில் தள்ளப்பட்டவர்கள். அவர் மீண்டும் இந்தத் திருவிழாவுக்கு வருவதை என்னால் ஏற்றுக் கொள்ள முடியாது. பலர் இதைச் சற்றும் புரிந்துகொள்ளாமல் திருவிழாவுக்கு வருகிறார்கள். எல்லோரையும் நம்மால் தடுக்க முடியாதல்லவா. ஆனால் நம் வீட்டாரையாவது கட்டுப்படுத்தி நாம் ஒரு செய்தியைக் கைமாற்ற வேண்டும் என்று நினைக்கிறேன்." பிரசாத் சொன்னான்.

"அம்மா இப்போதும் அம்மனின் பக்தைதானே?"

"நிச்சயமாக. அது அப்படித்தானே இருக்கும்? இல்லை யெனினும், அம்மாவைத் தேவதாசியாக்கியது அம்மன் அல்லவே; அம்மனின் பெயரால் இங்குள்ள பெரிய மனிதர்கள்தானே?" – பிரசாத் கேட்டான்.

அம்மா, உறவினர் வீட்டில் இருக்கிறார்; அவரைப் பார்க்க வேண்டும் என்றால் அங்கே செல்ல வேண்டும் என்று பிரசாத் சொன்னான். அதனால் நாங்கள் அங்கிருந்து உறவினர் வீட்டுக்குச் சென்றோம். பயணத்தின்போது பிரசாத் தன் அம்மாவைப் பற்றியும் தன்னைப் பற்றியும் தன் கவிதைகளைப் பற்றியும் விரிவாகப் பேசினான்.

பிரசாத்தின் குடும்பம் மாதிகா சாதியைச் சேர்ந்தது. அம்மா வின் பெயர் யசோதாம்மா. இப்போது குடும்பம் சன்னகிரி தாலுக்காவில் சந்தேபென்னூரில் இருக்கிறது.

சிறு வயதில் பிரசாத் பள்ளிக்குச் செல்லவில்லை. அருகி லுள்ள ஜமீன்தார் வீடுகளில் வேலை செய்துதான் அம்மா தன் குடும்பத்தைப் பார்த்துக்கொண்டார். அம்மாவுக்கு உதவிசெய்ய பிரசாத்தும் செல்வதுண்டு. வேலைக்குக் கூலியாக அற்பத் தொகையேனும் கிடைப்பது அவனுக்கு நிம்மதியாக இருந்தது. அப்போதுதான் குழந்தை உழைப்புத் தடையைக் கடுமையாக்கினார்கள். அன்று பிரசாத்துக்குப் பன்னிரண்டு

புனிதப் பாவங்களின் இந்தியா 243

வயது. பிரசாத்தைப்போல நிறையக் குழந்தைகளைச் சமூகச் செயல்பாட்டாளர்கள் கண்டுபிடித்திருந்தனர். அவர்களை யெல்லாம் பல இடங்களில் ஒன்றாகத் தங்கவைத்துக் கற்பித்தார்கள். பாட்டும் நடனமும் விளையாட்டுக்களுமாக ஆறுமாதம் படிப்பு. அதன்பிறகு பிரசாத்தை ஐந்தாம் வகுப்பில் சேர்த்தார்கள். பிறகு அவனுக்குப் படிப்பில் உத்வேகம் ஏற்பட்டது.

யசோதா தினமும் வேலை முடிந்து வந்து, இரவில் பிரசாத்துக்குக் கதைகள் சொல்வார். பிரசாத் அந்தக் கதைகளி லிருந்துதான் தன் அம்மாவைப் புரிந்துகொள்கிறான்.

உச்சங்கி தேவஸ்தானத்தில் வைத்து யசோதாவைத் தேவதாசியாக்கினார்கள். யசோதாவின் அம்மா இறந்தபோது அப்பாவும் வீட்டாரும் இப்படி முடிவுசெய்தார்கள். அந்த வீட்டில் யசோதாவுக்குப் பிறகு இரண்டு பெண்பிள்ளைகள் இருந்தார்கள். எல்லாரையும் திருமணம் செய்துகொடுப்பதற்கான சக்தி அந்தக் குடும்பத்துக்கு இல்லை. எதற்கு ஏன் என்றெல்லாம் எதுவும் தெரியாமல் யசோதா தன் பன்னிரண்டாம் வயதில் ஒரு மகப்பௌர்ணமி நாளில் அந்த அமாவாசை வாழ்க்கையின் பட்டம் அணிந்தார். தேவதாசியாக்கியதற்குப் பிறகுதான் தான் ஒரு தேவதாசி என்று யசோதா தெரிந்துகொண்டாராம்! அதற்கும் முன்பு இதைப் பற்றி ஒரு வார்த்தையும் பேசாமல்தான் உச்சங்கி மலைக்குக் கொண்டுவந்திருக்கிறார்கள்.

தன்னுடன் தேவதாசியாக்கப்பட்ட பலர் இன்று பிச்சை எடுத்துத்தான் வாழ்கிறார்கள் என்றும் யெல்லம்மாவின் கிருபையால்தான் தனக்குக் கூலி வேலை கிடைக்கிறது என்றும் யசோதா தன் மகனுக்குச் சொல்லிக் கொடுத்திருக்கிறார். மேற்சாதிக்காரர்களின் வீடுகளில் வேலைசெய்ய வாய்ப்புக் கிடைத்ததே பாக்கியம் என்று யசோதா நினைத்தார்.

அரைமணிநேரப் பயணத்துக்குப் பிறகு நாங்கள் பிரசாத்தின் உறவினர் வீட்டுக்குச் சென்றோம். யசோதாவிடம் விரிவாகப் பேச வேண்டும் என்று நாங்கள் நினைத்திருந்தோம் என்றாலும் அதற்கு வாய்ப்பில்லை என்று எளிதில் புரிந்துவிட்டது.

பத்திரிகையாளர்கள் என்று சொன்னபோது யசோதா எங்கள் அருகே வரத் தயங்கினார். பிரசாத் அவரிடம் சென்று நீண்ட நேரம் ஏதேதோ பேசிய பிறகுதான் அவர் எங்களிடம் வரத் தயாரானார்.

அவரிடம் அவரது பழைய காலத்தைப் பற்றிக் கேட்டபோது அவர் எதுவும் சொல்லாமல் பிரசாத்தைப் பார்த்தார். எல்லா வற்றுக்கும் பிரசாத்தான் பதில் சொன்னான்.

ஏன் எங்களிடம் இப்படிப் பயப்படுகிறீர்கள் என்றுகூட அவரிடம் கேட்டேன்.

அவர் எதுவும் பேசவில்லை. பிரசாத் தாழ்ந்த குரலில் ஆங்கிலமும் கன்னடமும் கலந்து அதற்குப் பதில் சொன்னான்: "தேவதாசிப் பெண்களில் பலர் செக்ஸ் ஒர்க்கர்ஸ். அதனால்தான் தேவதாசி எனும் நிலையில் பார்க்க வந்த உங்களிடம் அம்மா இவ்வளவு விலகல் காட்டுகிறார்."

யசோதாவிடமிருந்து அதிகமொன்றும் தெரிந்துகொள்ள முடியாது என்று உறுதியானது. அது மட்டுமல்ல, நாங்கள் அங்கே இருப்பதை அவரால் சற்றும் சகித்துக்கொள்ள முடியவில்லை என்பதாகவும் தோன்றியது.

விரைவிலேயே நாங்கள் பிரசாத்தையும் அழைத்துக் கொண்டு அங்கிருந்து புறப்பட்டோம். அம்மா, பத்திரிகை யாளர்களுக்கு அஞ்சுவதாக பிரசாத் எங்களிடம் சொன்னான். அம்மாவுக்குப் புரிந்துவிடக் கூடாது என்பதற்காகத்தான் பேசிக்கொண்டிருக்கும்போது 'செக்ஸ் ஒர்க்கர்ஸ்' என்ற ஆங்கில வார்த்தையைப் பயன்படுத்தியதாகவும் அவன் சொன்னான்.

"அம்மா உனக்கு என்னென்ன கதைகள் சொன்னார்?" நான் கேட்டேன்.

"ஊரில் உள்ள கதைகள்தான். வேலைக்குச் செல்லும் வீடுகளில் கொட்டாங்கச்சியில் டீ தருவதும் வெளியே வைத்து உணவு தருவதுமெல்லாம் . . . இதுபோன்ற கதைகள். இப்படி யெல்லாம் இருந்தாலும் தான் பாக்கியவதி என்று அம்மா நம்பியிருந்தார். ஏனென்றால் அம்மாவுடன் தேவதாசியான பலர் பிச்சை எடுத்துத்தான் வாழ்ந்தார்கள். தனக்குக் கூலி வேலை யாவது கிடைத்ததே என்று அம்மா சொல்லியிருந்தார். உச்சங்கி கோயிலில் ஆட்கள் வந்து பாடும் பாட்டுகளெல்லாம் அம்மாவுக்கு மனப்பாடம். இவையெல்லாம்தான் என்னை 'ஹொடலெ கிச்சு' எழுதத்தூண்டின. இந்தத் தொகுப்பில் எழுபத்து மூன்று கவிதைகள் இருக்கின்றன." பிரசாத் உற்சாகமாகப் பேசினான். தன் புத்தக வெளியீட்டு விழாவில் அதைப் பெற்றுக்கொண்டது அம்மா தான் என்று சொல்லும்போது அவன் முகத்தில் பெருமை.

ஆனால் தான் என்னென்ன பாடுபொருள்களில் கவிதைகள் எழுதினேன் என்று பிரசாத் அம்மாவிடம் சொல்லவில்லை. பிரசாத்தைத் தாக்கியபோது அம்மா பயந்துவிட்டார். தொலைக்காட்சியில் செய்தி பார்த்த பக்கத்து வீட்டுக்காரர்கள் சொல்லித்தான் அம்மாவுக்குத் தெரியும். அப்போதுதான் அம்மா, புத்தகத்தில் என்ன எழுதியிருக்கிறாய் என்று கேட்டார். ஆயுதம்

தாங்கிய போலீஸைக் காவலுக்கு வைத்தபோது ஏதோ பெரிய பிரச்சினை என்று அம்மாவுக்குத் தோன்றியது. ஏன் எழுதுகிறாய், சும்மா இருக்கக் கூடாதா என்றெல்லாம் அம்மா கேட்டதாக பிரசாத் சொன்னான்.

பொதுவாக தேவதாசிகளின் பிள்ளைகள் பெரிய கல்வி ஒன்றும் பெறுவதில்லை என்றான் பிரசாத். பள்ளிக் காலகட்டத்துடன் அவர்களின் கல்வி முடிவடைவதுதான் வழக்கம். நிறையப் பேர் ஆதரவளித்ததால்தான் தனக்கு இந்த அளவு சாத்தியமானது என்று சொன்னான்.

கர்நாடகத்தின் பல உட்பிரதேசங்களிலும் தலித்துகள் மீதான அணுகுமுறையில் பெரிய மாற்றம் ஒன்றும் இல்லை என்று பிரசாத் தெரிவித்தான். “தாவன்கரே மாவட்டத்தில் கண்டகல் எனும் இடத்தில் முடிதிருத்தும் கடைகளில் இப்போதும் தலித்துளுக்கு முடிவெட்டுவதில்லை. அவர்களுக்கு முடிவெட்டினால் பிறகு மேற்சாதிக்காரர்கள் முடிவெட்ட கடைக்கு வர மாட்டார்கள் என்றுதான் கடைக்காரர்கள் சொல்வார்கள். தலித்துகள், தாவன்கரே அல்லது வேறு ஏதாவது டவுனுக்குச் சென்றுதான் முடி வெட்ட வேண்டும். கண்டகல் ஆஞ்சநேயர் கோயிலில் இன்றும் தலித்துகளை அனுமதிப்பதில்லை. இனி மேற்சாதிக்காரர்களின் பெண்களைத் திருமணம் செய்து கொண்டால் தலித்துகளின் வாழ்க்கை அவ்வளவுதான். போலீஸ், தலித்துகளுக்கு எதிராகப் பலாத்கார வழக்குப் பதிவு செய்வார்கள். பிறகு அவன் வெளி உலகத்தைப் பார்க்க மாட்டான்.

“வேலைசெய்யும் இடத்தில் தலித்துகளுக்குக் கூலிக் குறைவு என்று சொன்னால் நீங்கள் நம்புவீர்களா? மற்றவர்களுக்கு 110 ரூபாய் கொடுத்தால் தலித்துகளுக்கு 75 ரூபாய்தான் கூலி கொடுப்பார்கள். வேலைசெய்யும் இடத்தில் பெண்களுக்கு ஏற்படும் பிரச்சினைகள் தனி. என் பெரியம்மாவின் மகள் விவசாய இடத்தில் முதலாளியின் வதைக்கு ஆளானாள். இதில் மிகப் பெரிய தமாஷ், தலித்துகள் இவற்றையெல்லாம் தங்கள் தொழிலின் பகுதியாகச் செய்ய வேண்டியதுதானே என்றுதான் அந்தப் பெண் என்னிடம் கேட்டாள். அவள் நினைத்திருப்பது அப்படி.” – உச்சங்கி கோயிலுக்குச் சென்றடையும்வரை பிரசாத் கர்நாடகத்தில் பட்டியல் இனத்தவரின் நிலையை விவரித்துக் கொண்டிருந்தான்.

பிறகு நாங்கள் மாலையில்தான் உச்சங்கிக்கு வந்தோம். அப்போது பெண்கள் களைப்புடன் மலை இறங்கி வந்து கொண்டிருந்தார்கள். ஆனால் காலையில் இருந்த அளவு கூட்டம் இல்லை. படிக்கட்டுகளின் கைப்பிடிச் சுவர்களில் அமர்ந்து

நாங்கள் பேச்சைத் தொடர்ந்தோம். அம்மாவைப் பற்றியும் தான் உட்பட்ட மக்கள் எதிர்கொள்ளும் சாதிப் பிரச்சினைகளைப் பற்றியும் பிரசாத் மேலும் சொல்லிக்கொண்டிருந்தான்.

"அம்மா வேலைக்குப் போகும் வீட்டில் ஒரு மோதிரம் தொலைந்துபோய்விட்டது. அன்று எனக்கு ஆறு அல்லது ஏழு வயது இருக்கும். மோதிரம் கழிவறையில்தான் தொலைந்து போயிற்று என்று, மோதிரம் அணிந்திருந்த பையனின் சந்தேகம். பையன் இதை வீட்டில் சொன்னவுடன், அவர்கள் என்னை அழைத்து வரும்படி அம்மாவிடம் சொன்னார்கள். நான் அங்கே சென்றபோது அவர்கள் என்னிடம் கழிப்பிடத்தில் கைவிட்டுத் தேடும்படிச் சொன்னார்கள். நான் அப்படிச் செய்ய வேண்டி வந்தது. அந்த வீட்டில் என் வயதுடைய ஒருவன் இருந்தாலும் நான் ஏன் இப்படிச் செய்யவேண்டி வந்தது என்று நான் அம்மாவிடம் கேட்டேன். நாம் தாழ்த்தப்பட்டவர்கள் அல்லவா என்று அம்மா சொன்னார். அன்றுதான் நான் சாதியைக் குறித்துச் சிந்திக்கிறேன்; அறிகிறேன். என்னைப்போன்று பட்டியல் சாதியைச் சேர்ந்த ஒவ்வொருவரும் சொல்வதற்கு இப்படி ஒரு அனுபவம் இருக்கும். பிறந்த சாதி அவர்களை அச்சுறுத்தத் தொடங்கிய அனுபவம் . . ." – பிரசாத் பிறகும் ஏதோ சொல்லிக்கொண்டிருந்தான். மலையிலிருந்து இறங்கிக் கொண்டிருக்கும் ஒரு குழுவின் 'உதா' முழக்கங்களில் அந்த ஓசை மூழ்கிக் கிடந்தது.

தேடல்கள் முடிவதில்லை

உச்சநீதிமன்றத் தீர்ப்பு கர்நாடகத்தில் ஏற்படுத்திய மாற்றங்கள் சிறிதல்ல என்றாலும் அதனால் மட்டும் எல்லாம் ஆகும் என்று நம்ப முடியாது. வரதட்சிணை கொடுக்க வழியற்றதாலும் இருவேளை உணவுக்கு வாய்ப்பற்றதாலும் சட்டத்துக்கு எதிராக நிற்க விரும்புபவர்கள் இன்றும் கர்நாடகத்தில் நிறையப் பேர் இருக்கலாம். வேறு யாருக்கும் தெரியாமல் பெண்பிள்ளைகளை இவர்கள் தேவதாசிகள் ஆக்கவும் செய்யலாம். சட்டென்று அப்படிப்பட்ட சம்பவங்களைக் கண்டு பிடிக்க முடியவில்லை என்பதில், வழக்கை உச்சநீதி மன்றத்துக்குக் கொண்டு சென்ற பத்திரிகையாளன் என்ற முறையில் வெற்றி பெற்றதாக தற்சமயம் 'திருப்தி'யடையலாம்.

ஆனால் கவனமாகத் தேடினால் நிறமழிந்த ஓவியங்கள் இன்னும் காத்திருப்பது தெரியும். தேவதாசிமுறை தடுக்கப்பட்டவுடன் கர்நாடகத்தில் குழந்தைத் திருமணத்தில் ஏற்பட்டிருக்கும் வளர்ச்சி ஓர் உதாரணம். பெண்பிள்ளைகளைத் தவிர்ப்பதற்கு முடிந்தவரை விரைவாகத் திருமணம் செய்து கொடுப்பதை நல்லதொரு வழியாகச் சிலரேனும் கண்டுபிடிக்கிறார்கள். யாரோ வந்து திருமணம் செய்துகொண்டு போகும் பெண்பிள்ளைகள் பிறகு கைவிடப்படவும், கடைசியில் சிலரேனும் பலரின் மனைவிகளாக வாழவும் நேர்கிறது. ஆமாம், வழிகளை இழுத்து மூடினாலும் சென்றடையும் இடங்கள் இல்லாமல்போவதில்லை. சட்டம் அல்ல, சோறுதான்

அவசியம் என்று இந்த ஊர்களில் அவர்கள் சொல்லாமல் சொல்கிறார்கள் என்பது சாரம்.

விசாரிக்கப் புறப்பட்டால் அப்படிப்பட்ட விரும்பத்தகாத காட்சிகளை இன்னும் பார்க்க வேண்டியிருக்கும். சமூகரீதியான ஒரு முறைகேட்டை வேரறுத்தேன் என்று பெருமிதம் கொள்ள வேண்டும் என்றால், அந்தப் பத்திரிகையாளன் கண்திறந்து பயணம் செய்யாமல் இருப்பதுதான் நல்லது என்றே இந்தப் பயணங்கள் எனக்குக் கற்பித்தன. ஒரு உருவத்தில் இல்லையென்றாலும் மற்றொரு உருவத்தில் அவை பின்னரும் நடமாடுகின்றன. வறுமையைத் துடைத்தழிப்பதன் மூலம்தான் நிரந்தரமான தீர்வுக்கு வழி பிறக்கும்.

சோனாகச்சியையும் காமத்திப்புராவையும் ஒருநாளில் தடைசெய்துவிடலாம். பசியின் பெயரால், புரட்சியை மறக்க வேண்டியிருக்கும் சீமாக்களும் தாய்தந்தையரால் விற்கப்படும் கோயல்களும் அப்போது ஏதாவது சாலையோரத்தில் உடலை விற்க நேரும். அவர்களைப் பார்க்காததுபோல நடித்து, எல்லா இந்தியர்களும் என் சகோதரி சகோதரர்களே என்று நாம் கௌரவமாக உறுதிமொழியெடுக்கலாம்.

பெண் கருக்கொலையைத் தடுக்கும் சட்டம் நாட்டில் உண்டு. ஆனால் எத்தனையோ பெண் குருத்துகள் இன்றும் இந்தப் பூமியைப் பார்க்காமல் அழிந்துபடுகிறார்கள். பிறந்து பூமிக்கு வரும் பெண்களின் துயரத்தைப் பார்க்கும்போது, அப்படி பிறக்காமல் இறந்தவர்கள் பாக்கியவதிகள் என்று ஏற்றுக்கொள்ள வேண்டியிருக்கிறது.

காட்சிகள் முடிவதில்லை. இனியும் பார்ப்பதற்கு இருக்கின்றன. இதுவரை பார்த்த காட்சிகளைப் பகிர்ந்து கொண்டு இங்கே முடிக்கிறேன் . . .

படங்கள்

உச்சங்கி கோயில் வாயில்

உச்சங்கி துர்க்காவின் ஒளிப்படம்

உச்சங்கி மலையில் முன்னோர்களுக்குப் பூஜை செய்யும் தேவதாசி

உச்சங்கி மலைக்கு அம்மன் சிலையுடன் வந்த யெல்லம்மா

சடைபிடித்த கூந்தலுடன் யெல்லம்மாக்கள்

சோனாகச்சியில் பாலியல் தொழிலாளர்கள் வாடிக்கையாளர்களுக்காகக் காத்திருக்கிறார்கள்

சோனாகச்சி

சோனாகச்சியில் பாலியல் தொழிலாளர்கள்

பிருந்தாவனத்தில் ஜல்னாதாசி

சௌந்தத்தி யெல்லம்மா கோயில்